பாலைவனப் பூ

வாரிஸ் டைரி
காத்லீன் மில்லர்

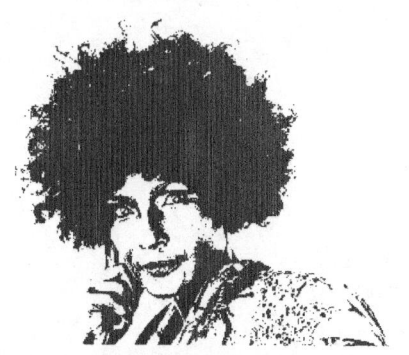

பாலைவனப் பூ

வாரிஸ் டைரி

காத்லீன் மில்லர்

தமிழில்:
எஸ். அர்ஷியா

எதிர் வெளியீடு

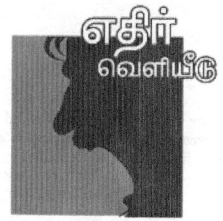

பாலைவனப் பூ
வாரிஸ் டைரி
காத்லீன் மில்லர்

தமிழில்: எஸ். அர்ஷியா
முதல் பதிப்பு: ஜனவரி 2016

வடிவமைப்பு: ஜீவமணி

எதிர் வெளியீடு,
96, நியூ ஸ்கீம் ரோடு, பொள்ளாச்சி – 642 002
தொலைபேசி: 04259 – 226012, 99425 11302

விலை: ரூ. 450

Desert Flower
Waris Dirie
and Cathleen Miller

Tamil Edition Copyright © With Ethir Veliyeedu
Published by arrangement with William Morrow,
an imprint of Harper Collins publishers.

Translated by: S. Arshiya
First Edition: January 2016

Published by
Ethir Veliyeedu, 96, New Scheme Road, Pollachi - 642 002
Email: ethirveliyedu@gmail.com
www.ethirveliyeedu.com

ISBN: 978-93-84646-40-0
Cover Design: Jeevamani
Printed at Jothy Enterprises, Chennai.

All rights reserved. No part of this book may be reprinted or reproduced or utilised in any form or by any electronic, mechanical or other means, now known or hereafter invented, including photocopying and recording, or in any information storage or retrieval system, without permission in writing from the Publisher.

திருமணமாகாதப் பெண் என்ற சொல்லுக்கு நாடோடிக் கலாச்சாரத்தில் இடமேயில்லை

பேதமில்லாமல் எல்லா கண்டங்களிலும், எல்லா தேசங்களிலும், எல்லா மாநிலங்களிலும் பெண்களின் நிலை பாடுடையதாகவே இருக்கின்றது. மதங்களின் கரங்களாலும் சடங்குகளைக் கைமாற்றும் நீட்சியாலும் பெண்களைத் தங்களின் உடமையாகக் கருதும் ஆண்களின் ஆதிக்கம், பெண் கைவிட்டுப் போய்விடக்கூடாதெனும் சொந்தம் கொள்ளும் மனோபாவத்தால் சுமத்தும், அத்தனை விதிகளையும் கடவுளுக்காகவும், தங்களின் சந்ததிகளுக்காகவும் சிலுவை சுமப்பவர்களாக ஏற்றுக் கொள்கின்றார்கள். எங்கோ, யாரோ ஒரு சில பெண்கள் வெகுண்டெழுந்து அதிலிருந்து மீற முயலும்போது, அவர்களை நோக்கி எல்லாத் திசைகளிலிருந்தும் வீசப்படும் நவரசக் கயிறுகள், பெண்ணுடலையும் எண்ணங்களையும் தளைகளாய்ப் பிணைத்துக் கொள்கின்றன. அப்படியொரு தளையிலிருந்து தன்னைத் துண்டித்துக் கொண்டவர், வாரிஸ் டைரி.

ஆப்பிரிக்க கண்டத்தின் சோமாலியப் பாலைவனத்தில் ஒட்டகம் மேய்க்கும் பழங்குடியின நாடோடியான அவர், தனது ஐந்துவயதில் வழிவழிச் சடங்கின் பெயரால், பாலுறுப்புச் சிதைப்புக்கு உள்ளானவர். பெண்ணின் அந்தரங்க இச்சையை மட்டுப்படுத்தி, பாலியல் உரிமையை சிறுவயதிலேயே இழக்கச் செய்யும் (பெண்) விருத்தசேதன சடங்கின் விளைவாக, சோமாலியாவிலுள்ள 80 சதவீதப் பெண்கள் புணர்ச்சிசெய்து இன்பம் பெறுவது தடுக்கப்படுவதுடன், உறுப்புச் சிதைப்புக்குப் பின்பு அதிர்ச்சி, தொற்று, மூத்திர ஒழுக்குக் குழாய் சிதைப்பு, ஆறாத வடுக்கள் உள்ளிட்டு, மரணம் என்று நீண்டுவிடுகின்றது. ஆப்பிரிக்காவிலுள்ள இருபத்தெட்டு

நாடுகளில் நாளொன்று ஆறாயிரம் சிறுமிகள், இந்த ஆபத்துக்கு உள்ளாக்கப்படுகின்றார்கள்.

சிறுநீர் கழிக்கமுடியாத வேதனையாலும், மாதவிடாய்க் கால அவதியாலும் அல்லலுக்குள்ளாகும் வாரிஸ் டைரியின், உடன்பிறந்த சகோதரி திடீரென்று ஒருநாள் காணாமல் போகிறாள். இன்னொரு குடும்பத்தைச் சேர்ந்த சிறுமியொருத்தியும் காணாமல் போகின்றாள். அவர்களுக்கு என்ன நேர்ந்ததென்று அறியும் ஏழெட்டுப் பத்து வயதே ஆன வாரிஸ் டைரியின் அடிமனதில் விருத்தசேதன சடங்கின் அவலங்கள் தங்கிப் போகின்றன.

ஐந்து ஒட்டகங்களுக்குப் பகரமாக, அறுபது வயதுக் கிழவனுக்கு பதிமூன்றே வயதான தன்னை திருமணம் செய்துவைக்க முயற்சிக்கும் தந்தையை ஏமாற்றிவிட்டு, பாலைவனம் வழியாக, பலநூறு மைல்கள் நடந்தும் ஓடியும் தப்பிப் பிழைக்கும் அச்சிறுமி, தன்னம்பிக்கையாலும் தன் முயற்சியாலும் வீட்டுவேலை செய்பவளாக, பன்னாட்டு உணவகத்தில் தரை பெருக்கும் தொழிலாளியாக வயிற்றுப் பாட்டைக் கழுவி, பின்னர் மாடலாகவும், ஜேம்ஸ்பாண்ட் படக் கதாநாயகியாகவும் வளர்ந்து, புகழ்பெற்றதும் ஒரு நேர்காணல் அவரை வேறொரு தளத்துக்கு இட்டுச்சென்று விடுகின்றது. அடிமனதில் அவசமாய்த் தங்கிபோன அழுக்கைத் துடைக்கும் முயற்சியாக, ஐக்கிய நாடுகள் சபையின் மக்கள்தொகை நடவடிக்கைக்கானப் பிரிவு, பெண் விருத்தசேதனத் தடுப்பு நடவடிக்கையில் இணைந்துகொள்ள அழைப்பு விடுக்கின்றது.

"குரான் இப்படிச் செய்யச் சொல்கிறது என்று பலர் நம்பிக்கைக் கொண்டிருக்கிறார்கள். உலகத்திலுள்ள அத்தனை முஸ்லிம் நாடுகளிலுமே இந்த வழக்கம் மேற்கொள்ளப்பட்டு வருகின்றது. என்றபோதும், அது இப்போது பிரச்சனையில்லை. ஆனால் குரானோ அல்லது பைபிளோ கடவுள் பெயரால் பெண்களுக்கு 'பிறப்புறுப்பை வெட்டிவிட வேண்டும்' என்று எங்கும் குறிப்பிடவில்லை. இந்த வழக்கம் மிக எளிதாக, ஆண்களால் நடத்தப்படுகின்றது. அவர்கள்தான் இந்தக் கோரிக்கையை வலுவாக ஆதரிக்கிறார்கள். அவர்களின் அறியாமை, சுயநலம் ஆகியவை அவர்களையே ஆட்டிப்படைக்கிறது. பெண்களின் பாலின விருப்பத்துக்கு

தாங்கள்தான் உரிமையாளர்கள் என்று உறுதிபடுத்திக்கொள்ள விரும்புகிறார்கள். தங்கள் மனைவிகளும் விருத்தசேதனம் செய்து கொள்ளவேண்டும் என்று ஆண்கள் விரும்புகிறார்கள். வற்புறுத்துகிறார்கள். தாய்மார்களும் தங்கள் மகள் மீது இந்தக் கொடுமையைத் திணிப்பவர்களாகவே இருக்கிறார்கள். மகள்கள், தங்களுக்குக் கணவர்களை வைத்துக் கொள்வார்களோ என்ற அச்சம் தாய்மார்களுக்கு இருந்துவருகிறது. விருத்தசேதனம் செய்துகொள்ளாத பெண் மோசமானவள், மாசுற்றவள், காமவேட்கைகொண்டு திரிபவள், திருமணம் செய்துகொள்ளத் தகுதியற்றவள், லாயக்கில்லாதவள் என்று முத்திரைகள் குத்தப்பட்டுவிடுகிறார்கள். நான் வளர்ந்து வந்த நாடோடிக் கலாச்சாரத்தில், திருமணமாகாதப் பெண் என்ற சொல்லுக்கு இடமேயில்லை. ஆனால் தாய்மார்கள், தங்கள் மகள்களுக்கு சிறப்பான வாழ்க்கைச் சாத்தியங்கள் உருவாக வேண்டும் என்று எண்ணுகிறார்கள். மேலைநாடுகளில் குழந்தைகளைப் பள்ளிக்கூடத்துக்கு அனுப்பிவைப்பதுபோல, ஆப்பிரிக்கத் தாய்மார்கள் இந்த நடைமுறையைக் கைக்கொள்கிறார்கள். அறியாமையாலும் மூடத்தனமிக்க நம்பிக்கைகளாலும் ஆண்டுதோறும் பல லட்சம் சிறுமிகள், பிறப்பு உறுப்பு சிதைவுக்கு உள்ளாக்கப்படுவதற்கு தகுந்த காரணங்கள் ஏதுமில்லை. உடல்ரீதியான வலி, மனரீதியான வேதனை, உயிரிழப்புப் போன்ற காரணங்களே போதும், இதைத் தடுத்து நிறுத்துவதற்கு.

மட்டுமீறிய வன்செயலான பெண்கள் பிறப்பு உறுப்பு சிதைப்பைத் தடுக்கும் என் வேலைக்கு, ஐநாவின் சிறப்புத்தூதர் அந்தஸ்து மிகவும் பயனுள்ளதாக இருந்தது. இந்த வாய்ப்புக் கிடைக்கும் என்று நான் கனவிலும் நினைத்திருக்கவில்லை" என்கிறார் வாரிஸ் டைரி.

உலக சுகாதார நிறுவனத்துடன் இணைந்து பணியாற்றி, நாலாயிரம் ஆண்டுகாலமாக ஆப்பிரிக்கக் கலாச்சாரத்தில் இருந்துவந்த, பெண்களின் பிறப்பு உறுப்பு சிதைப்பை அகற்ற முயன்ற சேவையை இந்நூல் பேசுகின்றது.

எஸ். அர்ஷியா
99948 73456
s.arshiya12@gmail.com

எஸ். அர்ஷியா
(எஸ். சையத் உசேன் பாஷா)

மதுரையைச் சேர்ந்தவர்.
விவசாயம்சார் தொழிலைச் செய்பவர்.
மனைவி அமீர்பேகம். மகள் எஸ். அர்ஷியா.

இவரது நூல்கள்
சிறுகதைகள்
கபரஸ்தான் கதவு
மரணத்தில் மிதக்கும் சொற்கள்

நாவல்கள்
ஏழரைப்பங்காளி வகையறா
பொய்கைக்கரைப்பட்டி
அப்பாஸ்பாய் தோப்பு
கரும்பலகை

கட்டுரைகள்
சரித்திரப் பிழைகள்

மொழிபெயர்ப்புகள்
நிழலற்ற பெருவெளி
திப்பு சுல்தான்
பாலஸ்தீன்

ஆசிரியர்களின் குறிப்பு

வாரிஸ் டைரியின் உண்மைக்கதை, பாலைவனப் பூ. அதில் குறிப்பிடப்பட்டிருக்கும் சம்பவங்கள் அனைத்தும் உண்மையானவை. சித்திரிக்கப்பட்டுள்ள கதாபாத்திரங்கள் உண்மையானவையாயினும் அவர்களின் அந்தரங்கங்களைப் பாதுகாக்கும் பொருட்டு, கற்பனைப் பெயர்களைப் பயன்படுத்தியிருக்கின்றோம்.

1

நொய்மையான வினோத ஒலியொன்று என்னை எழுப்பியது. கண்களைத் திறந்தபோது, திகைப்பூட்டுவதாக ஒரு சிங்கத்தின் முகம் என் பார்வையில் இருந்தது. ஒருமுகப்பட்ட அப்பார்வையில், எதிரே நிற்கும் விலங்கைக் கண்டு எந்தளவுக்கு அகல விரிக்கமுடியுமோ அந்தளவுக்கு என் கண்கள் விரிந்தன. எழுந்துகொள்ள முயற்சி செய்தேன். சாப்பிட்டு பல நாட்கள் ஆகியிருந்தன. கால்கள் வலுவிழந்திருந்தன. ஒருநிலைப்படாமல் அவை தள்ளாடின. வளைந்து மடிந்துகொண்டன. ஆப்பிரிக்க பாலைவனச் சூரியனின் கருணையற்ற வெம்மையிலிருந்து ஒதுங்க தஞ்சம் புகுந்திருந்த மர நிழலீடு, அந்த இடம். எல்லாம் முடிந்தது. மனஉளைவின்றி அமைதியாகத் தலையைப் பின்னிழுத்து, கண்களை மூடிக் கொண்டேன். மரத்தின் கடினப்பட்டையொன்று என் தலையில் குத்தியது. சிங்கம், எனக்கு மிக அருகில் இருந்தது. அதன்மீதிருந்த ஊசிப்போன நாற்றத்தை அந்த வெம்மையானக் காற்றில் என்னால் உணரமுடிந்தது. நான் அல்லாவிடம் பேசினேன்:

“கடவுளே, இதுதான் எனது இறுதிநிலை. இப்போதே என்னை எடுத்துக்கொள்.”

பாலைவனத்தைக் கடக்கும் எனது நீண்டபயணம் முடிவுக்கு வந்துவிட்டது. பாதுகாப்புக்காக ஆயுதம் எதையும் நான் கொண்டிருக்கவில்லை. ஓடுவதற்கானத் திராணியும் இல்லை. மிக அற்புதமான சூழல் அமைந்தாலும்கூட சிங்கத்தை ஏமாற்றிவிட்டு மரத்தில் ஏறிக்கொள்ள முடியாதென்று நான் அறிந்திருந்தேன். எல்லாவகையானப் பூனைகளைப் போலவும் சிங்கங்கள் வலுவான தங்கள் பாத நகங்களால் நேர்த்தியாக மரம் ஏறும்

திறம் கொண்டவை. ஒருவேளை பாதிமரம் ஏறியிருக்கும்போது - பெரும் ஒலியுடன் - ஒரு இழு இழுத்தால்போதும். நான் முடிந்துவிடுவேன். பயமேதுமில்லாமல் மீண்டும் நான் கண்களைத் திறந்தேன். சிங்கத்திடம் சொன்னேன், "வா... வந்து என்னை எடுத்துக்கொள். நான் தயாராக இருக்கின்றேன்."

அது அழகிய ஆண் சிங்கம். தங்கநிறத்தில் பிடரிமயிரைக் கொண்டிருந்தது. நீண்ட வாலை பின்னும்முன்னுமாய்ச் சொடுக்கி, ஈக்களை விரட்டியபடியிருந்தது. அதற்கு ஐந்து அல்லது ஆறுவயது இருக்கும். இளமையாகவும் ஆரோக்கியமாகவும் தெரிந்தது. விலங்குகளின் அரசனான அது, நொடியில் என்னை நசுக்கிவிடும் என்பதையும் நான் அறிவேன். தனது பாதத்தால் காட்டு விலங்கினங்களையும் வரிக்குதிரைகளையும் அடித்து வீழ்த்துவதை நான் பலமுறைப் பார்த்திருக்கின்றேன். அவையெல்லாம் என்னைவிட அதிகமாக நூற்றுக்கணக்கான பவுண்ட் எடை கொண்டவை.

அந்த சிங்கம் கண்கொட்டாமல் என்னை உற்றுப்பார்த்தது. பின்பு மெல்ல தனது தேன்நிறக் கண்களைச் சிமிட்டியது. அந்தப்பார்வையை சந்திக்க முடியாமல் என் பழுப்பு வண்ணக் கண்கள் பின்வாங்கின. உடனே அது தனது பார்வையை தொலைவில் செலுத்தியது.

"ம்... இப்போதே என்னை எடுத்துக்கொள்."

அது மீண்டும் பார்வையை என் மீது பொருத்தியது. பின்பு தொலைவில் வைத்தது. தனது உதடுகளை ஈரப்படுத்தியபடி, புட்டத்தை தரையில் அமர்த்தி உட்கார்ந்தது. பின்பு எழுந்து நின்றது. முன்னும்பின்னுமாக கவர்ச்சிகாட்டியபடி நயத்தக்க நாகரிகத்துடன் என் முன்னே நடைபோட்டது. முடிவாக, அது திரும்பி எதிர்திசையில் கிளம்பிவிட்டது. சந்தேகமேயில்லை. எலும்பில் ஒட்டியிருக்கும் கொஞ்சமே கொஞ்சமான தசையைக் கொண்டிருக்கும் நான், உண்பதற்குத் தகுதியில்லாதவள் என்று அது முடிவுசெய்திருக்கும். தனது பழுப்பு மஞ்சள் மயிர் நிறம் மணலுடன் கலக்கும் தூரம்வரை பாலைவனத்தில் நீளடிவைத்து நடந்தபடியிருந்தது.

என்னை அது கொல்லப் போவதில்லை என்பதை உணர்ந்தபோது, இடர் கலைந்தது என்று பெருமூச்செல்லாம் நான் விடவில்லை. ஏனென்றால் எனக்கு பயமேதும் இருக்கவில்லை. சாவதற்குத் தயாராகவே இருந்தேன். ஆனால் தெளிவானவராக, எனக்கு எப்போதும் மிகச்சிறந்த நண்பராக இருக்கும் கடவுள், ஏதோ சில திட்டங்களைக் கொண்டிருந்தார். அந்த காரணத்துக்காகவே என் உயிரைக் காத்தார். அவரிடம், "அது என்ன? என்னை எடுத்துக்கொள்ளுங்கள் - வழிநடத்துங்கள்." என் கால்களுடன் போராடினேன்.

எனது திருமணத்துக்கு வயதுமுதிர்ந்த ஒரு நபரை, மணமகனாக ஏற்பாடு செய்திருப்பதை என் தந்தை அறிவித்தவுடன் அவரிடமிருந்து தப்பிப்பதற்காக, மூச்சுத்திணறவைக்கும் இந்த இரவுப் பயணத்தைத் தொடங்கினேன். அப்போது எனக்கு வயது, பதிமூன்று. குடும்பத்துடன் வசித்துக்கொண்டிருந்தேன். சோமாலியப் பாலைவனத்தின் நாடோடிப் பழங்குடியினர் நாங்கள். தகவல் தெரிந்தவுடனேயே வேகவேகமாகச் செயல்பட்டேன். அல்லது அந்தப் புதிய கணவன், திடீரென்று ஒருநாள் என்னை மணமுடிக்க வந்துவிடுவான். நான் ஓடிப்போகப்போவதாக அம்மாவிடம் சொன்னேன். எனது திட்டம் அம்மாவுடன் பிறந்த சகோதரியைத் தேடிப்பிடிப்பதாக இருந்தது. அவள் சோமாலியா தலைநகர் மொகாதிஷுவில் வசித்துவந்தாள். உள்ளபடி நான் மொகாதிஷுவுக்கோ, வேறு எந்த நகரத்துக்கோ சென்றதில்லை. அம்மாவின் சகோதரியையும் இதுவரை சந்தித்ததுமில்லை. ஆனாலும் ஒருகுழந்தையின் இனிய நம்பிக்கையைப்போல, சிலகாரியங்கள் அற்புதமாக நிகழக்கூடும் என்று நம்பினேன்.

எனது தந்தையும் மற்ற குடும்ப உறுப்பினர்களும் ஆழ்ந்த உறக்கத்திலிருந்தபோது, அம்மா என்னை எழுப்பி, "கிளம்பு இப்போது" என்றார். அங்கிருந்து எதையாவது எடுத்துக் கொள்வதற்காக சுற்றும்முற்றும் பார்வையை ஓடவிட்டேன். ஒரு பாட்டில் தண்ணீர், ஒரு குவளையில் கொஞ்சம் பால், கூடையில் ஏதாவது உணவு. ஆனால் அங்கு எதுவுமே இருக்கவில்லை. வெற்றுக்கால்களுடன், உடம்பைச் சுற்றியிருந்த கழுத்தைச் சுற்றியணியும் சால்வையுடன் மட்டும் பாலைவனத்தின் கரிய இருளுக்குள் ஓடத்தொடங்கினேன்.

எந்தப்பாதை மொகாதிஷுவுக்குச் செல்லுமென்பதும்கூட எனக்குத் தெரியாது. என்னால் எதையும் பார்க்கவும் முடியவில்லை. வேர்கள் தடுக்கித் தடுமாறி, தொடக்கத்தில் மெதுவாக ஓடினேன். முடியவில்லை. எங்காவது உட்கார வேண்டும் என்று முடிவுசெய்தேன். ஏனென்றால் ஆப்பிரிக்காவில் எல்லா இடங்களிலும் பாம்புகள் உண்டு. பாம்புகளென்றால் எனக்கு அச்சம். ஒவ்வொரு வேரின் மீதும் நான் காலடி எடுத்துவைக்கும்போது, விஷம் கக்கும் நாகத்தின் முதுகில் வைப்பதாக கற்பனை செய்துகொண்டேன். வானம் படிப்படியாக வெளிருவதை உட்கார்ந்தபடி கவனித்தேன். சூரியன் மேலேறுவதற்கு முன்னமே வெருண்டோடும் மானைப்போல புறப்பட்டுவிட்டேன். ஓடினேன். ஓடினேன். மணிக்கணக்கில் ஓடினேன்.

நண்பகலின்போது, செம்மண் பிரதேசத்தின் நடுவிலும் எனது எண்ணங்களுக்கு நடுவிலும் பயணம் போய்க்கொண்டிருந்தேன். எந்த நரகத்தைநோக்கி நான் போய்க்கொண்டிருக்கின்றேன்?. எனக்கே ஆர்வமாகத்தான் இருந்தது. எந்த திசையைநோக்கி நான் முன்னேறுகின்றேன் என்பதுகூட எனக்குத் தெரியாது. நிலத்தோற்றத்தின் விரிவு முடிவில்லாமல் நீண்டுகொண்டே போனது. இடைப்பட்ட ஒருசில இடங்களில் தொடர்பற்று குத்துச்செடிகளும் முள்மரங்களும் மண்டிக்கிடந்தன. பல மைல் தூரம் அப்படிக் கிடப்பதை நான் கண்டேன். பசி, தாகம், சோர்வு என்னைக் கவ்வியிருந்தது. வேகம் மட்டுப்பட்டது. நடக்கத் தொடங்கினேன். குழப்பம், திகைப்பு, மனக்கலக்கத்துடன் சோர்வாய் சுற்றித்திரிந்தேன். எனது புதிய வாழ்க்கை என்னை எங்கே எடுத்துச் செல்கின்றது என்பதை அறிய ஆவலாக இருந்தேன். அடுத்து என்ன நிகழப் போகின்றது?

இந்தக் கேள்விகளுக்குள் நான் மூழ்கிக்கிடந்தபோது, ஒருகுரல் என்னை அழைப்பதைக் கேட்டேன். "வா-ரி-ஸ்... வா-ரி-ஸ்..." என் தந்தை என்னை அழைக்கின்றார். சாட்டையைச் சுழற்றும் அவரைத் தேடுகின்றேன். யாரையும் காணவில்லை. ஒருவேளை நான் கற்பனையாக நினைத்துக் கொள்கின்றேனோ? "வா-ரி-ஸ்... வா-ரி-ஸ்..." அக்குரல் என்னைச் சுற்றி எல்லா திசைகளிலும் எதிரொலிக்கின்றதே! தொனி அதிகாரத்தில் மிதக்கின்றது. அது எனக்கு அச்சத்தைத் தருகின்றது. அவரிடம்

நான் மாட்டிக்கொண்டால், நிச்சயமாக அவர் என்னை அழைத்துச்சென்று விடுவார். அந்தமனிதனுடன் எனக்கு மணமுடித்துவிடுவார். இதையெல்லாம்தாண்டி என்னை அடித்து நொறுக்கிவிடுவார். என் தந்தையின் குரலைத் தவிர, நான் வேறு எதையும் கவனிக்கவில்லை. அவர் எனக்கு மிக நெருக்கத்தில் இருப்பதாக உணர்ந்தேன். இப்போது, முன்னிலும் முனைப்புடன் என்னால் முடிந்தளவு வேகத்துடன் ஓடத்தொடங்கினேன். பலமணிநேரங்களுக்கு முன்பு நான் ஓடத் தொடங்கியிருந்தபோதும் மணலில் பதிந்திருக்கும் காலடித் தடங்களைப் பின்தொடர்ந்து வந்து பாபா என்னைப் பிடித்துவிட முடிந்திருக்கும் என பின்னால் புனைந்துகொண்டேன்.

என்னைப் பிடிக்கமுடியாத அளவுக்கு என் தந்தை மிகவும் வயதானவர். - அவ்வாறாக நான் நினைத்துக்கொண்டேன் - ஏனென்றால் நான் இளமையாகவும் வேகமாகவும் இருந்தேன். எனது குழந்தைத்தனமான நினைப்பில், அவர் வயது முதிர்ந்தவர். இப்போது அதையெல்லாம் நினைத்து சிரித்துக்கொள்கிறேன். என் தந்தை அப்போது முப்பதுகளில் தான் இருந்தார். நம்பமுடியாத அளவுக்கு தகுதிவாய்ந்த நன்னிலையில் எல்லோரும் இருந்தோம். எல்லா இடங்களுக்கும் ஓடித்தான் போவோம். எங்களிடம் கார் இல்லை.

எந்தவகையான பொதுப் போக்குவரத்தும் இருக்கவில்லை. நான் எப்போதுமே வேகமாகச் செயல்படுவேன். விலங்குகளைத் துரத்தியபடிதான் இருப்பேன். தண்ணீர் கோதிக்கொண்டு வெளிச்சம் தொலைந்து இருள் சூழ்வதற்குமுன், பத்திரமாக வீடுவந்து சேர்வதை வழக்கத்தில் கொண்டிருந்தேன்.

சிறிதுநேரத்துக்குப் பின் எனது தந்தை, என் பெயர்ச்சொல்லி அழைக்கும் குரலை நான் கேட்கவில்லை. அதனால் ஓட்டவேகத்தைக் குறைத்து, துள்ளல் மென்னடைக்கு மாறினேன். நான் இடம்பெயரத் தொடங்கிவிட்டதால் பாபா களைப்புற்று வீட்டுக்குத் திரும்பிவிடுவார் என்று காரணம் கற்பித்துக்கொண்டேன். திடீரென தொடுவானத்தை திரும்பிப்பார்த்தபோது, எனக்குப் பின்னாலிருந்த மலையிலிருந்து அவர் இறங்கிவருவதைக் கண்டேன். அவரும் என்னைப் பார்த்திருக்கலாம். அச்சம் என்னை சூழ்ந்துகொண்டது. எடுத்தேன்

ஓட்டம். வேக ஓட்டம். மணல் அலைகளில் சறுக்குவதுபோலான சறுக்கு ஓட்டம்; ஒரு மலையின்மீது பறந்து ஏறினேன். அவர் காற்றில் மிதந்தபடி பறந்துவந்து எனக்குப் பின்னால் மிக அருகில் கீழிறங்கினார். அவரை நெடுநேரத்துக்குக் காணாததை உணரும்வரையில் இந்தத் துரத்தலும் பறத்தலும் பலமணிநேரம் நீடித்தது. அவர் நீண்டநேரமாக என்னை அழைக்கவில்லை.

என் இதயம் சீறித்துடித்தது. முடிவில் ஓட்டத்தை நிறுத்தினேன். ஒரு குத்துச்செடிக்குப் பின்னால் என்னை மறைத்துக்கொண்டேன். சுற்றும்முற்றும் பார்வை படர்ந்தது. ஒன்றும் தென்படவில்லை. காதுகளைக் கூர்தீட்டி வைத்தேன். ஒரு ஒலியும் இல்லை. விளைச்சலற்ற தட்டைப் பாறைகளை வந்தடைந்தபோது, ஓய்வெடுப்பதற்காக என் ஓட்டம் நின்றது. முன்னிரவின் ஓட்டத்தின்போது நான்செய்த தவறுகளிலிருந்து பாடங்களைக் கற்றிருந்தேன். மீண்டும் நான் ஓட்டத்தைத் தொடங்கியபோது, கடினமான தரையைக் கொண்ட பாறைகளின் வழியாக, என் காலடித் தடங்களைத் தொடர்ந்து என் தந்தை வர முடியாதபடிக்கு திசையை மாற்றியிருந்தேன்.

பாபா தனது முயற்சிகளுக்குப் பின்னால் வீடுதிரும்ப யத்தனித்திருப்பார் என்று காரணம் கற்பித்துக்கொண்டேன். ஏனென்றால் சூரியன் இப்போது விழத்தொடங்கியிருந்தான். வெளிச்சம் மங்குவதற்கு முன்பு அவர் இந்தமுயற்சியை மேற்கொண்டிருக்க மாட்டார். தொடர்ந்து தேடியிருப்பார். இப்போது அவர் இருட்டினூடே வீடுதிரும்பும் பயணத்தை எங்கள் குடும்பத்திலிருந்து கிளம்பும் குழந்தைகளின் கிறீச்சிடல், சிரிப்பு ஒலிகளையும் மந்தைகளின் கத்தல், கதறல் சத்தத்தைக் கேட்டபடியும் தொடர வேண்டும். பாலைவனத்தின் பெருந்தூரத்திற்கு காற்று, இந்த ஒலிகளைச் சுமந்துசெல்லும். இரவில் தொலைந்து விடும்பொழுது எங்களுக்கு சத்தங்கள்தான், கலங்கரை விளக்கம்போல திசைகாட்டும்.

பாறைகளினூடே நடந்துகொண்டிருந்த நான், திசைப்போக்கை மாற்றினேன். எந்தத் திசையைத் தேர்ந்தெடுக்கின்றேன் என்பது ஒருபொருளே இல்லை. ஏனென்றால் எந்தத் திசை என்னை மொகாதிஷுவுக்குக் கொண்டுசேர்க்கும் சரியான பாதை என்பது குறித்தத் திட்டமேதும் என்னிடம் இல்லை. சூரிய அஸ்தமனம்

வரையில் ஓடிக்கொண்டேயிருப்பேன். வெளிச்சம் போய்விடும். இரவு மிகவும் கருமையாக இருக்கும். என்னால் எதையும் பார்க்க முடியாது. பசி வாட்டியது. உணவுபோன்றவற்றை யோசிக்கத் தொடங்கினேன். எனது பாதங்களில் ரத்தம் கசிந்துகொண்டிருந்தது. மரநிழலில் ஓய்வெடுக்க அமர்ந்தேன். ஆழ்தூக்கம் என்னை அரவணைத்துக் கொண்டது.

காலையில் சூரியன் என்முகத்தில் எரியூட்டி எழுப்பிவிட்டது. கண்களைத் திறந்தேன். வானத்தை எட்டிப்பிடிக்க முயலும் அழகிய யூகலிப்டஸ் மரத்தின் இலைகள் காட்சியாய்க் கிடைத்தது. மெதுவாக சுற்றுப்புறத்தின் உள்ளார்ந்த மெய்த்தோற்றத்தை என்னால் உணரமுடிந்தது.

என் கடவுளே, நான் தனித்திருக்கிறேன். நான் என்ன செய்யப் போகிறேன்?

எழுந்து மறுபடியும் ஓட்டத்தைத் தொடர்ந்தேன். இவ்வாறாக பலநாட்கள் கடந்துபோயின. எத்தனைநாட்கள் என்பதற்கு என்னிடம் கணக்கில்லை. அதைக் கணக்கில் கொள்ளவும் எனக்கு நேரமில்லை. நான் அறிந்திருந்தது எல்லாமே பசி, தாகம், பயம், வலி மட்டுமே. மாலை ம(ய)ங்கி பார்க்க முடியாமல் இருட்டிவிடும்பொழுது ஓட்டத்தை நிறுத்தி ஓய்வெடுப்பேன். சூரியன் கடும்வெப்பத்தைக் கக்கும் மதியப்பொழுதுகளில் ஏதாவது மரநிழலில் அமர்ந்து, நண்பகல் குறுந்துயிலாகக் குட்டித்தூக்கம் போடுவேன்.

அதுபோலானதொரு நண்பகல் தூக்கத்தின்போதுதான் நான் ஆழ்ந்து உறங்கிவிட்டேன். அந்தத் தூக்கத்தைக் கலைத்து சிங்கம் என்னை எழுப்பியது. இந்த இடத்தில் எனது சுதந்திரம் குறித்த நாட்டம் நீடிக்கவில்லை. எளிமையாக வீடுதிரும்பி அம்மாவிடம் சென்றுவிடவே விரும்பினேன். உணவைவிட அல்லது தண்ணீரைவிட அம்மா எனக்கு மிக முக்கியமாக இருந்தார். உணவு இல்லாமலோ தண்ணீர் இல்லாமலோ ஓரிருநாட்கள் கழிந்துபோவது அடிக்கடி நிகழ்கின்ற ஒன்றாக எங்களுக்கு இருந்தது. எனக்குத் தெரிந்துவிட்டது, நான் நீண்டநாட்களுக்கு ஜீவிக்க முடியாது. பலவீனப்பட்டுப் போயிருந்தேன். எனது கால்களில் வெடிப்பு ஏற்பட்டு, புண்களாகியிருந்தன. அடுத்த அடி எடுத்துவைப்பது மரணவேதனையாக இருந்தது.

என்முன்னே அமர்ந்த சிங்கம் பசியில் தனது உதடுகளை நக்கிக்கொண்டபோது, என்னைக் கொடுத்துவிடத் தயாராக இருந்தேன். எனது துன்பத்திலிருந்து மீள, விரைந்து கொல் என்று அதனை வரவேற்றேன்.

ஆனால் சிங்கம், தோலில் துருத்திக்கொண்டிருக்கும் எனது எலும்புகளைப் பார்த்தது. குழிவிழுந்தக் கன்னங்களைப் பார்த்தது. வீங்கிய கண்களைப் பார்த்தது. திரும்பி, நடந்து போய்விட்டது. இரங்கத்தக்க இந்த ஆத்மாவின் மீது சிங்கம் பரிதாபம் கொண்டுவிட்டதா அல்லது அதற்கான நொறுக்குத் தீனியாகக்கூட மதிப்பற்ற ஒருபொருளாக என்னை அது கணக்கிட்டுவிட்டதா என்பதை நானறியேன். அல்லது கடவுள் என்பொருட்டு பரிந்து பேசியிருக்கலாம். சாதாரணமாகவோ அல்லது கொடூரமாக பட்டினிச்சாவிலோ நான் உயிர் துறப்பதற்கு, கடவுள் என்னை இரக்கமற்று கைவிட விரும்பவில்லை என்பதை உணர்ந்திருந்தேன். அவர் எனக்காக, வேறு ஏதோ ஓர் திட்டம் வைத்திருக்கின்றார். அதனால்தான் அவரது வழிகாட்டுதலை நான் கோரியது: "என்னை எடுத்துக்கொள்ளுங்கள் - வழிநடத்துங்கள்." என்னை நிலைப்படுத்திக்கொள்ள மரத்தைப் பிடித்துக் கொண்டு கால்களை உயர்த்தினேன். கடவுளிடம் உதவி கோரினேன்.

மீண்டும் நடக்கத் தொடங்கினேன். சிலநிமிடங்களிலேயே மேய்ச்சல் தளமொன்று தென்பட்டது. அதில் எங்குநோக்கினும் ஒட்டகங்கள். அவற்றுள் தூய பாலை மடிநிறையக் கொண்டிருக்கும் ஒரு விலங்கைக் கண்டறிந்து, அதைநோக்கி ஓடினேன். அதன்மடியில் வாய்வைத்து ஒருகுழந்தையைப்போலப் பருகினேன். மந்தைக்காரன் என்னைக் கண்டுபிடித்துவிட்டான். "அங்கிருந்து வெளியே போ, சிறுக்கியே!" என்று கூச்சலிட்டான். சாட்டையைச் சொடுக்கும் சத்தத்தையும் கேட்டேன். ஆனாலும் மூர்க்கமாகப் பாலை பருகுவதிலேயே நான் கவனமாக இருந்தேன். என் வாய் கொள்ளுமளவுக்கு வேகவேகமாக உறிஞ்சி உள்ளே இறக்கினேன்.

மந்தைக்காரன் என்னைநோக்கி ஓடிவந்தான். அற்பமான வார்த்தைகளால் உரத்துக் கத்தினான். என்னை விரட்டியடிக்க அவனிருக்கும் இடத்திலிருந்து வந்துசேர மிகத் தாமதமாகும் என்பது அவனுக்கும் தெரியும். அதனால் என்னை

பீதியடையச் செய்யும் வேலைகளைச் செய்தான். ஒட்டகத்தின் மடியிலிருந்த பால் வற்றிவிட்டது. ஆனால் எனக்குள் நிறைந்துவிட்டது. அதனால் ஓடத்தொடங்கினேன். அவன் என்னை விரட்டிக்கொண்டு வந்தான். அங்கிருந்து நான் ஓடத்தொடங்குமுன் தனது சாட்டையை இரண்டொருமுறை சொடுக்கி அடிக்க முனைந்தான். ஆனால் நான் அவனைக் காட்டிலும் வேகமாக இருந்தேன். அவனிடமிருந்து தூர விலகினேன்.

இப்போது எனக்குள் ஈடுசெலுத்தும் பொருள் நிறைந்திருக்கின்றது. புதிய சக்தி பெற்றிருக்கின்றேன். அதனால் ஓட்டத்தைத் தொடங்கி, ஒரு கிராமம் வரும்வரையில் ஓடிக் கொண்டிருந்தேன். இப்படியான ஒரு இடத்தை இதற்குமுன்பு நான் கண்டதில்லை. அங்கே கட்டிடங்கள் இருந்தன. தெருக்கள் அசுத்தங்களால் நிரம்பிக்கிடந்தன. தெருவின் மையத்தில் நடந்துசென்றேன். அதுதான் நடந்துசெல்வதற்கு உகந்த தடம் என்று செருக்குடன் நடந்தேன். அந்தநகரம் முழுவதும் சுற்றித்திரிந்தபோது, அருவருப்பான ஒரு வினோத அமைப்பாக இருப்பதைக் கண்டேன். என் தலை எல்லா திசைகளிலும் சுழன்றது. என்னைக் கடந்துசென்ற ஒருபெண், மேலும்கீழுமாக என்னை ஆராய்ந்தாள். பின்பு கூச்சல் போட்டாள். "மதிகெட்டவளே... நீ எங்கேயிருப்பதாக நினைத்துக் கொண்டிருக்கிறாய்?" அந்தகிராமத்தைச் சேர்ந்த மற்றவர்களும் தெருவில் நடந்துசென்றனர். அவர்களைப் பார்த்துக் கத்தினாள், "இங்கே பாருங்கள்... அவளது பாதங்களை!" வெடிப்புவிழுந்த, கடுந் தழும்பேறி ரத்தம்கட்டிப் போயிருந்த என் கால்களைப் பற்றித்தான் குறிப்பிடுகிறாள். "ஹே! அடக்கடவுளே... அவளொரு மதிகெட்ட நாட்டுப்புறத்து சிறுபெண்!" அவளுக்குத் தெரிந்திருக்கின்றது. அந்தப்பெண் என்னைப் பார்த்துதான் குரலிடுகிறாள். "ஏ... சிறு பெண்ணே, நீ வாழவிரும்பினால், இந்தத் தெருவிலிருந்து விலகிவிடு. சாலையிலிருந்து தூரப்போ!" என்னை வேறுபக்கத்துக்குத் தள்ளினாள். பின்பு சிரிக்கத் தொடங்கினாள்.

அவள் பேசியதை எல்லோரும் கேட்டார்கள். அது என்னை ரொம்பவே சங்கடப்படுத்தியது. தலையைத் தொங்கப் போட்டுக்கொண்டேன். ஆனாலும் எனது நடையை சாலையின்

நடுவேதான் தொடர்ந்தேன். ஏனென்றால் அந்தப்பெண் எதைப்பற்றி பேசினாள் என்பதை என்னால் புரிந்துகொள்ள முடியவில்லை. அப்போது, 'பீப்! பீப்!' சத்தத்துடன் சரக்கு வாகனம் ஒன்று வந்தது. நான் பாதையிலிருந்து தாவி ஒதுங்கினேன். என்னைச் சுற்றிலும் போக்குவரத்து நடமாட்டம் இருந்தது. கார்களும் சரக்கு வாகனங்களும் என்னை நோக்கியே வந்தன. நான் கைகளை வீசினேன். இடையிடையே ஊர்திகளில் ஏறி பயணம் செய்தேன் என்று சொல்ல முடியாது. ஏனென்றால் அப்படியான ஒரு வாய்ப்பு இருப்பதை நான் அறிந்திருக்கவில்லை. ஏதேனும் ஒருவண்டியை நிறுத்தி, அதில் ஏறி பயணம்செய்ய முடியுமா என்று முயற்சிசெய்ய சாலையில் நான் நின்றிருந்தேன். ஒருபுறமாக சாய்ந்த நிலையில் கார் ஒன்று, எனது கையைத் துண்டிப்பதுபோல அருகில்வந்தது. நான் அதிர்ந்து போனேன். பின்னர் எனது கைகளை மீண்டும் நீட்டினேன். முன்புபோல முழுவதுமாக நீட்டவில்லை. சாலையின் ஓரமாக சிறிதுதூரம் நகர்ந்தேன். அப்படியே நடக்கத் தொடங்கினேன். யாரேனும் ஒருவர் வாகனத்தை நிறுத்தி உதவமாட்டார்களா என்று அமைதியாகப் பிரார்த்தனை செய்தபடி, தங்கள் கார்களை விரைவாக ஓட்டிச்செல்பவர்களின் முகங்களை பார்த்துக் கொண்டிருந்தேன்.

முடிவில் ஒரு சரக்கு வாகனம் நின்றது. அடுத்து என்ன நடந்தது என்பது குறித்து என்னால் பெருமைப்பட்டுக்கொள்ள முடியாது. - ஆனால் அதுதான் நடந்தது. நான் என்ன சொல்வது, உண்மையைச் சொல்லித்தானே ஆகவேண்டும்? இன்றைக்குக்கூட, அந்த சரக்கு வாகனம் நின்றதை நினைக்கும்போது, எனது இயல்புணர்ச்சி நிலைகுலைந்து விடுகின்றது.

அந்தவாகனம் கட்டுமானத்துக்கானக் கற்களை ஏற்றியிருந்தது. அவை ஒவ்வொன்றும் ஒரு பந்து அளவில் ஒழுங்கில்லாத ஓரங்களும் பிசுறுகளுமாக இருந்தன. வாகனத்தின் முன்பக்கத்தில் இருவர். வாகனத்தை ஓட்டிவந்தவன் கதவைத் திறந்து சோமாலிய மொழியில் சொன்னான், "அன்பே, மேலே ஏறு." நோய்மையும் பயமுமாய் அநாதரவற்ற நிலையை உணர்ந்தேன்.

“நான் மொகாதிஷுவுக்குப் போக வேண்டும்” அவனிடம் சொன்னேன்.

“நீ எங்கே போக விரும்புகின்றாயோ அங்கே நான் உன்னை அழைத்துச் செல்வேன்” அசட்டுச் சிரிப்புடன் அவன் சொன்னான். இளித்தபோது பற்கள் சிவப்பாகத் தெரிந்தன. புகையிலைச் சிவப்பு. புகையிலை அந்தச்சிவப்பைத் தந்திருக்காது என்பதையும் பற்கள் எப்படிச் சிவப்பாக ஆகியிருக்க முடியும் என்பதை நானறிவேன். என் தந்தை ஒரு நேரத்தில் அதை பயன்படுத்தியிருக்கின்றார். அதன்பெயர் காட். போதைத் தாவரம். ஆப்பிரிக்காவிலுள்ள ஆண்கள் அதனை கோகைனைப்போல மெல்லுவார்கள். பெண்களுக்கு அதைத்தொட அனுமதியில்லை. அதுவொரு களி நீருற்றுப்போல; மனிதனைப் பித்துப்பிடிக்க வைத்துவிடும்; அதிகமாய் உணர்ச்சிப்பட வைத்துவிடும்; மூர்க்கமாக வலியச்சண்டைக்கு இட்டுச்செல்லும். அது பலரின் வாழ்க்கையை அழித்திருக்கின்றது.

நான் சிக்கலில் சிக்கியிருக்கின்றேன் என்பது எனக்குத் தெரியும். ஆனால் என்ன செய்வது என்பதை நான் அறிந்தவளாக இல்லை. அதனால் தலையாட்டிவிட்டேன். பின்பக்கத்தில் ஏறிக்கொள்ளச்சொல்லி வாகனத்தை ஓட்டிவந்தவன் சொன்னான். வாகனத்திலிருக்கும் இரண்டுபேரிடமிருந்தும் சற்றே விலகியிருக்கிறோம் என நினைக்கும்போது, எனக்குக் கொஞ்சம் ஆசுவாசமாக இருந்தது. வாகனத்தில் ஏறி, அதன் ஒருமூலையில் கிடந்த கற்களின்மேலே வாகாக அமர்ந்துகொள்வதற்கு முயற்சிசெய்தேன். இப்போது இருட்டாக இருந்தது. பாலைவனத்தின் குளிர்ச்சியும் இருந்தது. வாகனம் இயங்கி நகர்ந்தபோது குளிரையும் அடித்துசாய்க்கும் காற்றையும் உணர்ந்தேன்.

அடுத்த விஷயமாக, வாகனத்தை ஓட்டியவனின் அருகிருந்து பயணம்செய்தவன் இப்போது, எனக்குப் பக்கத்தில் இருந்தான். கற்களின் மேல் மண்டியிட்டிருந்தான். அவன் நாற்பதுகளில் இருந்தான். அவனொரு அழகிலி. அருவருக்கத்தக்கத் தோற்றத்தைக் கொண்டிருந்தான். அவனது தலைமுடியெல்லாம் கழிந்துபோய் வழுக்கையாகியிருந்தது. இந்த உண்மைகளை மறைத்து, அதை ஈடுகட்டுவதன் முயற்சியாக

சிறிய மீசையை வளர்த்துக் கொண்டிருந்தான். அவனது பற்கள் கொத்தப்பட்டிருந்தன. சில கொட்டிப்போயிருந்தன. மீதமிருந்தவற்றில் காட் உட்கொண்டதால் உருவான அருவருத்த சிவப்புக்கரை படிந்திருந்தது. ஆனாலும் அவன் என்னைப் பார்த்து இளித்தபடி, பெருமையுடன் பற்களைக் காட்டிக் கொண்டிருந்தான். எவ்வளவுகாலம் நான் வாழ்வேனென்று தெரியவில்லை. ஆனால் என்னைப் பார்த்த அந்த நயவஞ்சக முகத்தை ஒருபோதும் மறக்கமாட்டேன்.

அவனுக்குக் கொழுப்பு அதிகம். அவன் தனது காற் சட்டையை கீழிறக்குவதை உணர்ந்துகொண்டேன். செங்குத்தாய் நிமிர்ந்திருந்த அவனது குறி என்னை நோக்கித் துடித்துக் கொண்டிருந்தது. அவன் என் கால்களைப் பிளந்து, அதை உள்ளே திணிக்க முயன்றுகொண்டிருந்தான்.

“ஓ, வேண்டாம்... வேண்டாம்... தயவுசெய்து விட்டுவிடு.” நான் கெஞ்சினேன். எனது எலும்பும் தோலுமான கால்களை ஒன்றுடன் ஒன்றாய்ப் பிணைத்து முடிச்சுபோல ஆக்கிக்கொண்டேன். அவை ஒரு பூட்டுபோல மூடிக்கொண்டன. ஆனாலும் அவன் என்னை இறுகப்பிடித்து தனது காரியத்தை நிறைவேற்றிக்கொள்ள மல்லாடினான். தனது முயற்சியில் தோல்வியடைந்ததை உணர்ந்த அவன், கைகளை பின்னுக்கு இழுத்து, முகத்தில் ஓங்கி அறைந்தான். வலிதாளாமல் ஓலமாய் கிறீச்சிட்டுக் கத்தினேன். அந்த சத்தத்தை இரவினூடாக காற்று எடுத்துச் சென்றது.

“காலை விரிடீ!” நாங்கள் போராடினோம். அவனது மொத்த பாரமும் என் மீதிருந்தது. பிசிறுகொண்ட கற்கள் என் முதுகைப் பதம் பார்த்தன. கைகளைப் பின்னுக்கு இழுத்தவன் மீண்டும் என்னை அறைந்தான். இந்தமுறை வலுவான அறை. இரண்டாவது முறை அவன் அறைந்தபோது, ஏதாவது தந்திரம்செய்துதான் தப்பிக்கமுடியும் என்பதை யோசித்தேன். அவன் வலுவானவனாக இருந்தான். அவனுடன் சண்டையிட முடியாது. ‘என்ன செய்கிறோம்?’ என்பதை அவன் வெளிப்படையாக அறிந்தே செய்கிறான். என்னைப் போலில்லாமல் அவனுக்கு நிறையவே அனுபவம் இருக்கின்றது. சந்தேகமேயில்லை. அவன் பலபெண்களை வன்புணர்ச்சி செய்தவனாக இருக்கின்றான். நான் அவனுக்கு மேலும் ஒருத்தி.

அவ்வளவுதான். நான் அவனைக் கொல்லவேண்டும். அவனைக் கொல்வதை ஆழமாக விரும்புகின்றேன். ஆனால் என்னிடம் ஆயுதம் ஏதுமில்லை.

அதனால் அவனை விரும்புவதுபோல பாவனை செய்தேன். அவனிடம் இனிமையாக, "சரி, சரி. முதலில் என்னை சிறுநீர்கழிக்க அனுமதி" என்றேன். - 'ஹே, இந்தச் சின்னப்பெண் என்னை விரும்புகின்றாள்!' - என்று கிளர்ச்சியுற்ற அவன், இப்போது பரபரப்பான நிலையிலிருப்பதைக் கண்டேன். அவன் என்னை அனுமதித்தான். வாகனத்தின் எதிர் மூலைக்குச் சென்றேன். இருட்டில் குந்தியிருந்து சிறுநீர்கழிப்பதுபோல காட்சிப்படுத்தினேன். அப்போது கிடைத்த சிலநிமிட அவகாசத்தில், அடுத்து என்ன செய்வது என்று யோசித்து, எனது திட்டத்தை வகுத்துக்கொண்டேன். பெரிய கல் ஒன்றைக்கண்டு, அதைக் கையில் எடுத்துக்கொண்டேன். திரும்பச்சென்று அவனுக்கு அருகில் படுத்தேன்.

அவன் என் மீது படர்ந்து மேலேறினான். நான் கல்லை வலிந்து பற்றினேன். எனது அனைத்துசக்தியையும் திரட்டி, அவன் தலைக்குப் பக்கவாட்டில் அதைக்கொண்டுவந்து, மிகத்துல்லியமாக நெற்றிப்பொட்டில் அடித்தேன். மீண்டும் ஒருமுறை அடித்தபோது, அவன் மயங்கிச் சரிந்தான். மறுபடியும் ஒருமுறை அடித்தேன். அவன் கீழே விழுவதைக் கண்டேன். ஒரு வீராங்கனையைப்போல திடீரென்று எனக்குப் பேராற்றல் வந்துவிட்டது. அது எனக்குள் இருந்ததை நான் அறியவேயில்லை. ஆனால் யாரேனும் ஒருவர் உன்னை தாக்க, கொல்ல முயற்சிக்கும்போது, நீ சக்திமிக்கவனாக மாறலாம். நீ எத்தனை வலுவானவன் என்று அந்தநொடியைத் தவிர வேறெப்போதும் உன்னால் அறிய முடியாது. அவன் விழுந்து கிடந்தபோதும் மறுபடியும் அவனைத் தாக்கினேன். அவன் காதிலிருந்து ரத்தம் வழிந்தோடுவதைக் கண்டேன்.

வாகனத்தைச் செலுத்திக் கொண்டிருக்கும் அவனது நண்பன், பின்புறம் நடப்பதையெல்லாம் உள்ளிருந்தபடி பார்த்துக்கொண்டு இருந்தான். கூக்குரலிடத் தொடங்கினான், "என்ன எழவு அங்கே பின்னால் நடந்துகொண்டிருக்கின்றது?" வாகனத்தை ஏதேனும் ஒரு புதருக்குள் நிறுத்துவதற்கு இடம் தோது

பார்த்தான். என்னைப் பிடித்தால் என்ன நடக்கும் என்பதை நான் அறிந்தேயிருந்தேன். வாகனத்தின் வேகம் குறைந்தபோது, அதன் தரையில் ஊர்ந்து, கடைசிப் பகுதிக்கு வந்து, கற்களின் மீது தொங்கியபடி காத்திருந்தேன். தரையின் ஓரிடத்தில் ஒரு பூனைபோல குதித்துவிட்டேன். பின்னர் என் வாழ்க்கையைத் தேடி ஓடினேன்.

அந்த வாகன ஓட்டி சற்றே வயதானவன். வாகனத்திலிருந்து வெளியே குதித்தான்.

மயிர்க்கூச்செரியும் முரட்டுக்குரலில், "என் நண்பனை நீ கொன்றுவிட்டாய்! வந்துவிடு! நீ அவனைக் கொன்றுவிட்டாய்!" என்று கிறீச்சிட்டான். குத்துச்செடிகள் நிறைந்த அந்தக் குறுங்காட்டில் கொஞ்ச தூரம் என்னைத் துரத்திக்கொண்டு வந்தான். பின்பு நின்றுவிட்டான். அல்லது அவ்வாறாக நான் நினைத்துக் கொண்டேன்.

அவன் திரும்பிச் சென்றான். வாகனத்தில் ஊர்ந்து ஏறினான். அதை உயிர்ப்பித்தான். வாகனத்தில் அமர்ந்தபடி பாலைவனம் முழுவதும் என்னைத் தேடத்தொடங்கினான். என்னைச் சுற்றி வாகனத்தின் இரண்டு தலைப்பு விளக்குகளும் ஒளிசிந்தின. வாகனம் எனக்குப் பின்னால் உருமிக்கொண்டுவரும் சத்தத்தைக் கேட்டேன். முடிந்தளவுக்கு வேகமெடுத்து ஓடினேன். வாகனம் என்னை நெருங்கிவிடத் துடித்தது. நான் இருட்டினூடே குறுக்கும்மறுக்குமாய் வட்டமடித்துத் திரும்பி ஓடினேன். அவன் பார்வை என்னைத் தொடர முடியவில்லை. இறுதியில் என்னைத் தொடருவதை விட்டுவிட்டு, சாலையில் வாகனத்தை ஏற்றினான்.

வேட்டையாடப்பட்ட ஒரு மிருகமாய் பாலைவனம் முழுவதும் ஓடினேன். பாலைவனம், பின்னர் காடு, மறுபடியும் பாலைவனம், நான் எங்கே இருக்கின்றேன் என்பது எனக்கே தெரியவில்லை. சூரியன் மேலே வந்துவிட்டான். எனது ஓட்டத்தைத் தொடர்ந்தபடியிருந்தேன். இறுதியில் நான் வேறொரு சாலைக்கு வந்துசேர்ந்தேன். என்ன நடக்குமோ என்ற பயத்தில் நான் நோய்ப்பட்டிருந்தாலும் இடையில் ஏதேனும் வாகனம் வந்தால், அதிலேறி பயணத்தைத் தொடரவே விரும்பினேன். ஏனென்றால் சரக்குவாகன ஓட்டியிடமிருந்தும் என்னால் தாக்கப்பட்ட அவனது நண்பனிடமிருந்தும் தப்புவதற்கு

முடிந்தளவுக்கு வெகுதூரத்துக்குச் சென்றுவிடும் தேவை எனக்கிருந்தது. கல்லால் தாக்கியபின்பு அவனுக்கு என்ன நேர்ந்திருக்கும். எனக்கு எதுவும் தெரியவில்லை. ஆயினும் அந்த இரண்டு மனிதர்களையும் எப்போதாவது சந்திக்க வேண்டும் என்று விரும்பினேன்.

அதிகாலைச் சூரிய வெளிச்சத்தில் நான் ரோட்டோரமாக நின்றிருந்தபோது, கண்ணுக்கினிய சித்திரமாக நான் தோன்றியிருக்க வேண்டும். நான் போர்த்தியிருந்த கழுத்துத்துண்டு இப்போது நைந்து கந்தலாகியிருந்தது. மணல்பாங்கான வெளியில் பல நாட்கள் ஓடியிருந்தேன். எனது தோலும் தலைமுடியும் தூசியால் பூசப்பட்டிருந்தது. காற்றடித்தால் ஒடிந்துவிடுமளவுக்கு கைகளும் கால்களும் துரும்புகளாக இருந்தன. குஷ்டநோய்ப் பிடித்தவனுக்குப் போட்டியாக எனது பாதங்களில் புண்கள் மொய்த்திருந்தன. என் கைகளை வீசி மெர்சிடிஸ் ஒன்றை நிறுத்தினேன். நாகரிக ஆடைகளை அணிந்த ஒருவன் காரை சாலையோரத்தில் நிறுத்தினான். அதன் தோலாலான இருக்கையில் ஊர்ந்து ஏறி, அதன் ஆடம்பரத்தைக் கண்டு வாய்ப்பிளந்தேன். "நீ எங்கே போய்க்கொண்டிருக்கிறாய்?" அந்த மனிதன் கேட்டான்.

"அந்த வழியில்," மெர்சிடிஸ் ஏற்கனவே பயணம் செய்து கொண்டிருக்கும் சாலையின் திசையைக் குறிப்பிட்டேன். அவன் தனது வாய்திறந்து, அழகிய வெண்பற்கள் தெரிய, சிரிக்கத் தொடங்கினான்.

2

வீட்டைவிட்டு ஓடுவதற்கு முன்பு, எனது வாழ்வு இயற்கையைச் சுற்றியும் குடும்பத்தைச் சுற்றியும் கட்டமைக்கப்பட்டிருந்தது. விலங்குகளுடனான இறுகிய பந்தம் எங்களை வாழவைத்துக் கொண்டிருந்தது. எனது இளமை நாட்களை எண்ணிப்பார்க்கையில், உலகத்திலுள்ள மற்றெல்லா குழந்தைகளைப்போலவே, பொதுவாக நானும் இருந்தேன்; விலங்குகளின் மீது எனக்கு அன்பிருந்தது. ஆமாம். எனது இளமை நினைவில் அன்பிற்குரிய செல்லமாக பில்லி இருந்தது. அது ஒரு வெள்ளாடு. எனது பெருஞ்செல்வம். அதுதான் எனக்கு எல்லாமே. அதனை நான் மிகவும் நேசித்தேன். ஏனென்றால், அதுவும் என்னைப்போல குட்டியாக இருந்தது. நான் கண்டெடுக்கும் அத்தனை உணவுகளையும் அதற்குப் புகட்டினேன். எங்கள் மந்தையிலேயே மகிழ்ச்சி பொங்கும் சிறிய வெள்ளாடாக கொழுகொழுவென்று அது ஆகியிருந்தது. “மத்ததெல்லாம் நோஞ்சானாருக்கும்போது இந்த ஆடு மட்டும் எப்படி இத்தனை கொழுகொழுன்னுருக்கு?” என்பதே அம்மாவின் நிலையானக் கேள்வியாக இருந்தது. அதன்மீது நான் நேர்த்தியான கவனம் செலுத்தினேன். நலம் பேணினேன். கொஞ்சி சீராட்டினேன். மணிக்கணக்கில் பேசினேன்.

பில்லியுடனான எனது உறவுமுறையே சோமாலியாவில் எங்கள் வாழ்வியலின் பிரதியாக இருந்தது. எங்கள் குடும்பத்தின் ஊழ், நாங்கள் மேய்க்கும் மந்தைகளுடன் பிணைக்கப்பட்டிருந்தது. விலங்குகளைச் சார்ந்த வாழ்க்கை அவற்றின்மீது மிகுந்த தனிப்பற்றை செலுத்தவைத்தது. அந்த உணர்வை நாங்கள் ஒவ்வொரு செயலிலும் காட்டினோம். குடும்பத்திலுள்ள

அத்தனைக் குழந்தைகளுமே எங்கள் விலங்குகளை நாடியே இயங்கினோம். நாங்கள் நடக்கத் தொடங்கும்போதே அவற்றுக்கு உதவி செய்வதைத் தொடங்கிவிடுவோம். விலங்குகளுடனே நாங்கள் சேர்ந்து வளர்ந்தோம். அவை வளம்பெறும்போது நாங்களும் வளம்பெற்றோம். அவை துன்புறும்போது நாங்களும் துன்புற்றோம். அவை இறந்தபோது நாங்களும் இறந்தோம். நாங்கள் மாடுகள், செம்மறி மற்றும் வெள்ளாடுகளை வளர்த்தோம். ஆயினும் நான் மிகவும் நெருக்கம் காட்டியது எனது செல்ல பில்லியிடம்தான். சந்தேகமே இல்லை. நாங்கள் வளர்த்த ஒட்டகங்கள், நாங்கள் சொந்தமாகக் கொண்டிருந்த மிக முக்கியமான விலங்குகள்.

சோமாலியாவில் ஒட்டகங்கள் செல்வாக்குப் பெற்றவை. மரபுவழியில் முக்கியமான இடம் அவற்றுக்குண்டு. உலகின் வேறெந்த நாட்டையும்விட சோமாலியா ஒட்டகங்களுக்கு தனி இடமளிக்கின்றது. அங்கே மக்கள்தொகையைக் காட்டிலும் ஒட்டகங்களின் எண்ணிக்கை அதிகம். எங்கள் தேசத்தில் வாய்வழிப்பாடல்கள் மரபுநீண்ட பாரம்பரியம் கொண்டவை. அவற்றுள் பெரும்பாலானவை ஒட்டகங்கள் மீதான அதீத படிப்பினைக் கொண்டவை. எங்கள் கலாச்சாரத்தின் அத்தியாவசியமான மதிப்பீட்டை ஒரு தலைமுறையிலிருந்து அடுத்தத் தலைமுறைக்கு இப்பாடல்களின் வழியே கடத்துவார்கள். என் அம்மா ஒரு பாடலைப் பாடி, அதை எங்களையும் பாடவைப்பதை வழக்கத்தில் கொண்டிருந்தார். என் நினைவிலுள்ள அந்தப்பாடலின் அடிக்கருத்து, "எனது ஒட்டகம் கெட்டவனிடம் போய்ச்சேர்ந்தால், அதை அவன் கொன்றுவிடுவான். அல்லது என்னிடமிருந்து திருடிக்கொண்டு போய்விடுவான். ஆகவே நான் கெஞ்சுகிறேன். இறைஞ்சுகிறேன். தயவுசெய்து என் ஒட்டகத்தை என்னிடம் திருப்பிச் சேர்த்துவிடு." சிறுகுழந்தையாக இருக்கும்போதே, விலங்குகளின் முக்கியத்துவம் குறித்து உணர்ந்தவளாக இருந்தேன். ஏனென்றால் அவை எங்கள் சமூகத்தின் முழுமுதல் செல்வம். தங்கம். அவையில்லாமல் உங்களால் பாலைவனத்தில் வாழ்ந்துவிட முடியாது.

மனிதனின் வாழ்க்கையும்கூட இங்கே ஒட்டகங்களால்தான் அளவிடப்படுகின்றது. கொல்லப்பட்ட ஒருமனிதனுக்கான விலை

ஒருநூறு ஒட்டகங்களாக இருக்கின்றன. கொல்லப்பட்டவனின் குடும்பத்தைச் சேர்ந்தவர்களுக்கு கொன்றவனின் குடும்பத்தைச் சேர்ந்தவர்கள் கட்டாயமாக நூறு ஒட்டகங்களைக் கொடுத்தாக வேண்டும். அல்லாது போனால் கொல்லப்பட்டவனின் குடும்பத்தைச் சேர்ந்தவர்கள் கொன்றவனைப் பழிக்குப் பழியாகத் தாக்கிவிடுவார்கள். நிச்சயிக்கப்பட்டப் பெண்ணுக்கான விலையை ஒட்டகங்களாகச் செலுத்தும் மரபு இருக்கின்றது. அன்றாட வாழ்க்கையில் ஒட்டகங்கள்தான் எங்களை உயிர்த்திருக்கச் செய்கின்றன. பாலைவனப் பகுதியில் வேறெந்த வீட்டு விலங்கும் வளர்ப்பதற்கு உகந்ததாக இல்லை. ஒரு ஒட்டகம் வாரத்துக்கு ஒருமுறை தண்ணீர் குடிக்க விரும்பும். ஆனாலும் தண்ணீர் இல்லாமல் அதனால் ஒரு மாதத்துக்கும் மேலாக இருக்க முடியும். இதனிடையே எப்படியாயினும், பெண் ஒட்டகம் சுவையான பாலைக் கொடுத்து எங்களை வளர்த்தபடியிருக்கும். எங்கள் தாகத்தைத் தணிக்கும். தண்ணீரைப் பருகும்போது கிடைக்காத எண்ணற்ற சத்துகள் அதிலிருக்கும். கடும் வெப்பம் நிலவும்பொழுதிலும் ஒட்டகங்கள் நீர்ப்பொருள் தன்மையைவிடாது தன்னுள் கொண்டிருக்கும். நீடித்துவாழும். வறண்ட நிலப்பகுதியில் முளைத்திருக்கும் முள்குத்துச் செடிகளை தேடி மேயும். புல்போன்ற வகைகளை அவை மற்ற விலங்குகளுக்காக விட்டுக்கொடுத்துவிடும்.

பாலைவனத்தைக் கடப்பதற்கு எங்களைச் சுமந்து செல்லவும், குறைவாகவுள்ள எங்களின் உடமைகளை எடுத்துச் செல்லவும், கடன்களை அடைப்பதற்கும் நாங்கள் ஒட்டகங்களை வளர்த்தோம். மற்ற நாடுகளில், நீங்கள் உங்கள் காரில் ஏறிப்போய்விடலாம். ஆனால் இங்கே நடையைத் தவிர்த்து இருக்கும் ஒரே போக்குவரத்து எங்களுக்கு ஒட்டகங்கள்தான்.

அந்த விலங்கின் மெய்மை நிலையான பண்பு, குதிரையுடன் மிகவும் ஒத்துப்போகும். ஒரு ஒட்டகம் தனது எஜமானருடன் இறுக்கமானப் பிணைப்பை உருவாக்கிக் கொள்ளும். மனிதனால் மற்றொருவருக்குச் செய்யமுடியாத செயல்களை ஒரு ஒட்டகம் மனிதனுக்காகச் செய்யும். கடும் பயிற்சிகளின் மூலம் மனிதர்கள் இளம் ஒட்டகங்களைப் பிழிந்தெடுத்துவிடுவார்கள். அவற்றின் மீதேறி சவாரி செய்யவும், வழிப் பற்றிச் செல்லவும் பழக்குவார்கள். அதேவேளையில் அவற்றுடன் பிணைந்திருப்பது

மிக முக்கியமான ஒன்று. இல்லாதுபோனால், மேலேறி பயணம்செய்பவன் வலுவற்றவன் என்பதை அவை உணர்ந்தால், ஆளை கீழே தள்ளிவிடும். அல்லது உதைத்து வீசிவிடும்.

பெரும்பாலான சோமாலியர்களைப்போலவே, மேய்ச்சல் நாடோடி வாழ்க்கை முறையில் நாங்கள் வாழ்ந்து கொண்டிருந்தோம். வாழ்தலுக்கானப் போராட்டம் குடும்பத்தில் தொடர்ந்தபோதிலும், மந்தையிலிருந்த ஒட்டகங்கள், செம்மறிகள், வெள்ளாடுகள் ஆகியன நாட்டின் அளவுகோலின்படி செல்வந்தர்களாக எங்களை அடையாளப்படுத்தின. தொடரும் மரபின் வழியாக, எனது சகோதரர்கள் பெரிய விலங்குகளான மாடுகளையும் ஒட்டகங்களையும் வழக்கம்போல மேய்த்துவந்தார்கள். பெண்பாலினர் சிறுவிலங்குகளைக் கவனித்துக் கொண்டோம்.

நாடோடிப் பழங்குடியினரான நாங்கள் தொடர்ந்து பயணத்தில் இருப்போம். ஓரிடத்தில் மூன்று அல்லது நான்கு வாரங்களுக்குமேல் தங்குவதில்லை. தொடர்ந்த இவ்விடப்பெயர்ச்சி, எங்கள் விலங்குகளைப் பராமரிக்கும் தேவையைப் பொறுத்து நகர்த்திக்கொண்டேயிருந்தது. உணவையும் தண்ணீரையும் தேடிக்கண்டடைந்து அவற்றுக்கு சிக்கலின்றி வழங்கிவந்ததால், அவை உயிர்ப்பிழைத்துக் கொண்டிருந்தன. வறண்ட தட்பவெப்பம்கொண்ட சோமாலியா போன்ற பகுதிகளில் தேவைகளைக் கண்டடைவது அத்தனை எளிதானக் காரியமில்லை.

எங்கள் வீடு புற்களால் வேயப்பட்ட ஒரு குடிசை. அதை அப்படியே எடுத்துச் செல்ல முடியும். அது ஒரு கூடாரமாகவும் பயன்பட்டது. அதன் வடிவத்தை நாங்கள் குச்சிகளால் உருவாக்கினோம். சுள்ளிகளைக்கொண்டு அதனை ஆறடிவிட்டத்தில் ஒரு குவிமாடமாக வளைத்தோம். பின்னர் அதன் மீது, என் அம்மா புற்களால் பாய்போல வேய்ந்தார். ஓரிடத்தைவிட்டுக் கிளம்பும்போது, குடிசையைப் பிரித்துக் குச்சிகளையும் புற்களையும் மற்ற பொருட்களுடன் சேர்த்துக்கட்டி, எங்கள் ஒட்டகங்களின் முதுகில் சுமத்திவிடுவோம். அவை நம்பமுடியாத அளவுக்கு வலுவான விலங்குகள். குழந்தைகளும் சிறுவர்களும் அவற்றின்

முதுகின் மேல் ஏறிக்கொள்வார்கள். மீதமுள்ள நாங்கள், அடுத்த மேய்ச்சலுக்காக எங்கள் வீடு அமையப் போகும் இடம்வரையில் விலங்குகளுக்குப் பக்கவாட்டில் நடந்துசெல்வோம். மேய்ச்சலுக்கான இலை தளைகளைக் கண்டால், காணும் அந்த இடத்தில் எங்கள் முகாமை நிறுவிவிடுவோம்.

குழந்தைகளுக்கான தங்குமிடமாகவும், சூரியனின் கடும் வெயிலிலிருந்து பாதுகாக்கும் நிழலாகவும், கறந்தபாலை சேமித்துவைக்கும் இடமாகவும் அந்தக்குடிசை எங்களுக்கு சேவை வழங்கும். இரவுகளில், குழந்தைகள் கட்டியணைத்தபடி பாயில் படுத்துக்கொள்வார்கள். நாங்கள், நட்சத்திரங்களுக்குக் கீழே வெளியில் படுத்துத் தூங்குவோம். சூரியன் கீழேபோனதும், பாலைவனம் குளிர்ந்துவிடும். ஒவ்வொரு குழந்தைக்கும் தனித்தனியாக, போதுமான அளவில் போர்வைகள் எங்களிடம் இருக்கவில்லை. ஆடைகள்கூட மிகக் கொஞ்சமாகத்தான் இருந்தன. அதனால் எங்கள் உடம்பின் வெப்பத்தைக்கொண்டு வெதுவெதுப்பாக வைத்துக்கொள்வோம். குடும்பத்தைக் காக்கும் பாதுகாவலனாக, என் தந்தை ஒருபுறத்தில் படுத்துக்கிடப்பார்.

சூரியனுடன் சேர்ந்து நாங்களும் காலையில் எழுந்துகொள்வோம். எழுந்ததும் முதல்வேலையாக மந்தைகளை அடைத்த இடத்திலிருந்து அப்புறப்படுத்தி, அந்த இடத்தைக் கூட்டிமெழுகி சுத்தம் செய்து, அவற்றுக்குத் தீனியிட்டு, பால் கறப்பதுதான். எங்கே சென்றாலும் விலங்குகளுக்குத் தேவையான இலைதளைகளை வெட்டிக்கொண்டு வருவோம். அதுபோல இரவில் அவை ஆதரவற்று அலைந்துவிடாமலும் பாதுகாத்து வைப்போம். குட்டிவிலங்குகளை, தாயிடமிருந்து பால்முழுவதையும் குடித்துவிடாமல், தனியாக வேறு ஒரு இடத்தில் கட்டிவைப்போம். எனது வேலைகளில் ஒன்றாக, மாடுகளிலிருந்து பால் கறப்பதும், அதில் கொஞ்சம் தூயபாலை வெண்ணெய்க்காக எடுத்து வைப்பதுமாக இருந்தது. குட்டிகளுக்குப் போதுமான அளவில் தாய்மடியில் பாலை விட்டுவைப்பேன். பால் கறந்து முடிந்ததும் குட்டிகளை உள்ளே அனுமதிப்போம். அவை தாயிடம் சீராட்டிக் கொள்ளும்.

பின்னர் எங்கள் காலை உணவாக, ஒட்டகத்தின் பாலை எடுத்துக்கொள்வோம். அது மற்ற விலங்குகளின் பாலைக்

காட்டிலும் அதிக ஊட்டம் கொண்டது. ஒட்டகப் பாலில் வைட்டமின் 'சி' நிறைந்திருக்கும். எங்கள் பிரதேசம் மிகவும் வறண்ட பகுதி. தாவரங்கள் வளர்வதற்குப் போதுமான தண்ணீர் இல்லாததால், எங்களிடம் காய்கறிகளோ அல்லது ரொட்டியோ இருக்கவில்லை. சிலவேலைகளில் தாவரங்களைத் தேடித்திரியும் ஆப்பிரிக்கக் காட்டுப்பன்றிகளான வார்ட்ஹாக்ஸ்களை பின்தொடர்ந்து செல்வோம். அவை உண்ணத்தக்க காட்டுச்செடி வேர்களை, கிழங்குகளை மோப்பம் பிடித்துக் கண்டறிந்து, தனது கூர்வாய் மூஞ்சியால் தோண்டியெடுத்துவிடும். எங்கள் குடும்பம் தங்கள் பங்காக அவற்றுள் சிலவற்றை எடுத்துக்கொண்டுவந்து உணவுப்பட்டியலில் சேர்த்துக் கொள்ளும்.

விலங்குகளை இறைச்சிக்காக, ஊதாரித்தனமாக வெட்டிச் சாய்ப்பதைக் கட்டுப்படுத்திக் கொள்வோம். மிகவும் அத்தியாவசியமானப் பொழுதுகளிலும் அல்லது திருமணம் போன்ற சிறப்பு தருணங்களிலும் அவ்வாறு செய்வோம். விலங்குகள் எங்களுக்கு மதிப்பு வாய்ந்தவை. உணவுக்காக அவற்றைக் கொல்வதில்லை. பாலுக்காகவும் தேவைப்படும் மற்ற பொருட்களை வாங்குவதற்குப் பொருளீட்டவும் அவற்றை வளர்த்து வந்தோம். ஒவ்வொரு நாளின் உடலோம்பலுக்கும் ஒட்டகத்தின் பாலையே உணவாக உட்கொண்டு வந்தோம். காலையிலும் பால், மீண்டும் மாலையில் இரவு உணவாகவும் பால். சில வேலைகளில் பால்கூட எல்லோருக்கும் போதுமானதாக இல்லாமல் போய்விடும். அம்மாதிரியான தருணங்களில் முதலில் குழந்தைகளுக்குப் புகட்டிவிடுவோம். பின்னர் படிப்படியாக வயதானவர்களுக்கு. எல்லோரும் உண்டுமுடிப்பதற்கு முன்பாக அம்மா ஒருநாளும் ஒரு வாய் உணவைக்கூட எடுத்துக்கொண்டதில்லை. உண்மையில், என் அம்மா உணவு உண்டதைக் கண்டதாக நினைவில் கொண்டுவர முடியவில்லை. ஆனால் அவள் உட்கொண்டிருப்பாள் என்று நானாக நினைத்துக்கொள்வேன். இரவு உணவுக்காக எதுவும் இல்லாதுபோகும்போது, அதை சமாளிக்கவும் எதுவுமிருக்காது. அதுகுறித்து பீதி கொள்வதுமில்லை. அழுவதற்கோ புகார் செய்வதற்கோ தேவையிருக்காது.

சிறுகுழந்தைகள் பசியால் அழும். சற்றே பெரிய குழந்தைகளுக்கு நடைமுறை விதிகள் தெரியும். பேசாமல் தூங்கப்போய்விடும்.

நாங்கள் மகிழ்ச்சியாக இருந்துகொள்ள முயற்சிப்போம். நாளை, கடவுள் விரும்பினால், நமக்கு எல்லா வழிகளும் திறக்கும் என்று அமைதியாகி விடுவோம். இன்ஷா அல்லா என்றால், கடவுள் விரும்பினால் நடக்கும் என்று பொருள். இயற்கை சக்தியைச் சார்ந்தே எங்கள் வாழ்வு அமைந்திருக்கின்றது என்பதை நாங்கள் அறிவோம். கடவுள் அந்த சக்திகளைக் கட்டுப்படுத்துகின்றார். எங்களை அல்ல.

- உலகின் மற்ற பகுதிகளில் இருக்கும் மக்களுக்கு விடுமுறை உணவுக் கொண்டாட்டம்போல - ஒரு மூட்டை நிறைய அரிசியை எங்கள் தந்தை கொண்டுவந்தபோது, எங்களுக்கெல்லாம் மிகப்பெரிய கொண்டாட்டமாக இருந்தது. பிறகு நாங்கள் பசும்பாலிலிருந்து செய்யப்பட்ட வெண்ணெயை, அம்மா முடைந்து வைத்திருந்தக் கூடையிலிருந்து எடுத்து பயன்படுத்த ஆரம்பித்தோம். எப்போதாவது சோமாலியாவின் ஈரப்பகுதிகளில் விளைந்த சோளத்தை வாங்குவதற்காக, ஒரு வெள்ளாட்டை விற்போம். சோள மாவை இலகுவான காலை உணவாக அல்லது தீயில் வாட்டிய அவசர உணவாக ரொட்டியை எடுத்துக்கொள்வோம். மற்ற குடும்பங்கள் எங்களைச் சுற்றியிருக்கும் பொழுதுகளில், எங்களிடமிருப்பதை அவர்களுடன் பகிர்ந்துகொள்வோம். எங்களில் யாரேனும் ஒரு குடும்பம் பேரிச்சம்பழம் அல்லது கிழங்குகளை வைத்திருந்தாலோ, இறைச்சிக்காக ஒரு விலங்கைக் கொன்றிருந்தாலோ, அதனை சமைத்து எங்களுக்குள் பங்கிட்டுக் கொள்வோம். இதன்மூலம் எங்களுக்குள் நல்லதொரு அனுசரனையையும் பகிர்ந்து கொள்கின்றவர்களானோம். பெரும்பான்மை சமூகமாக இருந்தபோதிலும் பெரும்பாலான நேரங்களில் நாங்கள் தனிமையிலேயே இருக்க வேண்டியிருக்கும் அல்லது ஓரிரு குடும்பங்களுடன் சேர்ந்து பயணம்செய்ய வேண்டியிருக்கும். நடைமுறை சாத்தியங்களைக் கொண்டு பார்த்தால், உரித்தான முறையில் உணவைப் பேண இறைச்சியையோ மற்ற பொருட்களையோ பதனப்படுத்தி வைக்கும் பெட்டிகள் இங்கே இல்லை.

ஒவ்வொரு காலைப்பொழுதிலும் விரதம் துறந்ததும் விலங்குகளை அவற்றின் தொழுவத்திலிருந்து வெளியேற்றும் நேரமாகும். எனது ஆறுவயதிலேயே அறுபது எழுபது

செம்மறிகளையும் வெள்ளாடுகளையும் கொண்ட மந்தைக்குப் பொறுப்பாளியாக இருந்தேன். அவற்றை மேய்ப்பதற்கு பாலைவனத்துக்குள் இட்டுச்செல்வேன். நீண்டதொரு குச்சியை எடுத்துக்கொள்வேன். எனது மந்தையை தனியொருத்தியாக நடத்திச் செல்வேன். மந்தையை வழிநடத்த சிறுபாடலொன்றைப் பாடுவேன். குழுவிலிருந்து ஏதேனும் ஒன்று விலகிச்செல்லும்போது, கையிலிருக்கும் குச்சியைச் சுழற்றி, அதை மறுபடியும் இணையச் செய்வேன். மந்தை வெகுஆர்வத்துடன் நடந்துசெல்லும். அவற்றுக்குத் தெரிந்திருந்தது, மந்தையிலிருந்து வெளியே வருவது என்றால், அது உணவுக்கான நேரம் என்று. விடிகாலையிலேயே அவற்றை நடத்திச் செல்வது மிக முக்கியம். அப்போதுதான் தூயநீரும் ஏராளமான புல்லும் இருக்கும் சிறந்த இடத்தைக் கண்டடைய முடியும். ஒவ்வொருநாளும் மிக விரைவிலேயே மந்தையை வழிநடத்தி, மற்ற மேய்ப்பாளர்களை பின்னுக்குத்தள்ளி, தண்ணீர் இருக்குமிடத்தைக் கண்டுவிடுவேன். இல்லாதுபோனால் அவர்களின் விலங்குகள் குடித்ததுபோக, சொற்பமான தண்ணீரே அங்கிருக்கும். அதுபோல, சூரியன் மேலெழுந்து வெப்பம் அதிகரித்ததும், பூமிக்குத் தாகமெடுத்துவிடும்போல. பூமியே தண்ணீர் முழுவதையும் உறிஞ்சிவிடும். மந்தையிலுள்ள விலங்குள் எல்லாம் தங்களுக்குப் போதுமான அளவில் தண்ணீர் பருகினவா என்பதை உறுதிசெய்துகொள்வேன். ஏனென்றால், இதுபோல நிறைந்த நீரைக் கண்டடைய ஒரு வாரம்கூட ஆகலாம். அல்லது இரண்டு மூன்று வாரங்கள். யார் கண்டது? வறட்சி மிகுந்த சிலசமயங்களில் அனைத்து விலங்குகளும் செத்துவிழுவதைப் பார்ப்பது துயரம் நிறைந்ததாக இருக்கும். ஒவ்வொரு நாளும் தண்ணீரைத்தேடி தூர தூரத்துக்குப் பயணப் படுவோம். மந்தையும் அதற்கேற்ப தகவமைத்துக்கொள்ளும். அதனால் அவை வேறெங்கும் போய்விடாது. அவை தகர்ந்து வீழும்போது, உலகத்திலேயே எந்தவொரு பிடிப்புமின்றி அநாதரவான நிலையை உணரமுடியும். ஏனென்றால் அதுதான் முடிவென நீங்கள் அறிந்திருப்பீர்கள். மேலும் ஏதும் செய்யமுடியாத நிலைதான் அங்கிருக்கும்.

சோமாலியாவில் மேய்ச்சல் நிலம் யாருக்கும் சொந்தமாக இல்லை. அதுவே என்னை பல்வேறு தந்திரங்களை கைத்திறத்துடன் செய்யவைத்தது. எனது செம்மறிகளுக்காகவும்

வெள்ளாடுகளுக்காகவும் ஏராளமான தாவரங்களைக்கொண்ட பகுதிகளைக் கண்டுபிடிக்க வைத்தது. எனக்குள் மரபான இயல்புணர்ச்சி கூர் தீட்டப்பட்டிருந்தது. மழைக்கான அறிகுறியை எளிதாகக் கண்டறிந்துவிடுவேன். வானத்துமேகங்களை அலகிடுவேன். எனது மற்ற உணர்வுகளும் எனக்குக் கை கொடுக்கும். குறிப்பிட்ட வகையிலான வாசனை அல்லது காற்றின் ஓர் உணர்வு, மழைவருவதை முன்கூட்டியே என்னை அறியச்செய்யும்.

மந்தை மேய்ந்துகொண்டிருக்கும்போது, விலங்குகளைக்கொன்று தின்னும் பெரு விலங்குகள் ஏதும் வந்துவிடாமல் கவனித்துக் கொள்வேன். அப்படியான விலங்குகள் ஆப்பிரிக்கா முழுவதும் இருக்கின்றன. கழுதைப்புலிகள் மந்தைக்குள் ஊடுருவி செம்மறிக்குட்டியையோ வெள்ளாட்டுக்குட்டியையோ கவ்விக்கொண்டு ஓடிவிடும். மந்தைகளைச் சுற்றிச்சுற்றி அவை அலையும். கவலைதரும் வகையில் சிங்கங்கள், காட்டு நாய்கள் குழுக்குழுவாக சுற்றித்திரியும். ஆனால் நான் மட்டும் தனியளாக இருப்பேன்.

இரவுவிழுவதற்கு முன்னால் வீடுதிரும்புவதற்கு, எவ்வளவு தூரம் பயணம் மேற்கொள்ளவேண்டும் என்பதை ஆகாயத்தைப் பார்த்தே கணக்கிட்டுவிடுவேன். பலவேளைகளில் நான் தவறாகவும் கணக்கிட்டிருக்கின்றேன். அப்போதெல்லாம் பிரச்சினைகள் ஆரம்பமாகிவிடும். வீடுதிரும்ப முயற்சித்து இருட்டில் நான் தட்டுத்தடுமாறிக் கொண்டிருக்கும்போது, கழுதைப்புலிகளின் தாக்குதல் தொடங்கிவிடும். இருட்டில் அவற்றை என்னால் பார்க்க முடியாது என்பது அவற்றுக்குத் தெரியும். நான் இங்கே ஒருகழுதைப் புலியை நையப் புடைத்துக் கொண்டிருப்பேன். மற்றொன்று எனக்குப் பின்னால் ஊடுருவியிருக்கும். ஒன்றை நான் விரட்டிச்செல்லும்போது, வேறொன்று மந்தைக்குள் உட்புகுந்திருக்கும். கழுதைப்புலிகள் மோசமானவை. கடுமைகுறையாத இரக்கமற்றவை. அவற்றுக்கு ஏதாவது ஒருபொருள் கிட்டாதவரையில் அந்த இடத்தைவிட்டு அகலாதவை. மாலை வீடுதிரும்பி, பட்டியில் விலங்குகளை அடைத்ததும், ஏதாவது ஒன்று குறைந்திருக்கின்றதா என்று பலதடவை அவற்றை எண்ணிப் பார்ப்பேன். ஓரிரவு மந்தையுடன் வீடுதிரும்பிய நான் எனது வெள்ளாடுகளை

எண்ணினேன். எண்ணிக்கையில் ஒன்று குறைவதைக்கண்டேன். மறுபடியும் எண்ணினேன். மறுபடியும்... மறுபடியும். எனது பில்லி காணாதிருப்பதை திடீரென்று உணர்ந்தேன். வெள்ளாடுகளுக்கிடையில் அதைத் தேடினேன். "அம்மா, பில்லியைக் காணவில்லை - நான் என்ன செய்வேன்?" அம்மாவிடம் கத்தியபடி ஓடினேன், ஆனால் எல்லாம் முடிந்துபோயிருந்தது. அம்மா என் தலையை வருடிக்கொடுத்தார். எனது பிரியத்துக்குரிய செல்லத்தை கழுதைப்புலி தின்று விட்டதை உணர்ந்தபோது, அழுது தீர்த்தேன்.

எங்களுக்கு என்ன நேர்ந்தாலும் விலங்குகளைப் பராமரிக்கும் கடமை தொடர்ந்தபடிதான் இருக்கும். வறட்சி, நோய் அல்லது போர் எதுவாக இருந்தாலும் பராமரிப்புதான் எங்களுக்கு முதன்மைப் பணியும்கூட. சோமாலியாவில் தொடர்ச்சியாய் நீடித்துவரும் அரசியல் குழப்பம் கொந்தளிப்புக் காரணமாக நகரங்களில்தான் மிகப்பெரிய அளவில் பிரச்சனைகள் இருந்துவந்தன. பிரதான நகரங்களிலிருந்து வெகுதூரத்தில் நாங்கள் தனித்து ஒதுங்கியிருந்தோம். அதனால் எங்களுக்கு எந்தத்தொந்தரவும் இருந்ததில்லை. எனக்கு ஒன்பது வயதாகியிருக்கும்போது, பெரிய இராணுவம் ஒன்று வந்து, எங்களுக்கு அருகே முகாமிட்டிருந்தது. சிப்பாய்கள் தூக்கிச்சென்று பாலியல் வல்லுறவுகொண்ட சிறுமிகளின் கதைகளை நாங்கள் நிறையக் கேட்டிருக்கின்றோம். அப்படி பாதிப்புக்குள்ளான ஒரு சிறுமியை நானறிவேன். அப்படிச்செய்வது சோமாலியன் இராணுவமா அல்லது செவ்வாயில் படைகொண்ட இராணுவமா என்பது பற்றி கவலையில்லை. அவர்கள் எங்கள் மக்களில் அங்கமாக இல்லை. அவர்கள் நாடோடிப் பழங்குடிகள் இல்லை. அவர்களை எல்லாவகையிலும் நாங்கள் தவிர்த்தோம்.

ஒருநாள் காலையில் என் தந்தை ஒட்டகங்களுக்கு தண்ணீர் காட்டும் வேலை எனக்குக் கொடுத்திருந்தார். அப்படி இடையிடையே மாற்றுவேலைகளைத் தருவதுண்டு. அந்தவகையில் ஒட்டகங்களை ஓட்டிக்கொண்டு சென்றேன். இரவில்வந்து சேர்ந்த சிப்பாய்கள் இப்போது சாலையைச் சுற்றியுள்ள இடங்களில் முகாம் அமைத்திருந்தனர். அவர்களின் கூடாரங்களும் வாகனங்களும் கண்ணுக்கெட்டிய தூரம்வரை

தென்படுவதைப் பார்க்க முடிந்தது. ஒரு மரத்துக்குப் பின்னால் என்னை மறைத்துக்கொண்டு சீருடை அணிந்த அச்சிப்பாய்கள் செய்யும் வேலைகளைக் கண்காணித்தேன். அச்சமூட்டுவதாக இருந்தது. கிலியில் மற்றொரு சிறுமியின் கதை என் நினைவில் வந்துதொலைந்தது. நிச்சயமாக, அங்கே என்னைப் பாதுகாக்க எவருமில்லை. அந்த மனிதர்கள் தாங்கள் நினைத்ததை நடத்திக் கொள்வதற்கு சுதந்திரம் பெற்றவர்களாக இருந்தனர். முதல் பார்வையிலேயே அவர்களை நான் வெறுத்தேன். அவர்களின் சீருடைகளை வெறுத்தேன். அவர்களின் வாகனங்களை வெறுத்தேன். அவர்கள் கையாளும் துப்பாக்கிகளை வெறுத்தேன். அவர்கள் என்ன செய்கிறார்கள் என்பதை நான் அறிந்திருக்கவில்லை. இவையெல்லாவற்றுக்காகவும் அவர்கள் சோமாலியாவைக் காக்கிறார்கள் என்பதை அறிந்திருந்தேன். அவர்களில் எவரொருவரையும் நான் விரும்பவில்லை. எல்லோரும் ஒருமித்தவர்கள்தான். எனது ஒட்டகங்களுக்குத் தண்ணீர் தேவையாக இருந்தது. மந்தையை வழிநடத்தி, இராணுவ முகாம் உள்ள வழியைத் தவிர்த்துவிட்டுப் போவது, தூரமாகவும் சுற்றுப்பாதையாகவும் இருக்கும் என்பதை நானறிவேன். அதனால் ஒட்டகங்களுக்கு தடையற்ற செயலுரிமைத் தந்து போகவிட்டேன். எனது வழிநடத்துதல் இல்லாமல் அவை முகாமின்வழியே மிக நேர்த்தியாக, சிப்பாய்களுக்கு நடுவே நடந்துசென்றன. நேராக தண்ணீர் கிடைக்கும் இடத்துக்கு அவை சென்றுவிடும் என்று நம்பினேன். நான் முகாமைச்சுற்றி பம்மிப்பதுங்கி, மறுபக்கத்தில் தண்ணீர் இருக்கும் இடம்வரையில் மரங்களுக்கும் குத்துச்செடிகளுக்கும் பின்னால் வாத்துநடையில் கடந்துசென்று, ஒட்டகங்களுடன் சேர்ந்துகொண்டேன். வானம் இருட்டத்தொடங்கியதும், காலையில் கையாண்ட அதேவழிமுறையை மறுபடியும் பின்பற்றி, பாதுகாப்பாக வீடுவந்து சேர்ந்தேன்.

சூரிய அஸ்தமனத்தையொட்டி வீடுதிரும்பிய ஒவ்வொரு மாலையிலும், மந்தை விலங்குகளை கொட்டிலில் பாதுகாப்பாக அடைப்பதை ஒரு வேலையாகச் செய்வேன். தொடர்ந்து, அம் மாலை நேரம் மீண்டும் பால்கறக்கும் நேரமாக ஆகியிருக்கும். ஒட்டகங்களின் கழுத்தைச் சுற்றி மரத்தினாலான மணிகளைத் தொங்கவிட்டிருப்போம். அந்த மணிகளின் சத்தம் உண்மையிலேயே நாடோடிப் பழங்குடியினரின்

விருப்பமான இசையாகும். அந்த இசையைக் கேட்டதும் பகலும் இரவும் சந்தித்துக்கொள்ளும் நேரத்தில் பால் கறப்பைத் தொடங்குவார்கள். மேலும் அந்தமணிகள், இருட்டியபின்பு வீடு திரும்பும் பயணிகள் வழிதவறிவிடும்போது, அவர்களுக்கு வழிகாட்டும் கலங்கரை விளக்கமாகவும் ஆகிவிடும். எங்களின் மாலைவேளைப் பணிகளின்போது பெரும் அரைவட்ட பாலைவன வானம் இருண்டுவிடும். அங்கே வெளிச்சமானக் கோள் ஒன்று தோன்றும். அது, செம்மறிகளை அவற்றின் கொட்டில்களை அடைக்கும்நேரம் என்பதன் குறியீடு. மற்ற நாடுகளில் அந்தக்கோளை வீனஸ் என்று அழைப்பார்கள். அது காதல் கோளாகும். ஆனால் எங்கள் தேசத்தில் அதனை 'மகல் பிட்பிட்' என்றழைப்போம். அதன்பொருள், "குட்டிகளை ஒளித்துவையுங்கள்" என்பதாகும்.

அடிக்கடி, இந்தநேரத்தில் எனக்குள் கலவரம் தொந்தரவு செய்யத் தொடங்கிவிடும். சூரியனோடுசேர்ந்து கண்விழித்து அன்றாட வேலைகளைத் தொடங்கிவிடுவதால், நீண்டநேரத்துக்கு கண்விழித்திருக்க முடிவதில்லை. மாலைமயங்கும் வேளையைக் கடக்கும்போது, நான் ஆழ்ந்த தூக்கத்துக்குப் போயிருப்பேன். வெள்ளாடுகள் என் மீது ஏறி விளையாடும். அல்லது பால்கறக்கக் குந்தியிருக்கும்போது, என் தலை தானாக ஆடத்தொடங்கிவிடும். அரைத்தூக்கத்தில் நான் இருப்பதைக் கண்டால் என் தந்தை திட்டுவார். நான் என் தந்தையை நேசிக்கின்றேன். ஆனால் அவர் துப்பாக்கிக்குப் பிறந்தவராக இருந்தார். வேலையின்போது நான் தூங்குவதை அவர் கண்டுவிட்டால் என்னை மொத்திவிடுவார். அதனால் என் வேலையின்போது தீவிரமாக இருந்துகொள்வேன். முழுகவனத்தையும் வேலையில் செலுத்துவேன். எங்கள் வேலைகளையெல்லாம் முடித்தபின்பு, இரவு உணவாக ஒட்டகத்தின் பாலை உட்கொள்வோம். பின்னர், சேகரித்துவைத்த விறகுகளைக்கொண்டு தீ மூட்டி, தூக்கம் வரும்வரையில் அதைச் சுற்றி உட்கார்ந்து, அதன் வெம்மையில் பல கதைகள் பேசிச் சிரிப்போம்.

அந்த மாலைப் பொழுதுகள் எல்லாமே சோமாலியாவின் நினைவுகளைக் கொண்டவை: அம்மா, அப்பாவைச் சுற்றி சகோதரர்களும் சகோதரிகளும் அமர்ந்துகொள்வோம். எல்லோரும் மனம்விட்டுப் பேசிச் சிரிப்போம். எப்போதும்

நல்லதே நடக்கும் என்ற நம்பிக்கையுடன் மகிழ்ச்சியாக இருப்போம். சுற்றி அமர்ந்திருப்பவர்களுள் யாரும் புகாரையோ, புலம்பலையோ அல்லது குற்றச்சாட்டையோ வைக்க மாட்டோம். "ஹே... மரணத்தைப் பற்றிப் பேசுவோமா." அங்கே வாழ்க்கை மிகவும் கடினமாகத்தான் இருந்தது. வாழ்தலுக்கே எங்கள் பலம் முழுவதையும் செலவிட வேண்டியிருந்தது. எதிர்மறையாக இருந்தால், வாழ்வின் ஆதாரத்தை உறிஞ்சிவிடும்.

நாங்கள் எந்த கிராமங்களிலிருந்தும் வெகுதூரத்தில் இருந்தபோதும், நான் தனிமையை உணர்ந்ததில்லை. எனது சகோதரர்களுடனும் சகோதரிகளுடனும் விளையாடிக் கொண்டிருப்பேன். எங்கள் வீட்டில் நான் நடுக்குழந்தை. எனக்கு முன்பு இரண்டு அண்ணன்களும் இரண்டு அக்காக்களும் இருந்தனர். எனக்குப் பின்னால் நிறைய இளையவர்கள். நாங்கள் ஒருவரையொருவர் துரத்திப்பிடித்து விளையாடுவோம். முடிவில்லாமல் அந்தவிளையாட்டு நீளும். குரங்குகளைப்போல மரங்களில் ஏறித்திரிவோம். மணலில் விரல்களால் கோடு கிழித்து டிக்-டாக்-டோ விளையாடுவோம். கூழாங்கற்களைத் தேடியலைவோம். தரையில் குழிபறித்து 'மங்களா' என்றழைக்கப்பட்ட ஆப்பிரிக்க விளையாட்டை விளையாடுவோம். ரப்பர் பந்தையோ அல்லது உலோகத் துண்டையோ ஒருபாறையின்மீது விட்டெறிந்து, தெறித்துப்பறக்கும் அதனை ஓடிப்போய் அடுத்தப் பாறையில் பொறுக்கும் ஜாக் விளையாட்டில் எனக்கு ஈடுபாடு அதிகம். ஓடியோடி சிறப்பாக விளையாடுவேன். அப்போதெல்லாம் என் சின்னத்தம்பி அலியை, என்னுடன் விளையாடுவதற்கு அழைத்துச் செல்ல முயற்சிப்பேன்.

பாலைவனத்தில் வசிக்கும் குழந்தைகள் நாங்கள் என்றபோதிலும் எங்களின் மிகப்பெரிய மகிழ்ச்சியாக தூய சந்தோஷம் இருந்து வந்தது. இயற்கையின் சுதந்திரம் எங்களுக்குக் கிடைத்திருந்தது. காட்சிகளை, ஒலிச்சத்தங்களை, வாசனைகளை நாங்கள் உணர்ந்து அனுபவித்தோம். மண்ணில்கிடந்து புரண்டு விளையாடும் சிங்கங்களின் திரளை; சுடுவெயிலில் அவை அலைந்து சுற்றித்திரிவதை; முதுகுகளால் உருண்டு புரண்டு சுகம்பெறுவதை; பாதங்களால் காற்றுடன் சண்டையிடுவதை; விதவிதமாய்க் குரல் எழுப்புவதை; குறட்டைவிடும்

ஓசையைக்கூட நாள் முழுவதும் நாங்கள் கேட்டிருக்கிறோம். சிங்கக்குட்டிகள் ஒன்றையொன்று துரத்திவிளையாடுவது நாங்கள் செய்வது போலவே இருக்கும். ஒட்டகச்சிவிங்கிகளுடனும் வரிக்குதிரைகளுடனும் நரிகளுடனும் கூட நாங்கள் ஓடிவிளையாடுவோம். குழிமுயல் போன்ற சிறுவிலங்கினமான முயல் அளவே இருக்கும் ஹைராக்ஸ் என் தனிப்பாசத்துக்குரிய விலங்கு. உண்மையிலேயே அவ்விலங்கினம் யானையின் வழித்தோன்றலாகும். நிலத்திலுள்ள வளைக்குவெளியே அவற்றின் சிறிய முகத்தினைக் காண்பதற்காக, பொறுமையுடன் நாங்கள் காத்துக்கிடப்போம். வெளிவரும் அவற்றுக்குப் பின்னால் மணலில் துரத்திக்கொண்டு ஓடுவோம்.

ஒருமுறை சுற்றுலா சென்றிருந்தபோது, நெருப்புக் கோழியின் முட்டையைக் கண்டேன். அதை வீட்டுக்கு எடுத்துக்கொண்டுவர விரும்பினேன். நெருப்புக் கோழியின் குஞ்சு பொறிந்து வெளிவருவதைக் காணும் ஆசை எனக்கிருந்தது. பின்பு அதனை, எனது செல்லமாக வளர்க்கும் ஆசையும் கொண்டிருந்தேன். அந்தமுட்டை ஒரு சிறு பந்து அளவுக்கு இருந்தது. மணல்குழியிலிருந்து அந்தமுட்டையை மேலே எடுத்தேன். அதை எடுத்துக்கொண்டு திரும்பும்போது, அம்மா நெருப்புக்கோழி என்னைப் பார்த்துவிட்டது. உடனே துரத்திக்கொண்டு ஓடிவந்தது - என்னை நம்புங்கள். நெருப்புக்கோழிகள் வேகமாக ஓடக்கூடியவை. மணிக்கு நாற்பது மைல் வேகத்தில் ஓடும். அது என்னை வேகமாகப் பிடித்துவிட்டது. அதனுடைய அலகால் என் தலையில் கா-கா-கா எனக் கொத்தத் தொடங்கியது. ஒரு முட்டையைப்போல எனது மண்டையை அது உடைத்து விடுமோ என்று பயந்துபோனேன். அதனால் அதன் முட்டையை அங்கேயே போட்டுவிட்டு, உயிர்காத்துக்கொள்வதற்கு ஓட்டமாய் ஓடினேன்.

காட்டுப்பகுதிக்கு அருகில் அரிதாகவே எங்கள் மந்தை அமைவதுண்டு. அப்படியான சந்தர்ப்பங்களில் யானைகளைப் பார்ப்பதற்கு நாங்கள் விரும்புவோம். இடியோசை போல, அவை பிளிரும் சத்தம் வெகுதூரத்திலிருந்து கேட்கும். மரங்கள் மீதேறி அவை இருக்கும் இடத்தை நாங்கள் தேடுவோம். சிங்கங்கள், குரங்குகள், மனிதர்களைப் போலவே யானைகளும் சமூகமாக வாழ்பவை. அவற்றுக்கிடையே ஒரு குட்டி

இருந்தால், ஒன்றுவிட்ட, அத்தை, மாமா, சகோதர, அம்மா, பாட்டி ஆகிய அனைத்துப் பெரிய யானைகளும் குட்டியை கவனித்துக்கொள்ளும். அதனை யாரும் தொட்டுவிடாதபடி பாதுகாக்கும். நாங்கள் சிறுவர்கள் எல்லோருமே மரத்தின் உச்சாணியில் ஏறிநின்று சிரித்தபடி, யானைகளின் உலகத்தை மணிக்கணக்கில் பார்த்துக்கொண்டிருப்போம்.

ஆனால் படிப்படியாக எங்கள் குடும்பத்தின் அத்தனை சந்தோஷ தருணங்களும் தொலைந்து போய்விட்டன. என் சகோதரி ஓடிப்போய்விட்டாள்; சகோதரன் நகரத்திலுள்ள பள்ளிக்கூடத்துக்குப் போய்விட்டான். என் குடும்பம் குறித்த துக்கமான உண்மைகள் என்னை சங்கடப்படுத்தின. மழைவருவது முற்றிலுமாக நின்றுபோய்விட்டது. விலங்குகளைப் பராமரிப்பது மேலும்மேலும் பெருமுயற்சியாக, கையாள முடியாததாக, இடரார்ந்ததாக ஆகிப்போனது. வாழ்க்கை கடினமாகிப் போனது. அந்தக் கடினத்துடன் நானும் கடினமாகக் கலந்துபோனேன்.

கடினம் கட்டமைத்ததன் ஒருபகுதியாக, எனது சகோதரர்களும் சகோதரிகளும் இறந்துபோனதைக் கண்ணால் காண நேர்ந்தது. எங்கள் குடும்பத்தில் மொத்தம் பனிரெண்டு குழந்தைகள். ஆனால் இப்போது ஆறுபேர் மட்டுமே இருக்கின்றோம். எனது அம்மாவுக்கு இரட்டைக் குழந்தைகள் பிறந்து, பிறந்ததும் இறந்துவிட்டன. அம்மாவுக்கு அடுத்து ஒரு அழகிய ஆறுமாதப் பெண் குழந்தை இருந்தது. அந்தக் குழந்தை நலமாகவும் ஆரோக்கியமாகவும் இருந்த ஒருநாளில், அம்மா என்னை பெருங்குரலில் அழைத்தார், "வாரீஸ்!" நான் அம்மாவிடம் ஓடினேன். அங்கே குழந்தைக்கு அருகில் அம்மா மண்டியிட்டபடியிருந்தார். அப்போது நானே ஒரு சின்னப்பிள்ளை. ஆனால் அங்கே ஏதோ ஒரு பயங்கரம் குட்டிப்பாப்பாவுக்கு நேர்ந்திருப்பதை என்னால் அனுமானிக்க முடிந்தது. "வாரீஸ், ஓடிப்போய் கொஞ்சம் ஒட்டகப் பாலைக் கொண்டுவா!" அம்மா உத்தரவுபோலச் சொன்னார். ஆனால் என்னால் நகர முடியவில்லை. "ஓடு, சீக்கிரம்!" நான் அங்கேயே நின்றபடி என் தங்கையை அமானுஷ்ய நிலையில் - பயத்துடன் பார்த்துக் கொண்டிருந்தேன். "உனக்கு என்ன ஆச்சு?" அம்மா என்னைப் பார்த்துக் கிறீச்சிட்டார்.

முடிவில், நான் கண்ணீருடன் ஓடினேன். ஆனால் எனக்காக என்ன காத்திருக்கும் என்பதை அறிந்திருந்த நான் திரும்ப வந்தபோது, அதையே பெற்றேன். பாலுடன் நான் திரும்பிவந்தேன். ஆனால் குழந்தையின் இயக்கம் முழுவதுமாக நின்று போயிருந்தது. அவள் இறந்துபோய்விட்டதைத் தெரிந்துகொண்டேன். மீண்டும் என் தங்கையை நான் பார்த்துக் கொண்டிருந்தபோது, அம்மா என்னைக் காட்டமாக அறைந்தார். நீண்டகாலம் வரை, குழந்தை இறந்ததற்காக அம்மா என்னைத் திட்டிக்கொண்டே இருந்தார். என்னிடம் சூனியக்காரியின் சக்தி இருப்பதாக அம்மா, உறுத்தலுடன் உணர்ந்து கொண்டிருந்தார். குழந்தையை நான் அமானுஷ்ய நிலையில் பார்த்ததுதான், அதன் சாவுக்குக் காரணம் என்று எண்ணினார்.

என்னிடம் அப்படியான சக்திகளெல்லாம் கிடையாது. ஆனால் என் சின்னத் தம்பியிடம் வியக்கத்தக்க அளவில் ஆற்றல்கள் இருந்தன. அவன் சாதாரண குழந்தை அல்ல என்பதை எல்லோரும் ஒத்துக்கொண்டிருந்தனர். நாங்கள் அவனை கிழவன் என்றே அழைப்போம். அவனுக்கு ஆறுவயதே ஆகியிருந்தபோது, அவன் தலைமுடி முழுவதும் வெளுத்துவிட்டது. அவன் ஓர் அறிவாளியாகவும் இருந்தான். எங்களைச் சுற்றியுள்ள அத்தனைபேரும் அவனிடம் ஆலோசனைக் கேட்க வருவார்கள். நடந்து வரும்போதே, "எங்கே அந்த முதியவர்?" என்று கேட்பார்கள். தலைமுடிவெளுத்த அந்தச் சிறுவன் முன்னே மண்டியிட்டு அமர்வார்கள். "இந்த ஆண்டு மழை எப்படி இருக்கும் என்று நினைக்கிறீர்கள்?" என அவனிடம் கேட்பார்கள். சிறுவனாக இருந்தபோதிலும் சொல்லிலும் செயலிலும் அவன் நேர்மையாக இருந்தான். ஒரு குழந்தையைப் போல அவன் நடந்துகொண்டதே இல்லை. அவனது எண்ணங்கள், பேச்சுகள், அமர்தல் உள்ளிட்ட எல்லாமே அறிவார்ந்த, மிகவும் வயதான மனிதரின் பாவனைகளை ஒத்திருந்தன. ஒருபுறம் அவனுக்கு எல்லோரும் மரியாதைக் கொடுத்துவந்தபோதிலும் மறுபுறம் அவனைக்கண்டு அஞ்சவும் செய்தார்கள். அவன் முற்றிலுமாக எங்களில் யாரொருவரையும் போலில்லாமல் இருந்தான். சிறுவனாக இருந்தபோதிலும், சொற்ப ஆண்டுகளிலேயே அவன் ஒட்டுமொத்த வாழ்க்கையை ஊடுருவியவனாக இருந்ததால், அவனுக்குள்ளிருந்த வயதான மனிதன் இறந்துவிட்டான். யாருக்கும் அவன் இறந்த காரணம் தெரியவில்லை.

ஆனால் ஒவ்வொருவரும் அவன் கடந்துசென்றுவிட்டதை உணர்ந்திருந்தார்கள். "அவன் இந்த உலகத்தைச் சேர்ந்தவனாக இருக்க வழியில்லை."

பெரிய குடும்பமாக இருந்ததால், எங்களில் ஒவ்வொருவரும் ஒவ்வொரு பாத்திரங்களாக ஆகியிருந்தோம். நான் என்னைக் கலகக்காரி பாத்திரமாக ஆக்கிக்கொண்டிருந்தேன். அதற்கான மதிப்பீட்டை தொடர் நடவடிக்கைகளால் நேர்மையாகவும் நியாயமாகவும் சம்பாதித்துமிருந்தேன். ஆனால் எனக்கு மூத்தவர்கள் - குறிப்பாக என் தந்தை - மூர்க்கமானவராகக் காணப்பட்டார்கள். ஒருநாள் நான் ஒருமரத்தடியில் அமர்ந்து வெள்ளை அரிசிச்சோற்றுடன் ஒட்டகப் பாலையும் சேர்த்து சாப்பிட்டுக் கொண்டிருந்தபோது, என் இளைய சகோதரன் அலி, ஓநாய்த்தனத்துடன் பேராசையாக நடந்துகொண்டான். இதுபோலான உணவு கிடைப்பது எங்களுக்கு அரிதான ஒன்று. நான் ஒவ்வொரு கவளத்தையும் மெதுவாக எடுத்து, சாப்பிட்டுக்கொண்டிருந்தேன். உணவு மற்ற பொருள்களைப்போல அல்ல. நான் எப்போதுமே எனது பொருட்களுக்கு மதிப்பளிப்பேன். ஒவ்வொரு கவளத்தையும் மகிழ்ச்சியுடன் சுவைப்பேன். எனது கிண்ணத்தில் சிறிய அளவில் சோறும் பாலும் மிச்சமிருந்தது. அவற்றை நான் ஆவலுடன் பத்திரப்படுத்தியிருந்தேன். திடீரென்று அலி, தனது கரண்டியை எனது பாத்திரத்துக்குள்விட்டு நான் வைத்திருந்த கடைசிக் கவளத்தை அள்ளியெடுத்துக்கொண்டுவிட்டான். அதுதான் என் கடைசிக்கவள தானியச்சோறு. எதைப்பற்றியும் யோசிக்காமல், பழிக்குப்பழி வாங்குவதாக எண்ணிக்கொண்டு அருகில் கிடந்த கத்தியை எடுத்து அலியின் தொடையில் பொதித்துவிட்டேன். வலியால் வீறிட்ட அவன், கத்தியை வெளியே உருவி, எனது காலில் மிகச்சரியாக அதே இடத்தில் குத்தினான். இப்போது இரண்டுபேருமே காயம்பட்ட கால்களுடன் உட்கார்ந்திருந்தோம். ஆனால் நான்தான் முதலில் தாக்குதல் நடத்தியவள். அந்தத் தவறு என்னைச் சேர்ந்தது. இந்த உணவிலிருந்து ஒத்த காயத்தை நாங்கள் சுமந்துகொண்டிருக்கிறோம்.

எனது சிறுவயதின் திடீர் எழுச்சிகளில் ஒன்றாக, எனது நடவடிக்கைகள் நீண்ட நாள் மையப்பட்டிருந்தது, ஒருஜோடி காலணிக்காகத்தான். என் வாழ்க்கையில் என்னை பெரிதாக

அலைக்கழிக்க வைத்ததும், காலணிகள்தான். இன்று நான் ஒரு மாடலாக இருந்தபோதிலும், என்னிடம் சொந்தமாக ஆடைகள் இல்லை - ஒருஜோடி ஜீன்ஸ்களும், ஓரிரண்டு டி - சர்ட்டுகளுமே இருக்கின்றன - ஆனால், அடுக்குப்பலகை நிறைய ஹைஹீல்ஸ் காலணிகளும், சாண்டல்களும், டென்னிஸ் ஷூக்களும், லொபர்களும் பூட்களுமாக அணிவகுக்கின்றன. புகழ்ச்சிக்காக அவற்றை நான் வைத்திருந்தாலும் எதையும் அணிவதில்லை. நான் குழந்தையாக இருக்கும்போது ஷூ கேட்டு போராட்டம் நடத்திக்கொண்டேயிருப்பேன். எங்கள் குடும்பத்திலுள்ள அத்தனைக் குழந்தைகளுக்கும் ஆடைகள் இருந்ததில்லை. இந்நிலையில் ஷூ வாங்குவதற்கு நிச்சயமாக எங்களிடம் பணமுமில்லை. என் அம்மா அணிவதுபோலானதோர் அழகிய தோல் சாண்டல்களை அணியவேண்டுமென்று இன்றுகூட எனக்கு ஒருகனவு இருக்கின்றது. வசதியான காலணிகளை அணிந்துகொண்டு எப்படி நான் விலங்குகளைப் பராமரித்திருக்க முடியும்? பாறைகள், முட்கள், பாம்புகள் மற்றும் தேள்களை எந்தவொரு கவலையுமில்லாமல் தாண்டி நடந்திருக்கின்றேன். என் பாதங்கள் எப்போதும் கன்றிப்போயிருக்கும். காயங்களாக இருக்கும். இப்போதும்கூட கறுப்புத்தழும்புகளை நான் சுமந்து கொண்டிருக்கின்றேன். ஒருமுறை என்காலில் முள்குத்தி மேற்புறம் வந்திருக்கின்றது. சிலவேளைகளில் முள்முறிந்து பாதத்துக்குள்ளேயே நின்றுவிட்டிருக்கின்றது. பாலைவனத்தில் எங்களிடையே மருத்துவர்கள் இல்லை. அல்லது காயங்களை ஆறவைக்க மருந்துகளும் இல்லை. ஆயினும் நாங்கள் விலங்குகளைப் பராமரிப்பதற்காக நடந்தபடியே இருக்க வேண்டியிருந்தது. "என்னால் முடியாது" என்று யாரும் சொல்வதில்லை. எல்லாமே வழக்கம்போல செய்வோம். காயப்பட்ட காலுடன் ஒவ்வொரு காலையிலும் புறப்பட்டு, நொண்டிக்கொண்டே எங்களால் முடிந்த அளவுக்கு செய்துவிடுவோம்.

எனது தந்தையின் சகோதரர்களில் ஒருவர் மிகுந்த வசதியானவர். அஹமத் பெரியப்பா நகரத்தில், கால்கயோவில் வசிக்கின்றார். அவரது ஒட்டகங்களையும் மீதியுள்ள விலங்குகளையும் நாங்கள் பராமரித்து வருகின்றோம். அவரது வெள்ளாடுகளை நான்தான் விருப்பத்துடன் கவனித்துக் கொள்கிறேன். ஏனென்றால் எந்தவேலையாக இருந்தாலும் நான் அதை

முழுமையாகச் செய்வேன். அவை உணவு உட்கொண்டனவா... நீரைப்பருகினவா என்று நிச்சயப்படுத்திக் கொள்வேன். மேலும் வேட்டையாடித் தின்னும் பெருவிலங்குகளிடமிருந்து அவற்றை கவனமாகப் பார்த்துக்கொள்வேன். எனக்கு ஏழு வயதாக இருக்கும்போது அஹமத் பெரியப்பா எங்கள் வீட்டுக்கு வந்தார். அவரிடம் நான் சொன்னேன், "பாருங்கள், எனக்காக சில காலணிகளை நீங்கள் வாங்க வேண்டுமென்று விரும்புகின்றேன்."

அவர் என்னைப் பார்த்தார். பின்னர் சிரித்தார். "ஆகட்டும்... ஆகட்டும். நான் உனக்குக் காலணிகள் வாங்குகிறேன்." அவர் ஆச்சரியப்பட்டதை நான் அறிவேன். ஏனென்றால், பெண்கள் ஏதாவது வேண்டுமென்று கேட்பது வழக்கத்தில் இல்லாத ஒன்று. அதுவும் காலணிகள் போன்றவை ஊதாரித்தனமானப் பொருட்கள்.

அடுத்தமுறை அவரைப் பார்க்க என் தந்தை போகும்போது என்னையும் அழைத்துப் போனார். நான் ஆர்வத்தில் கிளர்ச்சியுற்றுப் போனேன். ஏனென்றால் இன்றைய நாள், எனது முதல்ஜோடி காலணிகளைப் பெறும்நாள். எனக்கான சந்தர்ப்பம் வந்ததும், "நல்லது, அவற்றை வாங்கியிருக்கிறீர்களா?" ஆவல்பொங்கக் கேட்டேன்.

"ஆமாம். அவற்றை வாங்கி இங்கே வைத்திருக்கின்றேன்" சொல்லிக்கொண்டே ஒரு சிறுகூறான சிப்பத்தை என் கையில் கொடுத்தார். அதிலிருந்த காலணிகளை வெளியே எடுத்து, கையில்வைத்து அவற்றை ஆராய்ந்தேன். ரப்பராலான சாண்டல்கள். நடந்தால், 'டப் டப்' என்று ஒலியெழுப்பக் கூடியவை. அம்மா அணிந்திருக்கும் தோலினாலான சாண்டல்களைப்போல அவை அழகானவையல்ல. விலைமலிந்தவை. மஞ்சள் நிறத்தில் இருந்தன. அதனை என்னால் ஏற்றுக்கொள்ள முடியவில்லை.

"இவைதானா எனது காலணிகள்?" கத்தினேன். அவற்றை அஹமத் பெரியப்பா மீதே விட்டெறிந்தேன். 'டப் டப்' சத்தமெழுப்பும் அந்த காலணிகள் அவர் முகத்தில் பட்டுத்தெறித்தன. அதைக்கண்டு என் தந்தை நிலைகுலைந்துபோனார். ஆனாலும் அதைப் பெரிதாக எடுத்துக்கொள்ளவில்லை.

அஹ்மத் பெரியப்பா அப்பாவிடம் கேட்டார், "என்னால் நம்பவே முடியவில்லை. இந்தக் குழந்தையை எப்படி நீ வளர்க்கிறாய்?"

எனது பெரியப்பாவுடன் சண்டைபோடத் தொடங்கினேன். அவர் மீதேறி தொங்கிப் புரண்டேன். நான் அடைந்த ஏமாற்றம் எனக்குள் ஆத்திரத்தை ஏற்படுத்தியிருந்தது. "இந்த எழவுக்காகத்தானா நான் இத்தனைக் கடுமையாக உழைத்தேன்!" கூச்சலிட்டேன். "நான் உங்களுக்காக எவ்வளவு வேலைகள் செய்கிறேன். அதற்குப்பிரதி இதுதானா? விலைமலிந்த ஒருஜோடி ரப்பர் சாண்டல்கள்? அதுக்கு நான் கால்ல செருப்பில்லாமல் அலைவேன். இந்தக் குப்பையை மாட்டிக்கிட்டு திரியுறதுக்கு ரத்தம் கசியக்கசிய வெறும் காலோடயே இருந்துக்கிறேன்!" அங்கிருந்து நகர யத்தனித்தேன்.

அஹமத் பெரியப்பா என்னைக் கூர்ந்துபார்த்தார். பின்பு சொர்க்கம் வரைக்கும் தனது பார்வையை உயர்த்தினார். அப்படியே முணுமுணுத்தார், "ஹோ, அல்லாஹ்." அவமானத்தில் குமைந்திருந்த அவர், அந்த காலணிகளைப் பொறுக்கியெடுத்தார். அவற்றை வீட்டுக்கு உள்ளே கொண்டு போய்விட்டார்.

நான் இந்த விஷயத்தை எளிதாக விட்டுவிடவில்லை. அந்த நாளைக்குப் பின்பு அஹமத் பெரியப்பாவுக்கு எனது உறவினர்கள், நண்பர்கள் அல்லது கால்கயோவுக்குச் செல்லும் வழிப்போக்கர்கள் மூலமாக, "வாரிஸ் காலணிகள் கேட்டாள்!" என்ற செய்தியை அனுப்பியவண்ணமிருந்தேன். ஒருஜோடி காலணிகளைச் சொந்தமாக்கிக் கொள்வதற்கு நான் பல ஆண்டுகள் காத்திருக்க வேண்டியிருந்தது. இதற்கிடைப்பட்டக் காலத்தில், அஹமத் பெரியப்பாவின் வெள்ளாடுகளை பராமரிக்கும் பொறுப்பை நானே தொடர்ந்தேன். எங்கள் மந்தையை பாதுகாப்பதன் மூலம்தானே என் குடும்பத்துக்கு உதவமுடியும். அதற்காக பல ஆயிரம்மைல்கள் வெற்றுக்கால்களுடன் நடந்துதிரிந்தேன்.

அஹமத் பெரியப்பாவுடனான காலணிகளுக்கான அத்தியாயத்திற்கு பல ஆண்டுகள் முன்பு நடந்தது, இது. அப்போது நான் மிகவும் மெலிந்த சின்னஞ்சிறு சிறுமியாக

இருப்பேன். நான்கு வயதிருக்கும். எங்கள் வீட்டுக்கு ஒரு விருந்தாளி வந்திருந்தார். அவர் பெயர் குபன். என் தந்தைக்கு மிகவும் நெருக்கமான நண்பர். அடிக்கடி எங்களைப் பார்க்க வீட்டுக்கு வருவார். பகலும் இரவும் சந்தித்துக்கொள்ளும் இருட்டும் வெளிச்சமுமான நேரத்தில் என் பெற்றோருடன் பேசிக்கொண்டு நின்றிருந்தார். வானத்தில் பிரகாசமாக மகல் பிட்பிட் கோள் தென்பட்டதும் என் அம்மா, குட்டிகளைப் பட்டியில் அடைக்கும் நேரம் வந்துவிட்டது என்று சொன்னார். அப்போது குபன் கேட்டார், "ஓ, இதைச் செய்வதற்கு என்னை ஏன் அனுமதிப்பதில்லை? வாரிஸ், நான் உனக்கு உதவட்டுமா?"

விலங்குகளை மேய்ப்பதற்கு உதவவரும் என் தந்தையின் நண்பர்களை தேர்வு செய்வதில் நான் மிகுந்த கவனம் கொண்டிருப்பேன். அவர் என் கைகளைப் பிடித்துக் கொண்டார். நாங்கள் எங்கள் குடிலிலிருந்து புறப்பட்டு நடந்தோம். மேய்ந்து கொண்டிருந்த மந்தையைச் சுற்றிவளைக்க ஆரம்பித்தோம். வழக்கமாகவே நான் காட்டு விலங்குகளுக்கு இணையாக எங்கும் ஓடிக்கொண்டிருப்பேன். ஆனால் இப்போது வானம் கறுத்துவிட்டது. எனக்கு பயமாகவும் இருந்தது. அதனால் குபனுக்கு அருகில் இருந்தேன். திடீரென்று அவர் தனது சட்டையைக் கழற்றினார். அப்படியே அதை மணல் தரையில் விரித்து, அதன்மேல் அமர்ந்தார். நான் அவரைக் குழப்பமாகப் பார்த்துக் கொண்டிருந்தேன். அவரது செயல்பாட்டுக்கு கண்டனம் தெரிவிக்கும் வகையில், "ஏன் உக்காந்துட்டீங்க? இப்பவே இருட்டிருச்சு - நமக்கு விலங்குகளைப் பிடிக்கவேண்டிய வேலையிருக்கு."

"நமக்கு நெறைய நேரமிருக்கு. அதை நாம ஒருநிமிஷத்துல செஞ்சுறலாம்." ஓய்வாக மணலில்விரித்த சட்டையின் ஒருபுறத்தில் படுத்துக்கொண்டு, அடுத்திருந்த வெற்றிடத்தைத் தட்டிக்காட்டினார். "வா, வந்து உட்காரு."

அரைகுறை மனதுடன் அவரருகே வந்தேன். சிறுமியாக இருப்பதால் இன்னும் நான் கதைகேட்பதை விரும்பினேன். கதைகேட்பதற்கு இது நல்லதொரு சந்தர்ப்பமாக இருக்கும் என்றும் உணர்ந்தேன். "நீங்க எனக்குக் கதை சொல்வீங்களா?"

குபன் மணலில் விரித்திருந்த சட்டையின் மீது மீண்டும் தட்டினார். "நீ கீழே உக்காந்தேன்னா, நான் உனக்கு ஒண்ணு சொல்வேன்." நான் உடனடியாக அவருக்கு அடுத்து உட்கார்ந்தேன். அவர் என்னை மணலில் விரித்திருந்த தன் சட்டைக்குள் படுக்க வைப்பதற்கு முயற்சித்தார். "நான் படுக்கவிரும்பல. நீங்க எனக்கு கதை சொல்வதைத்தான் விரும்புறேன்," அழுத்தமாக வலியுறுத்தி, அப்படியே உருண்டுபுரண்டு எழுந்து விட்டேன்.

"வா, வாயேன்." அவர் கைகள் என் தோளை வலுவாகப் பற்றி இழுத்தன. "இங்கே படு. வானத்துல எத்தனை நட்சத்திரங்கள் இருக்குது, பாரு. நான் ஒனக்கு ஒரு கதை சொல்றேன்." தனது சட்டைக்குள் என் தலையை இழுத்துத் திணிக்க முயன்றார். நான் எனது கால்களை குளிர்ந்த மணலில் உதைத்தேன். பிரகாசமாக வெளிச்சம் கொட்டும் பால்வீதியைக் கண்டேன். வானம் நீலநிறத்திலிருந்து கறுப்புக்கு மாறியிருந்தது. குட்டிகளெல்லாம் எங்களைச் சுற்றி வட்டமடித்துத் துள்ளி ஓடின. இருட்டில் கதறின. கதை துவக்கத்திற்காக நான் ஆவலுடன் காத்துக்கொண்டிருந்தேன். திடீரென்று எனக்கும் பால்வீதிக்குமிடையில் செங்குத்தாக, குபனின் முரடான முகம் இடைபுகுந்தது. என் கால்களுக்கிடையில் அவர் குத்துக்காலிட்டு அமர்ந்தார். என் இடையைச் சுற்றியிருந்த சிற்றாடையை ஆவேசமாக அவிழ்த்தெறிந்தார். அடுத்து, நான் ஏதோ கடினத்தையும், தொடர்ந்து என் பெண்ணுறுப்புக்குள் ஈரம் அழுத்தப்படுவதையும் உணர்ந்தேன். இச்செய்கையால் முதலில் நான் உறைந்துபோனேன். என்ன நடக்கின்றது என்பதை நான் உணரவில்லை. ஆனால், இது ஏதோ ஒரு கெட்ட சம்பவம் என்பது எனக்குத் தெரிந்திருந்தது. தீவிரமான அழுத்தம் கூர்மையான வலியாக மாறியது.

"நான் அம்மாட்ட போகணும்!" திடீரென்று என் மீது வெதுவெதுப்பான திரவம் வெள்ளமாகப் பாய்ந்தது. வெறுப்பூட்டுகின்ற கார்ப்பான நாற்றம் இரவுக் காற்றில் ஊடுருவியது. "நீங்க என் மீது உச்சா போய்ட்டீங்க!" அச்சமூட்டும்படி அலறினேன். அங்கிருந்து குதித்தெழுந்து என் கால்களை எனது சிற்றாடையால் துடைத்தேன். துடைக்கும்போது நாற்றமெடுக்கும் திரவத்தின் துர்வாசம் வீசியது.

"ஒண்ணுமில்ல. ஒண்ணுமில்ல. எல்லாம் சரியாத்தான் இருக்கு," அவர் அணுக்கமாக என் கைகளைப் பற்றிக்கொண்டு கிசுகிசுத்தார், "நான் உனக்கு ஒரு கதைசொல்லத்தான் பாத்தேன்." அவரிடமிருந்து விடுபட்டு, அம்மாவைத்தேடி ஓடினேன். குபன் என்னைப் பிடித்துவிடும்நோக்கில் விரட்டிக்கொண்டு வந்தார். அம்மாவை நான் இரவு நெருப்புக்குப் பக்கத்தில் கண்டுவிட்டேன். ஆரஞ்சு வண்ண ஒளி, அவர் முகத்தில் மிளிர்ந்து கொண்டிருந்தது. ஓடிச்சென்று கால்களைச்சுற்றிக் கட்டிக்கொண்டேன்.

"என்னாச்சு வாரிஸ்?" அம்மா குரலெடுத்துக் கேட்டார். குபன் எனக்குப் பின்னால் மூச்சுவாங்க ஓடிவந்துசேர்ந்தார். அம்மா அவரைப் பார்த்தார். "அவளுக்கு என்னாச்சு?"

அவர் மிக யதார்த்தமாக சிரித்தார். தன் கைகளை என்னைநோக்கி ஆட்டினார். "ஓ, நான் அவளுக்கு ஒருகதை சொன்னேன். அதில் அவள் பயந்துவிட்டாள்." நான் அம்மாவை இரும்புப்பிடியாகப் பிடித்துக்கொண்டேன். அம்மாவிடம், அப்பாவின் நண்பர் என்னை என்ன செய்தார் என்பதைச் சொல்லிவிட முயற்சிசெய்தேன். ஆனால் என்னிடம் சொல்வதற்கு வார்த்தைகள் இல்லை - அவர் என்ன செய்தார் என்பதும் எனக்குத் தெரியவில்லை. தீயின் வெளிச்சத்தில் அப்பாவின் நண்பரது சிரிக்கும் முகத்தைப் பார்த்தேன். பல ஆண்டுகளாக, என்னால் எப்போதும் வெறுக்கப்படும் அந்தமுகத்தைப் பார்க்க எண்ணுகின்றேன்.

அம்மா என் தலையைத் தட்டிக்கொடுத்தார். அவரது தொடைகளுக்குள் என் முகத்தைப் புதைத்துக்கொண்டேன். "வாரிஸ், சரி, சரி விடு. அது, அது ஒரு கதைதாம்மா. அது உண்மையில்ல." குபனிடம் அம்மா கேட்டார், "குட்டிகள் எங்கே?"

3

ஆப்பிரிக்காவில் பிறந்து வளர்ந்திருந்தாலும், உலகத்தின் மற்ற பகுதிகளுக்கிருப்பது போலான முக்கியத்துவம் அதற்கும் உண்டெனும் வரலாற்று உணர்வு, எனக்குள் இருக்கவில்லை. எங்கள் மொழியான சோமாலிக்கு, 1973 ஆம் ஆண்டுக்கு முன்புவரை எழுத்து வடிவம் இல்லை. அதனால் நாங்கள் வாசிப்பதற்கோ, எழுதுவதற்கோ கற்றுக்கொள்ளவில்லை. அறிவென்பது வாய்வழி வார்த்தைகளாக - கவிதைகளாக அல்லது நாடோடிக் கதைகளாக - புகட்டப்பட்டது. அல்லது வாழ்தலுக்கு அவசியமானத் தேர்ச்சித் திறங்கள் எங்கள் பெற்றோர்களால் போதிக்கப்பட்டன. உதாரணத்துக்கு, பால் ஒழுகாமல் நிற்குமளவுக்கு காய்ந்த புற்களால் கொள்கலம் எவ்வாறு முடைவது என்பதை அம்மா கற்றுத்தந்தார். விலங்குகளை எவ்வாறு வளர்ப்பது என்பதையும் ஆரோக்கியமாக அவற்றைப் பேணிக் காப்பாற்றுவதையும் தந்தை சொல்லித்தந்தார். நாங்கள் கடந்தகாலத்தைப் பேசி, பெருவாரி நேரத்தை வீணடிப்பதில்லை. எங்களிடம் அதற்கான நேரமும் இல்லை. எல்லாமே, இன்று பற்றியதுதான். இன்று நாங்கள் என்னசெய்யப் போகின்றோம்? எல்லா குழந்தைகளும் இருக்கின்றார்களா? எல்லா விலங்குகளும் நலமுடன் இருக்கின்றனவா? இன்று எவ்வாறு உண்ணப்போகின்றோம்? தண்ணீரை இன்று எங்கு கண்டடைய முடியும்?

சோமாலியாவில், எங்கள் மூதாதையர் ஆயிரக்கணக்கான ஆண்டுகள் கடைப்பிடித்துவந்த வாழ்க்கை முறையையே நாங்கள் வாழ்ந்துவந்தோம். எங்களுக்காக, எதையும் நாங்கள் விருப்பம்போல மாற்றிக்கொள்ளவில்லை. நாடோடிப்

பழங்குடியினரான நாங்கள் மின்சாரம், தொலைபேசி, அல்லது வாகனங்கள், கூடக்குறைய கணினிகள், தொலைக்காட்சிப் பெட்டி அல்லது விண்வெளிப் பயணம் ஆகிய எவற்றுடனும் வாழவில்லை. இந்த உண்மைகள், மேற்குலக தாக்கம் ஏதுமில்லாமல், மாறுபட்ட பரந்த பார்வையுடன், நிகழுடன் ஒருங்கிணைந்த வாழ்வை எங்களுக்கு வலியுறுத்தின.

என் குடும்பத்திலிருக்கும் மற்றவர்கள்போல, வயது குறித்தத் திட்டமெல்லாம் எனக்கில்லை. என்னைப் பொறுத்தவரை எல்லாமே அனுமானம்தான். எங்கள் நாட்டில் பிறக்கும் ஒருகுழந்தைக்கு, அது ஓராண்டு உயிர்வாழ்ந்த பின்புதான் உத்தரவாதம் கொடுக்க முடியும். அதனால் பிறந்தநாளைத் தேடுதல் அத்தனை முக்கியமானதாக இருக்கவில்லை. நான் சிறுமியாக இருந்தபோது, செயற்கையாக வடிவமைக்கப்பட்ட காலங்காட்டிகளான கடிகாரங்கள், நாள்காட்டிகள் இல்லாமலேயே வாழ்ந்தோம். மாறாக, பருவகாலங்களையும் சூரியனையும் கணக்கிட்டு நாட்கள் நகர்ந்தன. மழையின் தேவையையொட்டி எங்கள் இயக்கம் வடிவமைக்கப்பட்டது. சூரியவெளிச்சம் இருக்கும்வரையாக எங்களின் அன்றாடம் கட்டமைந்தது. நாங்கள் சூரியனைப் பார்த்தே நேரத்தைச் சொல்லிவிடுவோம். எனது நிழல் மேற்குப்பக்கமாக நீண்டிருந்தால், அது காலை. அது எனது காலுக்குக் கீழே போய்விட்டால், அது நண்பகல். எனது நிழல் எதிர்திசைக்குப் போய்விட்டால், மாலை. பகல்பொழுது நீளமாகிப்போனால், எனது உள்ளுணர்வு இருட்டுவதற்கு முன்பு வீடுதிரும்ப நினைவூட்டிக்கொண்டே இருக்கும்.

காலையில் நாங்கள் கண்விழித்து எழும்போதுதான், இன்றைய நாளில் என்ன செய்வது என்று தீர்மானிப்போம். பின்பு அதனை, எவ்வளவு சிறப்பாகச் செய்யமுடியுமோ அத்தனை நேர்த்தியாகச் செய்துமுடிப்போம். அல்லது வானம், பார்வைதெரியாத அளவுக்கு இருட்டும்வரை செய்வோம். இங்கே நியூயார்க்கில், மக்கள் அடிக்கடி தங்களின் தரவுத்தகவல் புத்தகத்தைச் சொடுக்குகிறார்கள். "பதினாலாம் தேதி நீங்கள் ஓய்வாக இருக்கிறீர்களா. மதியஉணவுக்கு வரமுடியுமா - அல்லது பதினைந்தாம் தேதி?" என்று கேட்கிறார்கள். "என்னை சந்திக்க விரும்பும் நாளுக்கு முதல்நாள் ஏன் என்னை

அழைக்கக்கூடாது?" என்று நான், அவர்களுக்கு பதிலிறுக்கிறேன். சந்திப்புத் திட்டத்தை உறுதிப்படுத்துவதற்கு எத்தனைமுறை எழுதிக்கொள்வது என்பது ஒரு பிரச்சனையல்ல. ஆனாலும் இதற்கு பயனுள்ள ஒருயோசனை உருவாகவில்லை. நான் முதல்முதலாக லண்டனுக்கு வந்தபோது, மக்கள் தங்கள் மணிக்கட்டைப் பார்த்துப் பார்த்து பதறுவதையும், "ஐயோ, நான் ஓடணும்!" என்று கத்துவதையும் கேட்டுத் திகைத்துப் போயிருக்கின்றேன். ஒவ்வொருசெயலும் நேரப்படி நடத்த எல்லோரும் எல்லா இடத்திலும் ஓடுவதைக் கண்டிருக்கின்றேன். ஆப்பிரிக்காவில் பரபரப்பு என்பதே இல்லை. இறுக்கம் என்பதும் இல்லை. ஆப்பிரிக்காவில் நேரமென்பது ரொம்ப, ரொம்ப ரொம்ப மெதுவாகப் போகும். ரொம்ப அமைதியாகவும் போகும். "நாளை நண்பகல் வாக்கில் பார்க்கலாம்" என்று நீங்கள் சொன்னால், அதன்பொருள் நான்கு அல்லது ஐந்து மணி என்பதாகும். இன்றுகூட நான் கைக்கடிகாரம் அணிவதை மறுத்தே வருகின்றேன்.

சோமாலியாவிலிருந்த என் குழந்தைப் பருவ ஆண்டுகளில், எதிர்காலத்தை முன்னோக்கிப் பார்க்கவோ அல்லது கடந்த காலத்தைத் தோண்டிப் பார்க்கவோ சந்தர்ப்பங்கள் அமையவில்லை. ஆனால் இப்போது, என் குடும்ப வரலாறு பற்றி கொஞ்சம் அறிந்திருப்பதன் விளைவாகவும் குறிப்பாக, இளவயதில் வீட்டிலிருந்து வெளியேறிவிட்டதாலும், "அம்மா, நீங்க எப்படி வளர்ந்தீங்க?" என்றுகேட்க, ஒருகேள்வி இருக்கின்றது. நிச்சயமாகத் திரும்பிப் போவேன். அம்மாவிடம் இந்தக் கேள்விகளைக் கேட்பேன். சிறுமியாக இருந்தபோது, உங்கள் வாழ்க்கை எதுபோல இருந்தது. அல்லது உங்கள் அம்மா எங்கிருந்து வந்தார்கள். அல்லது உங்கள் தந்தை எப்படி மரணித்தார். இந்தக் கேள்விகளெல்லாம் என்னைத் தொந்தரவு செய்கின்றன. இதற்கான பதில் எனக்குத் தெரியாது.

என்றாலும் அம்மாவைப் பற்றி ஒருவிஷயம் நான் நன்கறிவேன். அம்மா மிகமிக அழகு. எனக்குத் தெரியும் அம்மாவை உரித்த தனிக்கூறுடன் மெச்சுகின்ற அளவுக்கு அவரைப்போலவே நான் இருப்பேன். அவர் முகம் மொடிக்கிளியானி சிற்பம்போல இருக்கும். தோல் கறுப்பாகவும் மென்மையாகவும் இருக்கும். கறுப்பு பளிங்குக் கல்லில் உளி கொண்டு நேர்த்தியாகச்

செதுக்கப்பட்ட சிலைபோல இருப்பார். பளபளக்கும் மை கருநிறமுடைய தோலாக இருந்தாலும், அவரது பற்கள் ஒளிசிந்தும் வெண்மையில் பிரகாசிக்கும். இரவில் அவர் சிரிக்கும்போது, பற்கள் ஒளிருவதை உங்களால் காணமுடியும். இரவில் அவை எங்கோ மிதந்துசெல்வதுபோல இருக்கும். அவரது தலைமுடி நீளமாகவும் நேராகவும் இருக்கும். மென்மையானதும்கூட. தனது தலைமுடியை விரல்களாலேயே வாரிக்கொள்வார். அவர் தனக்கென ஒரு சீப்பு வைத்துக்கொள்ளவில்லை. அம்மா உயரமாகவும் ஒடுக்கமாகவும் இருப்பார் - மகள்கள் அத்தனைப்பேருக்கும் அவரது சாயல் மரபுரிமையாக அமைந்திருக்கின்றது.

அம்மாவின் நடவடிக்கைகள் மிகவும் அமைதியாகவும், மெல்லமைவாகவும் இருக்கும். ஆனால் பேச ஆரம்பித்தால், அவரது நடவடிக்கைகள் வினோதமாக மாறிவிடும். அளவுக்கதிகமாகச் சிரிப்பார். சில நகைச்சுவைகளைச் சொல்வார். அவற்றுள் சில, உண்மையிலேயே வேடிக்கையாக இருக்கும். சில, மட்டமானவை. மேலும் சில சோர்வு தருகின்றவையாக இருக்கும். சின்னச்சின்ன தகவல்களைச் சொல்லி எங்களை வெடித்து சிரிக்கவைக்க முயற்சிப்பார். என்னை உற்றுப்பார்த்துவிட்டு, "வாரிஸ், உம் முகத்துல இருந்த கண்கள் எங்கே காணாமப் போச்சு?" என்று கேட்பார். ஆனால் அவருக்குப் பிடித்தமான நகைச்சுவையாக இருப்பது என்னை, 'அவ்தோஹோல்' என்று அழைப்பதாக இருந்தது. 'அவ்தோஹோல்' என்றால், 'சின்ன வாய்' என்று பொருள். என்னைக் காரணமில்லாமல் உற்றுப்பார்ப்பவர், "ஹே, அவ்தோஹோல், ஏன் உன் வாய் ரொம்ப சின்னதா இருக்கு?" என்று கேட்பார்.

என் தந்தை மிகவும் நேர்த்தியாக இருப்பார். என்னை நம்புங்கள். அதை அவரும் அறிந்திருந்தார். ஆறடி உயரத்தில் மெல்லிய உடல்வாகு கொண்டிருந்தார். அம்மாவைவிட எடை குறைவாக இருந்தார். அவரது தலைமுடி பழுப்புவண்ணத்திலும் கண்கள் இளம்பழுப்பாகவும் இருக்கும். தான்நேர்த்தியாக இருப்பதை அறிந்திருப்பதால், பாபாவிடம் துடுக்குத்தனமும் நிறைந்திருந்தது. அம்மாவை எப்போதுமே சீண்டி, தொந்தரவு கொடுத்துக்கொண்டே இருப்பார். "நான் போகப்போறேன்.

போய், வேற ஒரு பொம்பளையோட இருக்கப்போறேன். நீ போதும். வேண்டாம்...” என்று இடைவெளிவிட்டு, தான் என்னவாக ஆகப்போவதாகக் குறிப்பிடுவார். அல்லது, “பாரேன், இங்கே இருக்கிறதுக்கு ரொம்ப போரடிக்குது. நான் எனக்கு இன்னொரு பொம்பளைய...” என்பார். அம்மாவும் திருப்பித் தாக்குவார். “முதல்ல அதை செய்ங்க. நீங்க என்ன செய்றீங்கனு பாத்துறலாம்.” ஆனால் இருவரும் ஒருவரையொருவர் மிகவும் நேசித்தார்கள். எதிர்பாராதவிதமாக ஒருநாள், இந்த இடிந்துரைகள் உண்மையாகிப் போயின.

என் அம்மா மொகாதிஷுவில், சோமாலியாவின் தலைநகரில் வளர்ந்தவர். நேர் எதிர் பக்கத்தில் என் தந்தை, நாடோடிப் பழங்குடி. எப்போதும் பாலைவனத்தில் அலைந்து திரிந்து வாழ்க்கையை ஓட்டுபவர். அவரை முதல்முதலாக சந்தித்த அம்மா, பாபாவின் அம்சமான நேர்த்தியைக்கண்டு, நாடோடியான அவரை மணந்துகொண்டால், அலைந்துதிரியும் வாழ்க்கை கட்டற்ற காதற்காவியமாக இருக்கும் என்று எண்ணியிருக்கின்றார். விரைவிலேயே அவர்கள் திருமணம் செய்துகொள்ளும் முடிவுக்கு வந்துவிட்டார்கள். பாபா, அம்மாவின் அம்மாவிடம் சென்று அம்மாவைத் திருமணம் செய்துகொள்வதற்கு அனுமதி கேட்டிருக்கின்றார். அம்மாவின் அப்பா அப்போது உயிருடன் இல்லை. அம்மாவின் அம்மா, “இல்லை, இல்லை, இல்லை, முற்றிலுமாக இல்லை” என்று மறுத்திருக்கின்றார். அம்மாவிடம், “அவனொரு ஒழுக்கக்கேடன். பரத்தன். டம்பாச்சாரி. பாலைவனக்காரன்!” என்று எடுத்துச்சொல்லியிருக்கின்றார். அழகியமகளின் வாழ்க்கையை பாலைவனத்தில் ஒட்டகங்களை ஓட்டிக்கொண்டு திரிபவனிடம் தூக்கிக்கொடுக்க ஒப்புக்கொள்ளவில்லை. ஆயினும் என் அம்மா, தன் பதினாறுவயதில், ஓடிப்போய் பாபாவை மணந்துகொண்டார்.

அவர்கள் தேசத்தின் மறுபக்கத்துக்குச் சென்றார்கள். பாலைவனத்தில் அவர் தம் குடும்பத்துடன் வாழ்ந்தார்கள். அதுவே என் அம்மாவுக்கு தொடர் பிரச்சனைகளை உருவாக்கியது. அம்மாவின் குடும்பம் வசதி படைத்தது. ஆள்பலமும் அதிகாரமும் கொண்டது. இதுபோன்ற கடுமையான நாடோடி வாழ்க்கையை, அம்மா முன்னர் அறிந்ததில்லை.

இருதலைக் கொள்ளியாகிப் போனார். முதலாவதாக அப்பா, தாரூத் பழங்குடி இனத்தைச் சேர்ந்தவர். அம்மாவோ ஹாவியே பழங்குடி இனத்தவர். அமெரிக்கப் பூர்வகுடிகள்போல, சோமாலியப் பிரஜைகள் தனித்தனிப் பழங்குடிகளாகப் பிரிந்துகிடந்தனர். ஒவ்வொரு குழுவும் வெறித்தனமாக தங்கள் குழுவுக்கு விசுவாசமாக இருந்தது. பழங்குடியினரின் இந்தத் தற்செருக்கு வரலாறு முழுவதும் போர்களுக்குக் காரணமாக அமைந்தது.

தாரூத் மற்றும் ஹாவியே பழங்குடியினத்தவர்களுக்கு இடையிலானப் பகைமை தொடர்ந்தபடியிருந்தது. அப்பாவின் குடும்பத்தினர் அம்மாவை மோசமாக நடத்தினார்கள். தங்களின் சொந்த வகைமையிலிருந்து வேறுபட்டவராக அம்மா தென்பட்டதால், ஊறு கொடுத்தபடி இருந்தனர். அம்மா, நெடுங்காலம் வரைக்கும் தனிமையிலேயே இருந்திருக்கின்றார். ஆனால் அதற்கேற்ப தன்னை தகவமைத்துக் கொண்டிருக்கின்றார். அம்மா அந்த தாரூத்களுக்கு இடையில் தனிமையில் என்ன மாதிரியான வாழ்க்கையை வாழ்ந்திருப்பார் என்று, நான் வீட்டைவிட்டு வெளியேறி, குடும்பத்திலிருந்து பிரிந்த பின்பு யோசிக்கின்றேன்.

அம்மாவுக்குக் குழந்தைகள் பிறக்கத் தொடங்கிவிட்டன. தனது சொந்த மக்களிடமிருந்து பிரிந்ததால் தொலைத்துவிட்ட அன்பை, பெற்றக் குழந்தைகளிடமிருந்து பெறத் தொடங்கியிருக்கிறார். இப்போது நான் வளர்ந்தவளாக இருக்கின்றேன். மீண்டும் பின்னோக்கிப் பார்க்கிறேன். இந்த பனிரெண்டு குழந்தைகளின் வழியாக, அம்மா என்ன பேரின்பம் அடைந்திருப்பார். அம்மா நிறைமாதக் கர்ப்பிணியாக இருக்கும்போது, திடீரென்று காணாமல் போய்விடுவதை நினைத்துப் பார்க்கிறேன். பல நாட்களுக்கு அவரைப் பார்க்க முடியாது. பிறகு ஒருநாள் வெளிப்படுவார் - கையில் இளம்பிஞ்சை வைத்திருப்பார். குழந்தையைப் பெற்றுக்கொள்வதற்காக, பாலைவனத்துக்கு உள்ளே அவர் தனியாகப் போய்விடுவார். நஞ்சுக்கொடியை அறுப்பதற்காக, கூர்மையான சில பொருட்களை தன்னுடன் எடுத்துச்செல்வார். ஒருமுறை அவர், அவ்வாறு மறைந்து விட்டபோது, நாங்கள் தண்ணீர்தேடி முடிவற்ற பயணத்தை மேற்கொண்டு, எங்கள் முகாமை நகர்த்திவிட்டோம். எங்களைக்

கண்டுபிடிக்க அம்மாவுக்கு நான்குநாட்கள் ஆகிப்போயின. பிறந்த புதுக்குழந்தையை எடுத்துக்கொண்டு, தனது கணவரைக் காண்பதற்காக பாலைவனம் முழுவதும் நடந்து, அலைந்து திரிந்திருக்கின்றார்.

அவரது அனைத்துக் குழந்தைகளிலும் அம்மாவின் தனிச்செல்லம் எப்போதும் நான்தான் என்பதாக உணர்ந்திருக்கின்றேன். எங்களுக்கிடையில் வலுவான பந்தம் இருப்பதை நாங்கள் புரிந்து கொண்டிருக்கின்றோம். எனது வாழ்வின் ஒவ்வொருநாளும் அவரைப் பற்றி நினைத்துக்கொள்வேன். அவரை நான் பராமரிக்கும் நாள்வரும்வரை கவனமாகப் பார்த்துக்கொள்ளச் சொல்லி, கடவுளிடம் இறைஞ்சுவேன். சிறுமியாக இருந்தபோது, எப்போதுமே அவரருகில் இருக்கவே விரும்பினேன். எல்லா நாட்களிலும் நான் மாலையில் வீடுதிரும்பியதும் அம்மாவுக்குப் பக்கத்தில்போய் அமர்ந்துகொள்வேன். என் தலையை அவர் தடவிக்கொடுப்பார்.

அம்மா மிக அழகாக கூடைகள் முடைவார். பல ஆண்டுகள் மேற்கொண்ட பயிற்சியால் அந்தத்திறமையை அவர் பெற்றிருந்தார். இருவருமாகச் சேர்ந்து பல மணி நேரம் செலவழிப்போம். பால்குடிக்கும் சிறுகிண்ணத்தை எப்படி முடைவது என்று எனக்கு அவர் கற்றுத்தந்தார். ஆனால் எனது முயற்சிகள் எல்லாமே அவரதுபோல அல்லாமல், பெருந்திட்டங்களாக இருந்தன. நான் முடைந்த கூடைகள் பொருத்தமற்று ஏறுமாறானதாகவும், துளைகள் நிறைந்ததாகவும் இருந்தன.

ஒருநாள் எனது அவாவாக, அம்மாவுடன் இருக்க ஆசைப் பட்டேன். இயற்கையான என் குழந்தைத்தனமான ஆர்வம் அம்மாவுக்குத் தெரியாமல் ரகசியமாக அவரைப் பின்தொடர வைத்தது. மாதத்துக்கு ஒருமுறை மதியத்துக்குப் பின்பு, அவர் எங்கள் முகாமிலிருந்து வெளியேறி தனியாகப் போய்விடுவார். "நீங்க என்ன பண்றீங்கனு தெரிஞ்சுக்கப் போறேன் - ஒவ்வொரு மாசமும் நீங்க என்ன பண்றீங்க?" அம்மாவிடம் நான் கேட்டேன். என் வேலை என்னவோ அதை மட்டும் பார்க்கச் சொல்லி, அம்மா சொல்லிவிட்டார். ஆப்பிரிக்கக் குழந்தைகளுக்கு பெற்றோர்களின் விவகாரங்களில் தலையிடுவதற்கு எந்த

உரிமையும் இல்லை. வழக்கம்போல, என்னை வீட்டில் இருந்து இளைய குழந்தைகளைப் பார்த்துக்கொள்ளச் சொன்னார். அம்மா நடக்கத் தொடங்கியதும் அவரது பார்வையில் பட்டுவிடாமல், குத்துச்செடிகளுக்குப் பின்னால் மறைந்து, இடைவெளிவிட்டு பரபரப்புடன் பின்தொடர்ந்தேன். அம்மா அங்கிருந்த மற்ற ஐந்து பெண்களைச் சந்தித்தார். அவர்கள் ஐந்துபேரும் நீண்டதூரம் நடந்துவந்தவர்களாக இருந்தார்கள். நாங்கள் பகல்தூக்கம் போடும்நேரத்தில், அவர்கள் அந்த அழகிய பெரிய மரத்தடியில் அமர்ந்து, பலமணி நேரமாகப் பேசினார்கள். சூரியன் எதையும் செய்யவிடாதபடி கொதித்துக்கொண்டிருந்தான். இந்தநேரத்தில் விலங்குகளும் குடும்பங்களும் ஓய்விலிருந்தன. அதனால் அம்மா உள்ளிட்ட அப்பெண்கள் தங்களுக்கென சிறிதுநேரத்தை ஒதுக்கிக்கொண்டிருந்தனர். அவர்களின் கறுப்புத்தலைகள் எறும்புகள் நடைபோடும் தூரத்தைப் போல நெருக்கமாகக் கூடிக்கொண்டன. அவர்கள் சோளப் பொறி உண்பதையும் தேநீர் குடிப்பதையும் பார்த்தேன். அவர்கள் என்ன பேசிக்கொள்கிறார்கள் என்பதை இன்னும் நான் அறியவில்லை. தூரமாக இருந்ததால் பேசிக்கொள்வதைக் கேட்க முடியவில்லை. அந்த சூழ்நிலையில் என்னை வெளிப்படுத்திக் கொள்ளும் முடிவுக்கு வந்தேன். முக்கியமாக, அவர்கள் உண்ணும் பொருட்கள் எனக்குத் தேவையாக இருந்தன. பணிவாக நடந்துசென்று அம்மாவுக்குப் பின்னால் நின்றுகொண்டேன்.

“எங்கேருந்து வர்ற நீ?” அம்மா கத்தினார்.

“உங்க பின்னாடியே வந்தேன்.”

“தப்பு. கீழ்ப்படியாத சிறுமி,” அம்மா திட்டினார்.

ஆனால் மற்ற பெண்கள் சிரித்தார்கள். செல்லங் கொஞ்சினார்கள், “ஓ, இந்த சின்னப் பெண்ணைப் பாரேன். இங்கே வா, அன்பே...” இதையடுத்து அம்மா, தனது கடுமையைத் தணித்துக்கொண்டார். கொஞ்சம் சோளப்பொறியை எனக்குக் கொடுத்தார்.

இந்த இளம்வயதிலும்கூட, வேறு உலகத்தின் மாறுபட்ட வாழ்க்கைக் குறித்து என்னிடம் வேறு எண்ணம் இல்லை. நாங்கள் வெள்ளாடுகளுடனும் ஒட்டகங்களுடனுமே

வாழ்கின்றோம். வேறுபட்ட தேசங்களுக்கான பயணங்கள், புத்தகங்கள், தொலைக்காட்சி அல்லது திரைப்படங்கள் அல்லாமல், எனது பிரபஞ்சம் ஒவ்வொருநாளும் நான் காணும் காட்சிகளால் எளிமையாகக் கட்டமைக்கப்பட்டது. வேறுபட்ட வாழ்க்கைத் தளத்திலிருந்து கிளம்பிவந்த என் அம்மா குறித்தும் என்னிடம் வேறு கருத்துகள் இல்லை. 1960 ஆம் ஆண்டில் சோமாலியா சுதந்திரம் பெறுவதற்கு முன்பு, தெற்கு பிராந்தியத்தை இத்தாலி தனது காலனியாக வைத்திருந்தது. அதன்விளைவாக, மொகாதிஷு-வின் கலாச்சாரம், கட்டமைப்பு, மற்றும் சமூகம் எல்லாவற்றிலும் இத்தாலியத் தாக்கம் முழுவதுமாக நிறைந்திருந்தது. அதனால் என் அம்மா இத்தாலி மொழியும் பேசுவார். எப்போதாவது, அம்மா கோபப்படும்போது, இத்தாலியப் பேர்வழிப்போல வார்த்தைகளைக் கொட்டுவார். அவரை நான் எச்சரிக்கையுடன், "அம்மா" என்பேன். "என்ன சொல்றீங்க?"

"ஓ, இது இத்தாலியன்."

"என்ன இத்தாலியன்? அப்படின்னா என்ன?"

"ஒண்ணுமில்ல - உன் வேலையப் பாரு," அம்மா என்னைத் தள்ளிவிட்டார்.

பின்னர் நான் எனக்குள்ளேயே கண்டுபிடித்தேன் - கார்களையும் கட்டிடங்களையும் கண்டுணர்ந்தது போல - எங்கள் குடிசையைத் தாண்டி, இத்தாலி அகன்ற உலகின் ஒரு பகுதி என்று. பல நேரங்களில் குழந்தைகளாகிய நாங்கள், அப்பாவை திருமணம் செய்துகொள்ள ஏன் முடிவெடுத்தீர்கள் என்று அம்மாவிடம் கேள்வி எழுப்புவோம். "இந்த ஆளை ஏன் கைப்பிடிச்சீங்க? உங்க சகோதரர்களும் சகோதரிகளும் உலகத்தின் பல பகுதிகளில் தூதர்களாக, அரசப்பிரதிநிதிகளாக வாழ்ந்துகொண்டிருக்கும்போது, நீங்க எங்க வாழ்ந்துகிட்டிருக்கீங்க! எதுக்காக பந்தயத்தில் வெற்றிபெறாத குதிரை பின்னால ஓடிவந்தீங்க?" அம்மா பதில் சொல்லியிருக்கிறார், அப்பாவுடன் காதலில் விழுந்தது, அவருடன் ஓடிச்சென்றது எல்லாமே அவருடன் சேர்ந்து வாழ்வதற்கு மட்டும் என்று. இன்னும் என் அம்மா வலிமையானவராக இருக்கின்றார். வலிமையான பெண்.

அம்மாவை நான் தொடர்ந்து கண்காணிக்கின்றேன். அவரிடமிருந்து ஒரு புகார்கூட வந்தது கிடையாது. ஒருபோதும் அவர், “இதனால் நான் சோர்வுற்றேன்” என்றோ அல்லது, “இதுபோன்ற தவறை இனி செய்யமாட்டேன்” என்றோ சொன்னது கிடையாது. அம்மா எளிமையான அமைதியைக் கொண்டிருப்பார். ஒரு இரும்பைப் போலவும் இருப்பார். பின்னர் எந்தவொரு எச்சரிக்கையுமின்றி, ஏதேனும் ஒரு நொந்த நகைச்சுவையைச் சொல்லி வெடித்து சிரிக்கவைக்க முயலுவார். என்னுடைய லட்சியமே, யாராவது ஒருவர் அம்மாவைப்போல வலிமையானவளா இருக்கிறாய் என்று சொன்னால் நான் வாழ்க்கையில் வெற்றி பெற்றவளாக சொல்லிக்கொள்வேன்.

எங்கள் குடும்பம் தொழில்முறையில் சொந்த விருப்பத்தை வகைமாதிரியாகக் கொண்டது. சோமாலியாவின் 60 சதத்திற்கும் அதிகமான மக்கள், நாட்டுப்புற வாழ்க்கையை மேற்கொள்ளும் நாடோடிப் பழங்குடிகள். என் தந்தை அவ்வப்போது கிராமங்களுக்குச் சென்று விலங்குகளை விற்று, அதற்கு ஈடாக, ஒரு மூட்டை அரிசி, துணிவகைகள், அல்லது போர்வைகள் வாங்கிவருவார். சிலவேளைகளில் நகரத்திற்குப் பொருள் கொண்டுபோகின்றவர்களிடம் தனது பொருட்களைக் கொடுத்தனுப்புவார். அதனுடன், திரும்பிவரும்போது நகரத்திலிருந்து வாங்கிவருவதற்கு ஒரு பட்டியலையும் கொடுத்தனுப்புவார்.

இன்னொரு வழியில் நாங்கள், பிராங்கின்ஸன்ஸ் எனும் சாம்பிராணி போன்ற நறுமணப்பொருளை அறுவடை செய்வதன் மூலமும் பணத்தை ஈட்டினோம். பைபிளில் அந்த நறுமணப்பொருள் குங்குலியம் என்று குறிப்பிடப்பட்டிருக்கும். குழந்தை இயேசு பிறந்தபோது, மாகி அதனைப் பரிசுப் பொருளாகக் கொண்டுவருவதாக எழுதப்பட்டிருக்கும். ஆதிகாலத்தில் இருந்ததுபோல, இன்றுகூட அந்த நறுமணப்பொருள் மதிப்பு மிகுந்ததாக இருக்கின்றது. பிராங்கின்ஸன்ஸ் எனும் சாம்பிராணி போஸ்வெல்லியா மரத்திலிருந்து கிடைக்கக்கூடிய பொருள். அம்மரங்கள் சோமாலியாவின் வடகிழக்குப் பகுதியில் மேட்டுநிலங்களில் வளரக்கூடியவை. ஐந்தடி உயரமே வளரும் அம்மரங்கள் அழகாக இருக்கும். அதன்கிளைகள் ஒரு குடைபோல விரிந்திருக்கும்.

நான் ஒரு கோடாரி எடுத்துச்சென்று, மரத்தை - பெரும்சேதம் ஏற்பட்டுவிடாதபடிக்கு - இலேசாக வெட்டுவேன். முறிந்த கிளைகளின் வழியே பால்வண்ணத் திரவம் கசியும். அவ்வெண் திரவம் கெட்டியாக பசைபோல ஆகும்வரை நாள்முழுவதும் காத்திருப்பேன். உண்மையில், சிலவேளைகளில், அதை நாங்கள் அதன் கசப்புச் சுவைக்காக வாயில்போட்டு மெல்லுவோம். அந்தப்பசையை கூடைகளில் சேகரித்துக்கொண்டு வருவோம். அவற்றை எங்கள் தந்தை விற்றுவருவார். இரவில் ஒன்றுகூடி அமர்ந்து தீ மூட்டுகையில், அந்தப் பசையை எனது குடும்பம் தீயில் போடும். அந்த வாசத்தை நான் நுகரும்போதெல்லாம் எனது நினைவுகள் பாலைவனத்தின் அந்த மாலைகளை நோக்கிப் பயணப்பட்டுவிடுகின்றன. சிலவேளைகளில், மன்ஹாட்டனில், குங்குலியம் போன்ற நறுமணப்பொருள்களுக்கு விளம்பரம் செய்யப்படுவதை நான் கண்டிருக்கின்றேன். வீட்டின் நினைவு வரும்போதெல்லாம் அதனை வாங்கிவிடுவேன். ஆனால் அதன்வாசம் மிகவும் பலவீனமானதாக இருக்கும். பாலைவன இரவுகளில் நாங்கள் மூட்டும் தீயிலிருந்து எழும்பும் நறுமண வாசத்துக்கு எதுவும் ஈடாக இருப்பதில்லை.

சராசரியாக ஒருபெண் ஏழு குழந்தைகளைப் பெறும்போது, எங்கள் பெரிய குடும்பம் சோமாலியாவில் ஒரு வகைமாதிரியாக இருந்தது. குழந்தைகள் எதிர்காலத்தில் வயது முதிர்ந்தவர்களுக்கு வருங்கால வைப்பாக இருப்பார்கள் எனக் கருதப்பட்டது. வளர்ந்த குழந்தைகள் பெற்றோர்களைப் பார்த்துக் கொள்வார்கள். சோமாலியக் குழந்தைகள் தங்கள் பெற்றோரையும் பேரப்பெற்றோரையும் மிகுந்த மதிப்புடன் நடத்தினார்கள். அவர்களின் அதிகாரத்துக்கு எதிராக கேள்வி எழுப்ப மாட்டார்கள். எல்லா மூத்தவர்களும், அவர்கள் மூத்த சகோதர சகோதரிகளாக இருந்தாலும்கூட நிச்சயம் மதிப்புடன் நடத்தப்பட்டார்கள். அவர்களின் ஆசி இளையவர்களுக்குத் தொடர்ந்தது. இந்த உண்மைகளின் ஒரு காரணமாகவே கலகம் விளைவிக்கும் எனது நடவடிக்கைகள் எல்லாம் நம்புவதற்கரிய அவமதிப்பாக மதிப்பிடப்பட்டன.

பெரிய குடும்பங்களுக்கு ஒரு காரணமாக இருந்தது என்னவோ, கட்டுப்பாடு இல்லாத வகைதொகையானக் குழந்தைப் பிறப்புதான். நிறைய குழந்தைகள் இருந்தால் வேலையை

சுலபமாகப் பங்கிட்டுக்கொள்ள முடியும் என்றும் கருதினார்கள். வாழ்க்கையை சுலபமாக நகர்த்தலாம் என்றும் கருதினார்கள். அடிப்படைத் தேவைகளில் ஒன்றாக தண்ணீர் - அதிகப்படியானத் தண்ணீராக, இல்லை... போதுமானத் தண்ணீராக, இல்லை... எந்தவகையிலோ - தேவை இருந்துகொண்டேயிருந்தது. அது முதுகை முறித்துவிடும் பணியாகவும் இருந்தது. நாங்கள் முகாமிட்டிருக்கும் பகுதியில் தண்ணீர் வற்றிவிடும்போது, என் தந்தை தண்ணீரைத் தேடிப் போய்விடுவார். புல்லினால் அம்மா முடைந்துகொடுத்த பெரிய பெரிய பைகளை ஒட்டகங்களின் முதுகில் தொங்கப் போட்டுக்கொண்டு, வீட்டைவிட்டுக் கிளம்பும் அவர், தண்ணீர் கிடைக்கும்வரை பல நாட்கள் சுற்றித்திரிந்து, பைகளை நிரப்பிக்கொண்டு ஒருநாள் எங்களை வந்தடைவார். ஓரிடத்தில் அவர் வருகைக்காக தங்கியிருக்க முயற்சிப்போம். ஆனால் ஒவ்வொரு நாளும் தண்ணீர் தேடலுக்கான சவால்கள் அதிகரித்தபடியே இருக்கும். இவ்வாறு மந்தைகளுக்குத் தண்ணீர் காட்டுவதற்கு, பல மைல்தூரம் நாங்கள் பயணப்பட்டுவிடுவோம். பலமுறை அவர் இல்லாமலேயே பயணப்பட வேண்டியிருக்கும். ஆயினும் அவர் சாலைகளின் உதவியில்லாமல், தெருப் பலகைகள் குறிப்பு இல்லாமல் அல்லது வரைபடம் இல்லாமலேயே எங்களைத் தேடிக் கண்டுபிடித்துவிடுவார். எங்கள் தந்தை அவ்வாறு போகின்றார் என்றால், கிராமங்களுக்குச் சென்று எங்களுக்கான உணவைத் தேடிக் கொண்டுவருவார். அந்தமாதிரியான நேரங்களில் குழந்தைகளில் யாரேனும் ஒருவர் தண்ணீர் தேடும்பணியை மேற்கொள்ள வேண்டும். அம்மா வீட்டில் தங்கியிருந்து அன்றாடங்களை தடைகளின்றி முறையாக நடத்திவிடுவார்.

சிலவேலைகளில் அந்தப்பணி என் மீது விழுந்துவிடும். தண்ணீரைக் கண்டடையும்வரை பல நாட்கள் நடந்தபடியே இருந்திருக்கின்றேன். ஏனென்றால், தண்ணீர் இல்லாமல் வீடுதிரும்பும் முடிவுக்கு அங்கே இடம் கிடையாது. வெற்றுக்கைகளுடன் வீடுதிரும்பினால், அதன்பின்பு அங்கே வாழ்க்கைக்கு ஆதாரம் இல்லை என்பதை நாங்கள் அறிவோம். தண்ணீரைக் கண்டடையும்வரை எங்கள் பயணம் போய்க்கொண்டேயிருக்கும். “என்னால் முடியவில்லை” என்ற கோரிக்கையை, அங்கே யாரும் ஏற்றுக் கொள்வதில்லை. என் அம்மா தண்ணீரைக் கண்டடைந்து கொண்டுவா என்று

சொன்னால், நான் தண்ணீரைக் கண்டடைந்தே ஆகவேண்டும். மேற்கத்திய உலகத்திற்கு நான் வந்தபோது, மக்கள்சொல்லும் புகார்களைக்கண்டு வியப்படைந்திருக்கின்றேன், "என்னால் வேலைசெய்ய முடியாது. எனக்குத் தலைவலியாக இருக்கின்றது," என்கிறார்கள். நான் அவர்களுக்கு ஒன்றைச்சொல்ல விரும்புகின்றேன், "உங்களுக்கு கடினமானப் பணிகளைக் கொடுக்க என்னை அனுமதியுங்கள். வேலையைப் பற்றி ஒருபோதும் நீங்கள் மீண்டும் புகார் கூற மாட்டீர்கள்."

வேலைப்பளுவை எளிதாகக் கையாளக் கைக்கொள்ளும் நுட்பங்களில் ஒன்றாக, மனைவிகள், குழந்தைகள் எண்ணிக்கையை அதிகரித்துக்கொள்வது இருந்துவந்தது. ஆப்பிரிக்காவில் பல மனைவிகளை வைத்திருப்பது, பொதுவழக்கில் இருந்தது. என் பெற்றோர் அந்த வழக்கத்திலிருந்து மாறுபட்டவர்கள். பலப்பல ஆண்டுகளாக மனமொத்தவர்களாக சேர்ந்திருந்தது, அவர்கள் இருவர் மட்டுந்தான். இறுதியாக ஒருநாள், பனிரெண்டு குழந்தைகளைப் பெற்றெடுத்த பின்னால் அம்மா சொன்னார், "நான் வயதாகி விட்டேன்... ஏன் நீங்கள் இன்னொரு மனைவியை ஏற்றுக்கொண்டு எனக்கு ஓய்வு கொடுக்கக்கூடாது? இப்போது என்னை விட்டுவிடுங்களேன்." இதற்கும்மேல் என் தந்தை அம்மாவை அணுசரித்துக்கொள்ள மாட்டார் என்பதை, ஒருவேளை அறிந்துதான் அப்படிச் சொன்னாரா இல்லையா என்பது, எனக்கு இதுவரை புரியவில்லை.

ஆனால் ஒருநாள், பாபா காணாமல் போனார். முதலில் நாங்கள், அவர் தண்ணீரையோ அல்லது உணவையோ தேடிப்போயிருக்கலாம் என்று எண்ணிக்கொண்டோம். எல்லா வேலைகளையும் அம்மா இழுத்துப்போட்டு பார்த்துக்கொண்டார். பாபா போய் இரண்டு மாதங்களுக்குப் பின்பு, அவர் இறந்துபோயிருக்கலாம் என்றும் எண்ணிக் கொண்டோம். பின்பு ஒரு மாலைப்பொழுதில், என் தந்தை, அவர் காணாமல் போனது போலவே, திடீரென்று வந்துசேர்ந்தார். நாங்கள் குழந்தைகள் எல்லோருமே எங்கள் குடிசைக்கு முன்பாக, வட்டமாக அமர்ந்திருந்தோம். அவர் சுற்றும்முற்றும் பார்த்துவிட்டுக் கேட்டார், "எங்கே உங்கம்மா?" நாங்கள், "விலங்குகளுடன் அம்மா வெளியில் போயிருக்கிறார்.

அங்கே இருப்பார்" என்று சொன்னோம். "நல்லது, ஹேஹே, எல்லாருக்கும்" என்று அசட்டுச் சிரிப்புடன், "நீங்களெல்லாம் என் மனைவியை சந்திக்கவேண்டுமென்று விரும்புகிறேன்" என்றார். அவர் ஒருசிறுமியை முன்னிழுத்தார். அவளுக்கு ஒரு பதினேழு வயதிருக்கும். என்னைக்காட்டிலும் கொஞ்சம் பெரியவளாக இருந்தாள். நாங்கள் எல்லோரும் வெறுமனே அவளைப் பார்த்துக்கொண்டிருந்தோம். ஏனென்றால், நாங்கள் எதையும்சொல்ல அனுமதிக்கப்பட்டிருக்கவில்லை. தவிர, என்ன சொல்வதென்று எங்களுக்கு எதுவும் தெரியாது.

என் அம்மா வீடு திரும்பியபோது, அது திடுக்கிடும் அச்சம் நிறைந்த தருணமாக இருந்தது. எல்லா குழந்தைகளும் பதற்றத்தோடு, என்ன நடக்கப் போகின்றது என்பதை பார்த்துக் கொண்டிருந்தோம். அம்மா வெறிச்சிட்ட பார்வையில் அப்பாவைப் பார்த்தார். இருட்டிலிருந்த மற்ற பெண்ணை அவரால் காணமுடியவில்லை. அப்போது சொன்னார், "ஓ, நீ எதையோ செய்றதா சொன்னியே, அத செஞ்சுட்டியா?"

பாபா தனது மொத்த எடையையும் ஒரு காலிலிருந்து மற்றொரு காலுக்கு மாற்றிக்கொண்டார். சுற்றிலும் ஒரு பார்வை பார்த்தார். "ஆமா, நல்லபடியா முடிஞ்சது, ஆமா. அதிருக்கட்டும், என் மனைவியை சந்தி" என்றபடி, தனது கையால் புது இளம் மனைவியை சுற்றிவளைத்தார். அப்போது அம்மாவின் முகத்தில் ஒளிர்ந்த தீ ஒளியை என்னால் மறக்கவே முடியாது. அது தரையிலும்பட்டு ஒளிர்ந்தது. பின்பு அம்மா சுதாரித்துக்கொண்டார், "நாசமாப் போகட்டும். அவனை நான் தொலைச்சு முழுகிட்டேன் இந்த சின்ன, சின்னப்பொண்ணுக்கு!" அம்மா பொறாமையில் இறந்துகொண்டிருந்தார்.

அப்பாவின் புது மனைவி எங்கிருந்து வந்தார் என்பது குறித்த எந்தவொரு விவரமும் தெரியாது. அவளைப் பற்றி எதையும் நாங்கள் அறிந்திருக்கவும் இல்லை. ஆனாலும், சுற்றியுள்ள அப்பாவின் குழந்தைகளை அவள் செயலுரிமைக் கொள்ளும் அதிகாரத்திலிருந்து விலகியிருக்கவில்லை. அடுத்து, அந்த பதினேழு வயதே ஆன சிறுமி, அம்மாவிடம் - இதைச்செய், எனக்கு அது வேண்டும், இதை எனக்கு சமைத்துக் கொண்டு வா என - அதிகாரம் செலுத்தத் தொடங்கினாள். இந்த

செயல்களெல்லாம் ஒருவிதப் பதற்றத்தை ஏற்கனவே உண்டாக்கியிருந்த நிலையில், இடரார்ந்த காலக் கேடுடைய தவறை அவள் செய்தாள்; வயது முதிர்ந்தவனாகத் தோற்றமளிக்கும் எனது சகோதரனை அறைந்துவிட்டாள்.

இந்த சம்பவம் நடந்த நாளன்று, நாங்கள் குழந்தைகள் எல்லோருமே சிறுவர்கள் அறையில் இருந்தோம். (ஒவ்வொருமுறை நாங்கள் இடம்பெயரும்போது, முகாம் போடும் குடிசைக்குப் பக்கத்தில் ஒரு மரம் இருக்கும்படி பார்த்துக்கொள்வோம். அந்த மர நிழல்தான், சிறுவர்கள் அறை). ஒருநாள் அந்த மரத்தடியில் சகோதர சகோதரிகளுடன் நான் உட்கார்ந்திருந்தபோது, வயதுமுதிர்ந்தவனாகத் தோற்றமளிக்கும் என் சகோதரனின் அழுகுரல் கேட்டது. எழுந்துநின்று பார்த்தேன். சகோதரன் என்னைநோக்கி வந்து கொண்டிருந்தான்.

"என்னாச்சு? ஏன் அழுற?" குனிந்து அவன் முகத்தைத் துடைத்தபடி கேட்டேன்.

"அவ என்னை அறைஞ்சுட்டா - அவ என்னை ஓங்கி அறைஞ்சுட்டா." யார் அறைந்தது என்றுகூட எனக்குக் கேட்கத் தோன்றவில்லை. ஏனென்றால் எங்கள் குடும்பத்தில் யாரும் அவனைத் தொடுவதுகூட இல்லை. அம்மாவோ, அல்லது மூத்தவர்களோ, முறைவைத்து மற்றவர்களை அடிக்கும் என் தந்தைகூட அவனை மட்டும் அடிப்பது கிடையாது. அவனை அடிப்பதற்கானத் தேவையிருக்காது. அவன் எங்களில் மிகவும் நேர்த்தியானவன். எப்போதுமே சரியான செயல்களை மட்டுமே செய்வான். அவனை அறைந்தது என்னை உடைத்துவிட்டது. என்னையறியாமல் எனக்கு பலம்வந்தது. அந்த முட்டாள் சிறுமியைப் பார்ப்பதற்காகப் போனேன்.

"எந்தம்பிய எதுக்கு அறைஞ்ச?"

"அவன் என் பாலை குடிச்சுட்டான்," இறுமாப்புடன் சொன்னாள். ஏதோ அவள் ஒரு மகாராணி போலவும், மந்தையிலுள்ள பால் முழுவதுமே அவளுக்குச் சொந்தம் என்பதுபோலவும் நடந்து கொண்டாள்.

“உன் பாலா? பாலை குடிசையில நான் வெச்சேன். அவனுக்குப் பால் தேவைப்பட்டா, அவனுக்கு தாகம் இருந்தா, அவன் எடுத்துக்குவான். நீ அவனை அடிக்கவேண்டிய தேவையில்ல!”

“ஓ, வாய மூடு. முதல்ல இங்கிருந்து கௌம்பு!” அவள் கத்தினாள். தனது கைகளை ஆட்டி என்னை மறுத்தாள். நான் அவளை முறைத்துப் பார்த்தேன். தலையை ஆட்டினேன். எனக்கு பதிமூன்று வயதுதான் ஆகியிருந்தபோதிலும், அவள் பெரிய தவறைச் செய்துவிட்டதாக நான் உணர்ந்தேன்.

எனது சகோதரர்களும் சகோதரிகளும் மரத்தடியில் காத்துக் கொண்டிருந்தார்கள். எனக்கும் அப்பாவின் மனைவிக்கு மிடையில் என்ன உரையாடல் நடந்தது என்பதைக் கேட்டுத் தெரிந்துகொள்ளும் ஆவல் அவர்களிடமிருந்தது. அவர்களை நான் நெருங்கியபோது, கேள்விகளைக் கொண்ட அவர்களின் முகத்தை நோட்டமிட்டேன். பின்பு, “நாளைக்கு” என்றேன். அவர்கள் தலையசைத்தார்கள்.

அடுத்தநாள் அதிர்ஷ்டம் எங்களுடன் இருந்தது. என் தந்தை இரண்டு நாட்கள் வெளியில் செல்வதாகச் சொல்லியிருந்தார். பகலில் சிறுதூக்கம்போடும் வேலையில், எனது விலங்குகளை வீட்டுக்கு ஓட்டிக்கொண்டு வந்துவிட்டேன். எனது சகோதரி ஒருத்தியும் இரண்டு சகோதரர்களும் இருந்தார்கள். “பாபாவின் புதிய இளம்மனைவியைத் தூக்குறோம்,” அவர்களிடம் வெளிப்படையாகவே சொன்னேன். “நாம அவளுக்குப் பாடங்கற்பிக்க ஏதாச்சும் செஞ்சாகணும், ஏன்னா இது நிறுத்தப்படணும்.”

“சரி, இப்ப நாம என்ன செய்யப் போறோம்?” அலி கேட்டான்.

“எல்லாரும் பாருங்க. நீங்க என்கூட வந்து உதவுனா போதும்.” நான் கனமான, வலுவுள்ள கயிறு ஒன்றை எடுத்தேன். அந்தக் கயிறு நாங்கள் பயணம் போகும்போது ஒட்டகங்களின் மேல் எங்கள் பொருட்களைக் கட்டுவதற்குப் பயன்படுத்தும் ஒன்று. கிலியில் அரண்டுபோயிருந்த பாபாவின் மனைவியை, எங்கள் முகாமிலிருந்து தன் செயலற்று நடத்திச்சென்றோம். ஒரு புதருக்குள் தள்ளினோம். அவளது ஆடைகள் அத்தனையையும் எடுத்துக் கொள்ளச்சொல்லிக்

கட்டாயப்படுத்தினோம். பின்பு, நான் கயிற்றின் ஒருமுனையை கனத்த மரமொன்றின் கிளையைச்சுற்றி தூக்கி வீசினேன். கிளையைச் சுற்றிக்கொண்டு கீழேவிழுந்த அதனை இளைய மனைவியின் கணுக்காலில் கட்டினேன். பதிலுக்கு அவள் முரண்டுபிடித்தாள். கூக்குரலிட்டாள். கயிற்றின் எதிர் முனையைப் பிடித்துஇழுத்தபோது, மறுமுனையில் கட்டப்பட்டிருந்த அவள் மேலே போனாள். விம்மினாள். தரையிலிருந்து மேலே தொங்கும்படி நிறுத்தினோம். எனது சகோதரர்களும் நானும் கயிற்றை முன்னும்பின்னுமாக இழுத்து விளையாடினோம். அவள் தலை தரையிலிருந்து எட்டடி உயரத்தில் அசைந்தாடியது. காட்டுவிலங்குகள் அவளைத் தின்றுவிடாமலிருக்கும் அளவில் உறுதிப்படுத்திக் கொண்டோம். கயிற்றின் முனையை மரத்தில்கட்டி, அவளை அங்கேயே விட்டுவிட்டு வீடு திரும்பினோம். பாலைவனத்தில் அவள் கயிற்றில் தொங்கிக்கொண்டும் கத்திக்கொண்டும் இருந்தாள்.

மறுநாள் மதியவாக்கில், சொன்னதற்கு மாறாக என் தந்தை, ஒருநாள் முன்னமே வந்துவிட்டார். அவரது இளம்பெண்ணை எங்கே என்று எங்களிடம் கேட்டார். நாங்கள் எல்லோரும் தோள் குலுக்கினோம். அவளைப் பார்க்கவில்லை என்று சொன்னோம். நல்லவேளையாக, அவள் கத்தும் குரல் யாருக்கும் கேட்காத தூரத்துக்கு அவளைத் தூக்கிச் சென்றிருந்தோம். "ம்ம்ம்" என்ற அவர், எங்களை சந்தேகமாகப் பார்த்தார். இருட்டும் வரையில் அவளைப் பற்றியத் தடயத்தை அவர் கண்டறியவில்லை. அவருக்கு ஏதோ தவறாக நடந்திருக்கின்றது என்று பட்டிருக்கவேண்டும். எங்களிடம் கேள்விகளைக் கேட்கத் தொடங்கினார். "கடைசியா அவளை எப்போ பாத்தீங்க? அவளை இன்னிக்குப் பாத்தீங்களா? அவளை நேத்து பாத்தீங்களா?" அவள் நேற்றிரவே வீட்டுக்கு வரவில்லை என்று சொன்னோம். ஆமாம். அதுதான் உண்மையும்கூட.

என் தந்தை தவித்துப் போனார். தன்னை மறந்தநிலையில் அவளை எங்கெல்லாமோ தேடினார். ஆயினும் அவரால் மறுநாள் காலை வரையில் அவளைக் கண்டுபிடிக்கமுடியவில்லை. அவளைக் கண்டடைந்து கயிற்றை அறுத்து கீழே இறக்கிய போது, அப்பாவின் மனைவி ஏறத்தாழ இரண்டு நாட்கள் தலைகீழாக தொங்கிக்கிடந்திருந்தாள். தொங்கிக் கிடந்ததில்

அவள் உருவமற்ற உருவமாக ஆகியிருந்தாள். அதேவேகத்தில் வீடுதிரும்பிய அவர் கடும்சீற்றத்துடன் இருந்தார். "இதை யார் செய்தது?" ஆத்திரமாகக் கேட்டார். நாங்கள் எல்லோருமே அமைதி காத்தோம். ஒருவரையொருவர் பார்த்துக் கொண்டோம். ஆனால் அவள், அவரிடம் எல்லாவற்றையும் சொல்லிவிட்டாள். "வாரிஸ்தான் இதுக்கு லீடர். அவதான் என்னை முதல்ல அடிச்சா!" பாபா என்னை நெருங்கிவந்தார். சரமாரியாக அடிக்கத் தொடங்கினார். ஆனால் எல்லா குழந்தைகளும் அவர்மேல் பாய்ந்தன. சொந்தத் தந்தையை தாக்குவது தவறு என்று எங்களுக்குத் தெரியும். ஆனால் அதனை நாங்கள் தொடரவில்லை.

அந்தநாளுக்குப் பின்பு, அப்பாவின் இளம்மனைவி மாறிய நபராகத் தென்பட்டாள். நாங்கள் கற்றுத்தந்த பாடத்தை அவள் நன்றாகவே கற்றுக்கொண்டுவிட்டாள். இரண்டு நாட்களாய் தலைகீழாகத் தொங்கிய அவள் தலைக்குள் ரத்தம் பாய்ந்ததில், மூளை புதுப்பிக்கப்பட்டிருப்பதாய்க் கருதிக்கொண்டேன். அவள் இனிமையாகவும் பௌயமாகவும் ஆகியிருந்தாள். அந்தநிலைக்குப் பின்னால், அவள் என் அம்மாவின் பாதங்களை முத்தமிட்டாள். ஒரு அடிமைபோல காத்துக்கிடந்தாள். "உங்களுக்கு என்ன வேணும்? நான் என்ன செய்யணும்? இல்லை, இல்லை - நான் அதை செய்றேன், நீங்க உட்காருங்க. ஓய்வெடுங்க."

நான் எண்ணிக்கொண்டேன், "இளம்சிறுக்கியே, ஆரம்பத்திலிருந்தே நீ இப்படி நடந்துகொண்டிருக்கலாம். எங்களையும் தேவையில்லாத கவலையிலிருந்து மீட்டிருக்கலாம்." நாடோடிப் பழங்குடியினரின் வாழ்க்கையென்பது கடினமான ஒன்றுதான். அப்பாவின் புது மனைவி, அம்மாவைக் காட்டிலும் இருபது வயது இளையவளாக இருந்தாலும், வலுவானவள் இல்லை. இறுதியில் அம்மா, அந்தச் சிறுமியிடம் பயப்படுவதற்கு ஒன்றுமில்லை என்று தெரிந்துகொண்டார்.

நாடோடிப் பழங்குடியின வாழ்க்கை கடினமான ஒன்றென்றாலும், முற்றிலும் அது அழகானதும்கூட - வாழ்க்கையும் இயற்கையும் கலந்தது. ஒன்றிலிருந்து ஒன்று

பிரிக்க முடியாதது. இயற்கையின் அற்புதத்தையொட்டி அம்மா எனக்குப் பெயரிட்டராம்; வாரிஸ் என்றால் பாலைவனப் பூ. இந்த பாலைவனப் பூக்கள், ஒருசில உயிரினங்கள் மட்டுமே நிலைத்து வாழக்கூடிய வறண்ட சூழ்நிலையில் வளரக்கூடியவை. சிலவேளைகளில் ஆண்டுமுழுவதுக்குமே என் தேசத்தில் மழை இல்லாமல் போய்விடும். ஆனால் மழை கொட்டியதும் தூசியடைந்த இயற்கை நிலக்காட்சியெல்லாம் தூய்மையாகிவிடும். பிறகு, ஓர் அற்புதம்போல பூக்கள் பூக்கத்தொடங்கும். அந்தப் பூக்கள் ஒளியூட்டக்கூடிய செம்மஞ்சள் நிறத்தில் இருக்கும். இந்த காரணத்துக்காக, மஞ்சள் எனக்கு எப்போதும் பிடித்த வண்ணமாக ஆகிவிட்டது.

ஒருபெண்ணுக்குத் திருமணம் முடிவானதும், அவள் குலத்தைச் சேர்ந்த நாடோடி இனப்பெண்கள் பாலைவனத்துக்குப்போய், இந்தப் பூக்களை சேகரித்துக்கொண்டு வருவார்கள். அவற்றை நன்றாக உலரவைத்து, தண்ணீர்விட்டுப் பிசைந்து பசைபோல ஆக்குவார்கள். அதனை மணப்பெண் முகத்தில் பூசிவிடுவார்கள். அப்பூச்சு அவளை தங்கம்போல மின்ன வைத்துவிடும். அவள் கைகளையும் பாதங்களையும் மருதாணியால் அணிநலம் வாய்ந்த வடிவங்களால் அழகுபடுத்துவார்கள். கண் இமைகளில் அஞ்சனம் தீட்டுவார்கள். அவை ஆழமாகவும் கவர்ச்சியாகவும் காட்சிப்படும். இந்த அழகுசாதனப் பொருட்கள் எல்லாமே தாவரங்களிலிருந்தும் மூலிகைகளிலிருந்தும் செய்யப்படுபவை. அதனால் அவை இயற்கையானதாக இருக்கும். அடுத்ததாக, அவளுக்கு பளீர் வண்ணங்களில் - சிவப்பு மற்றும் ரோஜா வண்ணம் - செம்மஞ்சள் இளமஞ்சள் - மேலாடைகளை அழகு மடிப்புகளாக ஒழுங்குசெய்வார்கள். அவை சிறப்பாக இருக்கும். இவற்றில் பெரும்பாலானவை சொந்தமானது அல்ல. பல குடும்பங்கள் நம்புவதற்கரியவகையில் மிக ஏழ்மையான நிலையில் இருப்பவை. இந்த உண்மையைச் சொல்வதில் வெட்கம் ஏதுமில்லை. திருமண நாளன்று அவள் தனது மாப்பிள்ளைக்கு அதிர்ச்சியூட்டுகின்ற அழகியாக வாழ்த்து சொல்வாள். அந்தமனிதன் அதற்குப் பொருத்தமுள்ளவனாக இருக்கமாட்டான்!

அவர்களின் திருமணத்துக்கு, பழங்குடி இன மக்கள் பரிசுகளைக் கொண்டுவருவார்கள். மேலும், சிலபொருட்களை வாங்கிவர

வேண்டுமே என்று வருத்தப்படுமளவுக்கு எந்தத்தேவையும் இருக்காது. கட்டாயமுமில்லை. நல்ல பொருளைக் கொடுக்க முடியவில்லையே என்று கவலையுமில்லை. நீங்கள் உங்களிடம் என்ன இருக்கின்றதோ அவற்றைக் கொடுக்கலாம். ஒரு பாயை நெய்து, அவர்கள் தூங்கக் கொடுக்கலாம். அல்லது ஒரு கிண்ணத்தைக் கொடுக்கலாம். உங்களிடம் இதில் எதுவுமில்லை என்றாலும் பிரச்சனையில்லை. கொஞ்சம் உணவு கொண்டுவந்து நிகழ்வுக்குப் பின்பான கொண்டாட்டத்துக்குக் கொடுக்கலாம். எங்கள் கலாச்சாரத்தில் தேன்நிலவு போன்ற சமாச்சாரங்கள் இல்லை. திருமணத்துக்குப் பின்பு அந்தநாள், புதிய திருமண ஜோடிக்கு மற்றுமொரு வேலை நாள். அவர்களின் தேவையை அவர்கள் பெற, விரும்பும் பரிசுகளைப்பெற, திருமண வாழ்க்கையை சேர்ந்துநடத்தத் தொடங்கிவிடுவார்கள்.

திருமணங்கள் தவிர்த்து, எங்களுக்கு வேறுசில கொண்டாட்டங்களும் இருக்கின்றன. நாட்காட்டிகளில் குறிக்கப்பட்டிருப்பதுபோல, குறிப்பிடப்பட்ட விடுமுறைகள் எங்களுக்கு இல்லை. மாற்றாக, மிக முக்கியமாக கொண்டாடப்படும் மகிழ்ச்சியூட்டும் திருநாள் - நீண்ட நாட்களாக எதிர்பார்த்துக் காத்திருந்த - மழைவிழும் நாள்தான். என் தேசத்தில் மழை என்பது மிக அருகலானது. போதாதது. பற்றாக்குறையானது. வாழ்க்கையின் சாரத்தைக் கொண்டது. பாலைவனங்களில் வாழும் நாடோடி பழங்குடிகள் தண்ணீருக்கு மிகவும், மிகவும் மதிப்பு கொடுப்பார்கள். ஒவ்வொரு துளி தண்ணீரும் மதிப்புவாய்ந்த பொருள் போன்றது. இன்றும் நான் தண்ணீரை நேசிக்கின்றேன். சாதாரணமாக அதைப் பார்க்கும்போது, அது எனக்குப் பெருமகிழ்ச்சியைக் கொடுக்கின்றது.

பல மாதங்களாகத் தொடர்ந்த வறட்சியில், நாங்கள் சிலவேளைகளில் நம்பிக்கை இழந்திருக்கிறோம். அவ்வாறு ஆகிவிடும் தருணங்களில், மக்கள் ஒன்றுகூடி மழைக்காக இறைவனிடம் பிரார்த்திப்பார்கள். சிலவேளைகளில் அது கை கொடுக்கும். சிலவேளைகளில் அது பொய்த்துப் போய்விடும். ஒரு ஆண்டுமுழுவதும் மழைக்காக காத்துக்கிடந்தோம். இத்தனைக்கும் அது மழைபொழிய வேண்டிய காலம். ஆனால் ஒருதுளிகூட விழவில்லை. எங்களிடமிருந்த விலங்குகளில்

பாதிக்கும் மேலானவை செத்துவீழ்ந்தன. மீதிப்பாதி விலங்குகள் தாகத்தால் பலமிழந்துவிட்டன. நாமெல்லாம் ஒன்றுகூடி மழைப் பிரார்த்தனை செய்யப் போகிறோம் என்று அம்மா என்னிடம் சொன்னார். இடம்தெரியாத அளவுக்கு மக்கள் குவிந்துவிட்டார்கள். நாங்கள் எல்லோரும் பிரார்த்தித்தோம். பாடினோம். ஆடினோம். மகிழ்ச்சியாக இருக்க முயற்சித்தோம். ஆன்மிக எண்ணங்களைத் துறந்தோம்.

மறுநாள் காலையில் மேகங்கள் திரண்டன. மழைகொட்டத் தொடங்கியது. பொழியத் தொடங்கும்போது, எப்போதும்போல் உண்மை மகிழ்ச்சி பொங்கத் தொடங்கியது. நாங்கள் ஆடைகளை உருவி எறிந்துவிட்டு மழைநீருக்குள் ஓடினோம். மற்றவர்கள் மீது ஆளாளுக்கு தண்ணீரை விசிறியடித்து விளையாடினோம். பல மாதங்களுக்குப் பின் முதல்முறையாக எங்களைக் கழுவிக்கொண்டோம். மக்கள் மரபார்ந்த நடனத்தை ஆடிக் கொண்டாடினார்கள். பெண்கள் கைகளைத் தட்டி, பண்ணிசைக் குரல் எழுப்பினார்கள். அவர்களின் கிளர்ச்சிமிக்க மெல்லிய இனியகுரல் பாலைவனம் எங்கும் இரவுமுழுவதும் அலைந்துதிரிந்தது. ஆண்களின் துள்ளல்மிக்க உச்சக்குரல் காற்றில் மிதந்தலைந்தது. எல்லோரும் உணவைப் பங்கிட்டுக்கொண்டார்கள். வாழ்க்கையின் பரிசை பெருமிதத்துடன் ஏற்று, அரசர்களைப்போல நாங்கள் உணவு உண்டோம்.

மழைக்குப் பின்பான நாட்களில், சாவன்னா புற்களில் தங்கநிறப் பூக்கள் மலர்ந்தன. புல்வெளிகள் பசுமை பூசிக்கொண்டன. விலங்குகள் நிறைய உண்ணவும் குடிக்கவும் போதுமான அளவில் எல்லாமே கிடைத்தது. நாங்கள் ஓய்வெடுக்கும் வாய்ப்பும் இருந்தது. வாழ்க்கையை அனுபவித்தோம். மழையால் உருவான புதிய ஏரிகளுக்கு நாங்கள் போக முடிந்தது. அங்கே குளித்தோம். நீந்தி மகிழ்ந்தோம். தூய காற்றுவெளியில், பறவைகள் பாடிப் பறந்தன. நாடோடிப் பழங்குடிகளின் பாலைவனம், சொர்க்கமாக மாறியிருந்தது.

4

எனது மூத்த சகோதரி அமானுக்கு, விருத்தசேதனம் செய்யும்நேரம் வந்துவிட்டது. எல்லா இளைய குழந்தைகளைப்போலவும் எனக்கு அவள்மீது பொறாமை, பொச்சாப்பும் இருந்தது. அவள்மட்டும் வளர்ந்த ஒரு உலகத்துக்குள் போகப்போகிறாள். எனக்கு அந்த உலகம் இன்னும் அடைபட்டுக் கிடக்கின்றது. அமான் பதின்பருவப் பெண்ணாக இருந்தாள். விருத்தசேதனம் செய்யும் பொதுநிலை வயதையும் தாண்டியிருந்தாள். இதுவரையில் அதற்கான நேரம் வந்திருக்கவில்லை. ஆப்பிரிக்காவில் முடிவற்ற பயணத்தை மேற்கொண்டிருக்கும் எங்கள் குடும்பம், தொன்மையான சடங்குகளை நடத்திவைக்கும் ஒரு நாடோடிப் பெண்ணை எப்படியோ தவறவிட்டுவிட்டது. முடிவில் எங்கோ, என் தந்தை அவளைக் கண்டுபிடித்து, எனது மூத்த சகோதரிகள் அமானுக்கும் ஹலீமோவுக்கும் விருத்தசேதனம் செய்ய அழைத்துக்கொண்டு வந்துவிட்டார். அந்தப்பெண் எங்கள் முகாமுக்கு வந்துசேர்ந்தபோது, அமான் தண்ணீர் தேடுவதற்கானப் பயணத்தில் இருந்தாள். அதனால் அந்த நாடோடிப் பெண் ஹலீமோவுக்கு மட்டும் விருத்தசேதனத்தை செய்தாள். அமான் திருமணத்துக்கான வயதைத் தொட்டிருந்தாலும் அவளுக்கு முறையாக 'உறுதி'ப்படாததால், திருமணம் நடத்த இயலவில்லை என, என் தந்தை மிகவும் துயருற்றிருந்தார். சோமாலியாவில், பலவிஷயங்களில் அனுபவ மெய்மைகளே, செயல்பாடுகளாக நீடித்துவந்தன. அவற்றுள் கொடிய, நாகரிகமற்ற, துன்பந்தருகின்ற சில, சிறுமிகளின் கால்களுக்கிடையில், உடம்பில் பிறக்கும்போதே இருந்த உறுப்புகளிலிருந்து விலக்கப்படாததாகத் தொடர்ந்து

கொண்டிருக்கின்றன. - பெண்குறியின் உணர்வுத் திசுக்கள் அடர்ந்த பகுதி, குறியின் இதழ்போன்ற உள் சிறுபகுதி, இதழின் வெளிப்புற பெரும்பகுதி ஆகியவை வெட்டி நீக்கப்படும் தேவையில் இருக்கின்றன. பின்பு அந்த காயங்கள் மூடி தைக்கப்படும். வெளியில் பெண்ணுறுப்பு இருக்குமிடத்தில் வெறும் வடு மட்டுமே தெரியும். வெட்டி அகற்றப்படும் இந்த சடங்குகளின் விவரங்கள் உண்மையில் புதிரானவை - இதுகுறித்த எந்த விளக்கமும் சிறுமிகளுக்குத் தரப்படுவதில்லை. நேரம் வரும்போது, உனக்கு ஒரு விசேஷம் நடக்கும் என்பது மட்டும் தெரிவிக்கப்படும்.

முடிவாக, சோமாலியச் சிறுமிகள் எல்லோருமே, சிறுமியிலிருந்து பெண்ணாக உருமாற்றம்கொள்ளும் அந்த நிகழ்ச்சியை எதிர்பார்த்து, ஆவலாகக் காத்துக்கொண்டிருப்பார்கள். ஆதியில், ஒரு சிறுமி பருவமடையும்போது, அச்சிறுமி கருத்தரிக்கத் தயாராகிவிட்டதையும் தனது சொந்தக் குழந்தைகளைப் பெற்றுக்கொள்ள அவள் உடம்பு ஏற்புடையதாகிவிட்டதையும் உணர்த்தும் அர்த்தத்தில் அந்த சடங்குகள் செய்யப்பட்டன. காலப்போக்கில், பெண்களுக்கான விருத்தசேதனம் இளைய பெண்களுக்கும் இளஞ்சிறுமிகளுக்கும் செய்யப்பட்டது. சிறுமிகளில் ஒரு பகுதியினர் தாங்களாகவே அழுத்தம் கொடுத்து அதைச் செய்ய வைக்கின்றனர். ஒரு குறிப்பிட்டக் காலத்துக்குப் பின்னர் அவர்கள் தங்கள் 'சிறப்பு நேரத்துக்காக' மேற்குலகில் ஒரு குழந்தை தனது பிறந்தநாளை எதிர்பார்த்துக் கொண்டிருப்பதுபோல, அல்லது கிறிஸ்துமஸ் நிகழ்வின்போது சாந்தகிளாஸின் வருகைக்குக் காத்திருப்பதுபோல, காத்திருக்க ஆரம்பித்துவிட்டார்கள்.

விருத்தசேதனம் செய்யும் நாடோடிப் பெண், அமானுக்கு விருத்தசேதனம் செய்ய வந்திருப்பதை அறிந்ததும், நானும் அதை செய்துகொள்ள விரும்பினேன். அமான், எனது அழகான மூத்த சகோதரி. என் பேரன்புக்கும் வழிபாட்டுக்கும் உரியவள். அவள் எதை விரும்புகின்றாளோ அல்லது வைத்திருக்கின்றாளோ, அது எனக்கும் விருப்பமானது. அந்த நிகழ்வுக்கு முதல்நாள், அம்மாவிடம் கெஞ்சினேன். அவர் கைகளைப் பிடித்துத் தொங்கினேன், "அம்மா, அமானுக்கு செய்யறப்ப, எனக்கும்

சேத்துசெஞ்சுருமா. வாம்மா, அம்மா, நாளைக்கி எங்க ரெண்டுபேத்துக்கும் செஞ்சுரும்மா!"

அம்மா என்னைத் தள்ளிவிட்டார். "சின்னப்புள்ள, தொல்லை பண்ணாம ஓடிப்போயிரு." அதேவேளையில், அமான் அதில் ஆர்வமில்லாதவளாக இருந்தாள். நான் விடாமல் அம்மாவிடம் முணுமுணுத்துக்கொண்டே இருந்தேன். "ஹலீமோ மாதிரி நான் சுருண்டுற மாட்டேம்மா. பலமா இருப்பேன்." ஆனால் அந்தநேரத்தில் நான் மிகவும் சின்னவளாக இருந்தேன். விருத்தசேதனம் என்றால் என்ன என்பதை நான் அறிந்திருக்கவில்லை. அமானிடம், அப்படியென்றால் என்ன என்று விளக்கம் கேட்டபோது, அவள் எளிதாக வேறுபொருளுக்கு மாறிவிட்டாள்.

அடுத்தநாளின் அதிகாலையில், என் அம்மாவும் அவரது தோழியும் அமானை அழைத்துக்கொண்டு விருத்தசேதனம் செய்யும் பெண்ணைச் சந்திக்கப் போனார்கள். வழக்கம்போல, நான் அவர்களுடன் சேர்ந்துபோக முடிவுசெய்திருந்தேன். ஆனால் அம்மா, வீட்டில் இருந்து மற்ற பிள்ளைகளைப் பார்த்துக்கொள்ளச் சொல்லிவிட்டார். ஆனால் நான், அம்மா முன்பொருமுறை தனது தோழிகளைச் சந்திக்கச் சென்றபோது கடைபிடித்த அதே நுட்பத்தைப் பயன்படுத்தி, மரங்களுக்குப் பின்னாலும் குத்துச்செடிகளின் மறைவிலும் பாதுகாப்பாக, போதுமான இடைவெளிவிட்டு, அந்தப் பெண்களுக்குப் பின்னால் தொடர்ந்தேன்.

அந்த நாடோடிப் பெண் வந்திருந்தாள். எங்கள் சமூகத்தில், அவள் மிக முக்கியமானவளாகக் கருதப்பட்டாள். அவளுக்கு விருத்தசேதனம் செய்யும் வேலையில் சிறப்பு அனுபவம் இருந்ததற்காக மட்டுமல்ல, அவள் இச்செய்கையை செய்வதற்காக பண பேரம்செய்து, நிறைய சம்பாதிக்கவும் செய்திருந்தாள். இந்த செயல்பாட்டு முறைக்கானக் கூலி, வீட்டுச்செலவுகளில் பெரும்பகுதியை அடித்துக் கொண்டுபோய்விடும். ஆனாலும்கூட அது, அத்தியாவசியமான முதலீடு என்று கருதப்பட்டது. அதைச் செய்யாமல், கல்யாண சந்தையில் மகள்களை தள்ளிவிட முடியாது என்பது முக்கியமானதாக

இருந்தது. பிறப்புக்குரிய உறுப்பு சேதனப்படாதிருந்தால், அவர்கள் திருமணத்துக்குப் பொருத்தமில்லாதவர்கள் எனக் கருதப்பட்டது. சுத்தப்படுத்தப்படாத பெண்ணை இழி மகளாக, ஒழுங்கற்றவளாக, அழுக்குப் பிடித்தவளாகக் கருதி, எந்த ஆணும் அவளை மனைவியாக ஏற்றுக்கொள்வதில்லை. அதனாலேயே அந்த நாடோடிப் பெண், மற்றவர்கள் குறிப்பிடுவதுபோல, எங்கள் சமூகத்தின் ஒரு முக்கிய நபராக ஆகியிருந்தாள். ஆனால் அவளை நான் கொலைகாரப் பெண் என்றே அழைப்பேன். ஏனென்றால், அவள் கையில் சிக்கி, அத்தனை சிறுமிகளும் இறந்துபோகின்றனர்.

மரத்துக்குப் பின்னாலிருந்து கூர்ந்துநோக்கும்போது, என் சகோதரி தரையில் அமர்ந்திருப்பதைக் கண்டேன். என் அம்மாவும் அவரது தோழிகளும் அமானின் தோள்களைப் பிடித்து அழுத்தி, அவளை படுக்கவைத்தார்கள். அந்த நாடோடிப் பெண் என் சகோதரியின் கால்களுக்கிடையில் அமர்ந்து, ஏதோ செய்யத் தொடங்கினாள். அமானின் முகத்தில் வலி பிரதிபலிப்பதை என்னால் காணமுடிந்தது. என் சகோதரி சற்றே பெரிய பெண். சக்திமிக்கவளும்கூட. திடீரென்று வீறிட்டுக் கத்தினாள். அவள் தனது பாதங்களை மேலே உயர்த்தினாள். நாடோடிப் பெண்ணின் நெஞ்சுக்கு நேரே உந்தி இடித்தாள். பின்பக்கத்தில் ஓங்கி உதைத்தாள். பின்னர், அவளைப் பிடித்து தரையில் அழுத்திக் கொண்டிருந்த பெண்களின் பிடியிலிருந்து விலகினாள். தரையில் பாதங்களை ஊன்றி துள்ளி எழுந்தாள். நான் என்ன சொல்வேன்... அவளது கால்களுக்கு இடையிலிருந்து ரத்தம்கொட்டுவதைப் பார்த்தேன். மணல்முழுவதும் ரத்தம். அவர்களைப் பின்னுக்குத் தள்ளி எடுத்தாள், ஓர் ஓட்டம். அந்தப்பெண்கள் அத்தனைபேரும் அவளைப் பின்னுக்குத் தொடர்ந்து துரத்திக்கொண்டு ஓடினார்கள். ஆனால் அவள் நெடுந்தொலைவு ஓடியிருந்தாள். ஒருநிலையில் ஓட முடியாமல் நிலைகுலைந்து அவள் தரையில் வீழ்ந்துவிட்டாள். துரத்திக்கொண்டு ஓடிய பெண்கள், கீழேவிழுந்திருந்த அவளை அந்த இடத்திலேயே அழுத்திப் பிடித்து, தங்கள் வேலையைத் தொடர்ந்தார்கள். நான் நோயுற்றுப் போனேன். மேற்கொண்டு எதையும் பார்க்கும் மனநிலையும் எனக்கில்லை. வீட்டுக்கு ஓட்டமாய்த் திரும்பினேன்.

எனக்குத் தெரியாத ஏதோ ஒன்றை நான் விரும்பியிருக்கின்றேன் என்று இப்போது அறிந்துகொண்டேன். என்ன நடந்ததென்று என்னால் புரிந்துகொள்ள முடியவில்லை. ஆனால் அதுகுறித்த பயங்கர எண்ணமொன்று எனக்குள் பதிந்துபோனது. அம்மாவிடம் அதுகுறித்துக் கேட்டுத் தெரிந்துகொள்ள முடியவில்லை. அமான் குணம் பெறும்வரையில் மற்ற குழந்தைகளிடமிருந்து அவளை விலக்கி, தனியே வைத்திருந்தார்கள். இரண்டு நாட்களுக்குப் பின்னால், அவளுக்கு தண்ணீர் கொண்டுபோனேன். அவளுக்குப் பக்கத்தில் மண்டியிட்டு அமர்ந்து, சத்தமில்லாமல் கேட்டேன், "என்ன மாதிரி இருந்துச்சு?"

"அம்மாடி, அது பயங்கரம்..." மிரட்சியுடன் சொன்னாள். எனக்கும் அதுபோல செய்வார்கள் என்பதை அறிந்திருந்தேன். அவள் உண்மையைத்தான் சொல்கிறாள் என்பதையும் அனுமானித்தேன். அச்சம்பவம் நடந்தேறிவிடுமோ என்று அச்சப்படத் தொடங்கினேன். "எப்படியோ, நீ அதுலருந்து ரொம்ப தூரத்துலயெல்லாம் இல்ல. ரொம்ப சீக்கிரமாவே அவங்க, உனக்கும் இதை செய்வாங்க." அவ்வளவுதான் அவள் பேசியது.

அதன்பிறகு, சிறுமியிலிருந்து பெண்ணாக உருமாற்றம் கொள்வதற்குக் கடக்க வேண்டிய சடங்குகளை எண்ணி, எனக்குள் பேரச்சம் அமர்ந்துகொண்டது. சகோதரியின் முகத்தில் அப்பியிருந்த மரணவேதனையைக் கண்ணுற்றதால் உருவாகியிருந்த அச்சத்தை, எனது எண்ணங்களிலிருந்து எடுத்து வீசிவிடும் முயற்சிகளை செய்துகொண்டே இருப்பேன். பெண்ணாக மாறுவதற்கும், என் மூத்த சகோதரிகளுடன் சேர்ந்து கொள்வதற்கும் எண்ணிய என் மூடத்தனத்தை நினைத்து, என்னை நானே சமாதானப்படுத்திக் கொண்டேன்.

என் தந்தையும் நண்பரும் அவரது குடும்பமும் எங்களுடனே எப்போதும் பயணம் செய்யும். அவர் ஒரு முணுமுணுப்பு ஆசாமி. எதையாவது, 'நொணநொண'த்துக் கொண்டேயிருப்பார். என் இளைய சகோதரி அல்லது நான் அவரை எந்நேரமும் தொந்தரவு செய்துகொண்டே இருப்போம். அவர் பறவைகளைச் சுட்டு விரட்டியடிப்பதுபோல எங்களைத்

துரத்தியடிப்பார். மட்டுமல்லாது, "என்கிட்டயிருந்து விலகிப்போங்க, சுத்தபத்தமில்லாத சின்னஞ்சிறுசுகளா. இன்னும் நீங்க விருத்தசேதனம் செஞ்சுக்கல!" என்று ஏகடியம் பேசுவார். விருத்தசேதனம் நாங்கள் செய்யாதிருப்பதைக் குத்திக்காட்டிப் பேசுவது, கோலில் குத்திய இறைச்சியைத் தீயில் வாட்டுவதுபோல இருக்கும். எங்களை அவர் வெற்றுடம்பைப் பார்ப்பதுபோல பார்ப்பார். இந்தப்பழி தூற்றுதலும் நிந்தையும் எனக்குள் கிளர்ச்சியை உண்டாக்கியது. அவரது முட்டாள் வாயை மூடவைக்க ஏதாவது செய்யவேண்டுமென்று சபதம் பூண்டேன்.

அந்த மனிதருக்கு பதின்ம வயதில் ஒருமகன் இருந்தான். பெயர் ஜமாஹ். அவன் என்னைப் பெரிதாகக் கண்டுகொள்ளாதபோதும், நான் அந்தப்பையன் மீது அன்பைப் பிழிந்தேன். ஆனால் என்னைக் கண்டுகொள்ளாத ஜமாஹ், அமான் மீது விருப்பம் காட்டினான். காலம் போகப்போக, அமான் மீது அவன் விருப்பம் கொண்டிருப்பதற்கான காரணம் அறிந்துகொண்டேன். அவளுக்கு விருத்தசேதனம் செய்யப்பட்டு, அவள் என்னைவிட மேம்பட்டுவிட்டிருப்பதால், அவளை விரும்புகிறான் என்பதாக, உள்நோக்கம் கற்பித்துக் கொண்டேன். அநேகமாக ஜமாஹ்வும், அவனது அப்பாவைப்போலவே, அழுக்குப் படிந்த, விருத்தசேதனம் செய்துகொள்ளாத சிறுமிகளுடன் சேர்ந்துபழக விரும்பவில்லை. எனக்கு ஐந்து வயதாக இருக்கும்போது அம்மாவைத் தொடர்ந்து தொல்லை படுத்திவந்தேன்.

"அம்மா, எனக்காக அந்தப் பொம்பளைய தேடிப்பிடி. வா. எப்போ எனக்கு அதை செய்யப் போற?"

புதிர்களடங்கிய அந்தக் காரியத்தை செய்து முடித்துவிட்டால் - எல்லாம் முடிவுக்கு வந்துவிடும் என்று கருதியிருந்தேன். எனக்கு அதிர்ஷ்டம் இருக்கவே செய்தது. அடுத்து ஒரு ஐந்து நாட்கள்தான் போயிருக்கும், அந்த நாடோடிப் பெண் மறுபடியும் தென்பட்டாள்.

ஒரு மாலைப்பொழுதில் அம்மா என்னிடம் சொன்னார், "அதாவது, உங்க அப்பா அந்த நாடோடிப் பொம்பளையக் கூட்டிட்டு வரத்தான் போயிருக்காரு. அவளுக்காகத் தான் காத்துட்டுருக்கோம். இப்ப எப்படியும் ரெண்டொரு நாள்ல அவ வந்துருவா."

என் விருத்தசேதனத்துக்கு முந்திய இரவு, அம்மா அதிகமாகப் பாலையோ அல்லது தண்ணீரையோ குடிக்க வேண்டாம் என்று சொல்லிவிட்டுப் போனார். அதனால் நான் அதிகமாக சிறுநீர் கழிக்கவும் இல்லை. அம்மா சொல்லிவிட்டுப்போனதன் அர்த்தம் என்னவென்று தெரியவில்லை. ஆயினும் அவரிடம் கேள்வி கேட்கவில்லை. வெறுமனே தலையை மட்டும் ஆட்டிவைத்தேன். எனக்கு ஒருவிதப் படபடப்பாக இருந்தது. ஆனாலும் அதைக் கட்டுப்படுத்திக்கொண்டேன். அந்த மாலையில் குடும்பத்திலுள்ளவர்கள் என்னைச்சுற்றி மட்டுமீறிய அமளியில் ஈடுபட்டனர். இரவு உணவின் போது, கூடுதலாகக் கவனிக்கப்பட்டேன். அது மரபார்ந்த ஒன்றுதான். பல ஆண்டுகளாக எனது மூத்த சகோதரிகளுக்கு நடந்ததைப் பார்த்து நான் பொறாமைப்பட்டிருக்கின்றேன். படுக்கைக்குச் செல்லவிருக்கும்போது, அம்மா சொன்னார், "நேரம்வந்ததும் நான் வந்து உன்னை எழுப்புவேன்." அந்தப்பெண் எப்போது வருவாளென்று அம்மாவுக்கு எப்படித் தெரியும். நான் அறிந்திருக்கவில்லை. ஆனால் அம்மாவுக்கு எல்லாமே தெரிந்திருந்தது. அவர் தன் உள்ளுணர்வாலேயே ஒன்று வரவிருப்பதையோ அல்லது சில சம்பவங்கள் நேரவிருப்பதையோ, அதற்கான நேரத்தை கணித்துவிடுவார்.

திடீரென்று அம்மா எனக்கு முன்னால் தோன்றும் வரையில் கிளர்த்தெழச் செய்த உணர்ச்சியூக்கத்துடன், இரவு முழுவதும் விழித்தபடியே கிடந்தேன். விடிவதற்குமுன்பான வானம், உணரமுடியாத அளவில் லேசாக வெளுத்திருந்தாலும் இன்னும் இருட்டித்தான் கிடந்தது. அமைதியாக இருக்கச்சொல்லி சைகை காட்டிய அம்மா, என் கையைப் பற்றிக்கொண்டார். நான் எனது சிறிய போர்வையை சுருட்டியெடுத்துக் கொண்டேன். அம்மாவுக்கு அரைத்தூக்கக் கலக்கம் இருந்தது. அதிகாலையில் அவர்கள் ஏன் சிறுமிகளை அழைத்துச் செல்கிறார்கள் என்பதற்கான காரணத்தை அறிந்துகொண்டேன். மற்ற யாரும் விழித்துக்கொள்வதற்கு முன்னமே, உறுப்புகளை வெட்டியெடுத்துவிட நினைக்கிறார்கள். அதிகாலைவேளையில் கதறல் ஒலியை யாரும் கேட்கப்போவதில்லை. ஆனாலும்கூட அந்தநேரத்தில் நான் குழம்பிப்போயிருந்தேன். அவர்கள் என்ன சொல்கிறார்களோ அதன்படி நடந்துகொண்டேன். குடிசையிலிருந்துப் புறப்பட்டு குறுங்காட்டுக்குள் நுழைந்தோம்.

"நாம இங்கே காத்திருப்போம்" என்று சொன்னார், அம்மா. குளிர்ந்த தரைப்பரப்பில் அமர்ந்தோம். அன்றையபொழுது மெதுவாக விடிந்துகொண்டிருந்தது. வானத்துமேகங்களின் வடிவங்களை ஆய்ந்துகொண்டிருக்கும்போது, நாடோடிப் பெண்ணின் சாண்டல்கள் எழுப்பிய சத்தம், கிளிக்கிளிக்கெனக் கேட்டது. அம்மா அந்தப் பெண்ணின் பெயரைச்சொல்லி அழைத்தார். பின்பு, "நீதானா?" என்று விளித்தார்.

"ஆமா, நான்தான்" குரல் மட்டும் வந்தது. ஆனாலும் என் கண்களில் யாரும் தட்டுப்படவில்லை. நான் அவளைக் காணாதிருக்கும்போதே, எனக்கு வலது பக்கத்தில் அவளிருந்தாள். "அதுமேலே உக்காரு." அவள் தட்டையான பாறையை நோக்கிச் சென்றாள். அங்கே எந்தவொரு உரையாடலும் இல்லை. ஒரு வணக்கம் இல்லை. "எப்படி இருக்கிறாய்?" இல்லை. "இப்போது நடக்கப்போகும் இது, வலி நிறைந்ததாக இருக்கும். அதனால் நீ துணிச்சலான சிறுமியாக இருக்கவேண்டும்" எதுவுமில்லை. அந்தக் கொலைகாரப் பெண், கண்டிப்பான ஒரு வியாபாரியாக இருந்தாள்.

முதிர்ந்த மரமொன்றின் வேர்த்துண்டை அம்மா ஒடித்துக்கொண்டு வந்தார். பின்னர், பாறைமீது என்னைத் தோதாக உட்கார வைத்தார். எனக்குப் பின்னால் அமர்ந்து கொண்ட அவர், என் தலையை அவர் மார்புக்கு நேரே பின்னுக்கு இழுத்து, தனது கால்களை விரித்து என் உடம்பின் மீது இருத்தி, ஒரு கவட்டைபோல பிடித்துக்கொண்டார். நான் கைகளை அவர் தொடையைச்சுற்றி வளையமாகப் போட்டுக்கொண்டேன். ஒடித்துவந்த வேர்த்துண்டை என் பற்களுக்கிடையில் வைத்தார். "இத நல்லா கடிச்சுக்கோ."

நான் பயத்தில் உறைந்து போயிருந்தேன். திடீரென்று அமானின் வேதனை படர்ந்த முகம் வெள்ளம்போல என்முன்னே ஓடிவந்து நின்றது. "இது ஏதாவது கேடு செஞ்சுறப் போகுது!" வாயிலிருந்த வேர்த்துண்டுடன் முணுமுணுத்தேன்.

அம்மா குனிந்து என்னிடம் குசுகுசுத்தார், "பாரு, உன்னைய என்னால பிடிக்கமுடியாது. நான் இங்கே சும்மாருக்கேன். அதனால நீ, நல்லபுள்ளயா நடந்துக்க, செல்லம். அம்மாவுக்காக நீ துணிச்சலா இருக்கணும். எல்லாம் சீக்கிரம் முடிஞ்சுரும்." நான்

என் கால்களுக்கிடையில் உற்று நோக்கினேன். அந்த நாடோடிப் பெண் தயாராகிக் கொண்டிருந்தாள். அவளைப் பார்ப்பதற்கு மற்றொரு சோமாலியப் பெண்போலவே தெரிந்தாள். - தலையில் வண்ணமயமானக் கழுத்துத்துணியைப் போர்த்தியிருந்தாள். பளீர் பருத்தி ஆடைகளை அணிந்திருந்தாள் - முகத்தில் சிரிப்பு மட்டும் இல்லை. அவள் என்னை ஆழமாக ஊடுருவிப் பார்த்தாள். கண்களில் மரணபயம் இருந்தது. பின்பு, பழைய சமுக்காளத் துணியால் ஆன தனது பைக்குள் எதையோ தேடினாள். என் கண்கள் அவள் மேல் நிலைக்குத்தியிருந்தன. ஏனென்றால், அவள் என்னிடமிருந்து எதை வெட்டியெடுக்கப் போகின்றாள் என்பதைத் தெரிந்துகொள்ள வேண்டுமென்று இருந்தேன். நான் பெரியதொரு கத்தியை எதிர்பார்த்திருந்தேன். மாறாக, அவள் தனது பையிலிருந்து மெல்லியப் பருத்தி துணியை உருவியெடுத்தாள். மீண்டும் தனது நீண்ட விரல்களால் துழாவி, உடைந்த துண்டு பிளேடை கண்டெடுத்தாள். அதனை இரண்டு பக்கமும் திருப்பித்திருப்பிப் பார்த்து ஆய்ந்தாள். சூரியன் இப்போது எட்டிப்பார்த்திருந்தான். வண்ணங்களைப் பார்ப்பதற்கு போதுமான வெளிச்சம் இருந்தது. ஆனால் விளக்கமாக எதுவும் தெரியவில்லை. ஆயினும் நான் உலர்ந்த ரத்தத்துளி பிளேடின் ஒழுங்கில்லாத முனையில் ஒட்டியிருந்ததைக் கண்டேன். அவள் அதன்மீது எச்சில் துப்பி, தனது ஆடையில் துடைத்தாள். அவள் அதை அழுத்தித் துடைத்தபோது, எனது உலகம் இருண்டுவிட்டது, அம்மா பட்டையான துணியால் என் கண்களைக் கட்டியிருந்தார்.

அடுத்து என் தசை, பிறப்புக்குரிய உறுப்பு வெட்டி எடுக்கப்படுவதை உணர்ந்தேன். மொன்னையான பிளேடு முன்னும் பின்னும் என் தசையினூடே சென்றுவரும் சத்தம் கேட்டபடியிருந்தது. பின்னோக்கிப் பார்க்கும்போது, பழைய விஷயங்களை நினைத்துப் பேசும் வாய்ப்பு எனக்குக் கிடைக்கும் என்று நான் நம்பவில்லை. இதனை நேர்மையாகச் சொல்கிறேன். நான் என்ன மாதிரியாக உணர்ந்தேன் என்பதை இந்த உலகத்துக்குச் சொல்ல வேண்டியிருக்கின்றது. வேறு வழியில்லை. இது, யாரோ உங்கள் தொடையிலிருந்து தசையை துண்டாக அறுத்தெடுப்பதுபோல அல்லது உங்கள் கையை வெட்டியெடுப்பது போலானது. தவிர, இது உங்கள் உடம்பின் மிக முக்கிய உணர்ச்சிப் பூர்வமானப் பகுதி.

எப்படியோ, நான் அந்த இடத்திலிருந்து ஓர் அங்குலம் கூட அசையவில்லை. ஏனென்றால் அமானுக்கு நேர்ந்ததை நான் நினைவில் வைத்திருக்கின்றேன். தப்பிச்செல்வதற்கு வழியில்லை என்பதை நன்கறிவேன். மேலும் அம்மா என்னை பெருமையாக நினைக்க வேண்டும் என்று விரும்பினேன். ஒரு கல்லால் செய்யப்பட்டவள்போல நான், அங்கே வெறுமனே உட்கார்ந்திருந்தேன். நகர்ந்தால் துயரம் மேலும் அதிகரிக்கும் என்பதை, எனக்கு நானே சொல்லிக்கொண்டேன். எதிர்பாராத நிலையில் என் கால்கள் நடுங்கத் தொடங்கின. நடுக்கத்தைக் கட்டுப்படுத்த முடியவில்லை. நான் பிரார்த்தித்தேன், கருணைகாட்டு, கடவுளே, வேகமாக இதனை முடித்துவை.

எனது இறைஞ்சுதல் ஏற்கப்பட்டது போல நினைத்துக் கொண்டேன்.

நான் எழுந்துநின்றபோது, எல்லாம் முடிந்துவிட்டதாக எண்ணியிருந்தேன். ஆனால் கொடூரம் அப்போதுதான் தொடங்கியிருந்தது. கண்ணைக் கட்டியிருந்த துணி அவிழ்க்கப்பட்டது. கொலைகாரப் பெண் வேலமரத்திலிருந்து ஒடித்த முள்குவியலை தனக்குப் பக்கத்தில் வைத்திருந்ததைப் பார்த்தேன். எனது தோலில் துவாரங்கள் போடுவதற்காக அவற்றை பயன்படுத்தினாள். பின்பு, வலுவான வெள்ளைநூலை துவாரங்களின் வழியேசெலுத்தி, என் உறுப்பைத் தைத்தாள். என் கால்கள் முற்றிலுமாக மரத்துப்போய்விட்டன. ஆனால் வலியோ தீவிரமாக ஆகியிருந்தது. நான் செத்துவிட வேண்டுமென்று விரும்பினேன். தரைக்குமேலே மிதப்பதாக உணர்ந்தேன். எனது வலி விலகியிருந்தது. அந்தரநிலையில் சிலஅடிகள் மேலிருந்ததால், பார்வையை கீழே தாழ்த்தினேன். அந்தப்பெண் என் உடம்பையும் அதனைக் கைகளில் சுமந்திருக்கும் எனது அம்மாவையும் ஒருசேர கவனித்தாள். அந்தநொடியில் நான் முழுவதும் அமைதியாக உணர்ந்தேன். நான் நீண்டநேரம் வருத்தமோ பயமோ கொள்ளவில்லை.

அந்தநொடியுடன் எனது நினைவு தப்பிப்போய்விட்டது. நான் கண்திறந்தபோது அந்தப்பெண் போயிருந்தாள். அவர்கள் என்னை நகர்த்தியிருந்தார்கள். நான் பாறைக்குப் பக்கத்தில் கிடந்தேன். என் கால்கள் இரண்டும் ஒருசேர துணியால் கணுக்காலிலிருந்து

பாலைவனப் பூ | 79

இடுப்புவரை இறுக்கிக் கட்டப்பட்டிருந்தன. அதனால் என்னால் அசைய முடியவில்லை. சுற்றும்முற்றும் நான் அம்மாவைத் தேடிப்பார்த்தேன். அவரும்கூட போய்விட்டார்போல. அதனால் அங்கே நான் தனித்துக்கிடந்தேன். அடுத்து என்ன நடந்திருக்கும் என்று ஆச்சரியமாகப் பார்த்தேன். தலையை பாறைபக்கமாகத் திருப்பினேன். அந்த இடத்தில் ஒருவிலங்கை வெட்டியதுபோல ரத்தம் மெழுகிக்கிடந்தது. எனது தசை, எனது உறுப்புத் துண்டு அதன்மேலே கடும்வெயிலில் தடங்கலேதுமின்றி உலர்ந்து கொண்டிருந்தன.

அங்கே கிடந்தபடி, தலைக்குமேமேலே நேரடியாக சூரியன் ஏறுவதை கவனித்துக் கொண்டிருந்தேன். என்னைச்சுற்றி எங்கும் நிழலில்லை. அம்மாவும் அமானும் திரும்பி வரும்வரையில் வெப்ப அலைகள் என் முகத்தில் தாக்கின. எனக்கான மரத்தை அவர்கள் தயார்படுத்தும்வரை, என்னை புதரின் நிழலுக்குள் இழுத்துப் போட்டனர். இதுவொரு மரபார்ந்தசெயல். வலி அகன்று, உடல்நலமாகும்வரை அடுத்து சிலவாரங்கள் ஓய்வெடுப்பதற்காக, மரத்தடியில் ஒருசிறப்புக் குடிசை தயாராக்குவார்கள். வேலைமுடிந்ததும் அம்மாவும் அமானும் என்னை குடிசையினுள்ளே எடுத்துச்சென்றனர்.

சிறுநீர் கழித்துமுடிக்கும்வரை மரணவேதனையை அனுபவித்தேன். அம்மா ஏன் பாலையோ தண்ணீரையோ அதிகமாகக் குடிக்கவேண்டாம் என்று அறிவுரை கூறியதைப் புரிந்துகொண்டேன். பல மணிநேரம்வரை காத்திருந்தேன். செத்துவிடுவேனோ என்ற பயம் வந்துவிட்டது. ஆனால் எனது கால்கள் ஒருசேரக் கட்டியிருந்ததால், என்னால் நகர முடியவில்லை. நடக்கக்கூடாது என்று அம்மா எச்சரித்திருந்தார். அதனால் கட்டுகளை அவிழ்த்துக்கொள்ளவில்லை. காயத்திலிருந்து நூல்பிரிந்துவிட்டால், மறுபடியும் தைக்கவேண்டிவரும் என்றும் சொல்லியிருந்தார். என்னை நம்புங்கள். இதுவே, கடைசியாக இருக்கவேண்டும் என்று நான் விரும்பினேன்.

“நான் சிறுநீர் கழிக்க வேண்டும்,” சகோதரியிடம் சொன்னேன். அவளது முகம் இது நல்ல செய்தியில்லை என்று சொன்னது.

என்னருகில் வந்த அவள், என்னை ஒரு பக்கமாக உருட்டினாள். மணலைக் குழித்து அள்ளி அங்கே ஒரு குழியாக்கினாள்.

“போ.”

முதல்துளி வெளியேறியது. எனது தோலை அமிலம் தின்பதுபோல உணர்ந்தேன். அந்த நாடோடிப் பெண் என்னைத் தைத்து முடித்தபின், சிறுநீர் பிரிவதற்கும் மாதவிடாய்க் காலத்தில் அசுத்த ரத்தம் வெளியேறுவதற்குமாக ஒரு சிறு துளையை மட்டும் தீக்குச்சியின் தலையளவுக்கு விட்டுவைத்திருந்தாள். நான் திருமணம் செய்து கொள்ளும்வரை, உடலுறவுகொள்ள முடியாதபடிக்கான வியூகம் நுட்பமாக உறுதிப்படுத்தப்பட்டிருந்தது. எனது கணவன் கற்புள்ள ஒரு பெண்ணைப் பெறுவதற்கான உத்தரவாதமும் உறுதிப்படுத்தப்பட்டிருந்தது. துளித்துளியாய்க் கொடூரமானக் காயத்தில் திரண்ட சிறுநீர், மெதுமெதுவாக சொட்டுசொட்டாய் என் கால்களிடையே வழிந்து மணலில் படிந்தது. ஒரு நேரத்தில் ஒரு துளிதான் வடிந்தது. அழுகை பொங்கியது. தேம்பி அழுதேன். அந்தக் கொலைகாரப் பெண் என்னைத் துண்டு துண்டாய்க் கூறுபோட்டிருந்தாலும் நான் அழுதிருக்கமாட்டேன். ஆனால் இப்போது, மிக மோசமாக எரிந்தது. என்னால் எதுவும் செய்ய முடியவில்லை.

மாலை இருளத் தொடங்கியதும், அம்மாவும் அமானும் குடும்பத்துடன் சேர்ந்திருக்க வீடு திரும்பிவிட்டார்கள். குடிசையில் நான்மட்டும் தனியாகக் கிடந்தேன். ஆனால் இப்போது இருட்டு குறித்தோ அல்லது சிங்கம் அல்லது பாம்பு குறித்த பயம் உதவக்கூட ஆளில்லாத நிலையிலிருந்தும், எனக்கிருக்கவில்லை. இத்தனைக்கும் என்னால் ஓடக்கூட முடியாது. எனது உடலை உருட்டிப்போட்டு, அந்தப்பெண் எனது பிறப்புறுப்பை அறுத்துத் தைத்ததைப் பார்த்த நிமிடத்திலிருந்து, எதுவும் எனக்கு பயமாக இருக்கவில்லை. நான் மரக்கட்டைபோல தரையில் விழுந்துகிடந்தேன். பயம் மறந்து போயிருந்தது. மதமதப்பும் வலியும் கவலையற்றதாக இருந்தது. நான் வாழ்கின்றேனா இறந்துவிட்டேனா எதுவும் புரியவில்லை. நான் இங்கே தனியே இருட்டில் கவனிப்பாரின்றிக்

கிடக்கும்பொழுது, வீட்டில் தீ மூட்டி இரவுக் கொண்டாட்டத்தில் இருப்பார்கள்.

நாட்கள் இழுத்துக்கொண்டே போயின. நான் குடிசைக்குள் கிடந்தேன். எனது பிறப்புறுப்பில் தொற்று ஏற்பட்டுவிட்டது. அதனால் காய்ச்சல் அதிகமாக அடித்தது. வாடிவதங்கி, தன்னுணர்வற்ற நிலைக்குப் போய்விட்டேன். சிறுநீர் கழிக்கும்போது வலி மரண வேதனை தந்தது. "நீ, பீ போகாட்டி, அப்பறம் செத்துருவே" என்று அம்மா சொல்லியிருந்தார். அதனால் சிறுநீர் கழிக்க என்னை நானே தூண்டிக்கொண்டேன். போக வேண்டுமென்றால், சுற்றிலும் யாரும் இருக்கவில்லை. அதனால் என்னை ஒருபக்கமாக உருட்டிக்கொள்வேன். வரவிருக்கும் வலியை அறிந்து என்னைத் தயாராக்கிக் கொண்டு, ஆவேசமாகச் செயல்படுவேன். ஆனால் எனது காயம் அதிகத்தொற்றுக்கு உள்ளானதால், என்னால் சிறுநீர் கழிக்க முடியாமல் போனது. அம்மா, அடுத்த இரண்டு வாரங்களுக்கான உணவையும் தண்ணீரையும் கொண்டுவந்தார். மற்றபடி நான் தனியாக, கால்கள் கட்டப்பட்டுக் கிடந்தேன். காயம் குணமாவதற்குக் காத்துக்கிடந்தேன். காய்ச்சல், சலிப்பு, மந்தமானநிலை. நான் எதுவுமே செய்ய முடிவதில்லை. அது எனக்கு ஆச்சரியமாக இருந்தது. ஏன்? இது எதற்காக? அந்தவயதில் பால்வேறுபாடு குறித்து எதுவும் அறிந்திருக்கவில்லை. தெரிந்துகொண்டபோது, அம்மாவின் அனுமதியுடன் ரத்தக்களரியாகச் சிதைக்கப்பட்டுவிட்டது. இது ஏன் என்பதை என்னால் புரிந்துகொள்ள முடியவில்லை.

இறுதியாக, என்னைப் பார்க்கவந்த அம்மா, வீட்டுக்கு இடம் மாற்றிக்கொண்டு வந்தார். என் கால்கள் இன்னும் கட்டப்பட்டே இருந்தன. குடும்பத்தின் குடிசைக்கு வந்து சேர்ந்த முதல்நாளிரவின்போது, என் தந்தை, "எப்படி உணர்றே?" என்று கேட்டார். எனது புதியநிலையான பெண்ணுக்கு மாறியிருப்பதைப் பற்றிக் கேட்கிறார் என்று யூகித்துக் கொண்டேன். ஆனால் நான் எல்லாவற்றையும் என் கால்களுக்கிடையில் பீறிடும் வலியாகவே உணர்ந்தேன். எனக்கு ஐந்துவயதே ஆகியிருந்தபோதிலும், தந்தையின் கேள்விக்கு வெறுமனே புன்னகைத்தேன். பதிலேதும் சொல்லவில்லை. ஒருபெண்ணாக இருப்பது பற்றி எனக்கு

என்ன தெரியும்? அந்தநேரத்தில் அதுகுறித்து, எனக்கு எதுவும் தெரிந்திராதபோதிலும், ஒரு ஆப்பிரிக்கப் பெண்ணாய் எப்படி இருக்கவேண்டுமென்று எனக்கு நிறையவே தெரியும். குழந்தையானபோதிலும் யாருடைய உதவியுமின்றி, துன்பம் நேரும்போதும் அமைதியாக வாழ்வது என்பதை அறிந்திருக்கின்றேன்.

ஒரு மாதத்துக்கும் மேலாக கால்கள் ஒருசேரக் கட்டப்பட்டிருந்த நிலையில், எனது காயம் குணமாகியிருந்தது. அம்மா கண்டிப்புடன் நினைவூட்டலாக ஓடக்கூடாது, குதிக்கக்கூடாது என்றிருந்தார். அதனால் முன்னெச்சரிக்கையுடன் நடந்துகொண்டேன். நான் எப்போதுமே ஊக்கமாகவும் சுறுசுறுப்பாகவும் இயங்குவேன். சிறுத்தைபோல ஓடுவேன். மரங்களில் ஏறுவேன். பாறைகள்மேல் குதிப்பேன். எனக்கு இளையவர்கள் விளையாடிக்கொண்டிருக்கும்போது, அமைதியாக உட்கார்ந்திருப்பது இளம்பெண்ணுக்கு இன்னொருவகையான மரணவேதனை. ஆனால் நான் முன்னைப்போல முழுதாக இயங்கவேண்டுமென்று எண்ணினேன். ஆனால் ஒரு அங்குலமே என்னால் நகரமுடிந்தது. ஒவ்வொரு வாரமும் நான் குணமாகி வருகின்றேனா என்று அம்மா சோதிப்பார். எனது கால்களைச் சுற்றியிருந்த கட்டுகள் அவிழ்க்கப்பட்டுவிட்டன. முதல்முறையாக என்னால் என்னை முழுமையாகப் பார்க்க முடிந்தது. தோல் முழுவதுமாகப் பொருந்திப் போய் மென்மையாக ஆகியிருந்தது. ஆனால் நடுவில் வடு, இரு பல்வரிசைகொண்ட விளிம்புபோல இருந்தது. அந்த இருவிளிம்புகளும் நிச்சயமாக ஒன்றுடன் ஒன்றாய் பொருந்தி மூடிக்கொள்ளும். எனது உறுப்பு, செங்கல் வைத்து எழுப்பப்பட்ட சுவர்போல உடைபடா காப்பாக அடைக்கப்பட்டிருந்தது. என் திருமண இரவில் என் கணவன் கத்தியால் அதை வெட்டித் திறந்தோ அல்லது அவனது வழியில் வலுக்கட்டாயமாக நடந்து கொண்டாலன்றி, வேறு எந்தமனிதனும் அதனுள் ஊடுருவ முடியாது.

வெகுவிரைவிலேயே என்னால் நடக்க முடிந்தது. மரநிழல் குடிசைக்குள் நான் கிடந்த பல வாரங்களின் ஒவ்வொருநாளும், என்னை ரத்தக்களரியாக்கிய அந்தப் பெண்ணை நினைத்துக்கொள்வேன். அந்தப்பாறைக்குத்

திரும்பிப்போய், நான் கை துறப்பு செய்த எனது பிறப்புறுப்புத் துண்டு அங்கே இன்னும் கிடக்கின்றதா என்று தேடிப் பார்க்கும் நோக்கம் இருந்தது. ஆனால் அவையெல்லாம் போய்விட்டன. சந்தேகமில்லாமல் அவற்றை ஆப்பிரிக்கக் காட்டை உயிர்ப்புடன் இயங்கவைக்கும் தோட்டிகளான கழுகுகள் அல்லது கழுதைப்புலி தின்றிருக்கக்கூடும். பாலைவனத்தின் வாழ்வியல் சாட்சியங்களான அவற்றின் பங்களிப்பு, அழுகும் பிணங்களை அப்புறப்படுத்துவது.

விருத்த சேதனத்தின் முடிவாக, பலவகையாகத் துன்பப்பட்டிருந்தாலும் நான் அதிர்ஷ்டக்காரி. அடுக்கு நிகழ்வுகளாக பல இடங்களில் மற்ற சிறுமிகளுக்கு நிலைமை மிகவும் மோசமாக ஆகியிருக்கிறது. சோமாலியா முழுமைக்கும் நாங்கள் பயணப்பட்டிருக்கின்றோம். அப்போது பல குடும்பங்களை சந்தித்திருக்கின்றோம். நான் அவர்களின் பெண் பிள்ளைகளுடன் விளையாடியிருக்கின்றேன். அக்குடும்பங்களை மீண்டும் நாங்கள் சந்திக்கும்போது, பல சிறுமிகள் அங்கே இருப்பதில்லை. யாரும் அவர்களின் இருப்பின்மைப் பற்றிய உண்மை பேசுவதில்லை. அல்லது எல்லா விஷயத்தையும் பேசுவதில்லை. உறுப்புச்சிதைப்பின்போது அவர்கள் இறந்துபோயிருக்கிறார்கள். அதிர்ச்சி, அதிகமான உதிரப்போக்கு, தொற்று அல்லது நரப்பிசிவு ஆகியவை அவர்களின் மரணத்துக்கானக் காரணங்களாக இருந்திருக்கின்றது. விருத்தசேதனம் செய்யும் நடைமுறையில் இத்தனை சிக்கல்கள் இருப்பது தொடர்பாக ஆச்சரியமேதுமில்லை. என்ன ஆச்சரியமென்றால், எங்களில் யாராவது உயிரோடு இருத்தலே ஆச்சரியமாகி போகின்றது.

எனது சகோதரி ஹலீமோ குறித்து நான் வெளிப்படையாகவே நினைவுகூர்கிறேன். நாங்கள் மூன்றுபேர் அங்கிருந்தோம். அவள் அங்கிருப்பதாகவே நான் நினைத்துக்கொண்டிருந்தேன். ஆனால் அவளை அதற்குப் பின்பாக எங்கும் காணவில்லை. ஆயினும் அவளுக்கு என்ன நேர்ந்திருக்கும் என்று என்னால் புரிந்துகொள்ள முடியவில்லை. பின்னர்தான் தெரிந்தது அவளது 'சிறப்புநேரத்'தின்போது, அந்த நாடோடிப் பெண் அவளுக்கு விருத்தசேதனம் செய்திருக்கின்றாள். அதில் ஏற்பட்ட உதிரப்போக்கில் ஹலீமோ மரணித்துவிட்டாள் என்பது.

எனக்குப் பத்துவயதிருக்கும்போது, எனது ஒன்றுவிட்ட சகோதரியான இளம்சிறுமி ஒருத்தியின் அனுபவத்தைக் கேள்விப்பட்டேன். அவளுக்கு ஆறு வயதிருக்கும் போது விருத்தசேதனம் செய்திருக்கின்றார்கள். அதன்பிறகு, அவளது சகோதரர்களில் ஒருவன் எங்கள் குடும்பத்துடன் வந்து தங்கியிருந்தான். அப்போது அவன் என்ன நடந்தது என்று எங்களிடம் சொன்னான். ஒருபெண் வந்து, அவன் சகோதரியின் உறுப்பைத் துண்டித்து எடுத்தாளாம். பின்னர், அவள் குணமடைய வழக்கம்போல குடிசைக்குள் வைத்திருக்கின்றார்கள். ஆனால் அவளது ‘அது’, அவன் அப்படித்தான் சொன்னான், வீங்கத்தொடங்கியிருக்கின்றது. அந்தக் குடிசையிலிருந்து வீசிய நாற்றம் சகிக்க முடியாததாக இருந்திருக்கின்றது. அந்தக்கதையை அவன் சொன்ன நேரத்தில், நான் அவனை நம்பவில்லை. அவளிடமிருந்து ஏன் கெட்டவாடை வீச வேண்டும். அப்படியெல்லாம் எனக்கோ அமானுக்கோ நடக்கவில்லையே? இப்போது அவன் சொன்னதெல்லாம் உண்மை என்று நம்புகின்றேன். விருத்தசேதன வினைமுறை செய்யப்பட்டபோது உருவான காயத்துடன், அவளைக் குத்துச்செடிகளுக்குள் போட்டிருக்கின்றார்கள். அங்கே அவளது காயத்தில் தொற்றுநிலை ஏற்பட்டிருக்கின்றது. அந்த அருவருத்தக்க வாடை, உடலின் உட்புறம் அழுகிக்கெட்டுவிட்டதின் அறிகுறி. ஒருநாள் காலையில் அவள் அம்மா, வழக்கம்போல, மகளைப் பார்ப்பதற்காக குடிசைக்கு வந்திருக்கின்றார். அந்த இரவு முழுவதும் தனியாக குடிசைக்குள்ளிருந்த அந்த சிறுமி, செத்துக்கிடப்பதைப் பார்த்திருக்கின்றார். அவள் உடல் குளிர்ந்து, நீலநிறத்தில் இருந்திருக்கின்றது. அழுகிய நாற்றம்கொண்ட பிணத்தை ஆப்பிரிக்கக் காடுகளின் தோட்டிகளான கழுகுகளும் கழுதைப்புலிகளும் அப்புறப்படுத்துவதற்கு முன்பே அவள் குடும்பம் சிறுமியை புதைத்துவிட்டது.

5

ஒரு விடிகாலையில், பலர் பேசிக்கொள்ளும் சத்தம்கேட்டு கண்விழித்தேன். எழுந்து படுக்கையில் அமர்ந்தேன். யாரையும் காணவில்லை. அதனால் என்ன நடக்கிறதென்று அறிந்துகொள்ள முடிவுசெய்தேன். அதிகாலை அமைதியினூடே, குரல்களின் வழியே பார்வையை ஓடவிட்டேன். அரைமைல் தொலைவுக்கு அப்பால் போய்க்கொண்டிருந்த ஒருகூட்டத்தை என் அம்மாவும் தந்தையும் கையசைத்து வழியனுப்பிக் கொண்டிருந்தனர். கழுத்துத் துணியை தலையில் சுற்றியிருந்தப் பெண்ணின் பின்பக்கத்தைக் குறிப்பிட்டுப் பார்த்துக்கொண்டே, "அம்மா, யார் அவுங்க?" என்று கேட்டேன்.

"ஓ, அது உன் தோழி ஷுக்ரீன்."

"அவங்க குடும்பம் இங்கருந்து போகுதா?"

"இல்லை, அவளுக்குக் கல்யாணமாயிருச்சு," அம்மாவிடமிருந்து பதில் வந்தது.

திடுக்கிட்டுப் போனேன். தூரத்தில் தெரிந்துகொண்டிருந்த அவர்களின் நிழல் சித்திரம் தொலைந்துவிட்டிருந்தது. எனக்குப் பதிமூன்று வயதாகின்றது. ஷுக்ரீன் என்னைவிட கொஞ்சம் பெரியவள். பதினான்கு வயதிருக்கும். அவளுக்குத் திருமணம் ஆகிவிட்டதை என்னால் நம்பமுடியவில்லை. "யாரோட ஆச்சு?" என்ற கேள்விக்கு யாரும் பதில் சொல்லவில்லை. இதுபோன்ற கேள்விகள்கேட்க எனக்கு உரிமையில்லை என்று கருதியிருக்கலாம். "கல்யாணம் பண்ணிக்கிட்ட ஆளோட அவ இங்கேருந்து போறாளா?" இது, இங்கே பொதுவான நடைமுறையாக இருந்தது. எனது பயமெல்லாமே, இனிமேல்

என் தோழியை மறுபடியும் பார்க்க முடியாது என்பதாக இருந்தது.

என் தந்தை வெடுவெடுப்பான, சீறிவிழும் பண்பாடற்றக் குரலில், "கவலைப்படாதே. அடுத்து நீதான்" என்றார். என் பெற்றோர்கள் திரும்பிக் குடிசையை நோக்கி நடந்தார்கள். ஷுக்ரீனுக்குத் திருமணமாகிவிட்டது. அந்த செய்தியைக்கேட்டு நான் திகைத்துப்போய் நின்றுவிட்டேன். திருமணம்! அந்த வார்த்தையை நான் கேட்டிருக்கின்றேன். அவ்வளவுதான். ஆனால் இன்று காலைவரையில் அப்படியென்றால் என்ன என்று கேள்வி எழுப்பியதில்லை.

சோமாலியாவில் நான் சிறுமியாக இருந்த காலகட்டத்தில், திருமணம் குறித்தோ அல்லது பாலியல் குறித்தோ நினைத்துக்கூட பார்த்ததில்லை. பார்க்க முடியாது. எங்கள் குடும்பத்தில் - ஒட்டுமொத்தக் கலாச்சாரத்தில் - அதுகுறித்து யாரும் பேசியதுகூட இல்லை. அப்படியாக எதுவும் என் நினைவிலும் இல்லை. எனது எண்ணமெல்லாம், விலங்குகளைப் பராமரிப்பதில் சிறந்த பையன் யார், அவற்றுடன் போட்டியிடும் பலசாலிப் பையன் யார், அவற்றை வென்றெடுக்கும் திறமையான பையன் யார் என்பதை, ஆராய்வதாக மட்டும் இருந்தது. பாலியல் குறித்து யார் பேசினாலும் அவர்கள் சொல்லும் ஒரு விஷயமாக இருந்ததென்னவோ, "யாருடனும் பாலுறவில் கலந்துவிடாமல், நிச்சயமாக இருங்கள். திருமணத்தின்போது நீங்கள் கன்னித் தன்மையுடன் இருக்கவேண்டும்." கன்னித் தன்மையுடன் இருந்தால்மட்டுமே திருமணம் நடக்கும் என்பதும், ஒரே ஒரு ஆணைத்தான் திருமணம்செய்ய முடியும் என்பதும் சிறுமிகளுக்குத் தெரியும். அவ்வளவுதான். அதுதான் உங்களின் வாழ்க்கை.

என் தந்தை அடிக்கடி என் சகோதரிகளிடமும் என்னிடமும், "என் மக்களே, நீங்கள் எல்லோரும் என் இளவரசிகள்," என்பார். மகள்களை நல்லபடியாகப் பார்த்துக் கொள்வதால், அதிர்ஷ்டம் கிடைப்பதாக எண்ணிவந்தார். "என் குட்டிப்பெண்களே, உங்களுடன் எந்த ஆண்மகனும் கலந்துவிடக்கூடாது. யாரேனும், அவ்வாறு உங்களிடம் நடந்துகொள்ள முயன்றால், உடனே எனக்குத் தெரியப்படுத்த வேண்டும். நான் உங்களைப்

பாதுகாக்கவே இருக்கின்றேன் - உங்களுக்காக உயிர் கொடுப்பேன்.”

மேலாக, தனது இளவரசிகளைக் காப்பாற்றும் ஒரு சந்தர்ப்பம், என் தந்தைக்குக் கிடைத்தது. எனது மூத்த சகோதரி அமான், தனது விலங்குகளை அழைத்துக்கொண்டு மேய்ச்சலுக்குச் சென்றிருந்த ஒரு நாளில், ஒரு ஆசாமி அவளை அணுக முயன்று தொந்தரவு செய்திருக்கின்றான். “தூர விலகிப்போயிரு. உன்மேல எனக்கு விருப்பமெல்லாம் இல்லை” என்று அவள், திரும்பத் திரும்பச் சொல்லியிருக்கின்றாள். அவனது வசீகரம் அங்கே எடுபடவில்லை. வேறுவழியில்லாமல், அமானை இழுத்துப்பிடித்து இறுக்கிக் கட்டாயப்படுத்தி அடைய முயற்சித்திருக்கின்றான். அது, அவன்செய்த பெரிய தவறு. அமான், ஒரு ஆண்டகைப் பெண். வீராங்கனை. ஆறடிக்கும் மேலான உயரம், அவள். ஆணைப்போல வலுவானவள். அவனைத் தூக்கிப்போட்டு மிதித்துவிட்டாள். பின்பு வீட்டுக்குவந்து, நடந்த கதையை தந்தையிடமும் சொல்லிவிட்டாள். என் தந்தை அந்தப் பரிதாபத்துக்குரியவனைத் தேடிப்போய், மீண்டும் துவைத்தெடுத்துவிட்டார். யாரும் அவர் மகள்களுடன் கூடிவிட முடியாது.

ஓரிரவில், எனது மற்றொரு சகோதரி, பௌசியா, எலும்பைத் துளைத்துவிடும் வகையில் கிறீச்சிட்டாள். சத்தத்தில் நான் எழுந்துவிட்டேன். வழக்கம்போல, நாங்கள் வெளியில் நட்சத்திரங்களின் அடியில் படுத்துத் தூங்கினோம். அவள் எங்களிலிருந்து விலகி, தனியாக, ஒருபுறத்தில் படுத்துத் தூங்கினாள். நான் எழுந்து உட்கார்ந்து பார்த்த பொழுது, எங்கள் முகாமிலிருந்து ஒரு ஆள் ஓடுவதுபோலான மெல்லிய நிழலைக் கண்டேன். பௌசியா தொடர்ந்து கத்திக்கொண்டிருந்தாள். என் தந்தை துள்ளியெழுந்தார். முகாமில் உட்புகுந்தவனைத் துரத்திக்கொண்டு ஓடினார். நாங்கள் பௌசியாவை நெருங்கினோம். அவள் தனது கால்களைத் தொட்டுப் பார்த்தாள். அங்கே பசைபோன்று வெண்ணிறத்தில் விந்து கொட்டிக்கிடந்தது. அவன், என் தந்தையிடமிருந்து எப்படியோ தப்பி ஓடிவிட்டான். ஆனால் அடுத்தநாள் காலையில், தகாத செயல்புரிய இரவில் வந்து போனவனின் சாண்டல்கள் தடத்தை எனது சகோதரி படுத்துத் தூங்கிய இடத்துக்கு அருகில்

கண்டோம். வந்துபோன கோணல் புத்திக்காரன் யார் என்பது குறித்து, பாபா ஒரு முடிவுக்கு வந்தாலும், அவன்தானா அது என்று நிச்சயமாகத் தெரியவில்லை.

சிலநாட்கள் போயிருக்கும். எங்கள் பகுதியில் கடுமையான வறட்சி வாட்டியெடுத்தது. என் தந்தை உள்ளூர் கிணற்றிலிருந்து தண்ணீர் சேந்திவருவதற்காக பயணம் போனார். வெப்பம் தகிக்கக்கூடிய ஆழமானக் கிணற்றுக்குள் நின்று தண்ணீர் கோரும்போது, ஒரு ஆள் வந்திருக்கின்றான். தண்ணீர் சேகரிக்க அவன்முறை வருவதற்காகக் காத்திருக்கப் பொறுமையில்லாமல் அலைந்திருக்கின்றான். பாபாவிடம், "ஹே, மேலே வா. நான் கொஞ்சம் தண்ணீர் அள்ளிக்கொள்கிறேன்!" என்று கூச்சல் போட்டிருக்கின்றான். சோமாலியாவில் கிணறுகள் திறந்தநிலையில்தான் இருக்கும். தண்ணீர் கோருவதற்கு ஆழமானக் கிணற்றுக்குள் இறங்கிப் போகவேண்டும். சிலகிணறுகள் நூறுஅடி ஆழம்கொண்டவையாக இருந்தன. தண்ணீர்த் தட்டுப்பாடு இருந்ததால், தங்கள் கால்நடைகளுக்குப் போதுமானத் தண்ணீர் சேகரிப்பதில் அனைவரும் போட்டிப் போட்டுக்கொண்டு திரிந்தனர். என் தந்தை அந்த மனிதனிடம், உள்ளே வந்து தேவையானதைக் கோரிக்கொள் என்று கூறியிருக்கின்றார்.

"ஆகட்டும், நான் எடுத்துக்கொள்கிறேன்." அந்தமனிதன் நேரத்தை வீணாக்காமல் கிணற்றுத் துவாரத்துக்குள் இறங்கி, தனது வேலையை ஆரம்பித்துவிட்டான். தனது பைகளைத் தண்ணீரால் நிரப்பிக்கொண்டவன், அவற்றை எடுத்துக்கொண்டு நடந்தபோது, அவனது சாண்டல்களின் தடங்களை சகதியில் என் தந்தை கண்ணுற்றிருக்கிறார்.

"அது நீ தானா?" பாபா, அந்த மனிதனைப் பிடித்திழுத்து, அவனது தோள்களை உலுக்கியிருக்கிறார். "சோரம் போனவளுக்குப் பிறந்தவனே, அன்றிரவு வந்துபோனது நீ தானா!" தெருநாயை அடித்துஉதைப்பதுபோல அவனை நொறுக்கியிருக்கிறார். ஆனால் அந்தநாய், சடாரென்று கத்தியைத் தூக்கியிருக்கிறது. பெரியதொரு ஆப்பிரிக்க வெட்டுக் கத்தி, அது. அழகான வேலைப்பாடு அமைந்ததாக இருந்திருக்கிறது. அவன் என் தந்தையின் விலாவில் அந்தக் கத்தியால் நாலைந்து

குத்துகள் குத்திவிட்டான். அந்தநிலையிலும் சுதாரித்துக்கொண்ட பாபா, முன்கையால் அவனிடமிருந்த ஆயுதத்தைத் தடுத்து வீசி, தான்வைத்திருந்தக் கத்தியால் அவனைக் குத்திச் சாய்த்துவிட்டார். இப்போது இருவருக்குமே கடுமையானக் காயங்கள். என் தந்தை எப்படியோ சமாளித்துக்கொண்டு எழுந்து, கிணற்றிலிருந்து வெளியே வந்துவிட்டார். அவர் சுகமடைய நீண்டகாலம் தேவைப்பட்டது. அதன்பின்பு, அவர் ஏற்கனவே சொன்னது உண்மையென்று நான் உணர்ந்துகொண்டேன்; என் சகோதரியின் கௌரவத்துக்காக, அவர் தன் உயிரையும் கொடுக்கத் தயாராக இருந்திருக்கின்றார்.

என் தந்தை பெண்பிள்ளைகள் எங்களுடன் நகைச்சுவை செய்தபடியிருப்பார். "நீங்களெல்லாம் என் இளவரசிகள், எனது பொக்கிஷங்கள். நான் உங்களை பூட்டு சாவி போட்டு பாதுகாத்து வருகின்றேன். அந்த சாவி என்னிடம் இருக்கிறது!"

நான், "அப்பா, அந்த சாவி எங்கே வைத்திருக்கின்றீர்கள்?" என்று கேட்பேன்.

அவர் பைத்தியக்காரனைப்போல சிரிப்பார். பின்பு சொல்வார்,

"அதை நான் தூக்கிவீசிட்டேன்!"

"நல்லது, அப்படின்னா நாங்க எப்படி வெளில வர்றது?" நான் அழுவதுபோல நடிப்பேன். எல்லோரும் சிரிப்பார்கள்.

"நீ ரெடியாயிருனு நான் சொல்றவரைக்கும் நீ அங்கேதான் இருக்கணும், என் செல்லமே."

இந்த நகைச்சுவை எனது மூத்த சகோதரி அமான், சிறு குழந்தையாக இருந்த காலத்தில் தொடங்கி, இன்று வரை தொடர்ந்துவருகின்றது. ஆனால் இவை உண்மையிலேயே நகைச்சுவைகள் அல்ல. என் தந்தையின் அனுமதியில்லாமல், அவரது மகள்களுக்கு எந்தவொரு வாய்ப்பும் அமைந்துவிடாது. தேவையில்லாத விஷயங்கள் ஏதும் நடந்துவிடக்கூடாது என்பதில், பாபா எங்களை பணயம் போல பாதுகாத்து வருகின்றார். பேசப்படாத புதிர்நிறைந்த பெருங் காரணங்களுக்காக, பெண்களுக்கு நடத்தப்படும் விருத்தசேதனத்தால், கன்னி(மைக் கெடாத)ப் பெண்கள்

ஆப்பிரிக்கக் கல்யாணச் சந்தையில் சூடான வணிகப் பொருளாகியிருந்தனர். கன்னிமை நிறைந்த அழகானப் பெண்களை வைத்திருக்கும் என் தந்தை, அவர்களுக்கு அதிகமான விலைமதிப்பை எதிர்பார்த்திருந்தார். அந்நிலையில் வேறோர் ஆணுடன் உறவுகொண்டுவிட்ட ஒரு மகளால், அவர் நம்பிக்கை சிறிது தளர்ந்துபோயிருந்தது. நான் சிறுமியாக இருந்தபோது, இதுதொடர்பான எதையும் அறிந்திருக்கவில்லை. பாலியல் அல்லது திருமணம் குறித்த விவகாரங்களில் எண்ணங்களும் இருக்கவில்லை.

என் தோழி ஷுக்ரீனுக்குத் திருமணமான பின்னால்தான் நான் அதைத் தெரிந்து கொண்டேன். சிலநாட்களுக்குப் பின்னால், ஒரு மாலைப்பொழுதில் என் தந்தை வீட்டுக்கு வந்ததும், என்னைத் தேடுவதை குரலால் அறிந்தேன், “ஹே வாரிஸ், நீ எங்கேருக்க?”

“இங்கேருக்கேன் பாபா”, நானும் பதிலுக்குக் கத்தினேன்.

“இங்கே வா”, குரல் மென்மையாகியிருந்தது. வழக்கமாக, அவரது அழைப்பில் கடுகடுப்பும் வலிந்து பேசுகின்றத் தன்மையும் இருக்கும். அவரது மென்அழைப்பு, ஏதோ விஷயம் நடைபெற இருப்பதை உணர்த்துவதாக அறிந்தேன். விலங்குகளுக்கு நாளைக்குத் தண்ணீர் காட்டவோ, அவற்றுக்கான உணவைத் தேடவோ அல்லது இதுபோலான வேறுவேலைகள் ஏதோ நான் செய்துதர, என்னை அவர் அழைப்பதாக எண்ணினேன். அதனால், நான் இருந்த இடத்திலேயே இருந்து, அங்கிருந்தே அவரை கவனமாகப் பார்த்துக் கொண்டிருந்தேன். அவர் என்ன திட்டம் எனக்காக வைத்திருப்பார் என்று யூகித்துக் கொண்டுமிருந்தேன். “வா, வா, வா, வா” பொறுமையின்றி அவர் அழைத்தார்.

அவரைநோக்கி இரண்டடிகள் முன்னகர்ந்து, சந்தேகமாகப் பார்த்தேன். ஆனால் எதையும் சொல்லவில்லை. பாபா என்னை வாரியிழுத்தார். அப்படியே தன் முழங்கால்களில் உட்காரவைத்துக் கொண்டார். “உனக்குத் தெரியுமா?” என்று தொடங்கினார், “நீ ரொம்ப நல்லபுள்ளை”. இப்போது எனக்குத் தெரிந்தது, ஏதோ தீவிரமான அல்லது கறாரான விஷயம் நடக்கப்போகின்றது. “நீ ரொம்ப நல்லபுள்ளை, ஒரு பையனைப்போல இருக்க. நீ எனக்கு ஒரு பையனைவிட

அதிகமானவ". இது, அவரது மிகஉயர்ந்த புகழ்ச்சி என்பது எனக்குத் தெரியும்.

"ம்ம்ம்ம்", எதற்கு இந்தமாதிரியான புகழுரைகள் என்று ஆச்சரியமாக இருந்தது.

"நீ என் மகன் மாதிரியே நடந்துக்குற. ஒரு ஆம்பளை செய்ற கஷ்டமான வேலையை, நீ சாதாரணமா செய்ற. விலங்குகளை ரொம்ப கவனமாப் பாத்துக்குற. இப்போ நான் உன்னை இழக்கப் போறேன்ங்றத உன்கிட்ட சொல்றேன். உன்னை நான் ரொம்பவே இழக்கப் போறேன்". அதைச் சொன்னபோது, என் சகோதரி அமான் ஓடிப்போய்விட்டதைப்போல, நானும் ஓடிப்போய்விடுவேனோ என்று அவர் பயப்படுவதாக உணர்ந்தேன். எல்லா கடினமான வேலைகளையும் அவருக்கும் அம்மாவுக்கும் சுமத்திவிட்டு விடுவேனோ என்ற பயம் அவருக்கும் இருந்தது.

கனிவும் இரக்கமும் வெள்ளமாய் என்மேல் பாய்ந்தது. அவரை நான் இறுக அணைத்துக்கொண்டேன். அவர் என்னை சந்தேகப்பட்டது, ரொம்பவே குற்றவுணர்வாக இருந்தது. "பாபா, நான் எங்கேயும் போயிற மாட்டேன்!"

அவர் என்னிடமிருந்து தன்னை விலக்கிக்கொண்டு, என் முகத்தையே பார்த்தார். மென்மையானக் குரலில், "ஆமா, நீ என்னோட செல்லம்" என்றார்.

"நான் எங்கே போவேன்? நான் எங்கேயும் போகமாட்டேன், உங்களையும் அம்மாவையும் விட்டுவிலக மாட்டேன்."

"ஆமா. நீ போகமாட்டே. நான் உனக்கு கணவனை தேடிப் புடிச்சுருக்கேன்".

"வேண்டாம்ப்பா, வேண்டாம்!" நான் அங்கிருந்து குதித்து விலகினேன். அவர் மீண்டும் என்னை வாரியணைக்க முயற்சித்தார். கைகளில் பிடித்துக்கொண்டார். "நான் இங்கேருந்து போக விரும்பல. வீட்டைவிட்டு நான் போகமாட்டேன். உங்கக்கூடயும் அம்மாக்கூடயும் இருக்கத்தான் விரும்புறேன்!"

"ஷ்ஷ்ஷ்... ரொம்ப நல்லவிஷயம் நடக்கப்போகுது. உனக்கு நல்லதொரு கணவனை நான் தேடியிருக்கேன்".

"யாரு?" இப்போது நான் ஆவலுடன் கேட்டேன்.

"நீ அவனை சந்திப்பே".

என்னை இறுக்கமாகக் காட்டிக்கொள்ள முயன்றும், என் கண்களில் நீர் கட்டிக் கொண்டது. அவரை நான் உலுக்கத் தொடங்கினேன். "நான் கல்யாணம் கட்டிக்க விரும்பல!" கூச்சலிட்டேன்.

"சரி, வாரிஸ், இங்கே பார்..." பாபா கீழிறங்கினார். சிறிய கல்லொன்றை எடுத்தார். கைகளை பின்பக்கமாகக் கொண்டுபோனார். கல்லை முன்னும்பின்னுமாக இடம் மாற்றினார். பின்னர், அவர் தன் கைகளை முன்னுக்குக் கொண்டுவந்தார். இரண்டு கைகளையும் இறுக்கமாக மூடியிருந்தார். அதனால் எந்தக் கையில் அதிர்ஷ்டம் இருக்கின்றது என்பதை என்னால் அறியமுடியவில்லை. "வலது கையையோ அல்லது இடது கையையோ நீ தேர்வு செய்யணும். நீ தேர்வுசெய்றதுல கல்லு இருக்கணும். சரியா நீ தேர்வு பண்ணீட்டன்னா, நான் என்ன சொல்றேனோ அதைக் கேக்கணும். உன் வாழ்நாள் முழுசும் சந்தோஷமாருக்கும். நீ தப்பானதை தேர்வு பண்ணீட்டேன்னா, உனது நாட்கள் முழுவதும் துயரம்தான். ஏன்னா, உன்னை குடும்பத்துலருந்து வெலக்கிருவோம்".

நான் அவரையே பார்த்தேன். தவறான கையை நான் தேர்வு செய்துவிட்டால், என்ன நடக்கும் என்பதை எண்ணி ஆச்சரியம் கொண்டேன். நான் என்ன செத்தா விடுவேன்? அவரது இடது கையைத் தொட்டேன். வானத்தைநோக்கி உயர்ந்திருந்த வெற்றுப் பனைமரம் நோக்கித் திரும்பிக்கொண்டார். "நீங்க சொல்றத நான் செய்யவேண்டியதில்லனு நினைக்கிறேன்", நான் சோகமாக முணுமுணுத்துக் கொண்டேன்.

"நாம மறுபடியும் செய்வோம்".

"வேண்டாம்". மெதுவாகத் தலையாட்டி மறுத்தேன். "வேணாம், பாபா. நான் கல்யாணம் பண்ணிக்கப் போறதில்ல".

“அவன் ரொம்ப நல்ல மனுஷன்!” என் தந்தை இறைந்தார். “நீ என்னை நம்பலாம், ஒருத்தரைப் பார்த்தே அவர் நல்லவரானு நான் கண்டுபுடிச்சுருவேன். நான் என்ன சொல்றேனோ அதை நீ செய்றே!”

தோல்கள் குலுங்க அங்கே நான் நின்றிருந்தேன். நோயுற்றது போல இருந்தது. பயமாகவும் இருந்தது. நடுங்கினேன்.

இருட்டில் தனது வலதுகையை பாறைமீது தட்டித்தட்டிக் கத்தினார், “அப்பறம், உன் வாழ்நாள் முழுவதும் துயரத்தைதான் அனுபவிப்ப!”

“நல்லது, நான்தானே அதை தேர்வு பண்ணினேன். அதோடயே நான் வாழ்ந்துக்கறேன். என்னால முடியாதா?” என் முகத்தில் ஓங்கி அறைந்தார். எனது குணாதிசயத்துக்காகவே, அவர் என்னை வேகமாக மணமுடித்துக் கொடுத்துவிடவேண்டுமென்று எண்ணியிருக்கலாம் என இப்போது கருதுகிறேன். ஏனென்றால், நான் ஒரு கலகக்காரியாகவே வளர்ந்தேன். தெறியாட்ட சாகசப் பெண்ணாக இருந்தேன். அடங்க மறுத்தேன். பயமற்றிருந்தேன். விலைமதிப்பில்லாத ஒருபெண்ணாக நான் இருக்கும்பட்சத்தில், பாபா எனக்கான கணவனைத் தேடிக்கொண்டே இருக்க வேண்டும். ஏனென்றால், ஆப்பிரிக்க ஆண்மகன் எவனும் தன் மனைவி சவால்விடுவதை விரும்புவதில்லை.

மறுநாள் காலையில் கண்விழித்து எழுந்ததும், வழக்கம்போல விலங்குகளை அழைத்துக்கொண்டு மேய்ச்சலுக்குப் போய்விட்டேன். மேயும் விலங்குகளைக் கவனித்துக் கொண்டே, திருமணம் குறித்த புதிய கருத்துத் தொடர்பாக யோசிக்கலானேன். தந்தையை எந்த மாதிரியெல்லாம் பேசி, நமக்கு இணக்கமாக்கி, வீட்டிலிருக்க அனுமதி பெறமுடியும் என்று முனைந்தேன். ஆனால் என் மனம் அப்படியெல்லாம் நடந்துவிடாது என்று அறிந்தேயிருந்தது. என் புதிய கணவன் யாராக இருப்பான் என்று ஆச்சரியப்பட்டுப் போனேன். இன்றைக்கு, என் குழந்தைப் பருவத்தில் கனவுநாயகனாக நான் விருப்பம் கொண்டிருந்தது, என் தந்தையின் நண்பரின் மகன், ஜமாஹ் மீதுதான். அவனைப் பலமுறை பார்த்திருக்கின்றேன். எங்கள் குடும்பங்கள் இணைந்தே பலமுறை பயணம் செய்திருக்கின்றன. ஜமாஹ் கணிசமாக என்னைவிட பெரியவன்தான். அவன் அழகாக

இருப்பதாக நான் எண்ணினேன். அவனும் இன்னும் திருமணம் செய்துகொள்ளாமலேயே இருந்தான். என் தந்தை அவனிடம் தனது மகன்போலவே அன்பு காட்டினார். அவனது சொந்தத் தந்தையைப் போலவே அவனும் என் தந்தையை எண்ணினான். அநேகமாக, எனக்குள் பெரிய ஈர்ப்பாக இருந்தது, ஜமாஹ்தான். ஆனால் அவன், என் சகோதரி அமான் மீது பெருவிருப்பம் கொண்டவனாகக் காட்டிக்கொண்டான். என்னை அவன் சிறுமியாகக் கருதியிருந்தான். அவனுக்குப் பிடித்தமானவளாக அமான் இருந்தாள். ஒருநாள் நான் அவளிடம், ஜமாஹ் உன்னை விரும்புகிறான் என்று முணுமுணுத்தபோது, அவள் அவசரமாக கைகளை ஆட்டி மறுத்தாள். 'ப்ஷ்ஷ்'. அவள் அவனை இரண்டாவது முறையாகப் பார்க்கக்கூட இல்லை. போதுமான அளவுக்கு நாடோடி வாழ்க்கையை அவள் அனுபவித்துவிட்டாள். எங்கள் தந்தையைப்போல, ஒரு நாடோடியைத் திருமணம் செய்துகொள்ள அவள் விரும்பவில்லை. நகரத்துக்குப் போகவேண்டும். அங்கே நிறைய பணம்வைத்திருக்கும் மனிதனைத் திருமணம் செய்துகொள்ளவேண்டும் என்று அடிக்கடி சொல்லிக்கொண்டிருப்பாள். தன்னைப்போலவே ஒரு நாடோடி மணமகனை அவளுக்குத் திருமணம் செய்துவைக்க பாபா முயன்றபோது, அவள் தனது நகரக் கனவை அடைய ஓடிப்போய்விட்டாள். அவளிடமிருந்து எந்தவொரு தகவலும் கிடைக்கவில்லை.

நாள் முழுவதும், உட்கார்ந்த இடத்திலிருந்தே விலங்குகளை கவனித்துக் கொண்டிருந்தேன். என்னையும் சமாதானப்படுத்திக் கொள்ள முனைந்தேன். திருமணம்செய்து கொள்வதென்பது மோசமான ஒன்று அல்ல. ஆனால் ஜமாஹ்வுடன் திருமணம் நடந்தால், அம்மா அப்பாவோடு சேர்ந்திருக்க ஒரு வழியிருப்பதாகத் தோன்றியது. சூரியன் கீழே போகத் தொடங்கியதும், மந்தையை வழிநடத்திக் கொண்டு முகாமுக்குத் திரும்பினேன். எனது இளைய சகோதரி ஓடோடிவந்து, "பாபா, யாரோ ஒருத்தரோட பேசிக்கிட்டுருக்கார். உனக்காகத்தான் அவங்க காத்துருங்காங்கனு நினைக்கிறேன்" என்று என்னிடம் தெரிவித்தாள். அவளை விட்டுவிட்டு வெகுமதியான உபசாரம் ஏதும் நடந்துவிடுமோ என்ற சந்தேகம், இந்தத் திடீர் தகவலுக்கானக் காரணமாக இருந்தது. நான் மறுப்பேதும் சொல்லமாட்டேனென்ற நினைப்பில், என் தந்தை தனது

திட்டத்தைத் தொடருகின்றார் என்று அறிந்ததும் வெறுப்புற்றுப் போனேன்.

"அவங்க எங்கே?" என் சகோதரி திசையைக் காட்டினாள். நான் அதற்கு எதிர் திசையில் திரும்பி நடந்தேன்.

"வாரிஸ், அவங்க உனக்காகத்தான் காத்துருக்காங்க!" கத்திச் சொன்னாள்.

"வாயை மூடிட்டு இங்கேருந்து ஓடிப்போயிரு!" வெள்ளாடு களைப் பட்டியில் அடைத்து, பால்கறக்கத் தொடங்கினேன். வேலை பாதியில் போய்க் கொண்டிருந்தபோது, என் தந்தை பெயர்ச்சொல்லி அழைக்கும் குரல் கேட்டது. "இதோ பாபா, வந்துட்டுருக்கேன்". பேரச்சத்துடன் எழுந்துநின்றேன். எந்தவொரு வகையிலும் பேசித் தவிர்த்துவிட முடியாது என்பதை புரிந்துகொண்டேன். சின்னதாக ஒரு நம்பிக்கைக் கீற்று, ஜமாஹ்வுடன் என் தந்தை காத்திருப்பதாக எனக்குள் ஓடியது. நான் அவனது மென்மையான அழகான முகத்தை எதிர்பார்த்திருந்தேன். கண்களை மூடிக்கொண்டு "அங்கே ஜமாஹ் இருக்கவேண்டும்…" தட்டுத்தடுமாறி முணுமுணுத்துக்கொண்டே அவர்களை நோக்கி நடந்தேன். யாரோ ஒரு அன்னியனுடன் திருமணம் முடிந்து, இந்த வீட்டைவிட்டுப் போவதிலிருந்து காக்கும் மீட்பனாக, ஜமாஹ் ஆகியிருந்தான்.

இறுதியாக, கண்களைத் திறந்து செஞ்சிவப்பு வானத்தில் விழித்தேன். சூரியன் வானத்தின் கிடைமட்டத்தில் கரைந்து கொண்டிருந்தான். எனக்குமுன்னே நிழலாக இரண்டு பேர் இருப்பதைக் கண்டேன். என் தந்தை சொன்னார், "ஓ, செல்லமே வந்துவிட்டாயா. இங்கே வா. இது திரு…" நான், அவர் சொன்ன அடுத்த வார்த்தையைக் கேட்க விரும்பவில்லை. ஊன்றுகோலைப் பிடித்தபடி உட்கார்ந்திருந்த ஒருமனிதரின்மேல் என் கண்கள் ஒட்டிக்கொண்டன. அவருக்கு அறுபது வயதிருக்கும், நீண்ட வெண்ணிற தாடியுடன் இருந்தார்.

"வாரிஸ்!" என் தந்தை என்னுடன் பேசுவதை உணர்ந்தேன். "திரு. கலூலுக்கு வணக்கம் சொல்லு".

"வணக்கம்". எனது குரல் குளிர்ந்து போயிருந்தது. அதற்கே ஒழுங்குதிரட்ட வேண்டியிருந்தது. கலூல் மிகவும் மதிக்கப்பட வேண்டியவராகத் தெரிந்தார். நான் அதில் ஆர்வம் காட்டவில்லை. வயதான அந்த மூடர் அங்கே உட்கார்ந்துகொண்டு என்னைப் பார்த்து, அசடாய்ச் சிரித்தார். தனது பெருத்த உடம்பை கைத்தடி மீது சாய்த்திருந்தார். பதிலேதும் சொல்லவில்லை. அநேகமாக, சின்னதொரு பெண்ணைத் திருமணம் செய்து கொள்ளப் போகின்றோம் என்று என்னைப் பார்த்துக்கொண்டேயிருந்ததால், மறு வணக்கம் சொல்லத் தோன்றியிருக்காது. அவர் பார்வையில் நடுக்கம் தெரிந்தது. எனது பார்வையைத் தளர்த்திக்கொள்ள தலையைத் தொங்கப்போட்டுக்கொண்டு, தரையையே வெறித்து நின்றேன்.

"வாரிஸ், செல்லம். இப்போ வெட்கமெல்லாம் படவேண்டாம்," பாபா சொன்னார். நான் அவர் முகத்தைப் பார்த்தேன். அவர் என் முகத்தைப் பார்த்தபோது, அவரது தந்திரங்கள் என்னை வழிப்படுத்தியிருக்கும் என்று உணர்ந்திருக்க வேண்டும். ஆனாலும் நான், என் வாழ்வுக்குரிய கணவனை பார்க்கும் அச்சத்திலிருந்து மீளவில்லை. "நல்லது, ஆகட்டும், நீ போய் உன் வேலைகளை முடி." அவர், திரு. கலூல் பக்கமாகத் திரும்பி விளக்கங்கள் சொல்ல ஆரம்பித்தார். "ரொம்ப சின்னப் புள்ளைல்ல. அதான் வெட்கப்படுறா." அடுத்த நொடி நான் அங்கே இருக்கவில்லை. எனது வெள்ளாடுகள் இருக்குமிடத்துக்கு ஓடோடி வந்துவிட்டேன்.

அந்த மாலை முழுவதும் திரு. கலூலைத் திருமணம் செய்துகொண்டால் என் வாழ்க்கை என்னவாகும் என்று யோசித்தபடியிருந்தேன். பெற்றோர்களை விட்டுவிலகவும் கூடாது. யாரோ முன்பின்தெரியாத மனிதன் ஒருவனுடன் வாழ்வதற்குமாறாக, பெற்றோர்களில்லாத வாழ்க்கையை யோசித்துப் பார்த்தேன். வெறுப்பான ஒரு முதியவனுடன் உடல்கொள்ளும் வாழ்க்கையைக் கைக்கொள்வதிலிருந்து, வேறு எப்படி என்னைக் காத்துக்கொள்ள முடியும்? யோசித்த படியிருந்தேன். பதிமூன்றே ஆகியிருக்கும் இளவயதில், நான் பேரம்பேசப்படுவதைக் கேட்க வெறுப்பாயிருந்தது. திருமணம் குறித்த இருதலைக்கொள்ளித்தனமான எனது குழப்பங்களை மனதிலிருந்து துரத்த, என் சின்னத்தம்பியை போட்டு அடித்தேன்.

அடுத்தநாள் அதிகாலையில் என் தந்தை என்னை அழைத்தார். “நேத்து ராத்திரி பார்த்தது யாருனு தெரிஞ்சுதா?”

“என்னால யூகிக்க முடிஞ்சது.”

“அவர்தான் உன் வருங்காலக் கணவர்.”

“பாபா, அவர் ரொம்ப வயசானவர்!” வயதான ஒருவருடன் வாழ்வதற்கு என்னை அனுப்பிவைக்கும் என் தந்தை, இன்னும் நான் சின்னப்பெண் என்று கருதுவதை என்னால் ஏற்க முடியவில்லை.

“இதுதான் ரொம்ப நல்லது செல்லம்! ரொம்ப வயசாயிட்டதால அவரால எங்கேயும் ஓடிற முடியாது. வேற பொம்பளைகளைத் தொரத்த முடியாது. எவளையும் கூட்டிக்கிட்டுவந்து வீட்டுல வைச்சுக்கவும் முடியாது. அவர் எப்பவுமே உன்னைவிட்டு விலக மாட்டாரு. - உன்னைய நல்லாவும் கவனிச்சுக்குவாரு. இதுக்கெல்லாம் மேலே” - பாபா அச்சமும் பேரச்சமுமான அசட்டுச் சிரிப்பொன்றையும் கர்வத்துடன் வெளியேற்றினார் - “அவரு உனக்குப் பகரமா எவ்வளவு தர்றாரு தெரியுமா, உனக்கு?”

“எவ்வளவு?”

“ஐந்து ஒட்டகம்! ஐந்து ஒட்டகம் அவர் தர்றாரு.” பாபா என் கைகளில் செல்லமாகத் தட்டினார். “உன்னை நினைச்சு நான் ரொம்பப் பெருமைப்படறேன்.”

என் தந்தை மீதிருந்து பார்வையை அகற்றி, பாலைநிலத்தை வாழ்வுக்குக் கொண்டுவரும் தங்கநிற சூரியக் கதிர்களை கவனித்தேன். கண்களை மூடிக்கொண்ட போது, இளவெம்மை என் முகத்தில் படிந்தது. நினைவுகள் தூக்கமில்லாத முந்தைய இரவுக்குள் திரும்பின. என் குடும்பத்துக்கு நடுவில் நான் படுத்துக்கிடந்தாலும் தலைக்கு மேல் மின்னிய நட்சத்திரங்களுடன் விழித்தபடி, எனது முடிவைத் தீர்மானித்திருந்தேன். அந்த முதியவரை திருமணம் செய்துகொள்ள மாட்டேன் என்று மறுத்துப் போராடினால், நிலைமை ஒரு முடிவுக்கு வராது என்று எனக்குத் தெரியும். உடனே என் தந்தை வேறொருவனைத் தேடுவார்.

அவனுமில்லாவிட்டால் மற்றொருவன். அல்லது இன்னும் ஒருவன். ஏனென்றால், அவர் என்னைவைத்து லாபம் சம்பாதிக்க முனைந்துவிட்டார்... அவனிடமிருந்து ஒட்டகங்களைப் பெறுவார். நான் தலையை அசைத்தேன். “நல்லது பாபா, இப்போ நான் என் விலங்குகளை ஓட்டிட்டுப் போறேன்.” பாபா என்னை திருப்தியுடன் பார்த்தார். அவரது மனவோட்டத்தை என்னால் படிக்க முடிந்தது: “ஹே, நாம நினைத்ததைவிட இது எளிதானதாக இருக்கின்றதே.”

வெள்ளாடுகள் விளையாடிக் கொண்டிருப்பதை நாள்முழுவதும் உட்கார்ந்து கவனித்தபடியிருந்தேன். என் தந்தையின் மந்தையை மேய்ப்பது இதுதான் கடைசி முறையாக இருக்கும் என்று தோன்றியது. இந்தப் பாலைவனத்தில் முற்றிலுமாகத் தனித்திருக்கும் நாங்கள் இருவரும்... அந்த முதியவருடன் எனது வாழ்க்கையைச் சித்திரப்படுத்திப் பார்த்தேன். எல்லா வேலைகளையும் இழுத்துப்போட்டு நான் செய்வேன். முதியவர் தனது கைத்தடியின் மீது சாய்ந்துகிடப்பார். அவர் மாரடைப்பு அல்லது வேறு எதுவோ வந்து இறந்துவிட்டாலோ, நான் தனியளாக இருக்கவேண்டும். செத்தபின்னால், அவர் விட்டுவிட்டுப்போகும் நாலோ அல்லது ஐந்தோ குழந்தைகளைப் பராமரிக்க வேண்டும். சோமாலியாவில் கைம்பெண்கள் மறுதிருமணம் செய்துகொள்ள முடியாது. நான் எனது எண்ணங்களை வடிவமைத்துக்கொண்டேன் - இது எனக்கான வாழ்க்கை அல்ல. அன்றிரவு நான் வீடுதிரும்பியபோது, அம்மா என்ன ஆனது என்று கேட்டார். “அந்த மனிதரை நீங்கள் சந்தித்தீர்களா?” சிடுசிடுப்பில் நான் வெடித்துக் கேட்டேன்.

எந்த மனிதர் என்று அம்மா கேட்கவில்லை. “வேறொரு நாள்ல பார்த்தேன்!”

மூர்க்கக் குரலில், அதேவேளையில் என் தந்தையின் காதுகளில் விழுந்துவிடாதபடிக்கு, “அம்மா, அந்த ஆளை திருமணம் செஞ்சுக்க எனக்கு விருப்பமில்லை!”

அம்மா தோல் குலுக்கினார். “நல்லது, மகளே. ஆனால் இது என் கையை விட்டுப் போயிருச்சு. என்னால் என்ன செய்ய முடியும்? இது, உன் தந்தையின் முடிவு.” நாளையோ அல்லது நாளை மறுநாளோ எனது புதிய கணவன் எனக்காக

வருவான். வரும்போது, பண்டமாற்றாக ஐந்து ஒட்டகங்களைக் கொண்டுவருவான் என்று எனக்குத் தெரியும். தாமதமாகாமல், அப்படி நடப்பதற்குமுன் ஓடிவிட வேண்டும் என்று நான் எனது திட்டத்தை வரையறுத்திருந்தேன்.

அன்று முன்னிரவில், அனைவரும் தூங்கப்போன பின்னால், நான் பாபாவின் பிரபலம் வாய்ந்த குறட்டையொலியைக் கேட்டேன். பின்னர் எழுந்து, மூட்டிய தீக்கு அருகில் உட்கார்ந்திருந்த அம்மாவுக்குப் பக்கத்தில் போனேன். "அம்மா" என்று முணுமுணுத்தேன். "என்னால் அந்த ஆளைத் திருமணம் செய்துகொள்ள முடியாது - நான் ஓடிப்போகப் போறேன்."

"ஷ்ஷ்ஷ்... சத்தம் போடாதே! எங்கே போகப்போற, என் செல்லமே?"

"மொகாதிஷுல இருக்குற உங்க சகோதரிய தேடிப்பிடிப்பேன்."

"அவ எங்கேருக்கானு தெரியுமா? எனக்குத் தெரியாது!"

"கவலை வேண்டாம். நான் அவங்களத் தேடிப்பிடிச்சுருவேன்."

"நல்லது, இப்போ இருட்டா இருக்கே," தலைவிதியை மாற்ற முடியுமென்று அம்மா நியாயமாகப் பேசினார்.

"இப்ப இல்ல. காலைல," நான் குனிந்து முணுமுணுத்தேன். "சூரியன் வர்றதுக்கு முன்னால என்னை எழுப்பிவிட்டுருங்க." அம்மாவின் ஆதரவு எனக்குத் தேவையாக இருந்தது. ஏனென்றால், விழிப்பு மணியை நான் குறிக்கவில்லை. மேலும் எனது நீண்ட பயணத்தைத் தொடங்குமுன்பு, எனக்குக் கொஞ்சம் ஓய்வும் அவசியப்பட்டது. ஆயினும் என் தந்தை எழுந்துவிடுவதற்கு முன்பு, என் புறப்பாட்டை தொடங்கவேண்டிய தேவையும் இருந்தது.

"இல்லை" அம்மா மறுப்பாய் தலையசைத்தார். "அது ரொம்ப ஆபத்தானது."

"அம்மா, தயவுசெய்ங்க. என்னால அந்த ஆளைக் கல்யாணம் பண்ணிக்க முடியாதும்மா, - அந்த ஆள்கூடப்போயி எப்படிம்மா மனைவியா வாழ முடியும்? தயவு செய்ங்கம்மா. எனக்காக. நான் உங்களுக்காகத் திரும்பி வருவேன். நான் செய்வேன்னு உங்களுக்குத் தெரியும்."

"போய்ப்படு" அம்மாவின் பார்வையில் தீர்க்கம் இருந்தது. அவர் பார்வையும் பேச்சும் இந்த விவகாரம் முடிந்துவிட்டது என்பதாக இருந்தது. தீயை வெறித்துப் பார்த்துக் கொண்டிருக்கும் அம்மாவை சோர்வுடன் பார்த்தபடி வந்துவிட்டேன். தாறுமாறாகப் படுத்துக்கிடக்கும் என் சகோதர சகோதரிகளின் கைகளையும் கால்களையும் என் மீது இழுத்துப் போட்டுக் கொண்டேன், வெதுவெதுப்புக்காக.

தூங்கிக் கொண்டிருக்கும்போது, என் கையில் அம்மா மெதுவாகத் தட்டுவதைப்போல உணர்ந்தேன். எனக்குப் பக்கத்தில் அவர், முழந்தாளிட்டு அமர்ந்திருந்தார். "இப்போ போ" என்றார். உடனே நான் துள்ளியெழுந்தேன். என்ன செய்வதென்ற கிளர்ச்சியான உணர்வு எனக்குள் பாய்ந்தோடியது. சகோதர சகோதரிகளின் வெதுவெதுப்பான உடல்களிலிருந்து கவனமாக என்னை விடுவித்துக்கொண்டேன். என் தந்தை உறங்குவதை நிச்சயப்படுத்திக் கொண்டேன். குடும்பத்தைக் காப்பதாக அவர், தனது வழக்கமான நிலையில் தூங்கிக் கொண்டிருந்தார். அவரிடமிருந்து குறட்டையொலி எழும்பிக்கொண்டிருந்தது.

நடுக்கத்துடன் எங்கள் குடிசையைவிட்டு வெளியேறி அம்மாவுடன் நடந்தேன். "அம்மா, நன்றிம்மா என்னை எழுப்பிவிட்டதுக்கு." வெளிச்சமில்லாத அந்த இருட்டில், அம்மாவின் முகத்தைப் பார்க்கமுடியாமல் தவித்தேன். அந்த முகத்தோற்றத்தை நினைவுபடுத்த முயலுகின்றேன். ஏனென்றால், நீண்டகாலத்திற்கு அந்த முகத்தை பார்க்க முடியாமல் ஆகிவிடும். நான் என்னை தைரியமானவளாக காட்டிக்கொள்ள முயற்சிக்கிறேன். மாறாக, குலுங்கினேன். கண்களில் கண்ணீர், அம்மாவை இறுக அணைத்துக் கொண்டேன்.

"போ... போயிரு அவரு எந்திரிக்குறதுக்கு முன்னால," மெதுவாக, என் காதுகளில் கிசுகிசுத்தார். அவரது கைகள் என்னை ஆரத்தழுவியிருந்தன. "நீ நல்லாயிருப்ப. எதைப் பத்தியும் கவலைப்படாதே, ரொம்ப கவனமா இரு. கவனம் தேவை!" அம்மா என்னை விடுவித்தார். "அப்பறம் வாரிஸ்... ஒரு விஷயம், என்னைய மறந்துறாதே."

"மாட்டேம்மா, மறக்க மாட்டேம்மா..." அம்மாவிடமிருந்து விலகி, இருட்டுக்குள் ஓடினேன்.

6

நாகரிக ஆடைகளை அணிந்த அந்த மனிதன் தனது மெர்சிடீஸை ஓரமாக நிறுத்திய போது, நாங்கள் சில மைல்தூரத்தை மட்டுமே கடந்திருந்தோம். "ரொம்ப தூரத்துக்கு நான் போறதால, இது எனக்கு அச்சமா இருக்கு. உன்னை இங்கே இறக்கிவிட்டுர்றேன். வேறொரு வாகனம் கிடைக்க நீ முயற்சிக்கலாம்."

உண்மையிலேயே, இது எனக்கு வருத்தம்தரும் செய்தியாக இருந்தது. என் தந்தையிடமிருந்து நான் ஓடிவந்துவிட்ட பின்பு, நீண்ட பாலைவனத்தை நடந்து கடந்திருக்கின்றேன். பலநாட்கள் பட்டினி கிடந்திருக்கின்றேன். சிங்கத்தின் முன்பு தண்டுபோல மெலிந்து கிடந்திருக்கின்றேன். மந்தைக்காரன் சாட்டையால் சொடுக்கி விரட்டியிருக்கின்றான். சரக்கு வாகன ஓட்டியால் தாக்கப்பட்டிருக்கின்றேன். அவர்களிடையே, மெர்சிடீஸ் வண்டியை ஓட்டிக்கொண்டுவந்த மனிதன்மட்டுமே, வீட்டைவிட்டுக் கிளம்பி வந்துவிட்ட எனக்குநேர்ந்த அனுபவங்களின்வழியே சிறந்தவனாகத் தென்பட்டான்.

"உன் பயணம் சிறக்க வாழ்த்துகள்" வண்டியின் திறந்த சன்னலின் வழியாகக் கையசைத்த அவன், மீண்டும் வெள்ளைப் பற்களைக் காட்சிப்படுத்தினான். தூசிபடிந்த சாலையின் ஓரத்தில், நான் வெயிலில் நின்றிருந்தேன். பெரிய எதிர்பார்ப்புகள் ஏதுமின்றி அவனுக்குக் கையாட்டினேன். அலையடிக்கும் வெப்பத்தினூடே அவனது கார் வேகமெடுத்துப் போவதைக் கண்டேன். மீண்டும் நடக்கத் தொடங்கினேன். எப்படியும் மொகாதிஷு அடைந்துவிடமுடியும் என்ற நம்பிக்கையிருந்தது.

அந்தநாளில் மேலும் சில பயணங்களை செய்தேன். அவையெல்லாம் சிறுதூரப் பயணங்கள். இடையில் நடந்தும் போனேன். சூரியன் கீழே தொலைந்து போகும் நேரத்தில், மற்றொரு பெரிய சரக்கு வாகனம் ரோட்டோரத்தில் வந்துநின்றது. அதன் சிவப்பு விளக்குகளைப் பார்த்து, பயத்தில் உறைந்துபோன நான், சரக்கு வாகன ஓட்டியுடனான எனது கடைசி அனுபவத்தை நினைவுபடுத்திக் கொண்டேன். அதனை நினைத்துக் கொண்டிருந்த நேரத்தில், வாகன ஓட்டி உள்ளேயிருந்தபடி என்னைப் பார்த்தான். அடுத்த செயலில் துரிதமாக இறங்காவிட்டால், நான் இல்லாமலேயே வாகனத்தை நகர்த்திவிடும் அபாயம் இருந்தது என்பதால், அவசரமாக அதிலேற முயன்றேன். அந்தவாகனம் மிகவும் பெரிதாக இருந்தது. கதவை அவன் திறந்துவிட்டும், அதனுள் சிரமப்பட்டுத்தான் ஏறினேன். "எங்கே போகணும்?" என்று கேட்டான். "கால்கயோ போய்க் கொண்டிருக்கிறேன்."

"கால்கயோ" வாகன ஓட்டி சொன்னபோது, எனக்குள் மின்னல் ஒன்று தோன்றி மறைந்தது. அந்த நகரம் மிக அருகில் இருப்பதை நான் அறிந்திருக்கவில்லை. ஆனால் எனது பணக்காரப் பெரியப்பா அங்கே வாழ்ந்துவருகின்றார். மொகாதிஷுவைத் தேடி சோமாலியா முழுவதும் அலைவதைவிட, பெரியப்பா அஹமதுடன் தங்கியிருக்கலாம். எனது மூளை, எங்களுக்குள் இன்னும் முடியாத கொடுக்கல் வாங்கல் மிச்சமிருப்பதை நினைவூட்டியது. ஏனென்றால் அவரது விலங்குகளைப் பராமரித்ததற்கு மாற்றாக, இன்னும் எனக்கான செருப்புகளை நான் பெற்றிருக்கவில்லை. அவரது அருமையான வீட்டில் நிறைவான உணவை உண்பதைப்போல கற்பனை செய்துகொண்டேன். மரத்தடியில் தூங்குவதற்கு பதிலாக, அலங்காரம் நிறைந்த வீட்டில் தூங்குவதாகவும் எண்ணிக் கொண்டேன். "ஆமா, அங்கேதான் போறேன்" எனது எண்ணத்தை எண்ணி சிரித்துக் கொண்டேன். "நானும் கால்கயோதான் போறேன்" பின்னால் வாகனம் முழுவதும் உணவுப் பொருட்கள் நிரம்பியிருந்தன. மஞ்சள் சோளக்குவியல், மூட்டைகளில் அரிசி, சீனி அவற்றைப் பார்த்தவுடன் அகோரப் பசியை நான் நினைத்துக்கொண்டேன்.

வாகன ஓட்டிக்கு ஒரு நாற்பது வயதிருக்கும். ஒரு சாதுரியக் காரனாகத் தெரிந்தான். என்னுடன் உரையாடுவதற்கான முயற்சிகளை மேற்கொண்டிருந்தான். நான் தோழமையாக இருப்பதை விரும்புவேன். ஆனாலும் பயந்துபோயிருந்தேன். சன்னலின் வழியாக, பெரியப்பாவின் வீட்டைக் கண்டடைய முடியுமாவெனத் தேடினேன். இதுவரையில் அவர் எங்கே வசிக்கின்றார் என்பது குறித்து, எனக்கு எதுவும் தெரியாது. வாகன ஓட்டியின் பேச்சில் ஒரு கருத்து என் கவனத்தை ஈர்த்தது: "நீ ஓடி வந்துருக்க, இல்லையா?"

"ஏன் அப்படி சொல்ற?" நான் ஆச்சரியப்பட்டேன்.

"சும்மாதான் சொன்னேன் - உன்னப்பத்தி எனக்குத் தெரியும். அதான்."

"என்னது - அப்படியெல்லாம் இல்ல!, நான் கால்கயோ போய்க்கிட்டுருக்கேன். நீ என்னை அங்கே கூட்டிட்டுப் போகணும்னு விரும்பறேன். என் பெரியப்பாவை சந்திக்க வேண்டியிருக்கு. அங்கே அவர் என்னை எதிர்பார்த்துக் காத்துக் கொண்டிருப்பார்." அவன் முகம் என்னை நம்பவில்லை என்று சொன்னது. அத்தனைக்கிடையிலும் அவன் கவனமாக சரக்கு வாகனத்தை ஓட்டிக்கொண்டிருந்தான். எனது எண்ணம் அதனினும் வேகமாக ஓடிக்கொண்டிருந்தது - எந்த இடத்தில் என்னை இறக்கிவிடச் சொல்லி, வாகன ஓட்டியிடம் சொல்வது? என் பெரியப்பா எனக்காகக் காத்துக் கொண்டிருப்பார் என்று சொன்னக் கதைக்குப் பின்னால், நான் எங்கே போவதென தெரியாமலிருக்கின்றேன் என்பதை என்னால் ஏற்கமுடியவில்லை. நகரத்துக்குள் வாகனம் நுழைந்ததும், மக்கள் வெள்ளம் நிரம்பிய தெருக்களின் ஊடே பார்வையை ஓடவிட்டேன். கட்டிடங்கள், கார்கள், மக்கள், நான் முன்பு சந்தித்திருக்கும் கிராமங்களைவிட இந்நகரம் மிகவும் பெரிதாக இருந்தது. முதல்முறையாக பெரியப்பாவைத் தேடிக் கண்டுபிடிப்பது குறித்து யோசித்தேன்.

மிகவும் உயரமாக இருந்த வாகனத்தின் முன்புறமிருந்து, ஒருவித நடுக்கத்துடன் கால்கயோ நகரத்தின் சந்தடியைப் பார்த்துக் கொண்டிருந்தேன். என் கண்களுக்கு நகரம் பெரும்குழப்பத்திலும், ஒழுங்கற்ற நிலையிலும் இருந்தது. அதனால் வாகனத்திலிருந்து கீழே இறங்க வேண்டுமா என்றொரு

தடுமாற்றம் எனக்குள் உருவானது. அதேவேளையில் இந்த ஆசாமி என்னை ஏதாவது ஒரு ஓடுபாதையில் இறக்கிவிடுவதற்கு முன்பு, இங்கேயே இறங்கிவிடுவது நல்லது என்றும் தோன்றியது. அடுத்து அவன் வேகமாக ஒரு புறநகர் கடைவீதியை தாண்ட முனைந்தபோது, அங்கே நிறைய உணவுக்கடைகள் இருப்பதைக் கண்டேன். அங்கே நான் போக விரும்பினேன். "ஹே, நண்பனே. நான் இங்கே இறங்கிக் கொள்கிறேன். என் பெரியப்பா இங்கேதான் வசிக்கிறார்" என்று பக்கவாட்டிலிருந்த ஒரு தெருவைக்காட்டி, அவன் வாகனத்தை நிறுத்துவதற்கு முன்பே கதவின்வழியாக வெளியில் குதித்துவிட்டேன். "இத்தனை தூரம் அழைத்து வந்ததுக்கு நன்றி," சொல்லிக்கொண்டே வாகனத்தின் கதவை சப்தத்துடன் மூடினேன்.

மலைப்பூட்டும் வகையிலிருந்த சந்தைக்கடையின் வழியாக நடந்துபோனேன். என் வாழ்க்கையில் இந்தளவுக்கு உணவுப் பொருட்களை நான் எப்போதும் பார்த்ததே கிடையாது. அது எத்தனை அழகாக இருந்தது என்பதை நினைவுகூர்கிறேன். குண்டுகுவியலாக உருளைக்கிழங்குகள், மலைமலையாய் சோளக்கதிர், பாஸ்தா. கடவுளே, எத்தனை வண்ணங்கள்! தொட்டிதொட்டியாக நிரம்பிய பளீர் மஞ்சள் வண்ண வாழைப் பழங்கள், பச்சை மற்றும் தங்கநிறத் பழங்கள், ஆயிரமாயிரம் எண்ணிக்கையில் சிவந்த தக்காளிகள். இந்த உணவு வகைகளை முன்னர் நான் பார்த்ததே கிடையாது. அழகுபடுத்தி அடுக்கிவைக்கப்பட்டிருந்த தக்காளிகளின் முன்னே நின்றிருந்தேன். நறுஞ்சுவையுள்ள அந்தப்பொருட்களின் மீது அந்தநொடி எனது காதலை உருவாக்கியது. அவற்றைப் பார்த்துக் கொண்டிருக்க அந்தநாள் போதுமானதாக இல்லை. நான் அந்த உணவுகளையே பார்த்துக்கொண்டிருந்தேன். சந்தையைக் கடந்துசென்ற மக்கள் என்னைப் பார்த்தபடியும் நடந்தனர். தலைமீது பாரம் சுமந்துவந்த ஒருபெண், கடுகடுத்தாள். அவள் முழுமையான ஒரு அம்மாவாக இருந்தாள். ஆப்பிரிக்காவில் 'அம்மா' என்றசொல், பெண்களை மதிக்கும் ஒருசொல். அதன் அர்த்தம் நீ பருவமடைந்து விட்டாய், நீ வயதுக்கு வந்துவிட்டாய், ஆதியில் அந்தச்சொல், அம்மாவை மட்டும் விளிக்கும் சொல்லாக இருந்துவந்தது. அவளது நிறமும் ஆடைகளும் பளபளத்தன. "உனக்கு என்ன வேணும்?"

“இதில கொஞ்சம் நான் எடுத்துக்கவா?” தக்காளிகளைச் சுட்டிக்காட்டி கேட்டேன்.

“காசு வெச்சுருக்கியா?”

“இல்ல. ஆனா எனக்கு ரொம்ப பசிக்குது.”

“இங்கருந்து போயிரு - போ!” அதட்டி என்னை அப்புறப்படுத்த முயன்றாள்.

மற்றொரு கடையின் முன்னே போய்நின்று, மறுபடியும் என் வேலையைத் தொடர்ந்தேன். அங்கிருந்த பெண் சொன்னாள். “என் இடத்துக்கு முன்னால பிச்சைக்காரங்க நிக்கிறத நான் விரும்புறதுல்ல. இங்கே வியாபாரம் பாக்கணும். போ, அந்தபக்கம்.”

அவளிடம் என் கதையைச் சொன்னேன். என் பெரியப்பா அஹமதைத் தேட வேண்டும். அவர் எங்கே வசிக்கிறார் என்று உங்களுக்குத் தெரியுமா? அவர் ஒரு வசதியான வியாபாரி என்பதால், கால்கயோவின் மக்களுக்கு அவரைத் தெரிந்திருக்க வாய்ப்பிருக்கிறது என்று நம்பினேன். “வாயை மூடு. இங்கே பாரு. குத்துச்செடிலருந்து இங்கே வந்து, இதுமாதிரியெல்லாம் சத்தம் போடக்கூடாது. ஷ்ஷ்ஷ்... மரியாதையா நடந்துக்க பெண்ணே. நீ ரொம்ப அமைதியா இருக்கணும். அமைதி. பொதுவுல உன்னோட குடும்பப் பெயரையெல்லாம் சொல்லாதே.” நான் அவளையே பார்த்துக் கொண்டிருந்தேன்.

“கடவுளே இந்தப்பெண் என்ன சொல்கிறாள். இந்த மக்களிடம் எப்படி நான் தகவலைப் பரிமாறி என் தேடலைத் தொடர்வேன்?”

எங்களுக்குப் பக்கத்தில் ஒருவன் ஒருசுவற்றில் சாய்ந்தபடி நின்றிருந்தான். அவன் என்னை அழைத்தான். “ஏ பாப்பா, இங்கே வா.” பரபரப்பாக அவனிடம் சென்றேன். என் இக்கட்டு நிலையை அவனிடம் சொல்ல முயற்சித்தேன். அவனுக்கு ஒரு முப்பது வயதிருக்கும். மிகச்சாதாரணமாக, ஒரு ஆப்பிரிக்கனைப்போல இருந்தான். - சிறப்பாக அவனிடம் ஏதுமில்லை - ஆனால் நட்பு முகத்தை அவன் கொண்டிருந்தான். பொறுமையாகச் சொன்னான். “அமைதியாயிரு. நான் உனக்கு உதவறேன். ஆனா நீ ரொம்ப ஜாக்கிரதையா இருக்கணும்.

எங்கேயும் உனது பழங்குடியின் பெயரைச் சொல்லிக்கிட்டு இருக்காதே. சரி, நீ எந்த பழங்குடி இனம்?" அவனிடம் என் குடும்பம் மற்றும் பெரியப்பா அஹமத் குறித்து, எனக்குத் தெரிந்த எல்லா விவரங்களையும் சொன்னேன். "ஆகட்டும். நீ சொல்றவரு எங்கே வசிக்கிறாருனு எனக்குத் தெரியும்னு நெனைக்கிறேன். வா போகலாம். அவரைத் தேடிக்கண்டுபிடிக்க, நான் உனக்கு உதவறேன்."

"ஓ. நிச்சயமா - நிச்சயமா. என்னை அங்கே கூட்டிட்டுப் போவீங்களா?"

"ஆகட்டும். வா. கவலைப்படாதே, நாம அவரைக் கண்டுபிடிச்சுறலாம்." சந்தடிமிகுந்த சந்தையின் வழியே நாங்கள் நடந்தோம். நிழல்படிந்த சந்துகளில் ஒன்றில் நுழைந்தோம். அந்த ஆசாமி ஒருவீட்டின் முன்னே நின்றான். "உனக்குப் பசிக்குதா?" பசியைப் பரிதாபமானக் கண்கள் காட்டிக் கொடுத்துவிடும். யாராலும் பார்க்க முடியும்.

"ஆமா."

"நல்லது, இது என் வீடுதான். ஏன் நீ உள்ளே வரக்கூடாது. நீ சாப்புடுறதுக்கு ஏதாச்சும் தர்றேன். அப்புறமா, உங்கப் பெரியப்பாவைத் தேடலாம்" நான் நன்றியுடன் அவனது கோரிக்கையை ஏற்றுக்கொண்டேன்.

நாங்கள் உள்ளே சென்றோம். மிகவும் வினோதமான நாற்றம் அடித்தது. இதற்கு முன்பு இப்படியான நாற்றத்தை நான் உணர்ந்ததில்லை. என்னை கீழே உட்காரச் சொல்லி, எனக்கு உணவைக் கொண்டுவந்தான். கடைசிக் கவளத்தை எடுத்துக் கொண்டிருந்தபோது, அவன் சொன்னான். "ஏன் நீ, எங்கூட படுக்கக்கூடாது, நாம ஒரு குட்டித் தூக்கம் போடலாமே?"

"குட்டித் தூக்கம்?"

"ஆமா, ஓய்வெடுக்குறது."

"இல்லை. வேண்டாம். நான் என் பெரியப்பாவைக் கண்டுபிடிக்கணும்."

பாலைவனப் பூ | 107

"தெரியும். எனக்குத் தெரியும். ஆனா அதுக்கு முன்னாடி ஒரு குட்டித் தூக்கம் போட்டுருவோம். இது தூங்குற நேரம்தான். அப்பறம், நீ கவலைப்படாதே. நாம அவரைக் கண்டுபிடிக்கத்தான் போறோம்."

"வேண்டாம். நீங்க வேணுன்னா தூங்குங்க. நான் இங்கே உங்களுக்காக காத்துருக்கேன். அதுனால எனக்கு ஒண்ணும் இல்ல." இது, பகலில் தூக்கம்போடும் நேரமாக இருந்தாலும் யாரோ இந்த மனிதனுடன் படுத்துத் தூங்கும் எண்ணம் என்னிடம் இல்லை. ஏதோ இங்கே மிகமிகத் தவறான சம்பவம் நடக்கப்போகின்றது என்பதை உணர்ந்தேன். அறியாத சிறுமியாக, இப்போது என்ன செய்வது எனும் தவிப்பு எனக்குள் இருந்தது.

"ஏ புள்ளே, இங்கே பாரு," அவனது குரல் கோபம்பூசி வந்தது. "உங்கப் பெரியப்பாவைக் கண்டுபிடிக்கிறதுக்கு நான் உன்னைக் கூட்டிட்டுப் போகணும்னா, நீ கீழே படுக்குறதுதான் நல்லது. ஒரு குட்டித் தூக்கம் போடுவோம்." அவன் தனது கோரிக்கையை திரும்பத் திரும்ப அழுத்தமாகச் சொல்லிக்கொண்டே இருந்தான். அதில் நான் பயந்து போனேன். பெரியப்பாவைத் தேடுவதற்கு அவனது உதவி தேவையாகவும் இருந்தது. இறுதியில் செய்திருக்கக்கூடாத செயலை, மோசமான ஒரு சந்தர்ப்பத்தில் செய்துவிட்டேன். அவனது கோரிக்கைக்கு உடன்பட்டேன். ஆமாம். அவனது படுக்கையில் விழுந்த நொடியில், அவனது எண்ணமெல்லாம் அவன் சொன்ன குட்டித் தூக்கத்தில்தான் இருந்தது. இரண்டொரு நொடிகளில் அந்தக் காமக்கழுதை என் மீது படர முயன்றது. நான் போராடி, அவனிடமிருந்து விலகினேன். ஆத்திரத்தில் அவன் என் பின்மண்டையில் அறைந்தான். எந்தவொரு வார்த்தையையும் நான் சொல்லவில்லை. எனது சந்தர்ப்பத்துக்காகக் காத்திருந்தேன். அவனது கைகளிலிருந்து விலகி, அறையிலிருந்து வெளியே ஓடிவந்துவிட்டேன். வெளியே வரும்போது. அவன் அழைக்கும் குரல் கேட்டது. "சிறு பெண்ணே, வந்துவிடு..." பின்னர் அவன், மெலிதாகச் சிரிக்கும் சத்தத்தைக் கேட்டேன்.

இருட்டுச் சந்தின் வழியே ஓடிவந்து, நரம்புத் தளர்ச்சிக்கு ஆளானவள்போல இறைந்தேன். மறுபடியும் சந்தைக்கடைக்கு ஓடி, யாராவது பாதுகாப்பான மனிதர்கள் உதவமாட்டார்களா

என்று தேடினேன். ஒரு வயதான மூதாட்டி என்னிடம் வந்தார். அறுபது வயதைத் தாண்டியவராக இருந்தார். “சிறுமியே, என்ன விஷயம்?” எனது கைகளை இறுகப்பிடித்துக்கொண்டு கீழே உட்கார வைத்தார். “வா, என்கிட்ட சொல்லு. என்ன நடந்துச்சு.” என்ன நடந்தது என்பதை ஏற்றுக்கொள்ள முடியாமல், என்னைக் கட்டுப்படுத்த வழியின்றி தவித்துக் கொண்டிருந்தேன். எதையும் யாரிடமும் சொல்ல சங்கடமாகவும் அசூசையாகவும் உணர்ந்தேன். அவன் வீட்டுக்குள் நடந்ததைச் சொல்லி என்னை முட்டாளாக்கிக் கொள்ளாமல், அங்கொன்றும் இங்கொன்றுமாகச் சொன்னேன். தேம்பலினிடையே, எனது பெரியப்பாவைத் தேடிக் கொண்டிருப்பதையும் அவரைக் கண்டுபிடிக்க இயலாமல் தவிப்பதையும் விளக்கினேன்.

“உங்க பெரியப்பா யாரு? அவரு பேரு என்ன?”

“அஹமத் டைரி.”

வயதான அந்த மூதாட்டி, தனது எலும்பும் தோலுமான விரலால், பளீரென்ற நீல நிறத்திலிருந்த மூலை வீட்டைக் காட்டினாள். “அது அங்கே இருக்கு” என்றாள். “அதோ தெரியுது பாரு, அந்த வீடுதான்.” அது அங்கே இருந்தது. என் பெரியப்பாவின் வீட்டைத் தேடுவதற்கு உதவச்சொல்லி எந்தசோரம்போனவளின் மகனிடம் கேட்டுக்கொண்டே கடந்துபோனேனோ, அந்த இடத்தில்தான் அந்தவீடு இருந்தது. நான் அவனிடம் என் கதையைச் சொன்னபோது, அவனுக்கு நான் யார் என்பதும் என் பெரியப்பா யார் என்பதும் தெரிந்துவிட்டிருக்கின்றது என்பதை பின்னால் உணர்ந்தேன். நான் விருப்பப்பட்டால், அந்தவீட்டுக்குத் தான் அழைத்துப்போவதாக அந்த மூதாட்டி சொன்னாள். அவளை நான் கடுமையாகப் பார்த்தேன். ஏனென்றால், யாரையும் நான் நம்ப விரும்பவில்லை. ஆனால் அவளது முகத்தில், ஒரு உண்மையான அம்மாவின் இருப்பை உணர்ந்தேன்.

“ஆகட்டும் போகலாம்,” மெலிந்த குரலில் சொன்னேன்.

நாங்கள் நடந்து அந்த மூலைவீட்டுக்குச் சென்றோம். அந்த நீலநிற வீட்டின் கதவைத் தட்டினோம். என் அத்தைதான் கதவைத் திறந்தாள். என்னைக் கண்டதும் அதிர்ச்சியடைந்தாள்.

“இங்கே என்ன பண்ணிக்கிட்டுருக்க?” அந்த மூதாட்டி திரும்பி வந்தவழியே போய்விட்டாள்.

“அத்தை, நான் இங்கேதான் இருக்கேன்!” மடத்தனமாக பதிலளித்தேன்.

“என்னது, அல்லாஹ்வின் பெயரால் இங்கே என்ன செய்து கொண்டிருக்கின்றாய்? நீ ஓடி ஏதும் வந்துறலயில்ல?”

“நல்லது...”

“நான் அப்பறம் பேசிக்கிர்றேன்,” அவள் கடுமையாகச் சொன்னாள்.

அஹமத் பெரியப்பா, என் தந்தையின் சகோதரர், என்னைப் பார்த்து ஆச்சரியப்பட்டார். குறிப்பாக, அவர் வீட்டைத் தேடிக் கண்டுபிடித்துவிட்டதை எண்ணி வியப்படைந்தார். கற்களை ஏற்றிக்கொண்டுவந்த சரக்கு வாகனத்தின் ஓட்டுநரின் நண்பன் என்னிடம் நடந்துகொண்ட முறையிலிருந்து பெரியப்பாவின் அண்டைப்பகுதிக்காரன் வலிந்து நடந்துகொண்ட வல்லுறவு வரையிலானச் சம்பவங்களைப் பூசிமெழுகி, எனது விளக்கங்களைச் சொன்னேன். என்ற போதிலும், பாலைவனம் முழுவதையும் கடந்துவந்து, அவரைத்தேடிக் கண்டுபிடித்துவிட்டதில், என் திறமையை எண்ணிப் புளகாங்கிதப்பட்டுப் போனார். ஆனால் என்னை அங்கே தங்கவைத்துக்கொள்ளும் எண்ணம் அவருக்கு இருக்கவில்லை. அவரது விலங்குகளை பாலைவனத்தில் யார் பார்த்துக்கொள்வார்கள் எனும் கவலையில் இருந்தார். பல ஆண்டுகளாக, அந்தவேலையை நான் கவனித்து வந்தேன். அதனாலேயே எனக்கு செருப்பு வாங்கித் தரவேண்டிய பிரச்சனை இன்னும் இருந்தது. என் தந்தையின் மூத்த பிள்ளைகள் எல்லோருமே இப்போது வீட்டிலிருந்துப் போய்விட்டார்கள். மூத்தவர்களில் நான் ஒருத்தி மட்டுமே இருந்துவந்தேன் - உறுதியானவளும்கூட - மற்ற இளையவர்களைக் காட்டிலும் கூடுதலாக, என்னைச் சார்ந்தே இயக்கம் இருந்துவந்தது. “இல்லை, நீ திரும்ப வீட்டுக்குப் போய்விடு. எல்லா வேலைகள்லயும் உன் அப்பாவுக்கும் அம்மாவுக்கும் யார் உதவுவாங்க? இங்கே வந்து நீ என்ன செய்யப் போற?

மடத்தனம் பண்ணிட்ட?" இந்த அத்தனைக் கேள்விகளுக்கும் எதிர்பாராதவிதமாக நல்ல பதில்கள் என்னிடம் இல்லாமல் போய்விட்டன. வெள்ளை தாடி வைத்த ஒரு வயதான ஆசாமிக்கு, பாபா என்னைத் திருமணம் செய்துவைக்க முயன்ற போது ஓடிவந்துவிட்டேன் என்று சொல்லும் காரணம் அத்தனை நன்றாக இல்லை என்பதால் சொல்லவில்லை. என்னை ஒரு பைத்தியக்காரியாக எண்ணி பெரியப்பா பார்த்துக் கொண்டிருந்தார். அதன்பின் சொன்னார். "அதனால் என்ன... வாரிஸ், நீ கல்யாணம் செய்துகொள்ளலாமே. உன் தந்தைக்கு ஒட்டகங்கள் தேவைப்படுகின்றன..." நான் என் குடும்பத்தில் வேறுபட்ட ஒருத்தி என்று விளக்கும் முயற்சிக்கு அங்கே வழியேதும் இல்லை. நான் என் பெற்றோரை நேசிக்கின்றேன். என் தந்தை என்னிடமிருந்து விரும்புவது வேறாக இருக்கின்றது. அங்கே இருந்தால் வாழ்க்கை வேறுவிதமாக இருக்கும் என்பதை நானறிவேன். ஆனால் அது என்னவென்று எனக்குத் தெரியவில்லை. சிலநாட்கள் கழித்து, பெரியப்பா என் தந்தைக்கு தகவல் அனுப்பியிருக்கும் செய்தியை அறிந்து கொண்டேன். பாபா வழியில் வந்துகொண்டிருக்கின்றார்.

அஹமத் பெரியப்பாவின் இரண்டு மகன்களை நான் நன்கறிவேன். பள்ளிக்கூட விடுமுறைக் காலங்களில் அவர்கள், பாலைவனத்துக்கு வந்து எங்கள் குடும்பத்துடன் தங்கியிருப்பார்கள். விலங்குகளைப் பராமரிப்பதில் உதவுவார்கள். சோமாலி வார்த்தைகளை எங்களுக்குக் கற்றுத் தருவார்கள். அந்தக் காலத்தில் இது மரபாக இருந்தது. நகரப் பள்ளிகளுக்குச் செல்பவர்கள் பாலைவனத்துக்கு வரும்போது, நாடோடிப் பழங்குடியினக் குழந்தைகளுக்கு ஏதாவது கற்றுத்தருவது. கால்கயோவில் நான் இருந்தபோது, ஒன்றுவிட்ட அந்த சகோதரர்கள், எனது மூத்த சகோதரி அமான் இருக்குமிடம் தெரியும் என்று குறிப்பிட்டார்கள். வீட்டிலிருந்து ஓடிவிட்ட அமான், மொகாதிஷு சென்று, அங்கே திருமணம் செய்துகொண்டிருக்கிறாள். அந்தச் செய்தியைக் கேட்டு, எனக்கு சந்தோஷமாகிப் போனது. ஏனென்றால், அவள் வீட்டைவிட்டுப் போனதிலிருந்து எந்தவொரு தகவலும் எனக்குத் தெரியாது. அவள் இறந்துபோயிருக்கலாம் என்று கருதியிருந்தேன். சகோதரர்களுடன் பேசிக்கொண்டிருக்கும்போது, அமான் எங்கிருக்கின்றாள் என்பது என பெற்றோருக்குத் தெரியும்

என்பதை அறிந்துகொண்டேன். அவளை எங்கள் வீட்டிலிருந்து விலக்கிவிட்டார்கள். அதனால் அவளைப் பற்றி யாரும் பேசுவது இல்லை.

என்னைத் திரும்ப அழைத்துச் செல்வதற்கு என் தந்தை வந்துகொண்டிருக்கும் செய்தியறிந்ததும், நாங்கள் ஒரு திட்டத்தைத் தீட்டினோம். தலைநகரை அடைந்ததும் என் சகோதரியைக் கண்டுபிடிப்பதற்கான திசைவழிகளை அந்த சகோதரர்கள், சொல்லிக் கொடுத்தனர். ஒருநாள் காலையில் அவர்கள், என்னை நகரத்துக்கு வெளியே ஒரு சாலைக்கு அழைத்துவந்தனர். கையில் வைத்திருந்த சிறுதொகையை என்னிடம் கொடுத்து, "நீ அங்கே போ, வாரிஸ்," வழியைச் சுட்டிக்காட்டினர், "மொகாதிஷுவுக்கு போறவழி, இதுதான்" என்றனர்.

"நான் எங்கே போறேன்னு யாருக்கும் சொல்லமாட்டோம்னு சத்தியம் பண்ணுங்க. ஞாபகம் வெச்சுக்குங்க, எங்கப்பா இங்கே வந்ததும் கேப்பாரு. எனக்கு என்ன ஆச்சுனு உங்களுக்குத் தெரியாதுனு சொல்லிறணும். கடைசியா நீங்க என்னைப் பாத்தது, இன்னிக்கு காலைல வீட்ல. அவ்வளவுதான். ஓகே?" அவர்கள் தலையாட்டினார்கள். போய்வா என்று கையசைத்தார்கள். நான் நடக்கத் தொடங்கினேன்.

மொகாதிஷுவுக்கான பயணம் கடும்வேதனை தருகின்ற சித்ரவதையாக இருந்தது. பல நாட்கள் பிடித்தது. மிகவும் சிறிய தொகையே நான் வைத்திருந்தேன். காசிருந்ததால், வழியில் உண்பதற்கு சிலபொருட்களை வாங்கமுடிந்தது. எனது ஊர்திப் பயணங்கள் தொடர்ச்சியற்றதாகவும் சிதறலாகவும் இருந்தது. இடையிடையே நான் பலமைல் தூரம் நடந்தே கடந்திருந்தேன். மெதுமெதுவான முன்னேற்றத்தால் வெறுப்படைந்திருந்த நான், இறுதியில் ஆப்பிரிக்க விரைவு வாடகை ஊர்தியில் பயணம் மேற்கொண்டேன். நாற்பதுபேர்வரை பயணிக்கும் பெரிய ஊர்தி, அது. இதுபோன்ற வாகனங்கள் ஆப்பிரிக்காவில் சாதாரணம். தானியங்கள் அல்லது கரும்பு ஏற்றிமுடித்த பிறகு மீதியுள்ள காலியிடத்தில் இதுபோல பயணிகளை ஏற்றிக்கொள்வார்கள். வாகனத்தின் தரை மரக்கட்டைகளால் ஆனதாக இருக்கும். சுற்றிலும்

வேலிபோல அடைத்திருப்பார்கள். அதில் அமர்ந்துகொண்டோ அல்லது நின்றுகொண்டோ பயணம் செய்யலாம். அதில் பயணம்செய்யும் பயணிகள், பிரம்மாண்டமான விளையாட்டுப் பொருட்கள்போல தென்படுவார்கள். விரைவு வாடகை ஊர்தியில் கூட்டமாகக் குழந்தைகள் இருப்பார்கள். சரக்குகள் இருக்கும். வீட்டு உபயோகப்பொருட்கள் அடுக்கப்பட்டிருக்கும். தட்டுமுட்டுப்பொருட்கள், உயிருள்ள வெள்ளாடுகள், கோழிகள் அடைக்கப்பட்ட கூண்டுகள், அதற்கும்மேலே ஓட்டுநர் தனக்கு பணம்கொடுப்பவர்களை பயணியாக ஏற்றிக்கொள்வான். எனது சமீபத்திய அனுபவங்களின் வழியாக, தனியாக யாரோ ஒரு அந்நியனுடன் பயணிப்பதைவிட இவ்வாறு கூட்டத்துடன் பயணிப்பதை விரும்பினேன். மொகாதிஷுவின் எல்லைப்புறத்தை அடைந்தபோது, அந்த ஊர்தி நிறுத்தப்பட்டுவிட்டது. எங்களைக் கீழிறக்கிவிட்டார்கள். அந்த இடத்தில் ஒரு கிணறு இருந்தது. மக்கள் கூட்டமாய் தங்கள் விலங்குகளுக்கு தண்ணீர் காட்டிக்கொண்டிருந்தார்கள். நான் என் கைகளைக் குவித்து, அதில் தண்ணீரை அள்ளிக்குடித்தேன். பின்பு கொஞ்சம் தண்ணீரை முகத்தில் தெளித்துக்கொண்டேன். இந்த முறை அங்கே நிறைய சாலைகள் இருப்பதைக் கண்டேன். மொகாதிஷு சோமாலியாவில் பெரிய நகரம். ஏறத்தாழ ஏழுநூறு ஆயிரம் மக்கள்தொகையைக் கொண்டது. இரண்டு நாடோடிப் பழங்குடிகள் தங்கள் விலங்குகளுக்கு தண்ணீர் காட்டிக்கொண்டு நின்றிருந்தனர். அவர்களிடம், “அதில் எந்த சாலை தலைநகருக்குப் போகின்றது என்பது உங்களுக்குத் தெரியுமா?” என்று கேட்டேன்.

“அதோ அந்த சாலை,” ஒருவர் அந்த சாலையைக் குறிப்பிட்டுக் காட்டினார். அவர் எனக்குக் காட்டிய திசைவழியாக நகரத்தின் உட்புறம்நோக்கி நடக்கத் தொடங்கினேன். மொகாதிஷு, இந்தியப் பெருங்கடலின் கரையிலுள்ள ஒரு துறைமுக நகரம். அது, அவ்வளவு அழகாக இருந்தது. நடந்தபடியே, கழுத்தை உயர்த்தி பிரமிப்பூட்டும் வெள்ளைக் கட்டிடங்களைப் பார்த்தேன். நெடிதுயர்ந்த பனைமரங்கள், பளீர் வண்ணப் பூக்கள் சூழ அவையிருந்தன. பெரும்பாலானக் கட்டிடங்கள் இத்தாலியின் குடியேற்ற நாடாக சோமாலியா இருந்தபோது, இத்தாலியர்களால் கட்டப்பட்டவை. அதனால் அந்த நகரம் மத்திய தரைக்கடல் நாடுகளின் உணர்வைக் கொடுக்கும். என்னைக் கடந்து

சென்ற பெண்கள் பகட்டான ஆடைகளை மஞ்சள், சிவப்பு, மற்றும் நீலவண்ணங்களில் அணிந்திருந்தனர். அவை அச்சிடப்பட்டவையாக இருந்தன. நீண்ட கழுத்துத்துணியால் முகம்தெரிய தலையில் சுற்றியிருந்தனர். அதனை தங்கள் கன்னங்களுக்குக் கீழே கொண்டுவந்து முடிந்திருந்தனர். கடல்காற்று அதனைத் தடவிக்கொண்டு போகும்போது, சடசடவென்று அலைகள் அடித்துக்கொள்வதுபோல அழகூட்டியது. பல முஸ்லிம் பெண்கள் தங்கள் தலையைச்சுற்றி கழுத்துத்துணியை அணிந்திருந்தார்கள். அவர்களின் கறுப்பு முக்காடு, முகத்தையும் சேர்த்து மூடியிருந்தது. நான் அவர்களை கவனித்தேன். எப்படி அவர்கள் தங்கள் பாதையைக் கண்டறிகிறார்கள் என்பது ஆச்சரியம்தருவதாக இருந்தது. நகரம் சூரியவெளிச்சத்தில் பிரகாசமாக இருந்தது. வண்ணங்கள் மின்னின.

நடந்துகொண்டிருக்கும்போது, பலரை வழியில் நிறுத்தி, என் சகோதரியின் வீட்டுக்கு அருகாமையான திசை எது என்று கேட்டுக்கொண்டேன். என்னிடம் தெரு, விலாசம் எதுவுமில்லை. ஆனால் கால்கயோவில் அஹமத் பெரியப்பா வீட்டைத் தேடுவதற்குக் கடைப்பிடித்த வழிமுறையை திரும்பத் திரும்ப இங்கேயும் கடைபிடித்தேன். ஒருவழியாக, அவள் இருக்கும் பகுதியைக் கண்டுபிடித்துவிட்டேன். அங்கிருந்த சந்தைக் கடைக்குப்போய், யாருக்காவது அவளைத் தெரியுமா என்று விசாரித்தேன். ஆயினும் இந்தமுறை யாரிடமும் எனக்கு உதவு என்று கேட்டு, அன்னியனிடம் ஏமாறத் தயாராக நான் இருக்கவில்லை.

அந்த இடத்தின் அருகாமைக்கு நான் வந்துசேர்ந்தபோது, வேகமாக ஒரு சந்தைக் கடையை விரைவிலேயே கண்டுபிடித்துவிட்டேன். அங்கிருக்கும் உணவுகளை பார்த்துக் கொண்டே எதை வாங்கலாம் என்று உலாவந்தேன். என்னிடம் மிகக்குறைந்த அளவிலே சோமாலிய ஷில்லிங்குகள் இருந்தன. கடைசியாக, இரண்டுபெண்கள் நடத்தும் ஒரு கடையில் கொஞ்சம் பால் வாங்கினேன். அவர்களிடம் விலைகுறைவாக இருந்ததால் அதை வாங்கினேன். ஆனால் அதை முதல்தடவை வாய்வைத்து உறிஞ்சும்போதே, ஏதோ அயர்வாக இருப்பதை

உணர்ந்தேன். அது சரியான சுவையாக இருக்கவில்லை. "பால்ல என்ன பிரச்சனை?" நான் கேட்டேன்.

"எங்க பால்ல என்ன பிரச்சனை இருக்கு? ஒண்ணுமில்லையே!"

"ஆகா, வாங்க. ஒரு விஷயம். எனக்கு பால்பத்தி நல்லாத் தெரியும். இது சரியான சுவையாக இல்லை. நீங்க தண்ணீ அல்லது வேற எதையோ இதுல சேர்த்துருக்கீங்க." இறுதியில், அவர்கள் பாலில் தண்ணீர் சேர்த்திருப்பதை ஒத்துக்கொண்டனர். அதனால் குறைந்தவிலைக்கு விற்க முடிகின்றது என்று சொன்னார்கள். அதை அவர்களின் வாடிக்கையாளர்கள் கண்டுகொள்வதில்லை. எங்கள் உரையாடல் தொடர்ந்தது. என் சகோதரியைத் தேடி தலைநகருக்கு வந்திருப்பதாக அவர்களிடம் சொன்னேன். அவர்களிடம் அமானைத் தெரியுமா என்று கேட்டேன்.

"ஆமா. உன்னைப் பார்க்கும்போது அப்பவே தோணுச்சு. பார்த்த மாதிரியிருக்குதுனு" அவர்களில் ஒருபெண் சொன்னாள். நான் சிரித்தேன். நாங்கள் சிறுமிகளாக இருந்தபோது, என் சகோதரியைப் போலவே நானிருப்பேன். அவர்களுக்கு அவளைத் தெரிந்திருக்கின்றது. தினமும் சந்தைக்கடைக்கு வருபவளாக அவள் இருக்கின்றாள். அந்தப் பால்காரப் பெண் தனது இளையமகனை அழைத்து, என் சகோதரி வசிக்கும் வீட்டைக் காட்டச்சொல்லி அனுப்பிவைத்தாள். "இவங்கள அமான் வீட்டுக்குக் கூட்டிப் போய் காட்டிட்டு, திரும்ப நேரா இங்கே வந்துரு."

நாங்கள் அமைதியான தெருக்களின் வழியே நடந்தோம். இது பகல் தூக்கத்துக்கான நேரம். பகலின் வெக்கையிலிருந்து காத்துக்கொள்ள அவர்கள் வீட்டுக்குள் ஓய்வெடுத்துக் கொண்டிருந்தனர். அந்தசிறுவன் ஒருகுடிலைக் காட்டினான். நான் அந்தக் குடிலுக்குள் நடந்தேன். என் சகோதரி தூங்கிக் கொண்டிருந்தாள். அவள் கைகளை உலுக்கி, எழுப்பினேன். நான் கனவில் வந்திருப்பதாக எண்ணி என்னைப் பார்த்தவள், "என்ன செய்ற இங்கே..." தடுமாறியபடி கேட்டாள். நான் அவள் படுக்கையில் அமர்ந்தேன். என் கதையைச் சொன்னேன். அவள் பல ஆண்டுகளுக்குமுன் செய்ததை இப்போது நான் செய்திருந்தேன். கடைசியில், யாரோ ஒருவருடன் எனக்குப்

பேசியதும் அவள் ஏன் அப்போது அப்படி செய்திருந்தாள் என்பதை அறிந்துகொண்டேன். அவள் அதை தனது பதிமூன்று வயதில் அறிய முடிந்திருந்தது. தந்தையின் நலம்பொருட்டு, வயதான அந்த முட்டாளை நான் திருமணம் செய்துகொள்ளவில்லை.

மொகாதிஷுவுக்கு அமான் வந்துசேர்ந்த கதையையும் தனது கணவனை அவள் கண்டறிந்த கதையையும் சொன்னாள். அவர் ரொம்ப நல்லவராம். அமைதியானவராம். கடின உழைப்பாளியுமாம். தனது முதல்குழந்தையை அவள் எதிர்பார்த்திருந்தாள். இன்னும் ஒருமாதத்தில் அவளுக்குப் பிரசவம் ஆகவிருந்தது. ஆனால் எழுந்து நின்றபோது, அவள் குழந்தைப் பெறப்போகும் தோற்றமுள்ளவளாகக் காணப்படவில்லை. தளர்ந்த ஆப்பிரிக்க ஆடையில் அவள், பார்வைக்கு ஆறடி உயரமுள்ளவளாகவும் நவ நாகரிகமாகவும் தெரிந்தாள். ஒரு கர்ப்பிணிப் பெண்போல தோற்றமளிக்கவில்லை. அவள் எவ்வளவு அழகாக இருக்கின்றாள் என்பதை நினைத்துக்கொண்டேன். நான் எனது குழந்தையை சுமக்கும்போது, இதுபோலத்தான் இருப்பேன் என்று எண்ணிக் கொண்டேன்.

நீண்டநேரம் பேசிக் கொண்டிருந்துவிட்டு, இறுதியாக அந்தக் கடினமானக் கேள்வியைக் கேட்பதற்காக என்னைத் தயார்படுத்திக் கொண்டேன். “அமான், நான் திரும்பிப் போக விரும்பவில்லை. - உன்னுடனே தங்கிக்கொள்ள முடியுமா? தயவுசெய்!”

“அப்ப நீ ஓடிவந்துட்ட. அம்மா தலைல எல்லா வேலையையும் போட்டுட்டு.” அவள் வருத்தமாகச் சொன்னாள். ஆயினும் அவளுடன் நான் விரும்பும்வரை தங்கிக் கொள்ள அனுமதித்தாள். குறுகலான அந்த இடத்தில் இரண்டு அறைகள் இருந்தன. அதில் சிறியதாக இருந்த அறையில் நான் தூங்கினேன். மற்றதை அவளும் அவள் கணவரும் பங்கிட்டுக் கொண்டனர். அவள் கணவரைக் காண்பது அரிதாக இருந்தது. காலையில் வீட்டிலிருந்து வேலைக்குச் செல்பவர், மதியம் உணவுக்கு வருவார். அப்படியே ஒரு குட்டித் தூக்கம். பின்பு மறுபடியும் வேலைக்குச் சென்றுவிடுவார். மாலையில் மிகவும் தாமதமாக வருவார். அவர் வீட்டில் இருப்பது வெகுகொஞ்சமாக இருந்தது.

அதனால் அவரைப் பற்றிப் பேசுவதற்கு, அவரது பெயர் மற்றும் வாழ்தலுக்கு என்ன செய்கிறார் என்பது மட்டுமே எனக்குள் நினைவில் இருக்கின்றது.

நான்தான் சந்தைக்குப்போய் காய்கறி வாங்கி வந்தேன். அதிக விலைவைத்துப் பேசும் கடைக்காரர்களிடம் பேசி, விலைகுறைக்கும் கலையைக் கற்றுக்கொண்டுவிட்டேன். உள்ளூர்க்காரர்களைப் போல மளமளவென்றுபேசி, தடாலடியாக விலைகுறைத்துக்கேட்டு, "எவ்வளவுக்குத் தருவீங்க?" என்று பேச்சினூடே நையாண்டி செய்யவும் கற்றுக்கொண்டேன். ஒவ்வொரு பொருளின் விலையும் சடங்காக அங்கே எழுதி வைக்கப்பட்டிருக்கும். ஆனால் எல்லாநாளும் அப்பொருளுக்கு ஒரே விலையாகத்தான் இருக்கும். ஒரு அம்மா என் முன்னால் மூன்று தக்காளிகளை வைத்தாள். ஒன்றுமட்டும் அதில் பெரியது. மற்ற இரண்டும் சிறியது. அவள் குறிப்பிட்ட விலை மூன்று ஒட்டகங்களுக்கானதாக இருந்தது.

"ஆ, இது ரொம்ப அதிகம்," சோர்வான கண்களுடன் கையாட்டி மறுப்பேன்.

"சரி, வா, வா, வா, எவ்வளவுதான் தருவே?"

"ரெண்டு அம்பது".

"ஆ... அதெல்லாம் முடியாது" இந்தநேரத்தில் பெரியதொரு காட்சியை அரங்கேற்றுவதுபோல நடக்க ஆரம்பிப்பேன். அப்படியே அடுத்த வியாபாரியிடம் போகப் போவதுபோல விரும்பம் காட்டுவேன். மறுபடியும் முந்தைய ஆளிடமேபோய், விட்ட இடத்திலிருந்து தொடருவேன். இருவருமே களைத்துப் போகும் வரையிலோ அல்லது விட்டுக்கொடுக்கும் வரையிலோ எங்கள் பேரம் தொடரும்.

அம்மாவைப் பற்றி அமான் அடிக்கடி குறிப்பிட்டுப் பேசினாள். நான் வீட்டைவிட்டு ஓடிவந்துவிட்டதால், அம்மா தனியாக அத்தனை வேலைகளையும் செய்ய சிரமப்படுவார் என்று கவலைப்பட்டாள். அவள் இதுகுறித்துப் பேசும்போதெல்லாம், அந்த நிலைக்கு நான்தான் முழுக்காரணம் என்று என்மீது பழிபோட்டுக் கொள்வேன். அம்மா மீதான அவளது

கவலைகளை நானும் பங்குபோட்டுக் கொள்வேன். ஆனால் தான் வீட்டைவிட்டு ஓடிவந்த விஷயத்தைக் குறிப்பிடவே மாட்டாள். மறந்துபோன குழந்தைப் பருவத்து நினைவுகள் ஒட்டுமொத்தமாய் இப்போது எனக்குள் திரும்பிவந்தன. இந்த ஐந்து அல்லது சில ஆண்டுகளில் அமான் முன்னைப் பார்த்ததற்கு மிகவும் மாறிப் போயிருந்தாள். ஆனால் அவளுக்கு, நான் மட்டும் அவள் விட்டுவிட்டு வந்தநேரத்திலிருந்த அற்பமான சிறுமியாக அப்படியே தென்பட்டேன். இதனிடையே அவள் மட்டும் வளர்ந்துவிட்டவளாகவும் அறிவுபெற்றவளாகவும் ஆகிவிட்டதாகக் காட்டிக்கொண்டாள். நாங்களிருவரும் பார்ப்பதற்கு ஒன்றுபோல் தென்பட்டாலும் எங்கள் ஆளுமை ஒன்றுபோல இல்லை என்பதைத் தெரிந்துகொண்டேன். அவளது நிரந்தரமான அதிகாரத் தன்மை எனக்குள் கோபத்தை விதைத்தது. பாபா, என்னை வயதான அந்த மனிதருக்கு திருமணம் செய்துவைக்க முற்பட்டபோது, இதைக்காட்டிலும் ஒரு வாழ்க்கை எனக்காக காத்திருப்பதாக எண்ணி ஓடிவந்தேன். சமைப்பது, துவைப்பது, குழந்தைகளைப் பார்த்துக் கொள்வது, என் சிறிய சகோதர சகோதரிகளின் பராமரிப்பு உள்ளிட்ட பல வேலைகளை நான் எனது எண்ணத்தில் கொண்டிருக்கவில்லை.

ஒருநாள் நான் அமானை விட்டுவிலகி, எனக்கான விதி என்னவோ அதைத் தேடிக்கொண்டு புறப்பட்டேன். நான் அங்கிருந்து புறப்படுவது குறித்து, அவளுடன் நான் கருத்து எதையும் பகிர்ந்துகொள்ளவில்லை - ஒருநாள் காலை மிக இயல்பாக நடக்கத் தொடங்கிவிட்டேன். பின்பு, திரும்பப் போகவில்லை. அந்த நேரத்தில் அது எனக்கு நல்ல திட்டமாகப்பட்டது. ஆனால் அவளை திரும்ப எப்போதுமே பார்க்க முடியாது என்பது அப்போது எனக்குத் தெரிந்திருக்கவில்லை.

7

அமானுடன் இருந்தபோது, மொகாதிஷுவில் வசித்துவந்த எங்களின் மற்ற உறவினர்களைச் சந்திக்க, அவள் என்னை அழைத்துப் போனாள். வாழ்க்கையில் முதல்தடவையாக, என் அம்மாவின் குடும்பத்தினரை சந்தித்தேன். தலைநகரில் அம்மா, அவர் அம்மாவுடனும் நான்கு சகோதரர்களுடனும் நான்கு சகோதரிகளுடனும் வளர்ந்தவர்.

மொகாதிஷுவிலிருந்தபோது, பாட்டியை அறிந்துகொண்டது மகிழ்ச்சிதருவதாக இருந்தது. இன்றைக்கு வயது அவருக்குத் தொண்ணூறையொட்டி இருக்கும். முதலாவதாக நான் சந்தித்தபோது, எழுபதுகளிலிருந்தார். முழுமையான அம்மாவாக இருந்தார். முகம் மெல்லியதாய்த் தோலுரிக்கப்பட்டதுபோல இருந்தது. வலுவான நினைவுத் திறத்தையும் கொண்டிருந்தார். ஒருபெண்ணின் குணாதிசியத்துடன் மனோபலம் நிறைந்தவராய்க் காணப்பட்டார், அவர் கைகள், நீண்டகாலமாக மண்ணைத் தோண்டிய முதலையின் தோல்போல வளர்ந்திருந்தன.

பாட்டி, அரேபிய நாடுகளில் ஏதோவொன்றில் வளர்ந்தவர். ஆனால் எனக்கு எந்த நாடென்று தெரியவில்லை. ஆழ்ந்த சமயப்பற்றுள்ள முஸ்லிம் குடும்பம் அவருடையது. மெக்காவை நோக்கி நாள்தோறும் ஐந்துமுறை தொழுகை. முகத்தைச் சுற்றி எப்போதும் கறுப்புநிற முக்காடு. வீட்டிலிருந்து வெளியில் கிளம்பும்போது, அதை நிச்சயமாக அணிந்திருப்பார். அது, தலை முதல் பாதம் வரை போர்த்தியிருக்கும். அவரை வேண்டுமென்றே நையாண்டி செய்து வம்புக்கு இழுப்பேன்: "பாட்டி, நீங்க நல்லாருக்கீங்களா? நீங்க எங்கே போறீங்கனு உங்களுக்கு

நிச்சயமா தெரியுமா? இத மாட்டிக்கிட்டு உங்களால பாக்க முடியுதா?"

"ஓ, வா, வா" எரிச்சலில் கத்துவார். "இதுவழியாப் பாத்தா எல்லாமே தெரியும்."

"நல்லது. உங்களால மூச்சுவிட, அப்பறம் எல்லாமே முடியுது?" நான் சிரிப்பேன்.

பாட்டி வீட்டில் தங்கியிருந்தபோது, அம்மா எங்கிருந்து அத்தனை பலத்தைப் பெற்றார் என்பதை உணர்ந்துகொண்டேன். தாத்தா பல ஆண்டுகளுக்கு முன்பே இறந்திருந்தார். பாட்டி தனியாகவே வசித்து, எல்லா விஷயங்களையும் தானாகவே செய்து கொண்டிருக்கின்றார். நான் அவரைப் பார்க்கப் போகும்போது, முக்காட்டை அணிவித்துவிடுவார். காலையில் நாங்கள் எழுந்திருப்பதற்கு முன்னாலே அவர் சீக்கிரமாக எழுந்து தயாராகியிருப்பார். என்னையும் நேர்ப்படுத்துவார்: "வா கிளம்புவோம். வா, வாரிஸ்."

பாட்டி வசித்துவந்த இடம் மொகாதிஷுவை அடுத்திருந்தது. அது, சந்தைக்கடையிலிருந்து நல்ல தூரம். ஒவ்வொருநாளும் உணவுப்பொருட்களை சந்தைக்கடையில் வாங்குவதும் வழக்கமாக இருந்தது. நான் சொல்வேன்: "வாங்க பாட்டி, நாம கஷ்டமில்லாம பஸ்ல போய்ட்டு வரலாம். இப்போ ரொம்ப வெயிலா இருக்குது. அதுவுமில்லாம சந்தைக்கடை நடந்துபோக முடியாத அளவுக்கு எவ்வளவு தூரம் இருக்குது?"

"என்னது!? பஸ்ஸா? நட போகலாம். சின்னப்புள்ள நீ, உனக்கு பஸ் கேக்குதா? என்னாச்சு ஒனக்கு? வர வர நீ ரொம்பவே சோம்பேறியாகிட்டுருக்க, வாரிஸ். இப்பல்லாம் இந்தப் புள்ளைகளுக்கு என்ன ஆகுதுனே தெரியல. நானெல்லாம் உன் வயசுல, ஓ, எத்தனை மைல்தூரம் நடப்பேன் தெரியுமா... சிறுபெண்ணே. இப்ப நீ எங்கூட வர்றியா இல்லையா?" அவரோடு சேர்ந்துபோக சோம்பி, கொஞ்சம் தாமதப்படுத்தினாலும், அவர் நானில்லாமல் போய்க்கொண்டேயிருப்பார். வீடுதிரும்பும்போது, பைகளைச் சுமந்து கொண்டு அவருக்குப் பின்னால் சிரமப்பட்டு நடந்துவருவேன்.

நான் மொகாதிஷுவைவிட்டுக் கிளம்பிய பின்பு, அம்மாவின் சகோதரிகளில் ஒருவர், ஒன்பது குழந்தைகளை விட்டுவிட்டு இறந்துவிட்டார். அந்தக் குழந்தைகளின் பராமரிப்பை பாட்டிதான் பார்த்துக்கொண்டார். தன் குழந்தைகள்போல ஆளாக்கினார். ஒரு அம்மாவாக, அவரால் எதையும் செய்ய முடிந்திருந்தது.

பாட்டியின் ஒருமகனை, அம்மாவின் சகோதரர் உல்தாஃப்பை சந்தித்தேன். சந்தைக்கடைக்குப் போய்விட்டுத் திரும்பிய நாளொன்றில், பாட்டியுடன் அவர் உட்கார்ந்திருந்தார். தனது மடியில் எனது ஒன்றுவிட்ட சகோதரனை வைத்திருந்தார். அவரை நான் இதற்குமுன்பு பார்த்ததில்லை. ஆயினும் அவரிடம் ஓடினேன். திடீரென்று பார்க்கும்போது, அந்தமனிதர் அச்சுஅசலாக என் அம்மாவைப்போலவே இருந்தார். எனக்கு எந்தவொரு பொருளும் அம்மாவின் நினைவாகவும் இருந்தது. அவரை நெருங்கிப் பார்க்கும்போது, இன்னும்நெருக்கமாக என் அம்மாவைப்போலவே இருந்தார். அது ஆச்சரியமான தருணம். வினோதமான தருணமும்கூட. எனக்குப் பித்துப்பிடித்தது போலிருந்தது. கண்ணாடியில் பார்ப்பதுபோலவும் மாறாட்டம் போலவும் தெரிந்தது. நான் வீட்டைவிட்டு ஓடிவந்த விஷயத்தை, மொகாதிஷுவில் தங்கியிருப்பதை அவர் அறிந்திருந்தார். அவரை நெருங்கியபோது, "இந்தப் பொண்ணுதானா நான் பாக்கணும்னு நெனச்சது?" என்று பாட்டியிடம் கேட்டார். வீட்டிலிருந்து ஓடிவந்தபின்பு முதல்முறையாக அன்றுமதியம் நான், அதிகமாகச் சிரித்தேன். அது, உல்தாஃப் மாமா அம்மாவைப்போல ஜாடை கொண்டிருந்ததால் மட்டுமல்ல, அம்மாவைப்போலவே அவரும் கள்ளமற்றக் கேள்விகளைக் கொண்டிருந்தார். சகோதரர்களும் சகோதரிகளும் ஒன்றாய்ச் சேர்ந்து ஒரு குழுவாக வளர்ந்திருக்க வேண்டும். அவர்கள் மறுபடியும் இணைவதைப் பார்க்க வேண்டும் என்று ஆசைப்பட்டேன்.

என் சகோதரியின் வீட்டிலிருந்து கிளம்பிய அன்று காலை, லா'ஹூல் அத்தையின் வீட்டுக்குத்தான் போனேன். மொகாதிஷுவுக்கு வந்த கொஞ்ச நாட்களிலேயே நானும் அமானும் அந்தவீட்டுக்குப் போயிருந்தோம். அமானிடமிருந்து கிளம்பியதும் லா'ஹூல் அத்தை வீட்டுக்குப்போய், அங்கே தங்கிக்கொள்ள முடிவு செய்திருந்தேன். என் அம்மாவின் சகோதரர் செய்யித்தை மணமுடித்திருந்ததால்,

அவ்வுறவுமுறையில் அவள் எனக்கு அத்தையாகியிருந்தாள். மாமா, சவூதி அரேபியாவில் வசித்ததால், அவள் இங்கே தனியாகயிருந்து, தனது மூன்று குழந்தைகளை வளர்த்தபடி, நாட்களைக் கழித்துக் கொண்டிருந்தாள். சோமாலியாவில் பொருளாதாரம் என்பது மிகவும் நலிவான ஒன்றுதான். சவூதி அரேபியாவில் வேலைசெய்து குடும்பத்தை நடத்த, மாமா பணம் அனுப்பிக் கொண்டிருந்தார். நான் மொகாதிஷுவிலிருந்த நாட்கள் முழுவதும் அவர் அங்கே போய்விட்டிருந்தார். அதனால் அவரை சந்திக்க முடியவில்லை.

லா'வூல் அத்தைவீட்டுக்குப் போய்ச்சேர்ந்தபோது, அவள் ஆச்சரியப்பட்டுப் போனாள். என்னைக் கண்டதும் மகிழ்ச்சியில் முகம்பூத்ததைக் காணமுடிந்தது. "அத்தை, எனக்கும் அமானுக்கும் கொஞ்சம் சரிப்பட்டுவரல. இங்கே கொஞ்சகாலம் தங்கியிருந்தா எனக்கு சந்தோஷமாயிருக்கும்."

"நல்லது... உனக்கு நல்லாத் தெரியும். இங்கே குழந்தைகளை வெச்சுக்கிட்டு இருக்கேன். செய்யித் பெரும்பாலான காலம் அங்கே போயிர்றார். நான் மட்டும் இங்கே தனியாளா செய்யவேண்டிருக்கு. நீ இருந்தா நல்லது." அதைக் கேட்டதும் நான் ஆசுவாசமானேன். அமான் இந்நேரம் பொங்கிக் கொண்டிருப்பாள். அத்தையுடன் நான் இருப்பதை அவள் விரும்பமாட்டாள். அவளுடைய வீடு மிகவும் சிறியது. அதுவேறில்லாமல் புதிதாகத் திருமணமானவள், அவள். மேலாக, அவளது எண்ணமெல்லாம் நான் வீட்டுக்குத் திரும்பப் போய்விடவேண்டும் என்பதாக இருந்தது. வீட்டிலிருந்து அவள் ஓடிவந்த பின்பு, தனது எண்ணங்களை மாற்றிக்கொண்டிருந்தாள்.

முதலில் அமான் வீட்டிலும் பின்னர் லா'வூல் அத்தை வீட்டிலும் தங்கி, வீட்டின் தடுப்புகளுக்குள் வாழ்ந்ததால், அது எனக்குப் பழக்கமாகிப் போயிருந்தது. தொடக்கத்தில் வீட்டிற்குள் கட்டுப்பாடுகளுக்குள் வாழ்வதற்கு என்னால் ஒத்துப்போக முடியவில்லை - கூரையாக கறுத்த வானத்தைப் பார்த்துப் பார்த்துப் பழக்கப்பட்டவள், இங்கே சுவர்களால் வரையறுக்கப்பட்ட எல்லைகளுக்குள் நடமாட வேண்டியிருந்தது. பாலைவனப் புதர்க் குவியலும் விலங்குகளின் வாசமும் நகர மக்கள் கூட்டத்தின் வாசத்துக்கும் அவர்கள் வெளியேற்றும்

கார்பன் மோனாக்சைட்டுக்கும் குப்பைக்கும் பிரதியாகியிருந்தது. அத்தையின் வீடென்னவோ, பரப்பளவில் அமான் வீட்டைக் காட்டிலும் சற்று பெரிதாக இருந்தாலும் அவர்களுக்குப் போதுமானதாக இருக்கவில்லை. இருந்தபோதிலும் விரும்பத்தக்க வாய்ப்புகள் எனக்குக் கிடைத்திருந்தன. சமகால மேற்கத்தியத் தரத்துக்கு முந்திய அவை, எனக்கு வெதுவெதுப்பான இரவுகளையும் மழையின்போது, ஈரமற்ற இடத்தையும் தந்திருந்தன. ஆயினும் தண்ணீருக்கு நான் அளித்துவந்த மதிப்பு தொடர்ந்தபடிதான் இருந்தது. அது, இன்னும் மதிப்பு மிகுந்தப் பொருள்தான். பக்கத்து ஊர்களிலிருந்து கழுதைகள் மேலேற்றிக் கொண்டுவரப்படும் தண்ணீரை, வியாபாரி ஒருவரிடமிருந்து வாங்கினோம். அவற்றை வீட்டுக்கு வெளியே ஒரு பெரிய கொள்கலனில் பாதுகாத்தோம். குளிக்க, சுத்தப்படுத்த, தேநீர் தயாரிக்க, சமையல் உள்ளிட்ட அத்தனைத் தேவைகளுக்கும் அதிலிருந்துதான் மொத்த குடும்பமும் சுருக்கமாகப் பயன்படுத்த வேண்டியிருந்தது. அங்கிருந்த சிறிய அடுப்பறையில், எரிவாயு உருளையால் எரியும் அடுப்பு கொண்டு அத்தை சமையல் செய்வாள். மாலைவேளைகளில் வீட்டைச்சுற்றி உட்கார்ந்து கொண்டு பேசுவோம். அப்போது மண்ணெண்ணெய் விளக்குதான். அங்கே மின்சாரம் வந்திருக்கவில்லை. கழிப்பறைகள் ஒரு வகைமாதிரியானவை: தரையிலிருக்கும் ஒரு ஓட்டைவழியாக கழிவு கீழேபோய் விழும். வெப்பத்தில் அது அருவருக்கத்தக்க நாற்றத்தைக் கிளப்பும். குளியல் என்பது, வெளியிலிருக்கும் கொள்கலனிலிருந்து முகர்ந்து கொண்டுவரும் ஒருவாளித் தண்ணீரில் உடம்பைத் துடைத்துக்கொள்ள வேண்டியதுதான். குளித்துவிடும் தண்ணீர் தரையில் வழிந்து, கழிப்பறை துவாரத்திற்குள் ஓடும்.

அத்தை வீட்டுக்கு வந்துசேர்ந்த கொஞ்ச நாட்களிலேயே நான், தங்குவதற்கு இடம்கேட்டு வந்ததற்குப் பிரதியாக, அங்கே எனக்கு பேசப்படாத பேரங்கள் நிறையவே நிகழ்வதை உணர்ந்தேன். அழுக்கடைந்து, அசுத்தம்வழியும் அத்தையின் மூன்று குழந்தைகளை கவனித்துக்கொள்ளும் முழுநேர பராமரிப்பாளராக ஆகிப்போனேன். அழுக்கடைந்த, அசுத்தம் வழியும் என்று நான் பாகுபடுத்தியிருப்பது சரிதானா என்று புரியவில்லை. ஆனால் அவை என்னைத் துயருக்குள்ளாக்கின.

அத்தை ஒவ்வொருநாளும் ஒன்பது மணிவாக்கில்தான் எழுந்திருப்பாள். காலை உணவை உண்டுமுடித்ததும், மகிழ்ச்சிபொங்க வீட்டைவிட்டுக்கிளம்பி, தனது நண்பர்களைச் சந்திக்கப் போய்விடுவாள். அந்தப் பெண்களுடன் நாள்முழுவதும் தனது நண்பர்கள், எதிரிகள், பரிச்சயமுள்ளவர்கள் மற்றும் அண்டை அசல் அத்தனைபேர் பற்றியும் முடிவற்றப் பொரணிகளைப் பேசுவாள். ஒருவழியாக பகல்முழுவதும் சுற்றியலைந்து திரிந்துவிட்டு, மாலையில் வீடு திரும்புவாள். அவள் வெளியில் போனதும் அவளது மூன்றுமாதக் கைக்குழந்தை பாலுக்காக இடைவிடாமல் அழுதுதீர்க்கும். நான் அதைத் தூக்கிக் கையில் வைத்துக்கொண்டால், அது என்னை உறிஞ்சத் தொடங்கிவிடும். ஒவ்வொருநாளும் நான் சொல்லுவேன், "பாருங்க அத்தை, - கடவுள் புண்ணியத்தில் - சில விஷயங்களை நீங்க செய்றீங்க. ஆனா இந்தக் குழந்தை அதை நான் தூக்குற ஒவ்வொரு முறையும் என்னை உறியப் பாக்குது. ஆனா என்கிட்ட பால் இல்ல. சொல்லப் போனா, என்கிட்ட மார்பே இல்லை!"

"அதவிடு. அவனுக்குக் கொஞ்சம் பால்குடு," மிகச் சாதாரணமாகச் சொல்லுவாள்.

வீட்டைச் சுத்தப்படுத்துவது, கைக்குழந்தையைப் பார்த்துக்கொள்வது தவிர, அங்கே ஒன்பது வயதில் ஒன்றும் ஆறு வயதில் ஒன்றுமாக இரண்டு குழந்தைகள் இருந்தன. அவையிரண்டும் காட்டுவிலங்குகள். யாரிடம் எப்படி நடந்துகொள்ளவேண்டும் என்று அவைகளிடம் திட்டவட்டம் ஏதுமில்லை. குழந்தைகளுக்கு எப்படி நடந்துகொள்ள வேண்டும் என்று எதுவொன்றையும் அம்மா கற்றுக்கொடுக்காதது, அப்பட்டமாகத் தெரிந்தது. எனக்குக் கிடைத்திருக்கும் வாய்ப்பைப் பயன்படுத்தி, இந்த நிலையை மாற்றியமைக்க வேண்டும் என்று முயற்சி செய்தேன். பல ஆண்டுகளாக, கழுதைப்புலிகளாக ஓடித்திரிந்த அவர்களை, ஓரிரவில் குட்டிதேவதைகளாக மாற்றிவிட முடியாது.

நாட்கள் செல்லச் செல்ல, 'ஏதாவது நல்ல விஷயம் நடப்பதற்கு முன்பு, இன்னும் எத்தனையெத்தனை நம்பிக்கையற்ற சூழ்நிலைகளைச் சந்திக்க வேண்டியிருக்குமோ?' என

நான், மேலும் மேலும் விரக்தியடைந்தேன். கொஞ்சம் நல்ல நிலைக்கான வழியேதும் இருக்கின்றதா, என்னைக் கொஞ்சம் முன்னகர்த்திக்கொள்ள முடியாதா எனப் பார்த்துக் கொண்டேயிருந்தேன். ஆனால் விளங்கிக்கொள்ள முடியாத குழப்பமான சந்தர்ப்பங்களே வந்துசேர்ந்தன. அந்த நல்ல சந்தர்ப்பம் என்றுவரும் என்று ஒவ்வொரு நாளும் எதிர்பார்த்துக் கொண்டேயிருப்பேன். இன்று வருமோ? நாளை வந்துவிடுமோ? நான் எங்கே போகப் போகிறேன்? அங்கே என்ன செய்யப் போகிறேன்? நான் ஏன் இதையே நினைத்துக் கொண்டிருக்கிறேன். எனக்குத் தெரியவில்லை. உள்ளிருக்கும் குரலொன்று இதைப்பற்றிப் பேசுவதாக நான் யூகித்திருந்தேன். ஆனால் அது ரொம்ப தூரத்திலிருப்பதையும் நான் நினைவுபடுத்திக் கொள்வேன். என்னைச் சுற்றியிருக்கும் இதெல்லாவற்றிலிருந்தும் என் வாழ்க்கை மாறப்போகிறதென்று மட்டும் அறிந்திருந்தேன். ஆனால், அது என்ன மாற்றம் என்பதை அறிந்திருக்கவில்லை.

லா'ஹூல் அத்தையுடன் நான் தங்கியிருந்த அந்த ஒருமாத காலகட்டத்தில், ஒரு நெருக்கடி வந்துசேர்ந்தது. வழக்கம்போல அத்தை, தனது பொரணியை அரைக்கப் போயிருந்த ஒரு பின்மதிய வேளையில், அவளது ஒன்பது வயதான மூத்தப் பெண் குழந்தை காணாமல் போய்விட்டாள். முதலில் வெளியேவந்து, அவள் பெயரைச் சொல்லி அழைத்துத் தேடினேன். அவளிடமிருந்து பதிலேதும் வரவில்லை. அதனால் அக்கம்பக்கத்தில் அவளைத் தேடித்திரிந்தேன். கடைசியில் அவளை ஒரு இளம்பையனுடன் ஒரு சுரங்கப்பாதையினருகில் கண்டுபிடித்தேன். அவள் சற்றே விஷயம்தெரிந்தவள். மற்றவர்களின் விஷயத்தைத் தெரிந்துகொள்ளும் ஆவல் உடையவள். நான் அவளைத் தேடிக்கண்டுபிடித்தபோது, அவள் அந்தப் பையனின் உடம்பைத் தெரிந்து கொள்வதில் வெகுஆவலாக இருந்தாள். அந்த சுரங்கப்பாதைக்குள் புகுந்து, அவளது கையை வளைத்து, ஓடிவிடாமல் பிடித்துக்கொண்டேன். கையில் அகப்பட்டுக்கொண்ட அவள் துள்ளினாள். அந்தப் பையன் பதறியோடும் காட்டுவிலங்குபோல பறந்தோடிவிட்டான். வீட்டுக்குத் திரும்பும்வழியில் அவளை நான் ஒரு குச்சியால் விளாசிக்கொண்டே வந்தேன். என்

வாழ்க்கையில் இதுபோன்ற அருவருக்கத்தக்கச் செயல்களில் ஈடுபட்ட ஒரு குழந்தையைப் பார்த்ததில்லை.

அன்றுமாலை, தனது அம்மா வந்தவுடன் அந்தச்சிறுமி நான் பிட்டத்தில் குச்சி கொண்டு அடித்தக் கதையை அழுதுகொண்டே சொன்னாள். அவ்வளவுதான். லா'ஹூல் அத்தைக்கு ஆங்காரம் வந்துவிட்டது. "எதுக்கு சின்னப்புள்ளையப்போட்டு அடிச்சே?" கனலாய்க் கக்கினாள். "நீ எம் மக மேல கைய வெச்சியா? இப்ப நான் உன்னை அடிக்கிறேன். நீ என்ன செய்றேனு பாக்குறேன்!" கத்திக்கொண்டே அவள் என்னை நோக்கி மிரட்டலுடன் வந்தாள்.

"அத்தை என்னை நம்புங்க. நான் ஏன் அடிச்சேன்ங்ற காரணத்தைத் தெரிஞ்சுக்குங்க. எனக்குத் தெரிஞ்சுபோன விஷயத்தை நீங்க விரும்பமாட்டீங்க. இன்னிக்கு அவ என்ன செஞ்சானு தெரிஞ்சுக்கிட்டா, அவ உங்க மகளே இல்லைனு சொல்லிருவீங்க. உங்கக் கட்டுப்பாட்டுலருந்து இவ போய்ட்டா - ஒரு விலங்குபோல." எனது விளக்கம் எங்களிருவருக்குமிடையில் எந்தவொரு சுமூகத்தையும் கொண்டுவரவில்லை. திடீரென்று - பதிமூன்று வயதான என்னைவிட்டுவிட்டு - பத்து வயதுக்குக் கீழேயிருந்த தனது மூன்று குழந்தைகளில் மகளின் நலம் மட்டுமே அவளுக்கு முக்கியமாக இருந்தது. அவளது குட்டிதேவதையை நான் அடித்துவிட்டதற்குப் பிரதியாக, என்னை அடிக்க கைகளை ஆட்டிக்கொண்டே ஆவேசமாக வந்தாள். அவளிடமிருந்து விலகுவதற்கு எனக்கு தைரியமிருந்தது. அவளிடமிருந்து மட்டுமல்ல. ஒட்டுமொத்த உலகத்திடமிருந்தும். "இங்கே பாருங்க. இப்ப என்னிய நீங்க தொட்டீங்கன்னா..." நான் கிறீச்சிட்டேன். "அப்படி ஏதாச்சும் செய்ய நெனச்சா, உங்க தலைல ஒரு முடியிருக்காது. பிச்சுவிடுவேன்." என்னை அடிப்பதைத் தவிர்த்ததிலிருந்து இந்தப்பேச்சு ஒருமுடிவுக்கு வந்து விட்டது. நானும் இந்தப் புள்ளியிலிருந்து விலகிச்செல்ல முடிவு செய்துவிட்டேன். ஆனால் இந்தமுறை எங்கே ஓடுவது?

எனது விரலின் மூட்டு, ஷாரு சின்னம்மா வீட்டுக் கதவைத் தட்டியது. அப்போது இங்கே மறுபடியும் போவோம் வாரிஸ் என்ற வாசகம் நினைவுக்கு வந்தது. கதவைத் திறந்த அவளுக்கு ஒருவித வெட்கத்துடன் வணக்கம் சொன்னேன். ஷாரு சின்னம்மா, அம்மாவின் சகோதரி. அவளுக்கு ஐந்து குழந்தைகள்.

இந்த விஷயத்தில், அந்த வீட்டில் எனக்கான மகிழ்ச்சிக்கு இடமளிக்காது என்று நான் உணர்ந்திருந்தேன். ஆனாலும் என்ன வாய்ப்பு எனக்கென்று இருக்கின்றது? ஒன்று முடிச்சவுக்கியாக ஆகவேண்டும். அல்லது உணவுக்காக தெருவில் பிச்சையெடுக்க வேண்டும். லா'ஊல் அத்தையின் வீட்டிலிருந்து கிளம்பியது குறித்துப் பெரிதாக எதையும் விளக்கிக்கொள்ளாமல், கொஞ்ச காலத்துக்கு உங்கள் குடும்பத்துடன் தங்கிக்கொள்ள முடியுமா என்று நேரடியாகக் கேட்டுவிட்டேன்.

"உனக்கு இங்கே ஒரு தோழியிருக்கா," அவள் என்னை ஆச்சரியப்படுத்தினாள். "நீ இங்கே இருக்க விரும்பினா தாராளமா இருக்கலாம். நீ எதைப்பத்திப் பேச விரும்புனாலும் நான் இங்கே இருக்கேன்." நான் எதிர்பார்த்து வந்ததைக் காட்டிலும் ஆரம்பம் மிக நன்றாகவே போனது. எதிர்பார்த்தது போலவே வீட்டுவேலைகளில் நான் உதவ ஆரம்பித்தேன். ஷாரு சின்னம்மாவின் மூத்தமகள் பத்தொன்பது வயதே ஆன பாத்திமா மீது வீட்டு நிர்வாகத்தின் பெரும்பான்மைப் பொறுப்புகள் சுமத்தப்பட்டிருந்தன.

எனது ஒன்றுவிட்ட அப்பாவி சகோதரி பாத்திமா, ஒரு அடிமையைப்போல வேலைகளைச் செய்தாள். ஒவ்வொரு நாளும் விடிகாலையிலேயே எழுந்துவிடும் அவள், கல்லூரிக்குப் போவாள். அங்கிருந்து பனிரெண்டு முப்பதுக்கு வீட்டுக்கு வந்து சமைத்துவிட்டு, மீண்டும் படிக்கத் திரும்பிப் போய்விடுவாள். மறுபடியும் ஆறுமணிக்கு வருபவள் இரவு உணவு தயாரிக்க ஆரம்பித்துவிடுவாள். இரவு உணவு முடிந்தவுடன் அவள் எல்லாவற்றையும் சுத்தப்படுத்த வேண்டும். பின்னர், பின்னிரவில்தான் அவள் பாடங்களைப் படிப்பாள். என்ன காரணத்துக்காகவோ அம்மா அவளை வித்தியாசமாக நடத்தினாள். மற்ற குழந்தைகளிடம் வாங்கும் வேலையைக் காட்டிலும் அவளிடம் அதிகமாக வாங்கினாள். ஆனால் பாத்திமா எனக்கு நல்லவளாகத் தெரிந்தாள். என்னை ஒரு தோழிபோல நடத்தினாள். அந்த காலகட்டத்தில் என் வாழ்வில் இப்படியான ஓர் அனுசரணையை நான் விரும்பினேன். அவள், தன் அம்மாவால் அப்படி நடத்தப்படுவது எனக்கு நியாயமற்றதாகப்பட்டது. அதனால் இரவில், அவளுக்கு அடுப்படியில் உதவுவேன். எனக்கு சமைக்கவெல்லாம்

தெரியாது. ஆனால் அவள் செய்வதைப் பார்த்துக் கற்றுக்கொள்ள முயற்சி செய்தேன். நான் முதல்தடவையாக பாத்திமா பாஸ்டா செய்திருந்தபோது, சுவைத்துப் பார்த்தேன். அப்போது நான் சொர்க்கத்தில் இருப்பதாகக் கருதினேன்.

எனது பொறுப்புகள் பெரும்பாலும் சுத்தப்படுத்துவதாக இருந்தது. அன்று ஷாரு சின்னம்மா, அவளைக் காட்டிலும் நான் நேர்த்தியாகச் சுத்தம் செய்வதாகச் சொன்னாள். வீட்டைத் தேய்த்துக் கழுவி மெருகேற்றுவேன். அது கடினமானப் பணி. குறிப்பாக கடந்த சிலமாதங்களில் பெற்றிருந்த சாகச அனுபவங்களால், நிச்சயமாகக் குழந்தைப் பராமரிப்புப் பணிகளை விரும்பி, நேர்த்தியாகச் செய்தேன்.

அமானைப் போலவே, ஷாரு சின்னம்மாவும் தொடர்ந்து அம்மாவைப் பற்றிக் கவலைப்பட்டுக்கொண்டே இருந்தாள். உண்மையிலேயே, அம்மாவுக்குத் துணையாக வேலைகளில் உதவுவதற்கு அங்கே யாரும் பெரிய பெண்பிள்ளைகள் இல்லை. என் தந்தை விலங்குகளைப் பராமரிப்பதில் ஒருவேளை உதவலாம். ஆனால் சமையலிலோ, துணி துவைப்பதிலோ, கூடைகள் முனைவதிலோ அல்லது குழந்தைகளைப் பார்த்துக் கொள்வதிலோ சுண்டுவிரலைக்கூட அசைக்க மாட்டார். அது பெண்களின் வேலை. அம்மாவின் பிரச்சனை. குறைந்தபட்சமாக, அவர் தனது பங்காக இன்னொரு மனைவியை உதவிக்குக் கொண்டுவந்திருக்கலாமே? ஆமாம். நிச்சயமாக அவர் கொண்டுவந்திருந்தார். ஆனாலும் நான், அம்மாவைக் கடைசியாகப் பார்த்த அந்த அதிகாலைப் பொழுதிலிருந்து இந்தப் பிரச்சனைக் குறித்து, கவலையாகவே இருந்தேன். அம்மாவை நினைக்கும்போதெல்லாம் நான் கிளம்பிய நாளுக்கு முந்தைய இரவில், தீயின் வெளிச்சத்தில் தெரிந்த அவர் முகத்தை நினைவுபடுத்திக் கொள்வேன். அவர் முகம் மிகவும் சோர்வாக இருந்தது. அந்தத் தவிப்பால் என் பயணம் முடிவற்றதாகவே நீளுகின்றது. நான் எதைத் தேர்வு பண்ணியிருக்க வேண்டும் - என் அம்மாவைப் பராமரிப்பது என் விருப்பமாக இருந்திருக்க வேண்டும். அல்லது வயதான அந்த மனிதரை புறக்கணித்திருக்க வேண்டும். விடியும்வரைக்கும் அந்தஇருளில் அமர்ந்தபடி என் நினைவுகளைக் குழப்பிக்கொண்டேன்.

அம்மாவை இப்போது யார் பார்த்துக்கொள்ளப் போகிறார்கள்? ஆனால் அவர்தான் எல்லோரையும் பார்த்துக்கொள்ளப் போகிறார். அவரை யார் பார்த்துக் கொள்வது? என்றபோதிலும் நான் திரும்பிப் போவதற்கான வாய்ப்பு இல்லை. அப்படியானால், கடந்த சிலமாதங்களாக நான்பட்ட அத்தனை கஷ்டங்களுக்கும் அர்த்தமில்லாமல் போய்விடும். அப்படி நான் திரும்பிப்போனால், என் தந்தை ஒரு மாதம்கூட விட்டுவைக்க மாட்டார். என்னைத் திருமணம் செய்துகொடுத்து அனுப்பிவைக்கும் முயற்சியில், பாலைவனத்தில் சொந்தமாக ஒட்டகங்களை வைத்திருக்கும் ஒரு முடவனையோ அல்லது சாகக்கிடக்கும் தளர்ச்சியுற்ற யாரேனும் ஒரு முதியவனையோ இழுத்துக் கொண்டுவந்து நிறுத்தும் வேலைகளைத் தொடங்கிவிடுவார். அந்தக் கணவனிடம் மாட்டிக்கொண்டு வாழ்வதுடன், அங்கே அம்மாவையும் பராமரிக்க முடியாமல் போய்விடும். அதன்பின்புதான் எனக்கு ஒரு யோசனை தோன்றியது. கொஞ்சம் சம்பாதித்து அதை அம்மாவுக்கு அனுப்பினால், இந்தப் பிரச்சனையிலிருந்து ஓரளவு தீர்வு பெறலாம் என்று முடிவுசெய்தேன். அப்போது வீட்டுக்குத் தேவையான ஒருசில பொருட்களை அம்மாவால் வாங்க முடியும். கடினமாக வேலைகள் செய்வதும் ஓரளவு குறையும்.

நான் வேலைதேடும் முடிவுக்குவந்து, நகரம் முழுவதும் தேடத் தொடங்கினேன். ஒருநாள் பொருட்களை வாங்குவதற்கு, சின்னம்மா என்னை சந்தைக்கடைக்கு அனுப்பினாள். வாங்கிக் கொண்டு வீட்டுக்குத் திரும்பும் வழியில், கட்டுமான வேலை நடக்கும் ஓரிடத்தைக் கடந்தேன். அங்கே நின்று ஆட்கள் செங்கல் சுமந்துவருவதையும், மண்ணைக் கிளறி, தண்ணீர்விட்டுக் குழைப்பதையும் பார்த்தேன். "ஹே," நான் கத்தினேன், "இங்கே ஏதாவது வேலை இருக்குமா?"

அந்த ஆசாமி செங்கல்லை அடுக்கிப் பூசுவதை நிறுத்தினான். என்னைப் பார்த்து சிரிக்க ஆரம்பித்தான். "யாருக்கு அது தெரியணும்?"

"எனக்குதான். எனக்கு வேலை வேணும்."

"இல்லை. உன்னை மாதிரி குச்சிப் புல்லுக்கெல்லாம் எங்கக்கிட்ட எந்த வேலையும் இல்லை. அப்பறம், உன்னைப்

பாத்தா கொத்துக்காரி மாதிரி தெரியலியே." அவன் மீண்டும் சிரித்தான்.

"நீ தப்பா கணிக்கிற," நான் உறுதியாகச் சொன்னேன். "என்னால் இதைச் செய்ய முடியும் - நான் பலசாலி. நிச்சயமா." புட்டத்திலிருந்து கீழிறங்கிய கால்சட்டைகளுடன் மண்ணைக் கிளறி, கலந்துகொண்டிருந்த ஆட்களைக் காட்டி, "அவர்களுக்கு என்னால் உதவ முடியும். நான் மணலை அள்ளிக்கொண்டு வருவேன். அவர்கள் கலப்பது போலவே நன்றாகக் கலப்பேன்."

"நல்லது, நல்லது. உன்னால எப்ப வரமுடியும்?"

"நாளைக்கு காலைல."

"ஆறு மணிக்கெல்லாம் இங்கே இரு. நீ என்ன செய்றேனு நாங்க பார்க்குறோம்." தரையில் கால்கள் படாத உயரத்தில் மிதந்தபடி, ஷாரு சின்னம்மா வீட்டுக்குத் திரும்பினேன். எனக்கொரு வேலை இருக்கின்றது! நானும் பணம் சம்பாதிப்பேன் - உண்மையான பணம்! ஒவ்வொரு காசையும் சேமிப்பேன். அதை அம்மாவுக்கு அனுப்புவேன். அவர் ஆச்சரியத்தில் திளைத்துவிடுவார்.

வீட்டுக்கு வந்ததும் அந்தச் செய்தியை சின்னம்மாவிடம் சொன்னேன். அவள் நம்பவில்லை. "உனக்கு எங்கே வேலை கெடைச்சுச்சு?" முதலாவதாக, இதுபோன்ற வேலைகளை எந்தப்பெண் பிள்ளையும் விரும்புவதில்லை என்று நம்ப மறுத்தாள். "அப்பறம், அந்த ஆம்பளைங்கக்கூட சேந்து நீ என்ன செய்யப்போறே?" என்றாள். இரண்டாவதாக, முதலாளி இதுபோன்ற பெண்பிள்ளைகளை - அதுவும் என்னைப்போன்ற அரைப்பட்டினி சிறுமிகளை வேலைக்கு அமர்த்திக்கொள்ள மாட்டான் என்று நம்பவேயில்லை. நான் திரும்பத் திரும்ப வலியுறுத்திச் சொன்னதும், வேறுவழியில்லாமல் என்னை நம்பினாள்.

நான் சொன்னதை அவள் நம்பினாலும், அவளுடன் தங்கி வீட்டுவேலைகளைச் செய்வதற்குப் பதிலாக, வேறு எங்கோ யாரோ ஒருவனிடம் வேலைக்குச் செல்வதை எண்ணிக் கோபமானாள். "பாருங்க," சற்றே களைப்புடன் சொன்னேன். "நான் அம்மாவுக்குப் பணம் அனுப்பவேண்டிய தேவையிருக்கு.

அதுக்காக நான், வேலைசெய்யப் போறேன். இப்ப ஒருவேலை கெடைச்சுருக்கு. இந்தவேலை இல்லாட்டி இன்னொரு வேலை. எல்லாமே ஒண்ணுதான். நான் அதைச் செய்யப் போறேன். என்ன சரியா?"

"அப்ப சரி."

அடுத்தநாள் காலை ஒரு கட்டிடத் தொழிலாளியாக என் வாழ்க்கைப் போக்கு தொடங்கியது. அது கடினமானப் பணி. நாள்முழுவதும் முதுகுத்தண்டு ஒடிய மணல் சுமையைச் சுமக்கப் போராடினேன். என்னிடம் எந்தவொரு கையுறையும் இருக்கவில்லை. வாளியின் பிடி என் கைகளைப் பதம் பார்த்தது. உள்ளங்கைகளில் கொப்பளங்கள் பூத்தன. அன்றுமாலை வேலை முடியும்போது கொப்பளங்கள் உடைந்தன. கைகளில் ரத்தம் கசிந்தது. அத்துடன் என் கட்டிடத் தொழிலாளிக் கதை முடிந்தது என்று எல்லோரும் நினைத்தார்கள். ஆனால் அடுத்தநாள் காலையில் வேலைக்குச் செல்லும் முடிவுடன் இருந்தேன்.

கைகள் கிழிந்து புண்ணாகி, காய்வதற்கு ஒரு மாதத்துக்கும் மேலானது. நான் அந்த வேலையைவிட்டு விலகும்போது, அறுபது டாலருக்கு நிகரானத் தொகையை சம்பாதித்திருந்தேன். சின்னம்மாவிடம் பெருமையாக, நான் சேமித்திருக்கும் கொஞ்சம் பணத்தை அம்மாவுக்கு அனுப்பப்போவதாகச் சொன்னேன். சமீபத்தில் அவளுக்குத் தெரிந்த ஒரு ஆள் எங்களை சந்திக்க வந்திருந்தார். அவர் கொஞ்ச நாட்களில் பாலைவனத்துக்குப் போகப்போவதாகத் தெரிவித்திருந்தார். அவரிடம் கொடுத்து பணத்தை அம்மாவிடம் சேர்ப்பிக்கச் சொன்னேன். ஷாரு சின்னம்மாவும் சொன்னாள். "ஆமாமா... அவங்க ஆளுக எல்லாத்தையும் எனக்குத் தெரியும். அவங்க சரியான ஆளுகதான். பணத்தைக் கொடுத்து அனுப்பறதுக்கு அவங்கள நம்பலாம்." சொல்லவே தேவையில்லை. எனது அறுபது டாலர் பணமும் எங்கோ முடிந்துபோய்விட்டது. எல்லாம் முடிந்தபிறகு, அந்தப் பணத்தில் ஒரு பென்னிகூட அம்மா பார்க்கவில்லை என்பது எனக்குத் தெரியவந்தது.

கட்டிட வேலையிலிருந்து விலகிய பின், ஒருநாள் சின்னம்மா வீட்டை மீண்டும் சுத்தப்படுத்தும் வேலையை செய்தேன். ஒருநாள் அப்படி வழக்கம்போல செய்துகொண்டிருந்தபோது,

மதிப்புமிகுந்த விருந்தாளி ஒருவர் வீட்டுக்கு வந்திருந்தார். அவர் லண்டனுக்கான சோமாலியத்தூதர். முஹம்மத் சாமா பாரஹ். என் அம்மாவின் சகோதரியான மற்றொரு சின்னம்மா மரியத்தை மணமுடித்தவர். அடுத்த அறையை நான் சுத்தப்படுத்திக் கொண்டிருந்தபோது, சின்னம்மாவும் அவரும் பேசிக்கொண்டிருந்தது, என் காதில் விழுந்தது. லண்டனில் நான்கு வருடங்கள் ராஜாங்க அதிகாரியாகத் தங்கப்போகும் அவர், ஒரு பணிப்பெண்ணைத் தேடி மொகாதிஷுவுக்கு வந்திருப்பதாகச் சொன்னார். அது என் காதில் விழுந்தது. இதுபோன்ற ஒரு சந்தர்ப்பத்துக்காகத்தான் நான் காத்திருந்தது.

குபீர் பாய்ச்சலுடன் நான் அந்த அறைக்குள் புகுந்தேன். ஷாரு சின்னம்மாவிடம், “சின்னம்மா, நான் கொஞ்சம் பேசணும்” என்றேன்.

அவள் என்னை எரிச்சலுடன் பார்த்தாள். “இது என்ன வழக்கம் வாரிஸ்?”

“சின்னம்மா, தயவுசெய்து இங்கே வாங்க.” அவள் கதவை நெருங்கிவந்தபோது, நான் கைகளை அழுத்தமாகப் பற்றிக் கொண்டேன். “தயவுசெய்து அவரிடம் என்னை அழைத்துப் போகச் சொல்லுங்கள். நான் அவருக்குப் பணிப்பெண்ணாக இருக்க முடியும்”. அவள் என்னைப் பார்த்தாள். அவள் முகத்தில் வருத்தம் இருந்ததை என்னால் பார்க்க முடிந்தது. அவள் எனக்காக என்ன செய்வாளோ அதற்கு மாறாக, நான் என்ன விரும்புகின்றேனோ அதை அடையக்கூடிய சிறுமியாக இருந்தேன்.

“உனக்கு ஒண்ணும் தெரியாது. லண்டன்ல போய் நீ என்ன செய்யப் போற?”

“என்னால சுத்தப்படுத்த முடியும்! அவரிடம் என்னைய லண்டனுக்குக் கூட்டிட்டுப் போகச் சொல்லுங்க. நான் அங்கே போக விரும்புறேன்.”

“அப்படியெல்லாம் நடக்கும்னு நான் நம்பல. இப்போ நீ புலம்புறத நிறுத்திட்டு, வேலையப் போய் பாரு.” அவள் உள்ளே போய் தன் சகோதரியின் கணவருக்கு அருகில் அமர்ந்தாள். அவள்

மெதுவாக அவரிடம் பேசுவதை நான் கேட்டேன். “நீங்க ஏன் அவளைக் கூட்டிட்டுப் போகக் கூடாது? உங்களுக்குத் தெரியுமா, அவ உண்மையிலேயே நல்லவ. அவ எதையும் சுத்தமா வெச்சுக்குவா.”

சின்னம்மா என்னை அறைக்குள் அழைத்தாள். நான் பாய்ச்சலுடன் கதவின் வழியே ஓடினேன். கையில் இறகுகளால் ஆன தூசிதுடைக்கும் துடைப்பானுடன் நின்றேன். வாயில் மென்றுதுப்பும் பிசின் பொருள் இருந்தது. “நான் வாரிஸ், என் சின்னம்மாவை மணந்திருப்பது நீங்கதான், இல்லையா?”

அந்தத் தூதர் புருவ நெரிப்புடன் என்னைப் பார்த்தார். “வாயில இருக்குற அந்தப் பொருளை வாயிலருந்து எடுக்குறியா?” நான் ஒரு மூலையில் அதைத் துப்பினேன். அவர் சின்னம்மாவைப் பார்த்தார். “இவ சின்னப்பொண்ணால்ல இருக்கா. வேண்டாம்...”

“நான் நேர்த்தியானவ. எதையும் சிறப்பா செய்வேன். எனக்கு சமைக்கத் தெரியும் - சின்னப்பிள்ளைகள நல்லாவே பாத்துக்குவேன். ஆமா!”

“ஓ, நீ செய்வே.”

நான் சின்னம்மாவிடம் சொன்னேன். “நீங்க சொல்லுங்க.”

“வாரிஸ், போதும். போ... போய் வேலையப் பாரு...”

“அவரிடம் சொல்லுங்க. நான் எதையும் சிறப்பா செய்வேன்னு!”

“வாரிஸ்! ஷ்ஷ்ஷ்...” என் சித்தப்பாவிடம் அவள் சொன்னாள். “அவ சின்னப் புள்ளன்னாலும் உண்மையிலேயே கடினமான உழைப்பாளி. என்னை நம்புங்க. அவ சரியா வருவா...”

சித்தப்பா முஹம்மத் சாமா பாரஹ் சிலநிமிடங்கள் வரை என்னை ஒருவிதக் குமட்டலுடன் அமைதியாகப் பார்த்துக் கொண்டிருந்தார். பின்பு, “ஆகட்டும். இங்கே பாரு. நான் உன்னை நாளைக்குக் கூட்டிட்டுப் போறேன். சரியா? உனக்கான பாஸ்போர்ட்டோட மத்தியானம்போல நான் இங்கே இருப்பேன். அப்புறம் நாம லண்டனுக்குப் போறோம்.”

8

லண்டன்! அதுகுறித்து எனக்கு எதுவும் தெரியாது. ஆனால், உச்சரிக்கும்போது அதன் ஒலி எனக்குப் பிடித்திருந்தது. அது எங்கே இருக்கிறதென்றும் தெரியாது. ஆனால் தூரத்தில் இருக்கிறதென்று தெரியும். தூரத்தில் இருக்கும் இடம்தான், நான் விரும்புவது கூட. எனது பிரார்த்தனைகளுக்கு பலன் கிடைத்துவிட்டது போல உணர்ந்தேன். அது, இனி உண்மையாக வேண்டும். "சின்னம்மா, நெசமா நான் போறேனா?" புலம்பலாய்க் கேட்டேன்.

அவள் சிடுசிடுப்புடன் என் மீது கைகளை வைத்தாள். "வாயை மூடு, நீ தொடங்காதே." என் முகம் பரிதாபத்தில் குலைவதைக் கண்டதும், புன்னகைத்தாள். "சரி சரி... நெசமாவே நீ போகத்தான் போறே."

தீ போன்ற கொந்தளிப்பான உணர்ச்சியூக்கத்தில், என் ஒன்றுவிட்ட சகோதரி பாத்திமாவிடம் சொல்வதற்காக உள்ளே ஓடினேன். அவள் இரவுக்கான உணவைத் தயாரித்துக் கொண்டிருந்தாள். "நான் லண்டனுக்குப் போறேன்! நான் லண்டனுக்குப் போறேன்!" கத்திக்கொண்டே அடுப்படியில் வட்டவட்டமாக நடனமாடத் தொடங்கினேன்.

"என்னது? லண்டன்!" ஆட்டத்தினிடையே என் கையைப் பிடித்து நிறுத்தினாள். என்னை விளக்கம் சொல்ல வைத்தாள். சொன்னதும், "அப்போ நீ வெள்ளையாகப் போற?" பாத்திமா ஒளிவுமறைவின்றி தெரிவித்தாள்.

"ஏய், நீ என்னா சொல்றே?"

“நீ வெள்ளையாகப் போற, உனக்குத் தெரியுமா... வெள்ளை.”

எனக்குத் தெரியாது. அவள் என்ன பேசுகின்றாள் என்பது குறித்தத் திட்டவட்டமும் என்னிடமில்லை. இதுவரையில் நான் ஒரு வெள்ளைக்கார மனிதனையும் பார்த்ததில்லை. உண்மையில், அப்படியொரு இனம் இருப்பதை நான் அறிந்திருக்கவில்லை. அதனால், அவள் குறிப்புரைக் குறித்துக் கொஞ்சம்கூட தொந்தரவு இருக்கவில்லை. ஆனாலும், “தயவுசெய்து வாயை மூடுறியா?” நான் கொஞ்சம் உச்சவேகத்தில் சொல்லிவைத்தேன். “நான் லண்டன் போறதுல ஒனக்குக் கொஞ்சம் பொறாமை. நீ போகலைல, அதான்.” என் நடனத்தை விட்டஇடத்திலிருந்து தொடர்ந்தேன். காற்றில் ஊஞ்சலாடினேன். மழையைக் கொண்டாடி ஆடுவதுபோல கைகளைத் தட்டி, பாட்டுபோல முணுமுணுத்தேன். “நான் லண்டன் போறேன்! ஓ... ஐயியியிய... நான் லண்டன் போறேன்!”

“வாரீஸ்!” ஷாரு சின்னம்மா அதட்டலானக் குரலில் சத்தம் போட்டாள்.

அன்று மாலை என் பயணத்துக்கான தயாரிப்புகளை சின்னம்மா செய்தாள். எனது முதல் காலணிகளை - அழகிய தோலாலான சாண்டல்களை அவளிடமிருந்து பெற்றுக்கொண்டேன். விமானப் பயணத்தின்போது, அவள் கொடுத்த நீண்ட பளீரென்ற வண்ணங்களைக் கொண்டிருந்த, தளர்ந்த ஆப்பிரிக்க ஆடையை அணிந்திருந்தேன். என்னிடம் பயணத்துக்கான சுமை ஏதுமில்லை. அது எனக்கொரு பொருளாகவும் இல்லை. ஏனென்றால், எடுத்துச்செல்வதற்கு என்னிடம் எதுவும் இருக்கவில்லை. அடுத்தநாள் சித்தப்பா முஹம்மத் சாமா பாரஹ் அழைத்துச் செல்லும்போது அணிவதற்கான ஒரு ஆடை மட்டுமே இருந்தது.

விமான நிலையத்திற்கு நாங்கள் கிளம்பியபோது, ஷாரு சின்னம்மாவை நான் கட்டிக்கொண்டேன். முத்தமிட்டேன். பாத்திமாவிடமும், எனது ஒன்றுவிட்ட சின்ன சகோதர சகோதரிகளிடம் பிரியாவிடைபெற்றேன். பாத்திமா எனக்கு மிகவும் ஆதுரமாக இருந்தாள். அதனால் அவளை என்னுடன் அழைத்துச்செல்ல விரும்பினேன். ஆனால் அங்கே ஒரு நபருக்கு ஒரேஒரு வேலை மட்டுமே இருப்பதை நான் நன்கறிவேன்.

அப்படியான ஒருநிலையில் அதற்கு நான் தேர்வானதில், மகிழ்ந்து போயிருந்தேன். முஹம்மத் சாமா பராஹ் சித்தப்பா, எனது கடவுச் சீட்டை - பாஸ்போர்ட்டை - என்னிடம் கொடுத்தார். - அதிகாரப்பூர்வமாக, எனது முதல் ஆவணம் - என்னிடம் பிறந்த நாள் சான்றுகூட இல்லை. அல்லது எனது பெயரைக்கொண்ட எந்தவொரு காகிதமும் இல்லை. அதனால் நான் அதை ஓர் அதிசயம் போலப் பார்த்தேன். காருக்குள் ஏறி அமர்ந்தபோது, மிக முக்கியமான தருணமாக அதை உணர்ந்தேன். குடும்பத்தினரைப் பார்த்துக் கையாட்டி விடைபெற்றேன்.

இதற்கு முன்னால், எனது வெள்ளாடுகள் பாலைவனத்தில் மேய்ந்து கொண்டிருக்கும் வேளையில், என் தலைக்கு மேலே பறந்துபோகும் ஆகாய விமானத்தை எப்போதாவது தரையிலிருந்து பார்த்திருக்கின்றேன். அதனால் அப்படியொரு பொருள் இருப்பது எனக்குத் தெரியும். ஆனால் மொகாதிஷுவிலிருந்து இன்று மதியம் கிளம்பும் வரையில் இத்தனை அருகில் அதனைப் பார்த்ததில்லை. சித்தப்பா முஹம்மத் சாமா பராஹ் என்னை நடத்திக்கொண்டு விமான நிலையத்துக்குள் போனார். விமானத்துக்குள் நுழையும் கதவுக்கு வெளியே நாங்கள் நின்றோம். ஓடுபாதையில், ஆப்பிரிக்க சூரிய வெளிச்சத்தில் மினுக்கிக்கொண்டு பிரமாண்டமான பிரிட்டிஷ் ஜெட் நிற்பதைக் கண்டேன். இந்த இடத்தில், எனது சித்தப்பா ஏதோ முணுமுணுப்பதைக் கேட்டேன். "...அப்பறம் உன் சின்னம்மா மரியம் லண்டன்ல உன்னை எதிர்பார்த்துக்கிட்டுருக்கா. உன்னை கொஞ்ச நாள்ல நான் அங்குவந்து பாக்குறேன். இங்கேருந்து கௌம்புறதுக்கு முன்னாடி, நான் முடிக்க வேண்டிய வேலைகள் கொஞ்சம் இருக்கு."

நான் வாய் பிளந்து அவரையே பார்த்துக் கொண்டிருந்தேன். விமான அனுமதிச் சீட்டை அவர் என் கையில் திணித்தார். "உன்னோட விமான அனுமதி சீட்டை தவற விட்டுறாதே. உன் பாஸ்போர்ட்டும் பத்திரம். வாரிஸ், இதெல்லாம் ரொம்ப முக்கியமான ஆவணங்கள். அத பத்திரமா வெச்சுக்க."

"நீங்க என்கூட வரலியா?" வார்த்தைகள் வெளிவருவதற்கு முன்னே குலுங்கத் தொடங்கிவிட்டேன்.

"இல்ல," அவர் பொறுமையில்லாமல் சொன்னார். "இங்கே கொஞ்ச நாள் நான் இருக்க வேண்டியிருக்கு." அதைக் கேட்டதும் நான் உடனடியாகக் கரைய ஆரம்பித்தேன். தனியாகப் போவதற்கு பயமாக இருந்தது. இப்போது சோமாலியாவிலிருந்து உடனடியாக வெளியேற வேண்டியிருக்கிறது என்றானதும், அது சரியானத் திட்டம்தானா என்பதில் நான் உறுதியாக இல்லை. இந்தப் பிரச்சனைகளுக்கெல்லாம் காரணம், நான் வீட்டை மட்டுமே அறிந்துவைத்திருந்தது. மட்டுமல்லாமல், எனக்காக என்ன காத்துக் கொண்டிருக்கிறது என்பது முற்றிலும் குழப்பமானப் புதிராக இருந்தது.

"புறப்படு - நீ அங்கே நல்லாருப்ப. லண்டன்ல சிலர் உன்னைவந்து சந்திப்பாங்க. அங்கேபோனதும் அவங்க நீ என்ன செய்யணும்னு உன்கிட்ட சொல்லுவாங்க". நான் மூக்கை உறிஞ்சிக்கொண்டு மெதுகுரலில் அழத்தொடங்கினேன். சித்தப்பா என்னை மெதுவாகக் கதவை நோக்கித் தள்ளினார். "போ, கௌம்பு. விமானம் புறப்படப் போகுது. உள்ளே போ... விமானத்துல ஏறு, வாரிஸ்."

விரைப்பாகவும் பேரச்சத்துடனும் கரகரவென்றிருந்த ஓடுபாதையைக் கடந்து போனேன். அங்கிருந்த சூழலைக் கூர்ந்தேன். விமான நிலையப் பணியாளர்களில் சிலர் விமானத்தைச் சுற்றிச்சுற்றி வந்து, அது மேலே கிளம்புவதற்கு ஆயத்தப்படுத்திக் கொண்டிருந்தனர். சிலர், விமானத்தில் பொருட்களை ஏற்றிக்கொண்டிருந்தனர். இன்னும் சிலர், விமானத்தை சோதித்துக் கொண்டிருந்தனர். நான் விமானத்தில் ஏறும் படிகளைப் பார்த்தேன். இதிலேறி எப்படி உள்ளே போவது என்று ஆச்சரியத்தில் திளைத்து நின்றுவிட்டேன். ஒருவாறாக முடிவெடுத்து, மேலேறத் தொடங்கினேன். செருப்பணிந்து பழக்கமில்லாததால், பிடிப்பு இல்லாத அலுமினியப் படிக்கட்டுகளில் ஏற, போராட வேண்டியிருந்தது. அணிந்திருந்த நீண்ட ஆடையும் அதற்குத் தடையாக இருந்தது. விமானத்தின் தளத்துக்குப் போய்விட்டாலும், உள்ளே எங்கே போவது என்று தெரியவில்லை. நானொரு முழு முட்டாள்போல தென்பட்டேன். மற்ற எல்லாப் பயணிகளும் தங்கள் இருக்கைகளில் அமர்ந்திருந்தனர். உள்ளே நுழைந்த என்னை அவர்கள், என்ன என்பது போல பார்த்தனர். நான்

அவர்களின் முகங்களை வாசித்தேன்: விமானத்தில் பயணம் செய்யத் தெரியாத இந்த ஊமைப்பெண்ணை யார் ஏற்றியது. நான் உட்பக்கமாக ஒரு சுற்று பார்த்தேன். அங்கே காலியாக இருந்த இருக்கை ஒன்றில் அமர்ந்து கொண்டேன்.

வெள்ளை மனிதர்களை பார்ப்பது, இதுதான் முதல்தடவை. என்னருகில் அமர்ந்திருந்த ஒரு வெள்ளை மனிதர், "இது உன் இருக்கையில்லை" என்றார். ஆங்கிலத்தில் ஒருவார்த்தை பேசத்தெரியாத போதிலும், அவர் என்ன சொல்கிறார் என்பதை குறைந்தபட்சம் புரிந்துகொண்டேன். அவரை நான் பீதியுடன் பார்த்தேன்.

'கடவுளே, இந்த மனிதர் என்னிடம் என்ன சொல்கிறார்? எதுக்காக அவர் என்னை இப்படிப் பார்க்கிறார்?'

அவர் திரும்பவும் சொன்னதையே சொன்னார். நானும் திரும்ப பீதியுடனே பார்த்தேன். கடவுள் காப்பாற்றினார், நல்லவேளையாக, விமானப் பணிப்பெண் வந்து, என் கையிலிருந்த அனுமதிச் சீட்டை வாங்கினாள். அவளுக்கு நான் விமானப் பயணத்தில் முற்றிலும் எந்தவொரு முன்னனுபவமும் இல்லாதவள் என்பது வெளிப்படையாகவே தெரிந்துவிட்டது. அவள் என் கையைப் பிடித்து, எனது இருக்கையிருக்கும் இடத்துக்கு உட்புறமாக அழைத்துப் போனாள். நான் உள்புறமாகக் கடக்கும்போது. ஒவ்வொரு முகமும் என்னையே பார்த்துக் கொண்டிருந்தது. பணிப்பெண் புன்னகைத்துக்கொண்டே எனது இருக்கையைக் காட்டினாள். - நான் அமரவைக்கப்பட்ட இடம் நிச்சயமாக, முதல்வகுப்பு இருக்கையல்ல. தொப்பென்று அந்த இருக்கையில் அமர்ந்தேன். வெளியில் எதையும் காட்டிக்கொள்ளவில்லை. அசடாய் சிரித்துக் கொண்டு, அவளுக்கு நன்றிசொல்லும் விதமாய் தலையை ஆட்டினேன்.

விமானம் மேலேறிய கொஞ்ச நேரத்தில் அதே பணிப்பெண், கூடை நிறைய இனிப்புகளுடன் திரும்ப வந்தாள். என்னைப் பார்த்து லேசாகப் புன்னகைத்தாள். நான் ஒரு கையள்ளி, பழங்களைப் பறித்துப் போட்டுக்கொள்வதற்காக ஆடையைச் சுருக்குப் பையாக செய்துகொள்வதைப்போல, எனது ஆடையில் அதைப் போட்டுக்கொண்டேன். மறுகையால் வளைத்துப்பிடித்து

நிறைய மிட்டாய்களை அள்ளிக்கொண்டேன். நான் கடும்பசிக்கு ஆளாகியிருந்தேன். அதனால் அவற்றைத் தின்று பசியமர்த்திக் கொள்ளத் திட்டமிட்டிருந்தேன். எனக்கு நல்ல உணவு கிடைப்பது எப்போது என்று யாருக்குத் தெரியும்? எனது கை இரண்டாம் முறையாக மிட்டாய்களை அள்ள முனைந்தபோது, பணிப்பெண், என் கையில் அகப்படாதிருக்கும் தூரத்தில் அதனை நகர்த்திவிட்டாள். அவள் தூரப்போகும்வரை அந்தக் கூடையை இழுத்து அள்ள, முயற்சி செய்துகொண்டே இருந்தேன். அவள் முகம் சொன்னது, "ஓ... என்னவளே. இவ்வளவு வெச்சுக்கிட்டு நீ என்ன பண்ணப் போற?"

மிட்டாயின் மேலுறையை உரித்து, அதனை பேராவலுடன் விழுங்குவதற்கு முன்பு, என்னைச் சுற்றியிருக்கும் வெள்ளை மனிதர்கள் என்ன செய்கிறார்கள் என்று பார்த்தேன். அவர்கள் உணர்ச்சியற்று, நோயினால் பீடிக்கப்பட்டவர்களைப்போல, எனக்குத் தெரிந்தார்கள். எனக்கு ஆங்கிலம் தெரிந்திருந்தால், "உங்களுக்கெல்லாம் சூரியன் தேவை" என்று சொல்லி யிருப்பேன். இதுவொரு தற்காலிக நிலையென்று நான் கருதினேன். இந்த மக்கள் வெள்ளையாக இருப்பதற்குக் காரணம் அவர்கள் சூரியனிலிருந்து வெகுநேரம் விலகியிருப்பதுதான். அவர்களில் ஒருவரைத் தொட்டுப் பார்க்க வேண்டும் என்று முடிவெடுத்தேன். ஏனென்றால் அவர்களின் வெள்ளை நிறம் தேய்த்தால் போய்விடும் என்று கருதினேன். அநேகமாக, அவர்கள் தோலின் கீழ்ப்பரப்பில் உண்மையிலேயே கறுப்பாகத்தான் இருப்பார்கள்.

விமானத்தின் ஒன்பது பத்து மணிநேரப் பயணத்தில் சிறுநீர் கழிக்க, பெரிதும் அவதிப்பட்டுவிட்டேன். சிறுநீர்ப்பை முற்றிலுமாக நிறைந்து வெடித்துவிடும் போலிருந்தது. ஆனால் விமானத்தில் எங்கே போய் சிறுநீர் கழிப்பதென்று எனக்குத் தெரியவில்லை.

'வா, வாரிஸ். அதுக்கு எங்கே போறதுனு கண்டுபிடி'

என்னைச் சுற்றி அமர்ந்திருப்பவர்கள் எழுந்து எங்கே போகிறார்கள் என்பதை கவனித்தேன். அவர்கள், அங்கிருந்த ஒரு கதவைத் தள்ளிக்கொண்டு உள்ளேபோய், சற்றுநேரத்தில் வெளியில் வந்தார்கள். இந்த காரணத்துக்காகத்தான் அவர்கள்

உள்ளே போய்வருகின்றார்கள் என்பதை அறிந்துகொண்டேன். நான் எழுந்து, அந்தக் கதவருகே போய், உள்ளிருந்து ஒருவர் வெளியே வந்ததும் உள்ளே போனேன். உள்ளே நுழைந்த நான், கதவை மூடிவிட்டு சுற்றும் முற்றும் பார்த்தேன். அது, சிறுநீர் கழிப்பதற்கான இடம்தான். ஆனால் அதற்கு சரியான இடம் எது? அங்கிருந்தக் கோப்பை பார்வையில்பட்டது. ஆனால் அது பயன்படுத்தப்படாததுபோலவும் இருந்தது. அதன் இருக்கையை ஆய்ந்தேன். வீசியது. எனது வேலையை முடிப்பதற்கு இதுதான் சரியான இடம் என்று முடிவுக்குவந்து, சந்தோஷமாக உட்கார்ந்தேன் - அப்பாடா!

நோவு தணிந்ததுபோல பெருமூச்சு விட்டுவிட்டு, ஆசுவாசமாக எழுந்து நின்றேன். அப்போதுதான் உணர்ந்தேன், நான் கழித்த சிறுநீர், அப்படியே கோப்பையில் தேங்கியிருந்தது. இப்போது நான், அதற்கு என்ன செய்ய வேண்டும்? இங்கே, அடுத்த நபர் வந்து அதைப் பார்க்குமளவுக்கு விட்டுவிட்டுப் போய்விட நான் விரும்பவில்லை. ஆனால் அதை நான், எப்படி அங்கிருந்து அப்புறப்படுத்துவது? எனக்கு ஆங்கிலம் பேசத் தெரியாது - வாசிக்கவும் தெரியாது. அதனால் - flush - என்று ஆங்கிலத்தில் பொத்தானில் எழுதப்பட்டிருந்ததற்கானப் பொருள் எனக்கானதல்ல. அப்படியே அந்த வார்த்தையை புரிந்துகொண்டாலும், 'விசை நீரலம்பல்' வகைக் கழிப்பறையை என் வாழ்நாளில், அதற்குமுன்பு நான் கண்டதுகூட இல்லை. அந்த அறையிலிருந்த நெம்புகருவி, குமிழ், திருகாணிகளை நுட்பமாக ஆய்ந்தேன். இதில் ஏதோ ஒன்றுதான் எனது சிறுநீரைக் காணாமலாக்கப் போகின்ற சரியானக் கருவி என எண்ணி ஆச்சரியப்பட்டேன். திரும்பத் திரும்ப நான், விசை நீரலம்பல் கருவியினருகே வந்தேன். அதுதான் சரியான தெரிவு என்று எனக்குப்பட்டது. ஒருவேளை, அந்தப் பொத்தானை அழுத்தியதும் விமானம் வெடித்துச் சிதறி, நாங்கள் எல்லோரும் செத்துவிடுவோமோ என்ற பயம் இருந்து கொண்டேயிருந்தது. மொகாதிஷுவில் அதுபோன்ற நிகழ்வுகளைப் பற்றிக் கேள்விப்பட்டிருக்கின்றேன். தொடர்ச்சியான அரசியல் சண்டையில், வெடிகுண்டுகள் மற்றும் வெடிப்பொலிகள் குறித்து மக்கள், 'அங்கே அப்படி வெடித்தது, இங்கே இப்படி வெடித்தது' என்று பேசிக்கொள்வார்கள். ஒருவேளை அந்தப் பொத்தானில் இதை அழுத்தாதே என்று எச்சரிக்கைதான்

எழுதியிருக்கின்றதோ: பொத்தானை அழுத்தாதே. விமானம் வெடித்து சிதறிவிடும். சிறிய அளவிலான சிறுநீருக்காக இத்தனைப் பெரிய காரியத்தைச் செய்வதா? ஆயினும் நான்செய்த வேலையை பிறர் காணும்படி தடயம் விட்டுச்செல்ல எனக்கு விருப்பமில்லை. மேலும் அவர்களுக்கு இதை யார் செய்திருப்பார்கள் என்று வெளிப்படையாகவே தெரிந்துவிடும். ஏனென்றால், அவர்கள் அத்தனைபேரும் கதவுக்கு வெளியில் நின்று தட்டிக்கொண்டிருக்கிறார்கள்.

திடீரென்று எனக்குள் உருவான அகத்தூண்டுதலால், அங்குகிடந்த பயன்படுத்தப்பட்ட ஒரு காகிதக் கிண்ணத்தை எடுத்தேன். குழாய் இணைப்பு ஒன்றிலிருந்து மழைத் தூறல்போல ஒழுகிய தண்ணீரை, அக்கிண்ணத்தில் பிடித்தேன். அதை கழிப்புக் கோப்பையில் ஊற்றினேன். அங்கு தேங்கி நிற்கும் சிறுநீரை மங்க வைத்தால் போதும், அடுத்து வரும் நபர், அந்தக் காகிதக் கிண்ணம் தண்ணீர் நிறைந்து கிடக்கின்றது என்று எண்ணிக் கொள்ளக்கூடும். நிதானமாக, அந்தக் காகிதக் கிண்ணத்தை நிரப்புவதும் உள்ளே ஊற்றுவதுமாக தொடர்ந்துகொண்டே இருந்தேன். இப்போது வெளியே நின்றிருந்த மக்கள், கதவைத் தட்டுவதுடன் நின்றுவிடவில்லை. கூடுதலாக, சத்தம் எழுப்பிக் கொண்டிருந்தனர். “ஒரு நிமிஷம்...” என்றெல்லாம் அவர்களுக்கு நான் பதில் சொல்லிக் கொண்டிருக்கவில்லை. மிகவும் அமைதியாக, எனது திட்டத்தைத் தொடர்ந்துகொண்டு இருந்தேன். ஈரமாகி சொதசொதத்துப் போய்விட்ட அந்தக் காகிதக் கிண்ணத்தை பயன்படுத்திக் கொண்டே இருந்தேன். கோப்பையின் இருக்கை விளிம்புக்கு இணையான அளவுக்கு தண்ணீர் வந்ததும் ஊற்றுவதை நிறுத்தினேன். இதற்குமேலே ஒருதுளி நீருற்றினால், அது தரையை நனைத்துவிடும் என்று எனக்குப்பட்டது. இப்போது, கோப்பையினுள் சாதாரணமான தண்ணீர் கிடப்பதுபோல தோற்றமளித்தது. அதனால் எழுந்து நின்றேன். என் ஆடைகளை சரிசெய்துகொண்டேன். பின்னர் சாவதானமாகக் கதவைத் திறந்தேன். எரிச்சலுடன் வெளியே கூடிநின்றிருந்தக் கூட்டத்தைக் கண்டுகொள்ளாமல் தலையைக் குனிந்தபடி வந்துவிட்டேன். இந்தக் கூத்துக்கு போகாமலேயே இருந்திருக்கலாம்.

ஹீத்ருவில் தரையிறங்கியதும் முன்னேபின்னே அறியாத நாட்டில், யார் வந்திருப்பார்கள் என்ற எனது பயம் மலைமுகட்டை விஞ்சும் அளவுக்கு ஆகியிருந்தது. குறைந்த பட்சம் சின்னம்மாவாவது அங்கு வந்திருக்கலாம். அவளுக்கு நான் நன்றி சொல்வேன். விமானம் மேலிருந்து தரையிறங்கியது. சன்னலுக்கு வெளியேயான வானத்தின் நிறம் வெண்பஞ்சு மேக நிறத்திலிருந்து மங்கிய சாம்பல் வண்ணத்துக்கு மாறியிருந்தது. மற்ற பயணிகளெல்லாம் எழுந்து நின்றபோது, நானும் எழுந்து நின்றேன். விமானத்தின் வாசல்வழியே எங்கே போவது, என்ன செய்வது எனும் திட்டவட்டம் ஏதுமில்லாமல், அலைபோல அடித்து வரப்பட்டேன். படிக்கட்டுகளுக்கு நாங்கள் வந்துசேரும்வரை பயணிகள் கூட்டம் நெட்டித் தள்ளியது. அங்கே ஒரு பிரச்சனை இருந்தது: அந்தப் படிக்கட்டு நகரும் தன்மைகொண்டது. நான் திகைத்து நின்றுவிட்டேன். அதன்வழியே கீழிறங்கும் மற்றவர்களை கவனித்தேன். மக்கள் வெள்ளத்தில் ஒருபகுதி என்னைச் சூழ்ந்திருந்தது. நான், நகரும் அந்தப் படிக்கட்டில் அவர்கள் எவ்வாறு காலடி வைக்கிறார்கள் என்பதை கவனித்தேன். அவர்கள் செய்ததுபோலவே நானும் முன்னோக்கிப்போய் நகரும் படிக்கட்டுகளில் ஏறினேன். அதில் எனது ஒரு காலின் சாண்டல் மட்டும் உருவிக்கொண்டு தரையிலேயே நின்றுவிட்டது. "என் செருப்பு! என் செருப்பு!" சோமாலிய மொழியில் கத்தினேன். அதை எடுப்பதற்காக நான் பின்னோக்கி ஓடினேன். ஆனால் எனக்குப் பின்னால் நின்றிருந்த கூட்டம் என்னை கடக்கவிடாமல் தடுத்தது.

நகரும் படிக்கட்டுகளிலிருந்து நாங்கள் கீழிறங்கியதும் நான் அந்தக் கூட்டத்தினிடையே ஒற்றைக்கால் செருப்புடன் நொண்டியபடி நடந்தேன். அடுத்து நாங்கள் சுங்கத் தீர்வைக்கு வந்தோம். அங்கிருந்த வெள்ளை மனிதர்கள் பிரிட்டிஷ் சீருடையில் மிக நேர்த்தியாக இருப்பதைப் பார்த்தேன். அவர்கள் யார் என்பதெல்லாம் எனக்குத் தெரியாது. ஒரு சுங்கத்தீர்வை அதிகாரி என்னிடம் ஆங்கிலத்தில் பேசினான். எனக்கான உதவியை அவன் கையகப்படுத்திக் கொண்டான். நான் சைகையால் நகரும் படிக்கட்டுகளை அவனிடம் காட்டினேன். சோமாலிய மொழியில், "என் செருப்பு! என் செருப்பு!" என்று கத்தினேன்.

அவன் என்னை சோர்ந்த முகத்துடன் தீர்க்கமாகப் பார்த்தான். வலிநிறைந்த நீண்ட முகபாவத்தைக் காட்டி, மறுபடியும் அவனது கேள்விகளை ஆரம்பித்தான். நரம்புத் தளர்ச்சிக்காரி போல நான் இளித்தேன். அவனது கேள்விகளில் தற்காலிகமாக எனது செருப்பை மறந்திருந்தேன். மிகவும் நுட்பமாகப் பரிசோதித்து, அவன் முத்திரைக் குத்தினான். பின்னர் கையசைத்துப் போகச் சொன்னான்.

சுங்கத்தீர்வைக்கு வெளியே, மோட்டார் வாகனம் ஓட்டும் சீருடை அணிந்த ஒரு ஆள், என்னை நோக்கி வந்தான். சோமாலிய மொழியில், "திரு. பராஹ்க்கு பணி புரிய இங்கே வந்திருப்பது நீயா?" என்று கேட்டான்.

எனது மொழி பேசும் ஒருவனைக் கண்டதும் நான் மிகவும் நெகிழ்ந்து போனேன். பரவசமாகிப் போய், "ஆமாம்! ஆமாம்! அது நான்தான். நான்தான் வாரிஸ்" கத்தினேன். வாகன ஓட்டி என்னை அழைத்துச்செல்ல முற்பட்டான். அவனை தடுத்து நிறுத்தினேன். "என் செருப்புல ஒண்ணு நகரும் படிக்கட்டுக்குக் கீழே போயிருச்சு. அத எடுக்கணும்."

"உன் செருப்பா?"

"ஆமா"

"எங்கேருக்கு?"

"நகரும் படிக்கட்டுக்குக் கீழே." நான் எதிர் திசையைக் குறிப்பிட்டுக் காட்டினேன். "அதுல ஏறும்போது அது உருவி விழுந்துருச்சு." அவன், ஒற்றைச் செருப்பணிந்த எனது ஒரு காலையும் செருப்பில்லாத மற்றொரு வெற்றுக் காலையும் பார்த்தான்.

அதிர்ஷ்டவசமாக அந்த வாகன ஓட்டி ஆங்கிலம் பேசினான். மறுபடியும் உள்ளே நுழைவதற்கான அனுமதியைப் பெற்று, வாசல்வழியே போய், செருப்பைத் தவறவிட்ட இடத்தை அடைந்து மற்ற செருப்பைத் தேடினோம். அது அங்கிருப்பதற்கான அடையாளம் எதுவுமில்லை. எனது அதிர்ஷ்டமின்மையை நான் நம்பவில்லை. எனது மற்ற செருப்பை கையில் எடுத்துக்கொண்டு அந்தத்தளம் முழுவதும்

ஓரிடம் விடாமல் அலசிவிட்டு, மறுபடியும் படிக்கட்டுக்கு வந்தோம். ஆனால் இப்போது மறுபடியும் சுங்கத்தீர்வை அதிகாரியின் கேள்விகளுக்கு பதில்சொல்ல வேண்டியிருந்தது. இந்த முறை அந்த அதிகாரி முதல்தடவை கேட்க விரும்பிய அந்தப் பழைய கேள்விகளை மறுபடியும் சீருடை அணிந்த வாகன ஓட்டியின் மொழிபெயர்ப்பில் கேட்டான்.

"எவ்வளவு காலம் இங்கே தங்குவதாக உத்தேசம்?" சுங்கத்தீர்வை ஆசாமி கேட்டான். நான் தோல் குலுக்கினேன். "எங்கே போகப் போகிறாய்?"

"எனது சித்தப்பாவுடன். அவர் ஒரு தூதர்" பெருமையாகச் சொன்னேன்.

"உன் பாஸ்போர்ட் உனக்குப் பதினெட்டு வயசுனு சொல்லுது. அது சரியா?"

"யாரு? எனக்கு பதினெட்டெல்லாம் இல்ல!" வாகன ஓட்டியிடம் நான் எதிர்ப்பு காட்டினேன். அவன் மொழிபெயர்த்து சுங்கத்தீர்வை ஆசாமியிடம் சொன்னான்.

"அதை நீ உறுதிப்படுத்த முடியுமா?" அந்தக்கேள்வி எனக்குப் புரிபடவில்லை.

வாகன ஓட்டி அதை விளக்கினான். "என்னென்ன பொருள் உன்னோட இந்த நாட்டுக்கு வர்றப்ப கொண்டு வந்த?" நான் எனது ஒற்றைச் செருப்பைத் தூக்கிக் காட்டினேன். சுங்கத்தீர்வை ஆசாமி ஒரு நிமிடம்வரை எனது ஒற்றைச் செருப்பைப் பார்த்தான். பின்னர், தலையை லேசாக ஆட்டிக்கொண்டு, பாஸ்போர்ட்டை திரும்ப ஒப்படைத்தான். கையாட்டி போகச் சொன்னான்.

விமான நிலைய மக்கள் வெள்ளத்திலிருந்து வெளியேறியதும் வாகன ஓட்டி மறுபடியும் விவரித்தான். "இங்கே பாரேன், உன்னோட பாஸ்போர்ட் உனக்கு வயசு பதினெட்டுனு சொல்லுது. அதைத்தான் நான் அந்த ஆள்கிட்ட சொன்னேன். இனிமே யார் கேட்டாலும் நீ உன்னோட வயசு பதினெட்டுனுதான் சொல்லணும்."

"எனக்கு பதினெட்டு ஆகலை" கோபத்துடன் கத்தினேன். "அது ரொம்ப அதிகம்!"

"சரி, அப்ப உன் வயசு என்ன?"

"சரியா தெரில. - ஒரு பதினாலு இருக்கலாம் - ஆனா பதினெட்டு ஆகலை!"

"பாரு, பாஸ்போர்ட் என்ன சொல்லுதோ அதுதான் இப்போ, உன்னோட வயசு"

"என்ன பேசிட்டு வர்ற நீ? பாஸ்போர்ட் என்ன சொல்லுதுங்ற கவலையெல்லாம் எனக்கு இல்ல. உன்கிட்ட நான் அது உண்மையில்லனு சொல்லும்போது, ஏன் அது அப்படி சொல்லுது?"

"ஏன்னா, அப்படிதான் அவங்கக்கிட்ட திரு. பராஹ் சொல்லிருக்காரு."

"நல்லது, அவரு ஒரு லூசு! அந்தாளுக்கு எதுவுமே தெரில!" சத்தம்போட்டுக் கொண்டே அப்போது நாங்கள் வெளியேறும் வாசலுக்கு வந்துவிட்டோம். சித்தப்பாவின் வாகன ஓட்டிக்கும் எனக்குமிடையில் மனவேற்றுமை உருவாகிவிட்டது.

செருப்பில்லாத வெற்றுக் கால்களுடன் நடந்து காருக்கு வந்தபோது, லண்டனில் பனி கொட்டிக் கொண்டிருந்தது. எனது ஒற்றைச் செருப்பை பின்னால் வைத்தேன். குளிரில் நடுங்கினேன். அணிந்திருந்த ஆடையில் பொதிந்து என்னைச் சுற்றிக்கொண்டேன். இதுபோலான தட்பவெப்பத்தை இதற்குமுன்பு அறிந்ததுமில்லை. அதுபோல பனியையும் நிச்சயமாகப் பார்த்திருக்கவில்லை. "கடவுளே - ரொம்ப குளிருது இங்கே!"

"போகப்போகப் பழகிரும்".

வாகன ஓட்டி, காரை விமான நிலைய வளாகத்திலிருந்து வெளியேற்றி, லண்டனின் காலை நேர பரபரப்புக்குள் செலுத்தினான். எனக்குள் புதுவிதமானக் கவலை படிந்து கொண்டது. முற்றிலுமான அந்நிய இடத்தில், தனிமையாக உணர்ந்தேன். எதுவுமே எனக்குப் பிடிபடவில்லை. என்னைச் சுற்றி சோம்பலான வெள்ளை முகங்கள் சூழ்ந்திருப்பதாக உணர்ந்தேன். கடவுளே! அல்லாஹ்! அம்மா! நான் எங்கே இருக்கின்றேன்? நம்பிக்கையிழந்த இந்த நொடியில் நான் அம்மாவின் அருகாமையை விரும்பினேன். சித்தப்பா முஹம்மத்

சாமா பராஹ்வின் வாகன ஓட்டி என்னருகே இருக்கும் ஒரே கறுப்பு முகம் என்றாலும், அவன் எனக்கு ஆறுதலானவனாக இல்லை. வெளிப்படையாக அவன், என்னை தனக்குக் கீழானவள் என்று கருதினான்.

வாகனத்தை ஓட்டிக்கொண்டே அவன், பணியில் சேர்ந்ததும் நான் என்னென்ன செய்ய வேண்டும் என்ற நிரலை நிரப்பினான். அங்கே, நான் எனது சித்தப்பா, சின்னம்மாவுடன் வசிக்க வேண்டும். அவர்களுடன் சித்தப்பா முஹம்மத் சாமா பராஹ்வின் அம்மாவும் நான் சந்தித்திராத ஒரு மாமாவும் இருக்கின்றார்களாம் - அம்மா மற்றும் சின்னம்மா மரியத்தின் சகோதரர் - அப்புறம் எனது ஒன்றுவிட்ட சகோதரர்களான ஏழு குழந்தைகள். அந்தவீட்டில் யாரெல்லாம் வசிக்கிறார்கள் என்ற பட்டியலுக்கு அடுத்து, நான் எப்போது படுக்கையிலிருந்து எழவேண்டும், எப்போது படுக்கைக்குப் போக வேண்டும், நான் எதெல்லாம் செய்ய வேண்டும், எவற்றையெல்லாம் சமைக்க வேண்டும், எங்கே படுக்க வேண்டும் என்ற வழிகாட்டும் பட்டியலை ஒப்புவித்தான். அதன்படி, நான் படுக்கையில் விழும்போது, ஒவ்வொரு நாளும் முடிந்துபோயிருக்கும்.

"உனக்குத் தெரியுமா? உன் சின்னம்மா, வீட்டின் எஜமானி, வீட்டை இரும்புக்கரம் கொண்டு நடத்துவாங்க" அங்கிருக்கும் உண்மை நிலையை அவன் உறுதிப்படுத்தினான். "உன்கிட்ட முன்னெச்சரிக்கையாச் சொல்லிர்றேன், எல்லாரையும் அந்தம்மா கஷ்டப்படுத்தும்."

"அப்படியா, அவங்க உனக்குக் கஷ்டமான வேலைகளைக் குடுத்துருக்கலாம். ஆனா, அவங்க என் சின்னம்மா." எல்லாவற்றுக்கும் மேலாக, அவள் ஒரு பெண். என் அம்மாவின் சகோதரி. எனக்கே நான் காரணம் கற்பித்துக் கொண்டேன். அம்மாவை எந்த அளவுக்கு நான் இழந்திருக்கின்றேன் என்று புரிந்தது. ஷாரு சின்னம்மா எத்தனை நல்லவளாக இருந்திருக்கின்றாள். பாத்திமா எத்தனை அன்பாக நடத்தினாள். அமான்கூட நல்லபடியாகத்தான் கவனித்துக்கொண்டாள். ஆனால் அவர்களுடன் சேர்ந்து இருக்க முடியவில்லை. குடும்பத்திலுள்ளப் பெண்கள் வீட்டை கவனித்துக்கொண்டு, மற்றவர்களையும் பார்த்துக்கொள்கின்றனர். நான் இருக்கையில்

சாய்ந்து அமர்ந்தேன். நீண்ட பயணம் என்னை திடீரென களைப்புறவைத்தது.

பனியாய் வெள்ளைத் துணுக்குகள் எங்கிருந்து வருகின்றன என்றறியும் ஆவலில் காரின் பக்கவாட்டு சன்னல் வழியாக ஓரக்கண்ணால் பார்த்தபடியிருந்தேன். பக்கவாட்டில் பனி, படிப்படியாகப் படர்ந்து ஹார்லி தெருவின் செழித்த ஒய்யாரமானக் குடியிருப்புப் பகுதியை அழகுபடுத்தியிருந்தது. அந்தத் தெருவழியாகச் சென்று, சித்தப்பா வீட்டின்முன்னே கார் நின்றது. அந்தவீட்டைப் பார்த்தேன். உயர்தரமான இந்த இடத்தில் நான் வசிக்கப் போகின்றேன் எனும்போது, மலைப்பாக இருந்தது. ஆப்பிரிக்காவில் என்னளவிலான அனுபவத்தில் நான், இதுபோலான ஒன்றை பார்த்ததேயில்லை. தூதரின் வசிப்பிடம் நான்கடுக்கு மாளிகையாக, மஞ்சள் நிறத்தில் இருந்தது. அது எனக்குப் பிடித்த வண்ணம். முன்வாசலுக்கு நடந்தோம். மனதில் ஆழப் பதியக்கூடிய வகையில், நுழைவாயில் இருந்தது. கதவின் உள்ளே, தங்கமுலாம் பூசப்பட்ட பெரிய நிலைக்கண்ணாடி எதிர் சுவற்றிலிருந்த நூலகத்தின் புத்தகங்களைப் பிரதிபலித்தது.

மரியம் சின்னம்மா, அந்தப் பெரிய அறையில் என்னை வாழ்த்துவதற்கு நடந்து வந்தாள். “சின்னம்மா!” நான் கூவினேன்.

என் அம்மாவைக் காட்டிலும் சற்றே இளமையாக, மேற்கத்திய ஆடைகளை அணிந்திருந்த அந்தப் பெண், பெரிய அறையின் நடுவில் நின்றுவிட்டாள். “உள்ளே வா,” பரபரப்பற்ற, அடங்கிய அமைதியில் அவள் சொன்னாள். “கதவைப் பூட்டு.” நான் ஓடோடிச் சென்று அவளைக் கட்டிப்பிடித்துக்கொள்ள வேண்டும் என்று திட்டமிட்டிருந்தேன். ஆனால் ஏதோவொன்று, அவள் கையைக் கட்டிக்கொண்டு நின்றிருந்ததைப் பார்த்ததும் கதவருகிலேயே இறுகிப்போகச் செய்துவிட்டது. “முதல்ல இங்கிருக்கிறதை சுத்திக்காட்டிர்றேன். அப்பறம் உன்னோட வேலைகள் என்னன்னு சொல்றேன்.”

“ஓ”, சக்தியின் கடைசிப் பொறியும் உடம்பிலிருந்து கரைவதுபோலான உணர்வில், அமைதியாகச் சொன்னேன். “சின்னம்மா, நான் ரொம்ப களைப்பாருக்கேன். எங்கேயாவது

நான் கீழே படுக்கணும் போலருக்கு. இப்ப நான் கொஞ்ச நேரம் தூங்கிக்கவா?"

"நல்லது, வா. எங்கூட வா." கூடத்திற்குள் என்னைக் கூட்டிப்போனாள். அங்கிருந்தப் படிக்கட்டுகளில் ஏறினோம். அங்கே நுட்பமும் நேர்த்தியுமான பலவித அலங்காரத் தட்டுமுட்டு சாமான்களைக் கண்டேன். தொங்கும் சரவிளக்குகள், எண்ணிக்கையிலடங்கா தலையணைகளுடன் வெண்ணிற இருக்கைகள், பலவண்ணத்திலான சித்திரங்கள், குளிரைப் போக்கிக்கொள்ள கதகதப்பூட்டும் அடுப்பு. மரியம் சின்னம்மா என்னை தனது அறைக்குக் கூட்டிச்சென்றாள். அவளது படுக்கையில் நான் தூங்கலாம் என்று சொன்னாள். நான்கு விளம்பர சுவரொட்டிக் காகிதங்களின் அளவே, எனது குடும்பத்தின் ஒட்டுமொத்தக் குடிசையின் அளவு. அந்தப் படுக்கையில் அழகானக் கம்பளி விரிப்பு இருந்தது. பட்டுத்தரத்திலிருந்த அதன் இழைகளின் மீது கைகளை பரவவிட்டேன். அந்த உணர்வுகளை அனுபவித்தேன். "நீ எந்திரிச்சதுக்கு அப்பறமா, நான் உனக்கு வீட்டைச் சுத்திக் காண்பிக்கிறேன்."

"என்னை நீங்க எழுப்பிருவீங்களா?"

"இல்லை. மாட்டேன். நீ எப்ப எந்திரிக்கணுமோ, அப்ப எந்திரிச்சுக்க. உன் விருப்பம்போல தூங்கு." நான் போர்வைக்கு உள்ளே புகுந்துகொண்டேன். இதுபோலான மென்மையான உணர்வை நான் உணர்ந்ததேயில்லை. என் வாழ்வின் சொர்க்கத்தை அனுபவித்தேன். சின்னம்மா சத்தமில்லாமல் அறைக்கதவை சாத்தினாள். ஆழமான ஒரு சுரங்கத்துக்குள் - நீள கறுத்த சுரங்கத்துக்குள் வீழ்ந்ததைப்போல, நான் ஆழ்ந்த தூக்கத்திற்குள் வீழ்ந்தேன்.

9

கண்களைத் திறந்தபோது, கனவு கண்டுகொண்டிருப்பதாகவே எண்ணிக்கொண்டேன் - அதுவொரு அழகான கனவு. வனப்பான அறையிலிருந்த சிறப்பானப் படுக்கையிலிருந்து எழுந்தபோது, முதலில் அதை உண்மையென்று என்னால் நம்பமுடியவில்லை. மரியம் சின்னம்மா, அந்த இரவில் அவளது குழந்தைகளில் யாராவது ஒருவருடன் தூங்கியிருக்க வேண்டும். ஏனென்றால், நான் அவளது அறையில் என்னுணர்வற்ற நிலையில், மறு நாள் காலைவரையில் தூங்கிக்கிடந்தேன். படுக்கையிலிருந்து எழுந்ததும், என் கனவு வாழ்க்கை தகர்ந்து, யதார்த்த வாழ்க்கை என்னை அள்ளிக்கொண்டது.

சின்னம்மாவின் அறையிலிருந்து வெளியே வந்து, அவள் கண்ணில்படும்வரை வீடு முழுவதும் அலைந்து கொண்டிருந்தேன். "நல்லது. எந்திரிச்சுட்டியா. வா, சமையல் அறைக்குப் போகலாம். நீ என்னென்ன செய்யணும்னு காட்டுறேன்." குழப்பமும் திகைப்பும் மனக்கலக்கமும் பெருவியப்பும் உணர்வுகளை மழுங்கச் செய்ய, சமையல் அறை என்று அவள் விளித்த பெரியதொரு அறைக்குள் பின்தொடர்ந்தேன். எப்படியாயினும், மொகாதிஷுவில் அத்தை வீட்டிலிருந்த சமையல் அறையைப்போல இருக்கவில்லை. இந்த அறை, பால்வண்ண நிறத்திலான மறைவடக்க இழுப்பறைப் பெட்டிகளை சுற்றிலும் கொண்டிருந்தது. நீலவண்ணத் தரை ஓடுகளால் மின்னியது. அறையின் நடுவில் ஆறு எரிகுழல்களைக்கொண்ட மிகப்பெரிய அடுப்பொன்று முதன்மையாயிருந்தது. மறைவடக்க இழுப்பறைப் பெட்டிகளைத் திறந்து திறந்து, சடார் சடார் என மூடிய சின்னம்மா அப்படியே,

“…இதுக்குள்ளதான் பண்ட பாத்திரம், வெட்டுறதுக்கான கத்தி, துடைக்குறதுக்கானத் துணி எல்லாம் இருக்கு…” என்றாள். இந்தப்பெண் என்ன பேசுகின்றாள் என்பது குறித்து, என்னிடம் திட்டவட்டம் ஏதுமில்லை - எதற்காக இதையெல்லாம் அவள் என்னிடம் காட்டுகின்றாள் என்றும் புரியவில்லை. என்னைத் தனியாகவிட்டால், இவற்றை வைத்துக்கொண்டு நான் என்னசெய்யப் போகின்றேன். “ஒவ்வொரு நாளும் காலைல ஆறரைமணிக்கு உன்னோட சித்தப்பாவுக்கு, நீ காலை உணவு கொடுக்கணும். அவரு காலைல வெள்ளனவே தூதரகத்துக்குப் போயிருவாரு. அவரொரு நீரழிவு நோயாளி. அதனால, அவருடைய உணவுத் திட்டமுறையை நாம கவனமாப் பாத்துக்கணும். அவருக்கு எப்பவுமே ஒரேமாதிரிதான்: மூலிகை தேநீர். அதோட அவிச்ச முட்டை ரெண்டு. நான் என்னோட காபிய என் அறைலவெச்சு ஏழுமணிக்குக் குடிப்பேன். அப்பறம் நீ குழந்தைகளுக்காக பணியாரம், தோசை செய்யணும். அவங்க சரியா எட்டுமணிக்கு சாப்புடுவாங்க. அவங்களுக்கு ஒம்பது மணிக்கு ஸ்கூல். காலை உணவு முடிஞ்சதுக்கப்பறம்”

“சின்னம்மா, இதையெல்லாம் எப்படி செய்றதுனு நான் எப்படி தெரிஞ்சுக்குர்றது? யார் இதை எனக்கு சொல்லித் தருவா? நீங்க என்னமோ சொன்னீங்களே, அதென்ன… எப்படி சொன்னீங்க… ஆங், பணியாரம். அப்படின்னா, என்னன்னு எனக்குத் தெரியாதே. பணியாரம்ன்னா என்ன?”

நான் இடைமறித்துக் கேட்பதற்கு முன்னமே, மரியம் சின்னம்மா நீண்டதொரு பெருமூச்சு விட்டாள். கதவைச் சுட்டிக்காட்டுவதுபோல கையை நீட்டினாள். மூச்சுவிட்ட தருணம் முழுவதும் அவள் கை நீட்டியபடியேதான் இருந்தது. அவள் என்னைப் பார்க்கத் தொடங்கியபோது, அவள் முகத்தில் திகில் படர்ந்திருந்தது. பின்னர் அவள், மெதுவாக மூச்சுவிட்டு, கையை கீழே இறக்கினாள். கைகளிரண்டையும் ஒன்றுசேர்த்து அழுத்திக் கொண்டாள். அப்படிச் செய்வதை முதல்முறையாக அவளிடம்தான் பார்க்கிறேன். “இதையெல்லாம் நான் முதல்முறையா செஞ்சுகாட்டுவேன், வாரிஸ். நான் எப்படி செய்றேன்னு நல்லா, கவனமா பாத்துக்கணும். கத்துக்கணும்.” நான் தலையாட்டினேன். அவள் மறுபடியும் பெருமூச்சுவிட்டாள். விட்ட இடத்திலிருந்து மீண்டும் தொடர்ந்தாள்.

ஒருசில விபத்துகளைத் தாண்டி, ஒரு வாரத்துக்குப் பின்பு, அறிவியலின்படி ஒவ்வொருநாளும், ஆண்டின் 365 நாட்களிலும், அடுத்த நான்கு ஆண்டுகள் நடைமுறை ஒழுங்கை மாறாமல் கடைப்பிடித்தேன். காலத்தைப் பற்றிக் கவலைப்படாதிருந்த சிறுமியான நான், கடிகாரத்தை கவனமாகப் படித்தேன் - அதன்படி வாழ்ந்தேன். ஆறுமணிக்கு எழுவேன். ஆறரைக்கு, சித்தப்பாவுக்கு காலை உணவு. ஏழுமணிக்கு, சின்னம்மாவுக்கு காபி. குழந்தைகளுக்கு, காலை உணவு எட்டுமணிக்கு. பின்பு, சமையலறை சுத்தப்பணி. சீருடையணிந்த கார் ஓட்டி, சித்தப்பாவை தூதரகத்தில் விட்டுவிட்டுத் திரும்ப வந்து, குழந்தைகளைப் பள்ளிக்கூடத்துக்கு அழைத்துச் செல்வான். பின்னர், நான் சின்னம்மாவின் அறையை சுத்தம்செய்வேன். அப்புறம், அவளது குளியல் அறை. அதன்பின்பு, வீட்டிலுள்ள அறைகள் முழுவதையும் ஒவ்வொன்றாக தூசி தட்டுவது, துடைப்பது, தேய்ப்பது, பளபளப்பாக்குவது என நான்கு தளங்களிலும் செய்வேன். நம்புங்களேன், சுத்தப்படுத்தியதில் யாரேனும் ஒருவர் திருப்தியடையாவிட்டால், நான் இந்தப்பேச்சைக் கேட்க வேண்டியிருக்கும்: "குளியல் அறையை நீ சுத்தப்படுத்திய விதம் எனக்குப் பிடிக்கல. சுத்தப்படுத்துனியானு இன்னொருதடவை பாத்துக்க. தரைலருக்குற வெள்ளைத் தட்டு ஓடு, துளி அழுக்கு இல்லாம இருக்கணும் - பளபளன்னு."

சீருடை அணிந்த வாகன ஓட்டி மற்றும் தலைமை சமையல்காரனைத் தவிர்த்து, நான் மட்டுமே இந்தவீடு முழுமைக்கான ஒரே பணியாள். சிறிய அளவிலான நம் வீடு போன்ற இடங்களுக்கு, உதவிக்குக் கூடுதலாக ஆட்களை வைத்துக்கொள்ள வேண்டிய தேவையில்லை என்று சின்னம்மா விளக்கம்வேறு சொல்லுவாள். தலைமைச் சமையல்காரன் வாரத்தில் ஆறுநாட்கள் மட்டுமே சமையல் செய்வான். ஞாயிற்றுக்கிழமை அவனுக்கு விடுமுறை. அன்று நான் சமைப்பேன். இந்த நான்கு ஆண்டுகளில் எனக்கு ஒருநாள்கூட விடுமுறை கிடைக்கவில்லை. சிலமுறை நான் விடுமுறைக் கேட்டபோது, அவள் தனது வலிப்பைக் காட்டினாள். நான் முயற்சியைக் கைவிட்டுவிடுவேன்.

குடும்பத்துடன்சேர்ந்து நான் உணவு உண்டதில்லை. அப்படியொரு வாய்ப்பு வரும்போது, ஏதாவது ஒரு வேலையும் சேர்ந்து வந்துவிடும். நள்ளிரவு படுக்கையில் விழும்வரை வேலை இருந்துகொண்டே இருந்தது. குடும்பத்துடன் உணவு உண்ண முடியவில்லையே என்று நான் வருத்தப்பட்டதுமில்லை. அது, எனக்கொரு இழப்பாகவும் தெரிந்ததில்லை. ஏனென்றால், தலைமை சமையல்காரனின் உணவுத் தயாரிப்பு குப்பையாக இருந்தது. அவனும் ஒரு சோமாலியன்தான். ஆனால் வேறு ஒரு பழங்குடியினம். அதுமட்டுமல்லாமல், வெற்றுத் தற்பெருமைக்காரன். போக்கிரித்தனத்துடன் செயல்படுபவன். சோம்பேறி. என்னை வேதனைக்கு உட்படுத்த, எதையும் ஆவலுடன் செய்பவன். சின்னம்மா சமையல் அறைக்குச் செல்லும்போதெல்லாம், இல்லாத பொல்லாதப் புழுகுகளை அவிழ்த்துவிடுவான்: “வாரிஸ், திங்கக்கிழமை காலை நான் திரும்பி வர்றப்ப, நீ சமையல் அறையை குமட்டுற அளவுக்குக் குப்பையா போட்டுவெச்சுருக்க. அத சுத்தப்படுத்தவே எனக்கு நேரம்போயிருது.” உண்மையில், அது முழுப்பொய். சித்தப்பா, சின்னம்மா முன்னால், தன்னை நல்லவனாகக் காட்டிக்கொள்ளும் அத்தனை வித்தைகளையும் அவன் கற்றுவைத்திருந்தான். அவன் தயாரிக்கும் உணவின் குறைகளை மறைக்கும் தந்திரமாகவும் அதைக் கையாண்டான். சமையல்காரன் தயாரிக்கும் உணவுகளை நான் உண்ண விரும்பவில்லை என்று சின்னம்மாவிடம் சொல்லிவிட்டேன். அவளும், “நல்லது, உனக்கு என்ன வேணுமோ அதை செஞ்சுக்க” என்று விட்டாள். இந்தவிஷயத்தில் நான் மகிழ்ந்துபோயிருந்தேன், மொகாதிஷுவில் இருந்தபோது, என் ஒன்றுவிட்ட சகோதரி பாத்திமா சமைப்பதைப் பார்த்துத் தெரிந்துகொண்டிருந்தேன். என்னையறியாமலேயே எனக்குள் சமையல் பற்றிய ஞானம் இருந்தது. பாஸ்தா உணவு வகைகளை சமைத்தேன். எனது கற்பனையில் உதித்த அனைத்து வகையிலானத் தேர்வுகளையும் உருவாக்கிப் பார்த்தேன். நான் என்ன உண்ணுகிறேன் என்பதைப் பார்க்கும் குடும்பம், அதை விரும்பி வாங்கி உண்டது. விரைவிலேயே அவர்கள், நான் என்ன சமைக்கப் போகிறேன் என்பதை அறிந்துகொள்ள ஆர்வமாகிப் போனார்கள். அதற்காக சந்தைக் கடையில் என்னென்ன வாங்க வேண்டும் என்பதையும் கேட்டுக்கொள்வார்கள். இது

எதுவுமே, தலைமைச் சமையல்காரனிடம் எனது பெருமையாக சென்றுசேரவில்லை.

லண்டனுக்குவந்த முதல் வாரத்தின் முடிவில் நான், என் சின்னம்மா மற்றும் சித்தப்பா ஆகிய மூவருமே, இருவேறு விதமானக் கருத்தோட்டங்களுடன் இயங்குவதை உணர்ந்து கொண்டேன். அவர்களுக்காக நான், பெரிய அளவில் காரியங்கள் செய்வதையும் உணரமுடிந்தது. ஒட்டுமொத்த ஆப்பிரிக்காவிலும் வசதியானக் குடும்பங்களைச் சேர்ந்தவர்கள், தங்கள் உறவினர்களில் வசதியில்லாதவர்களின் குழந்தைகளை தங்களுடன் எடுத்துக்கொள்வது பொதுவான ஒன்றாக இருந்தது. அந்தக் குழந்தைகள் பணிபுரிந்து, தங்களை மேன்படுத்திக் கொள்வார்கள். சிலவேளைகளில், அந்த உறவினர்கள் அந்தக் குழந்தைகளை படிக்கவைப்பார்கள். அவர்களை தங்கள் சொந்தக் குழந்தைபோல நடத்துவார்கள். சிலர் அப்படி நடந்துகொள்வதில்லை. உண்மையிலேயே, நான் முதல்வகைமைக்குள் வருவேன் என நம்பிக்கைக் கொண்டிருந்தேன். ஆனால் வெகுவிரைவிலேயே சின்னம்மாவுக்கும் சித்தப்பாவுக்கும் பாலைவனத்திலிருந்து அழைத்துவரப்பட்ட இந்தக் குழந்தைக்கு கல்வி தருவதைவிட, அவள் ஒரு பணிப்பெண்ணாக நடந்துகொள்வதே, அவர்களின் முக்கியமான எண்ணமாக இருக்கின்றது என்பதைத் தெரிந்து கொண்டேன். சித்தப்பா தனது பணியில் எப்போதுமே மும்முரமாக இருந்தார். வீட்டில் என்ன நடக்கின்றது என்பதைத் தெரிந்துகொள்வதில் மிகக்குறைந்த கவனத்தையே செலுத்தினார். ஆனால், சின்னம்மா எனக்கு இரண்டாவது அம்மாவாக இருப்பாள் என்று நான் நிறைய கனவு கண்டிருந்தேன். அதேவேளையில், அவளது மூன்றாவது மகளாகக்கூட அவள் என்னை நடத்துவாள் என்று நல்லவேளையாக கனவு காணவில்லை. அங்கு நான் ஒரு சாதாரணப் பணிப்பெண். கொடூரமான இந்த உண்மை தெளிவானதும், நீளமாய்த் தொடர்ந்த மட்டுமீறிய அளவில்லா உழைப்பும், லண்டனுக்கு வந்த எனது மகிழ்ச்சியைப் பொசுக்கி, சருகாக்கிவிட்டது. விதிகளாலும் ஒழுங்குகளாலும் ஆட்டிப்படைப்பவள்தான் இந்த சின்னம்மா என்பதை நான் அறிந்துகொண்டேன். ஒவ்வொரு செயலும் அவள் எப்படிச் சொன்னாளோ அதன்படி செய்யப்பட்டிருக்க வேண்டும். ஒவ்வொரு நாளும் அவள்

சொன்ன நேரத்துக்குள் முடிக்கப்பட்டிருக்க வேண்டும். விதிவிலக்குகள் கிடையாது. தாய்மண்ணிலிருந்து மிகவும் வேறுபட்ட இந்த அந்நிய கலாச்சாரத்தை வெற்றி கொள்வதற்கு இப்படித்தான் நடந்துகொள்ளவேண்டும் என்று அவள் கருதியிருக்கலாம். என்றபோதும், அதிர்ஷ்டவசமாக என் ஒன்றுவிட்ட சகோதரி பாஸ்மாவை அந்த வீட்டுக்குள் ஒரு தோழியாகக் கண்டெடுத்தேன்.

பாஸ்மா, என் சின்னம்மா சித்தப்பாவின் மூத்தமகள். நானும் அவளும் ஒரு வயதினர். அதிரடிக்கும் அழகு, அவள். எல்லா பசங்களும் அவள் பின்னால் அலைந்து திரிந்தனர். ஆனால் யாரையும் கண்டுகொள்பவளாக அவள் இல்லை. பள்ளிக்கூடம் போய்வந்தாள். இரவுகளில் அவள் செய்யும் ஒரேவேலை, புத்தகங்களை விரும்பி வாசிப்பதுதான். அறைக்குச் செல்பவள் படுக்கையின் குறுக்காகக் கிடந்து பலமணிநேரம் தொடர்ந்து புத்தகங்கள் வாசித்துக்கொண்டிருப்பாள். பலநேரங்களில் புத்தகத்தின் ஈர்ப்பில் ஆழ்ந்துவிடுவாள். அதனால், சாப்பாடு சாப்பிடுவது தவறிப்போகும். சிலவேளைகளில் யாராவது அவளை அறையிலிருந்து இழுத்துக்கொண்டு வரும்வரையில், நாள் முழுவதும் படித்துக்கொண்டிருப்பாள்.

சோர்வும் தனிமையும் வாட்டும்வேளைகளில், அவள் அறைக்கு நான் போவதுண்டு. படுக்கையின் ஒரு ஓரத்தில் அமர்ந்து கொள்வேன். "என்ன படிக்கிற?"

புத்தகத்திலிருந்து பார்வையை விலக்காமல் முணுமுணுப்பாள். "என்னைத் தனியா விடு. நான் படிச்சுக்கிட்டுருக்கேன்…"

"அப்போ, நான் உன்கூட பேசக்கூடாது?"

புத்தகத்தைப் பார்த்துக்கொண்டே தட்டையான குரலில், தூக்கத்தில் பேசுவது போல தெளிவின்றி வார்த்தைகளைத் துப்புவாள். "எதைப்பத்தி பேசணும்ங்றே?"

"என்ன நீ படிச்சுக்கிட்டுருக்க?"

"ஹ்ம்ம்ம்…?"

"என்ன படிச்சுக்கிட்டுருக்க? அது எதைப் பத்துனது?" எப்படியோ அவள் கவனத்தை ஈர்த்துவிட்டேன். வாசிப்பதை நிறுத்திவிட்டு, அந்த நூலைப் பற்றி, அதிலுள்ள வீர, உணர்ச்சிமிக்க காதல் பற்றி, அதன் முடிவு, பல்வேறு தடைகள், தவறான புரிதல்கள், இறுதியில் அந்த ஆணும்பெண்ணும் முத்தமிட்டுக்கொள்வது என்று விவரித்துச் சொன்னாள். அதிலிருந்து நான் கதைகளை விரும்பினேன். அந்தநேரத்தில் நான் மிகவும் மகிழ்ச்சியாக இருந்தேன். அவள் கதைகளை மிக விரிவாகச் சொல்லும்போது, மந்திரத்துக்குக் கட்டுப்பட்டவள்போல அமர்ந்திருப்பேன். சொல்லும்போது, அவள் கண்களில் மின்னலடிக்கும். கைகள் அலைஅலையாக விரியும். அவள் கதைசொல்லுவதைக் கேட்டுக்கேட்டு, புத்தகங்களை வாசிக்கக் கற்றுக்கொள்ள வேண்டும் என்ற விருப்பம் மேலோங்கியது. விரும்பும்போது வாசித்து மகிழலாமே எனத்திட்டமிட்டேன்.

அம்மாவின் சகோதரர் அப்துல்லா மாமா எங்களுடன் வசித்தார். சகோதரியுடன் லண்டனுக்கு வந்துவிட்டவர். அதனால் அவர், பல்கலைக்கழகப் படிப்புவரை கற்றிருந்தார். பள்ளிக்கூடத்துக்கு நீ போக வேண்டுமா என்று, என்னிடம் அவர் கேட்டார். "வாரிஸ், உனக்குத் தெரியுமா? எப்படி வாசிக்கிறதுனு நீ கத்துக்கணும். அதுல உனக்கு விருப்பம் இருந்துச்சுன்னா, நான் உனக்கு உதவ முடியும்." பள்ளிக்கூடம் எங்கே இருக்கின்றது என்பதை அவர்தான் எனக்குச் சொன்னார். அது எந்தநேரத்தில் இயங்கும். - மிக முக்கியமானது - அது இலவசப் பள்ளி. பள்ளிக்கூடத்துக்குப் போகும் எண்ணம் எனது சொந்த முயற்சியால் நடக்கும் என்று தோன்றவில்லை. எனது கைச்செலவுக்காக மிகச் சிறிய அளவிலானதொரு தொகையை தூதர் தந்துவந்தார். அது எனது பள்ளிக் கட்டணத்தை செலுத்துவதற்குப் போதுமானதாக இருக்காது. வாசிப்பதற்குக் கற்றுக்கொள்ள வேண்டும் என்ற பேராவலால் மரியம் சின்னம்மாவிடம், பள்ளிக்கூடத்துக்குப் போக விரும்புகின்றேன் என்று சொன்னேன். ஆங்கிலத்தை வாசிக்க, எழுத, பேசக் கற்றுக் கொள்ள வேண்டும் என்ற ஆவல், எனக்குள் மிகுந்திருந்தது. லண்டனில் நான் வசித்தாலும் வீட்டில் சோமாலிய மொழியிலேயே பேசிக்கொண்டோம். எனக்கு வெளியுலக வாழ்க்கை இன்னும் தொடர்பில் வரவில்லை. ஒரு சில ஆங்கில வார்த்தைகளே எனக்குத் தெரிந்திருந்தன.

“அப்படியா, அதப்பத்தி யோசிக்கிறேன்” என்றாள், சின்னம்மா. சித்தப்பாவுடன் அது பற்றி அவள் கலந்துபேசியபோது, அவர் வேண்டாம் என்று சொல்லிவிட்டார். நான் பள்ளிக்கூடம் போகவேண்டும் என்று அவளைத் தொடர்ந்து வற்புறுத்தினேன். சித்தப்பாவுக்கு விரோதமாக நடந்துகொள்ள அவள் விரும்பவில்லை. இறுதியில் நான், அவர்களின் அனுமதியில்லாமலேயே போவதற்கு முடிவுசெய்துவிட்டேன். பள்ளிக்கூடம் வாரத்தில் மூன்றுநாட்கள் இரவில்மட்டும் கூடும். நேரம் ஒன்பதிலிருந்து பதினொன்றாக இருந்தது. அப்துல்லா மாமா முதல்தடவை மட்டும் என்னை அழைத்துச்சென்று, அது எங்கேயிருக்கின்றது என்பதைக் காட்ட ஒத்துக்கொண்டிருந்தார். இப்போது எனக்கு வயது பதினைந்து. வகுப்பறைக்குப் போவது, இதுதான் முதல்தடவை. அந்த வகுப்பறை எல்லாவிதமான வயதினருடனும், உலகத்திலுள்ள அத்தனை நாட்டவருடனும் நிறைந்திருந்தது. முதல்நாள் வகுப்புக்குப் பின்பு, சித்தப்பாவின் வீட்டிலிருந்து பதுங்கிப் பதுங்கி வெளியே வருவதிலிருந்து, வகுப்பு முடிந்து திரும்ப வீட்டுக்குச் செல்வது வரையில், வயது முதிர்ந்த ஒரு இத்தாலியர், எனக்கு வழித்துணையாக உதவினார். நான் கல்வி கற்பதில் மிகவும் ஆர்வமாக இருந்தேன். எனது ஆசிரியர் என்னிடம் ஒருநாள் சொன்னார், “நீ ரொம்ப நல்லா படிக்கிற, வாரிஸ். ஆனா கொஞ்சம் மெதுவா பண்ற!” ஆங்கிலத்தின் அடிப்படை எழுத்துகளைக் கற்கத் தொடங்கினேன். பள்ளிக்கூடத்துக்குப் போவதற்காக இரவில் நான் பதுங்கிச் செல்கையில் சித்தப்பா அதைக் கண்டுபிடித்துவிட்டார். அவருக்குக் கீழ்ப்படியாமல் நடந்துகொண்டதால், ஆத்திரமானார். இரண்டு வாரங்களிலேயே நான் பள்ளிக்கூடத்துக்குப் போய்வருவதற்கு ஒருமுடிவு வந்துவிட்டது.

பள்ளிக்கூடத்துக்குப் போய்வருவதற்கு அனுமதி கிடைக்காத போதிலும் நான், எனது ஒன்றுவிட்டவர்களிடம் இரவலாகப் புத்தகங்களை வாங்கி, நானாகவே வாசிப்பதற்கு முயற்சிகளை மேற்கொண்டேன். குடும்பத்துடன் சேர்ந்து தொலைக்காட்சி பார்ப்பதற்கு எனக்கு அனுமதியில்லை. சிலவேளையில், கதவுக்கு அருகே நின்று தொலைக்காட்சியின் ஆங்கிலத்தை கவனித்து, மொழியைக் கற்று, மேம்படுத்திக்கொள்ள முயற்சிப்பேன். எல்லாமே, வழக்கம்போல போய்க்கொண்டிருந்தது. ஒருநாள்

நான் சுத்தப்படுத்திக் கொண்டிருக்கும்போது, மரியம் சின்னம்மா என்னை அழைத்தாள். "வாரிஸ், மேலே உன் வேலை முடிஞ்சதும் கீழே வா. உன்கிட்ட சிலவிஷயங்கள சொல்லணும்." படுக்கைகளை நேர்ப்படுத்திவிட்டு, எல்லா வேலைகளும் முடிந்தபின்பு, கூடத்துக்குப் போனேன். சின்னம்மா குளிருக்கு சூடேற்றிக்கொள்ளும் அடுப்புக்கு அருகில் நின்றிருந்தாள்.

"சின்னம்மா?"

"இன்னிக்கு ஒருபோன்கால் வீட்லருந்து வந்துருந்துச்சு. ஆங்... உன்னோட சின்னத்தம்பி பேரென்ன?"

"அலி?"

"இல்லை, இன்னும் சின்னவன், முடியெல்லாம் வெளுத்துருக்குமே."

"பெரிய மனுஷனா? அவனைப் பத்தியா பேசிக்கிட்டுருக்கீங்க?"

"ஆமா. அந்தப் பெரிய மனுஷன், அப்பறம் உன் பெரியக்கா அமான், ரொம்ப வருத்தப்படுறேன். அவங்க ரெண்டுபேரும் செத்துப்போய்ட்டாங்களாம்." நான் கேட்கும் எதையும் நம்ப முடியாமலிருந்தேன். என் கண்கள், சின்னம்மாவின் முகத்தில் நிலைத்து நின்றுவிட்டன. அவள் நையாண்டி செய்கின்றாளோ என்று நினைத்தேன். அல்லது ஏதாவது சொல்லி என்னைப் பைத்தியமாக்கப் பார்க்கிறாளோ என்றும் தோன்றியது. இந்த பயங்கரமானக் கதையைச் சொல்லி, என்னை தண்டிக்க முயற்சி செய்கின்றாளோ என்றும் அச்சப்பட்டேன். ஆனால், அவள் முகத்தில் எந்தவொரு சலனமுமில்லை. முற்றிலும் துடைத்துவைத்த அவள் முகத்திலிருந்து எந்தவொன்றையும் விளங்கிக் கொள்ள முடியவில்லை.

அவள் மிகவும் கறாராக இருந்தாள். அல்லது எதற்காக அவள் இதை என்னிடம் சொல்ல வேண்டும்? இது எப்படி உண்மையாக இருக்கமுடியும்?

நான் அதே இடத்தில் உறைந்துபோயிருந்தேன். என்னால் அசைய முடியவில்லை. கால்கள் செயலற்றுப் போய்விட்டன. அங்கிருந்த வெண்ணிற இருக்கையில் சற்றுநேரம் அமர்ந்தேன்.

என்ன ஆச்சு என்று கேட்கக்கூடத் தோன்றவில்லை. சின்னம்மா அதைச் சொல்லிக் கொண்டிருக்க வேண்டும். பயங்கரமான அந்த சம்பவங்களை அவள் விவரித்துக் கொண்டிருப்பது, என் காதுகளுக்குள் ஏதோ கூச்சல்போல புகுவதை மட்டும் உணர்ந்தேன். துவண்டு, உணர்ச்சியேயில்லாத ஒரு கொடிபோல படிகளில் மேலேறி, நான்காவது தளத்திலிருக்கும் என் அறைக்குச் சென்றேன்.

நான்காவது தளத்தின் எறவானத்தில், எனது ஒன்று விட்ட இளைய சகோதரியுடன் பகிர்ந்துகொள்ளும் சின்னஞ்சிறிய அறையில், அதிர்ச்சியிலிருந்து மீளாமல் அந்த நாள் முழுவதும் விழுந்துகிடந்தேன். பெரிய மனுஷனும் அமானும் இறந்துவிட்டார்கள்! அது எப்படி நேர்ந்திருக்கும்? வீட்டைவிட்டு ஓடிவந்துவிட்டதால், என் சகோதர சகோதரிகளுடன் செலவிடும் நேரத்தைத் தொலைத்துவிட்டேன். அவர்களில், இனி எவரொருவரையும் எப்போதும் பார்க்க முடியாதபடி ஆகிவிட்டது. அமான், எப்போதுமே பலசாலியான ஒருத்தி. பெரிய மனுஷன், அறிவுப்பூர்வமானவன். அவர்கள் இறந்துபோவதற்கான சாத்தியங்கள் எப்படியென்றே தெரியவில்லை. அவர்கள் இறந்துபோனபின்பு, குறைந்தபட்சத் தகுதிகளுடனிருக்கும் மீதி குடும்பத்தின் நிலைதான் என்ன?

மேலும்மேலும் துன்பப்பட நான் விரும்பவில்லை. அன்று மாலை முடிவுசெய்துவிட்டேன். தந்தையின் பிடியிலிருந்து தப்பி ஓடிவந்த அந்தக் காலையிலிருந்து, என் வாழ்க்கையில் நான் கொண்டிருந்த நம்பிக்கையை இழக்காமலேயே இருந்தேன். இப்போது, இரண்டு வருடங்கள் கழித்து, எனது குடும்பத்தின் நெருக்கத்தை மட்டுமீறிய அளவில் தொலைத்துவிட்டிருக்கிறேன். இரண்டுபேர் என்னைவிட்டு நிரந்தரமாகப் போய்விட்டார்கள் என்று தெரியவந்தபோது, என்னால் தாங்கிக்கொள்ள முடியவில்லை. நான்காம் தளத்திலிருந்து கீழிறங்கி, சமையல் அறைக்குப் போனேன். இழுப்பறையைத் திறந்து, வெட்டுக்கத்தியொன்றை எடுத்துக்கொண்டேன். கையில் அந்தக் கத்தியுடன், திரும்பப் படிகளேறி என் அறைக்கு வந்துவிட்டேன். அங்கே படுத்துக்கொண்டு, என் அம்மாவின் நிலையை எண்ணியபடி, என்னை நானே வெட்டிக்கொள்ளும் முயற்சிக்கு தைரியத்தை வரவழைத்துக் கொண்டிருந்தேன்.

பரிதாபத்திற்குரிய அம்மா. இந்த வாரத்தில் நான் இரண்டை இழந்தேன். அவர் மூன்றை இழக்கப் போகிறார். இதை அவரால் நிச்சயமாகத் தாங்கிக்கொள்ள முடியாது. அதனால், கத்தியை கட்டிலுக்கு அருகிலுள்ள மேஜைமீது வைத்துவிட்டு, மேற்கூரையை பார்த்தபடியிருந்தேன். கொஞ்சநேரம் கழித்து, நான் என்ன செய்கிறேன் என்று பார்க்க பாஸ்மா வந்தபோது, கத்தியை நான் மறந்துவிட்டிருந்தேன். அதைப் பார்த்து அவள் அதிர்ந்துபோனாள். “இது என்ன நரகம்? இந்தக் கத்திய வெச்சு என்ன பண்ணப் போற?” நான் பதிலேதும் சொல்ல முயற்சிக்கவில்லை. மறுபடியும் மேற்கூரையில் பார்வையைப் பதித்தேன். பாஸ்மா கத்தியை எடுத்துக் கொண்டு போய்விட்டாள்.

அடுத்த சிலநாட்களில், சின்னம்மா என்னை மறுபடியும் அழைத்தாள்: “வாரிஸ்! கீழே வா.” நான் அதைக் கேட்காததுபோல, பாசாங்கு செய்தபடி அங்கேயே கிடந்தேன். “வாரிஸ்! கீழே வா!” நான் கீழிறங்கிச் சென்றபோது அவள், எனக்காகக் காத்துக்கொண்டிருப்பது தெரிந்தது. “வேகமா வா! போன் வந்துருக்கு!” அந்தசெய்தி என்னை ஆச்சரியப்படுத்தியது. இதுவரையில் எனக்கு எந்த அழைப்பும் வந்தது இல்லை. உண்மையில் நான் இதுவரையில் தொலைபேசியில் பேசியதும் இல்லை.

“எனக்கா?” அமைதியாகக் கேட்டேன்.

“ஆமா. ஆமா.” மேஜை மீது கிடந்த ஒலிவாங்கியைக் குறிப்பிட்டாள். “இங்கே, எடுத்துப் பேசு - போன்ல பேசு!”

ஒலிவாங்கியைக் கையில் பிடித்துக்கொண்டு, விசித்திரமான அந்தக்கருவி என்னைக் கடித்துவிடுமோ என்று பார்த்துக் கொண்டிருந்தேன். சிலநொடிகள் கழித்து, “சரி” என்று முணுமுணுத்தேன்.

சின்னம்மா கண்களை உருட்டினாள். “பேசு. பேசுங்றேன்ல, போன்ல பேசு!” ஒலிவாங்கியை மேற்புறமாகக் கொண்டுவந்து, என் காதுக்கருகே அதை இருத்தினாள்.

“ஹலோ?” திகைப்படையச் செய்யும் குரலைக் கேட்டேன். என் அம்மாவின் குரல். “அம்மா! அம்மா! ஓ, கடவுளே, உண்மையிலேயே இது நீங்கதானாம்மா?” பல நாட்களுக்குப் பிறகு, முதல்முறையாக என் முகத்தில் மெல்லிய சிரிப்பு படர்ந்தது. “அம்மா, நல்லாருக்கீங்களாம்மா?”

“இல்லியே, நல்லா இல்லியே. ஒரு மரத்தடில நான் இருந்துக்கிட்டுருக்கேனே.” அமானும் பெரிய மனுஷனும் இறந்தபின்னால் அம்மா பித்துப்பிடித்தவராக ஆகிப் போனதைச் சொன்னார். அம்மாவின் இந்தக் கதையைக் கேட்ட நொடிகளில், நான் அவருக்கு மிகவும் நன்றிக்கடன்பட்டவளாக ஆனேன். அவரது துயரத்தை மேலும் கூட்டக்கூடாது என்று, என்னை நானே கொன்றுகொள்ளும் எண்ணத்தைக் கைவிட்டுவிட்டேன். அம்மா பாலைவனத்துக்கு உள்ளே போய்விட்டாராம். அவர் யாருடனும் சேர்ந்து இருக்க விரும்பவில்லை. யாரையும் பார்க்கவும் பேசவும் விரும்பவில்லையாம். அதன்பிறகு அங்கிருந்து, அப்படியே மொகாதிஷுவுக்கு தனியாகப் போய், தனது குடும்பத்தைச் சந்தித்திருக்கிறார். அவர் இப்போது அங்கேதான் இருக்கிறாராம். ஷாரு சின்னம்மா வீட்டிலிருந்து அழைத்திருக்கிறார்.

அது எப்படி நேர்ந்தது என்பதை அம்மா விவரிக்க முயற்சி செய்தார். ஆனால் அவருக்கு முழுவுணர்வு இருப்பதாகத் தெரியவில்லை. பெரிய மனுஷன் நோயில் விழுந்திருக்கின்றான். ஆப்பிரிக்க நாடோடிப் பழங்குடியினத்தில் எங்கள் வாழ்க்கை ஒரு வகைமாதிரியானது. அங்கே எந்தவொரு மருத்துவ உதவியும் கிடைக்காது. என்ன தவறு என்று யாருக்கும் தெரியாது. அல்லது அதற்கு என்ன செய்ய வேண்டும் என்பதும் தெரியாது. அந்த சமூகத்தில் இரண்டே இரண்டு தேர்வுகள்தான்: வாழு அல்லது மடி. இரண்டுக்கும் இடையில் எதுவொன்றும் இல்லை. ஒருவர் நீண்டகாலம் வாழ்கிறார் என்றால், அவருக்கு எல்லாமே சரியாக இருக்கின்றது. உடல் நோயுற்றது பற்றியோ, மருத்துவரோ அல்லது மருந்துகளோ இல்லாதது குறித்தோ அங்கே பேசிக்கொள்வதற்கு எதுவுமில்லை. அதைப்பற்றி நாங்கள் கவலைப்பட்டுக் கொள்வதில்லை. ஒருவர் இறந்துவிடும் பொழுது, இறந்துவிட்டார். சரி, நல்லது. அவ்வளவுதான். உயிரோடிருப்பவர் தொடருவார். வாழ்க்கை

போய்க்கொண்டேயிருக்கும். எப்போதுமே இன்ஷா அல்லாஹ் தத்துவம் எங்கள் வாழ்க்கையை ஆட்சிசெய்தது: "கடவுள் விரும்பினால்". வாழ்க்கை ஒரு வரம், அது, கடவுளால் அருளப்பட்ட ஒன்று. மரணம், கடவுளின் முடிவு. விவாதத்துக்கு உட்படுத்த முடியாதது.

பெரியமனுஷன் நோயில் விழுந்தபோது, என் பெற்றோர் பயந்து போய்விட்டார்கள். அவனொரு சிறப்புக் குழந்தை. அம்மாவுக்கு என்ன செய்வதென்று புரிபடவில்லை. மொகாதிஷுவிலிருந்த அமானுக்கு, உதவிகேட்டு செய்தி அனுப்பியிருக்கின்றார். அமான் எப்போதுமே பலசாலியானப் பெண். அவளுக்கு என்ன செய்யவேண்டும் என்று தெரிந்திருக்கின்றது. அவள் மொகாதிஷுவிலிருந்து நடந்தே வந்திருக்கின்றாள். அங்கிருந்து, பெரிய மனுஷனை மருத்துவரிடம் காட்டத் தூக்கிக்கொண்டு போயிருக்கிறாள். அந்த நேரத்தில் குடும்பம் எங்கே முகாமிட்டிருந்தது என்பதும், அல்லது தலைநகரிலிருந்து அவர்கள் எவ்வளவு தூரத்தில் இருந்தார்கள் என்பதும் எனக்கு சரியாகத் தெரியவில்லை. பெரிய மனுஷனை சிகிச்சைக்காக, அமானுடன் அனுப்பிவைக்கும்போது, அவள் எட்டு மாதக் கர்ப்பிணி என்பது அம்மாவுக்குத் தெரியுமா? அவள், அவனை மருத்துவமனைக்குச் சுமந்துகொண்டு சென்றபோது, அவளது கைகளிலேயே இறந்துபோய்விட்டிருக்கின்றான். அமான் அதிர்ச்சியில் உறைந்துபோயிருக்கின்றாள். அடுத்த சில நாட்களில், அவளும் இறந்துபோய்விட்டாள். அப்போது அவள் வயிற்றுக்குள் குழந்தை இருந்தது. அவர்கள் எங்கே, எப்போது இறந்தார்கள் என்பதுகுறித்து, இன்னும் நான் உறுதிப்படுத்திக்கொள்ள முடியவில்லை. ஆனால் இதைக் கேள்விப்பட்டதும் அம்மா, அமைதியாகிப் போனார். யாரோடும் ஒட்டாமல் தனித்துவிட்டார். எங்கள் குடும்பத்தின் மைய அச்சே அவர்தான். அவரைச் சுற்றியேதான் எல்லா இயக்கமும். இந்த நிலையில் மீதமுள்ளவர்களின் வாழ்க்கை குறித்த எண்ணம், என்னை நோய்ப்படவைத்தது. எல்லாவற்றுக்கும் மேலாக, அம்மாவுக்குத் தேவைப்படும் நேரத்தில் உதவமுடியாமல் லண்டனில் சிக்கிக் கொண்ட கொடுமை என்னை வாட்டியது.

வாழ்க்கை எங்கள் எல்லோருக்குமே நல்லபடியாகப் போய்க் கொண்டிருந்தது. லண்டனில் இருந்தபோது, எந்தளவுக்கு

அனுபவித்துக்கொள்ள முடியுமோ, அந்தளவுக்கு முயற்சித்தேன். வீட்டில் எனது கடமைகளைச் செய்தேன். ஒன்றுவிட்டவர்களுடனும் வீட்டுக்குவரும் அவர்களின் நண்பர்களுடனும் நையாண்டி, கேலிபேசிச் சிரித்தேன்.

ஓரிரவு, என் முதல் விளம்பரத் தோற்றத்துக்கான உதவியைச் செய்யச் சொல்லி பாஸ்மாவிடம் கேட்டேன். லண்டனுக்கு வந்ததிலிருந்தே, ஆடைகள் மீது மோகத்தை வளர்த்துக் கொண்டேன். ஆனால் அவை எதையுமே குறிப்பாக, என் சொந்தம் ஆக்கிக்கொள்ள முடியவில்லை. அதையொரு வேடிக்கையாகவே முயற்சி செய்துவந்தேன். அதுவொரு விளையாட்டான நடிப்புதான். ஒருசிலரைப்போல நடித்துக் காட்டுவேன். குடும்பமே தனியறையில் உட்கார்ந்து தொலைக்காட்சிப் பெட்டிக்குள் மூழ்கிக்கிடக்கும் போது, சித்தப்பா முஹம்மத் சாமா பராஹ்வின் அறைக்குள்சென்று கதவைச் சாத்திக் கொண்டேன். அவரது ஆடைகள் அடுக்கப்பட்டிருக்கும் அலமாரியைத் திறந்தேன். அதில் சிறந்த ஆடைத் தொகுதியை வெளியில் எடுத்தேன். அது, கடல்நீலவண்ணக் கம்பளித் துணியாலானது. அதனைப் படுக்கையில் வைத்தேன். ஒரு வெள்ளைச்சட்டை, பட்டாலானக் கழுத்துப்பட்டி, அடர்வண்ணக் காலுறைகள், நேர்த்தியானக் கறுப்புவண்ண ஆங்கிலக் காலணிகள் மற்றும் தொப்பியை தேர்ந்து எடுத்தேன். அவையெல்லாவற்றையும் அணிந்துகொண்டேன். சித்தப்பா போடுவதுபோல கழுத்துப்பட்டியில் முடிச்சுப் போட முடியாமல் போராடினேன். பின்னர், தலையில் வைத்துக்கொண்ட தொப்பியை சற்றே கீழே இறக்கி, புதுத்தோற்றம் அமைந்ததும், பாஸ்மாவைத் தேடிச்சென்றேன். அவள் விழுந்துவிழுந்து சிரித்தாள்.

“போய் உன் அப்பாட்ட சொல்லு. இங்கே ஒருஆளு உங்களைப் பாக்கவந்துக் காத்துருக்காருனு!”

“இதெல்லாம் அவருடைய ஆடைகளா? ஓ, கடவுளே, அவரு உன்னக்கொல்லப் போறாரு”.

“சும்மாப் போய் சொல்லு!”

நான் கூடத்துக்குப் போகும்வழியில் நின்றுகொண்டு, அவள் என்ன பேசுகிறாள் என்று கவனித்தபடி, பெரியதொரு திறப்புக்கான சரியான தருணத்துக்காகக் காத்துநின்றேன். "அப்பா," என்ற அவளது குரல்கேட்டது. தொடர்ந்து, "உங்களப் பாக்க ஒருஆளு வந்து அங்கே காத்துருக்காரு" என்றாள்.

"இந்த இரவுநேரத்தல யார் அந்த ஆளு?" சித்தப்பா முஹம்மத் சாமா பராஹ்வின் குரல் அத்தனை மகிழ்வாக இல்லை. "யார் அது? அவருக்கு என்ன வேணுமாம்? அவரை நீ இதுக்கு முன்னாடிப் பாத்துருக்கியா?"

பாஸ்மா திக்கித் திணறிப்போனாள். "நான், ஓ, எனக்குத் தெரியாது. நான் நினைக்கிறேன், ஆமா, உங்களுக்கு அவரைத் தெரியும்னு நெனைக்கிறேன்."

"நல்லது, வரச்சொல்லு..."

"நீங்க ஏன் அவரைப் பாக்கக்கூடாது," அவசரமாகச் சொன்னாள். "அவரு கதவுக்குப் பக்கத்துலதான் நிக்கிறாரு."

"ஆகட்டும்," சித்தப்பா சோர்வாக ஒத்துக்கொண்டார். நான் தலையிலிருந்த தொப்பியை இன்னும் கீழே இழுத்து, கண்களுக்கு நேரே கொண்டுவந்து தெரியும்படி வைத்துக்கொண்டேன். கைகளை புறச்சட்டையின் பாக்கெட்டுகளில் ஒயிலாக இடுக்கிக் கொண்டு, அப்படியே செருக்கான நடையுடன் அறைக்குள் நுழைந்தேன்.

"ஹாய், என்னை நினைவிருக்கா?" கரகரத்தக் குரலில் கேட்டேன். சித்தப்பாவின் கண்கள் பிதுங்கிவிழித்தன. தொப்பிக்குக் கீழே பார்வையைச் செலுத்தி, யாரென்று பார்க்க முயற்சிசெய்தார். யாரென்று அவருக்குத் தெரிந்துபோனபோது, வெடித்துச் சிரிக்க ஆரம்பித்தார். சின்னம்மா உள்ளிட்ட அத்தனைபேரும் கும்மாளக் கூச்சலிட்டனர்.

சித்தப்பா குறும்பாக அடிக்கவந்தார்.

"சும்மா முயற்சிசெய்து பாத்தேன், சித்தப்பா. இதக் குறும்புனு நீங்க நினைக்கலியா?"

"அடக் கடவுளே."

இந்த அதிரடிகளை இன்னும் பலதடவைகள் நான் செய்தேன். சித்தப்பா என்னைக் கண்டுபிடிக்காத அளவுக்கு என்னை உருமாற்றிக்கொள்ள நீண்டநேரம் எடுத்துக்கொண்டேன். பின்னர் ஒருமுறை அவர், “போதும் வாரிஸ். இனிமே என் டிரஸ்ஸ போட்டுக்கிட்டு இந்தமாதிரி செய்யாதே. சரியா? அவற்றை விட்டுரு.” அவர் மேம்போக்கியல்பற்ற நபர் என்பது எனக்குத் தெரியும். ஆனால் அதை அவர் ஒரு விளையாட்டு என்றே எடுத்துக் கொண்டிருக்கின்றார். பின்னர் இதுபற்றிப் பேசிச் சிரித்திருக்கின்றார் என்றும் அவருடைய நண்பர்களிடம் சொல்லிச் சொல்லி சிலாகித்திருக்கின்றார் என்றும் எனக்குத் தெரியவந்தது. “இந்தப் புள்ளை என் ரூமுக்குள்ளப் போய், என் டிரஸ்ஸைப் போட்டுகிர்றா. அப்பறம் பாஸ்மா வர்றா. ‘அப்பா, உங்களப் பாக்க யாரோ வந்துருக்காங்கனு, சொல்லுவா. போய்ப் பாத்தா, என்னோட பொருட்களையெல்லாம் தலைலருந்து கால்வரை மாட்டிக்கிட்டு, இவ. நீங்கள்லாம் அவசியம் பாக்கணும்...”

சின்னம்மாவும் அவளது தோழிகளிடம் இதைப் பற்றிப் பேசியிருக்கின்றாள். அவர்கள், ‘அவளை விளம்பரப் பெண்ணாக்கலாம்’ என்று குறிப்பிட்டிருக்கின்றார்கள். ஆனால் சின்னம்மாவின் மறுமொழி, “உம்... ஹூம்ம்ம்...” என்பதாகவே இருந்திருக்கின்றது. சோமாலியாவிலிருந்து வந்து, ஒரு முஸ்லிமாக இருந்துகொண்டு, இதுபோன்ற விஷயங்களைச் செய்யக்கூடாது. இது உங்களுக்குத் தெரியுமா? ஆனாலும், தனது பழைய தோழி ஒருத்தியின் மகள் இமான், ஒரு விளம்பரத் தோற்றப் பெண்ணாக இருப்பதற்கு சின்னம்மா தனது எதிர்ப்பைக் காட்டவில்லை என்பது, எனக்குத் தெரியவந்தது. இமானின் அம்மாவை சின்னம்மாவுக்கு பல ஆண்டுகளாகத் தெரியும். அதனால் தாய் - மகள் அவர்களில் யாரொருவர் லண்டனுக்கு வந்தாலும் எங்களுடன்தான் தங்கவேண்டும் என்று வற்புறுத்துவாள். இமான் மற்றவர்களுடன் நடத்தும் உரையாடல்களைக் கேட்டு, விளம்பரத்தோற்றப் பெண்ணாக ஆவதற்கு எவ்வாறு பழக்கப்படுத்திக்கொள்ள வேண்டும் என்ற திட்டவட்டம் எனக்குள் உருவானது. அவளது பல படங்களை, எனது ஒன்றுவிட்டவர்கள் வாங்கிவரும் பருவ இதழ் புத்தகங்களிலிருந்து வெட்டியெடுத்து, என் சிறிய அறையின் சுவர்களில் ஒட்டிவைத்திருக்கின்றேன். ஒரு சோமாலியப் பெண்ணாக இருந்துகொண்டு அவள் இதைச்

செய்யும்போது, நான் ஏன் செய்யக்கூடாது என்று காரணம் கற்பித்துக் கொண்டேன்?

இமான் எங்கள் வீட்டுக்குவந்து தங்கியிருந்தபோது, அவளுடன் பேசுவதற்கான சந்தர்ப்பத்துக்காகக் காத்துக்கொண்டிருந்தேன். "ஒரு விளம்பரத் தோற்றப் பெண்ணாக எப்படி மாறுவது?" என்று அவளிடம் கேட்க விரும்பினேன். அப்படி ஒரு விஷயம் இருப்பது மட்டும் எனக்குத் தெரியும். ஆனால் அதற்கு என்னென்ன செய்யவேண்டும் என்பதெல்லாம் குறித்து எந்தவொரு திட்டவட்டமும் என்னிடமில்லை. ஆனால் ஒவ்வொரு முறை அவள் இங்கேவந்து தங்கும் போதெல்லாம், மாலைப் பொழுதுகளை வீட்டின் மூத்தவர்களுடன் பேசுவதற்கு செலவிடுவாள். அவர்களின் உரையாடலின்போது யாரும் இடைபுகுவதை சித்தப்பாவும் சின்னம்மாவும் அனுமதிக்க மாட்டார்கள் என்பது எனக்குத் தெரியும். அதிலும் விளம்பரத் தோற்றப் பெண்போன்ற பொருத்தக்கேடான சங்கதிகளுக்கு அனுமதிக்கவே மாட்டார்கள். இறுதியில், ஓரிரவில் அதற்குப் பொருத்தமான நேரத்தைக் கண்டறிந்தேன். இமான் தனது அறையில் புத்தகம் ஒன்றை வாசித்துக் கொண்டிருந்தாள். கதவைத் தட்டினேன். "நீங்க தூங்கப் போறதுக்கு முன்னாடி, ஏதாவது எடுத்துக்க விரும்புறீங்களா?"

"ஆமா. கொஞ்சம் மூலிகைத் தேநீர் குடிக்கணும்னு விரும்புறேன்." நான் கீழே சமையல் அறைக்குப்போய், தேநீர் தட்டுடன் திரும்பிவந்தேன்.

அதை, படுக்கைக்குப் பக்கத்திலுள்ள சிறிய மேஜை மீது வைத்துவிட்டு, மெதுவாகத் துவங்கினேன். "உனக்குத் தெரியுமா? உங்களுடைய பல படங்கள், என் அறைல இருக்கு." சிறிய மேஜை மீதிருந்த கடிகாரத்தின் ஓசைமட்டும் கேட்டுக் கொண்டிருந்தது. அதை ஒரு முட்டாளின் சத்தமாக உணர்ந்தேன். "எனக்குக்கூட மாடலிங் செய்யணும்னு உண்மையாவே ஆசையிருக்கு. அது ரொம்பக் கஷ்டம்னு நெனைக்கிறிங்களா... அதை நீங்க எப்படி செய்றீங்க... அதை எப்படி எந்த வழில ஆரம்பிக்கிறது?"

அவளிடம் என்ன சொல்ல நினைத்தேனோ அதை நான் சரியாகச் சொன்னேனா என்று தெரியவில்லை. ஆனாலும்

அவள், என்மீது ஒரு மந்திரப் பார்வையை அலைய விட்டு, சமையல் பின்னறைப் பணிப்பெண்தானே என எண்ணலாம் என்று மட்டும் நம்பினேன். விளம்பரத் தோற்றப் பெண்ணாக வேண்டும் என்ற என் கனவு, எனக்குள் உள்ள கருத்தியலாலான ஒன்றுமட்டும்தான். முற்றிலுமான அந்த எண்ணத்துக்கு முழுவடிவம் கொடுக்க, இன்னும் நான் நெடுந்தொலைவு இருப்பதை உணர்ந்திருக்கின்றேன். அதுபற்றி யோசிக்க, என்னால் நிறைய நேரத்தை செலவிட முடியாமலிருக்கின்றது. அந்த இரவுக்குப் பின்பும், எனது தினப்படி வேலைகளை, தினம்தினத்துக்கான காலை உணவு, மதிய உணவு, மாலை உணவு, தூசி தட்டுதல் என முறையாகச் செய்தேன்.

எனக்கு இப்போது வயது பதினாறாக இருந்தாலும், இரண்டு ஆண்டுகளாக லண்டனில் வசித்து வருகின்றேன். 1983 ஆம் ஆண்டின் காலகட்டத்திலிருந்த மேற்கத்திய உலகின் இயற்பண்புகளை, போதுமான அளவுக்கு உள்வாங்கி, உண்மையிலேயே தகவமைத்துக் கொண்டிருக்கின்றேன்.

அந்த ஆண்டின் கோடைக் காலத்தில், முஹம்மத் சாமா பராஹ் சித்தப்பாவின் சகோதரி ஜெர்மனியில் மரணமடைந்துவிட்டாள். அவளுக்கு, இளவயதில் ஒருமகள் இருந்தாள். அந்தக் குட்டிப்பெண் ஷோபி, எங்களோடு வசிக்க வந்துவிட்டாள். அவளை சித்தப்பா, ஆல் சோல் சர்ச் ஸ்கூலில் சேர்த்துவிட்டார். எனது காலைப் பணிகளில் ஒன்றாக இப்போது, பல கட்டிடங்களைத் தாண்டிச்சென்று, ஷோபியை பள்ளிக்கூடத்தில் விடுவதும், பின்பு அழைத்துவருவதும் சேர்ந்துவிட்டது.

அந்த ஆரம்ப காலத்தின் ஒரு காலை வேளையில், ஷோபியும் நானும் பழைய செங்கற் கட்டிடம் ஒன்றை நோக்கிப் போய்க் கொண்டிருந்தோம். அப்போது, யாரோ ஒரு அந்நிய மனிதன் என்னையே பார்த்துக் கொண்டிருப்பதைப் பார்த்தேன். அவனொரு வெள்ளைக்காரன். நாற்பது வயதிருக்கும். தலைமுடியைக் குதிரைவாலாகப் போட்டிருந்தான். என்னைப் பார்த்துக் கொண்டிருப்பதை மறைக்கவிரும்பாதவனாக, தன்னை வெளிப்படுத்திக்கொண்டான். உண்மையிலேயே, அவன் துணிச்சல்காரனாகத்தான் தெரிந்தான். ஷோபியை நான் கதவருகே விட்டதும், என்னை நோக்கிவந்து, என்னிடம் பேசத்

தொடங்கினான். எனக்கு ஆங்கிலம் பேசத் தெரியாததால், அவன் என்ன சொல்கிறான் என்பதை விளங்கிக்கொள்ள முடியவில்லை. பயத்தில், அவனைப் பார்க்கும் தைரியமில்லை. ஓடோடி வீட்டுக்கு வந்துவிட்டேன். இது, தொடர்ச்சியாக நடந்தது: ஷோபியை நான் விடப்போவேன். அவன் எனக்காகக் காத்துக்கொண்டிருப்பான். என்னிடம் பேச முற்படுவான். நான் ஓடோடி வந்துவிடுவேன்.

மதியவேளைகளில் பள்ளிக்கூடத்திலிருந்து ஷோபியை அழைத்துக்கொண்டு வீடு திரும்பும்போது, தன்வகுப்பில் சந்தித்த ஒரு புதியதோழியைப் பற்றி அவள், அடிக்கடி பேசுவாள். அதில் பெரிதாய் விருப்பமேதுமில்லாமல், "உம், ஓ, ஹ¯ம்ம்" கொட்டிக் கொண்டே வருவேன். ஒருநாள் மிகக்கொஞ்சமே தாமதமாக, ஷோபியை அழைத்துக் கொண்டுவரப் போனேன். நான் அங்கே போனபோது, பள்ளிக்கூடத்துக்கு வெளியே மற்றொரு சிறுமியுடன் விளையாடியபடி, காத்துக்கொண்டிருந்தாள். "ஓ, வாரிஸ், இதுதான் நான் சொல்வேன்ல அந்த ஃபிரண்ட்" ரொம்பவே பெருமையாகச் சொன்னாள். சிறுமிகளுக்கு அடுத்தாற்போல, ஓராண்டாக என்னைச் சங்கடப்படுத்திக் கொண்டிருக்கும் குதிரைவால் முடிக்கார கோணல்புத்தி வெள்ளைக்காரன் நின்றிருந்தான்.

"வா, போகலாம்," நடுக்கத்துடன் அந்த மனிதனைப் பார்த்துக்கொண்டே சொன்னேன். ஆனால் அந்த ஆசாமி, சற்றே குனிந்து ஷோபியிடம் ஏதோ சொல்ல முற்பட்டான். அவளுக்கு ஆங்கிலம், ஜெர்மன், சோமாலிய மொழிகள் பேசத் தெரியும். "ஷோபி? அந்தாள்கிட்ட நமக்கென்ன பேச்சு" அவளை எச்சரித்துக்கொண்டே கையை இழுத்தேன்.

என் பக்கமாகத் திரும்பிய அவள், முகத்தைப் பிரகாசமாக வைத்துக்கொண்டு, "நீ இங்கிலீஷ் பேசுவியானு அவரு தெரிஞ்சுக்க விரும்பறாரு" என்றாள், அந்த ஆசாமியை நோக்கித் தலையை ஆட்டியபடி. அவன் சொன்ன வேறுசில விஷயங்களை ஷோபி மொழிபெயர்த்துச் சொன்னாள். "உன்கிட்ட அவரு ஏதோ கேட்டுத் தெரிஞ்சுக்கணுமாம்."

"அந்தாளுகிட்ட சொல்லிரு, நான் ஏதும் பேசமாட்டேன்னு" அவமதித்து நடக்கின்ற இறுமாப்புடன் சொல்லிவிட்டு,

வேறுதிசையில் பார்க்க ஆரம்பித்தேன். "அந்தாளப் போகச் சொல்லு. அந்தாளைப் போகச்..." அந்த ஆசாமியின் மகள் கேட்டுக் கொண்டிருந்ததால், நான் என் வாக்கியத்தை முடிக்கவில்லை. ஷோபி அதை உடனடியாக மொழி பெயர்த்தாள். "சரி... எல்லாத்தையும் மறந்துரு. நாம போகலாம்," அவள் கையைப் பிடித்து இழுத்துக்கொண்டே வந்துவிட்டேன்.

இது நடந்த கொஞ்ச நாட்களிலேயே, ஒருநாள் காலையில் ஷோபியை நான் பள்ளிக்கூடத்தில் வழக்கம்போல விட்டுவிட்டு வந்துவிட்டேன். வீட்டுக்குத் திரும்பி, மேல்தளங்களை சுத்தப்படுத்திக் கொண்டிருந்தபோது, கதவு ஒலிப்பு மணி அடித்தது. நான் படிகளில் கீழிறங்கினேன். ஆனால் வந்தடைவதற்கு முன்னமே மரியம் சின்னம்மா கதவைத் திறந்துவிட்டாள். படிகளின் இறக்கத்தில் நின்றுபார்த்தபோது, என்னால் நம்பவே முடியவில்லை. அங்கே திரு. குதிரைவால் நின்றிருந்தான். அந்த ஆசாமி என்னைப் பின்தொடர்ந்து வந்திருக்க வேண்டும். அவனைக் கண்டதுமே என் முதல் எண்ணமாக, சின்னம்மாவிடம் என்னைப் பற்றி சில கதைகளை - நான் ஏதோ தவறுகளை செய்கிறேன் என அவிழ்த்துவிடப் போகின்றான் என்றுபட்டது. நான் அவனிடம் காதல் வயப்பட்டிருக்கிறேன், அவனுடன் உறங்கியிருக்கிறேன். அல்லது நான் ஏதோ திருடும்போது அவன் கையும் களவுமாக என்னைப் பிடித்துவிட்டதுபோல, பொய்யாகச் சிலவற்றைப் பேசலாம். சின்னம்மா சரளமான ஆங்கிலத்தில் கேட்டாள், "நீங்க யாரு?"

"என்பேரு மால்கம் பேர்சைலட். உங்களைத் தொந்தரவு பண்றதுக்கு மன்னிக்கணும், ஆனா, உங்ககிட்ட நான் கொஞ்சம் பேசணும். முடியுமா?"

"நீங்க எதைப்பத்தி என்கிட்ட பேசுணும்னு விரும்புறீங்க?" சின்னம்மா அதிர்ந்து போய்க் கேட்பதை நான் உணர்ந்தேன்.

படிகளில் ஏற, திரும்பிச் சென்றேன். அந்த ஆசாமி என்னவெல்லாம் சொல்லப் போகின்றானோ என்று கவலையாக நினைத்தபோதே, எனக்கு நோவு வந்துவிட்டது போல உணர்ந்தேன். ஆனால் இரண்டொரு நொடிகளில் கதவு அறைந்து சாத்தப்படும் சத்தம்கேட்டது. நான் கூடத்துக்கு

ஓடிவந்தபோது, மரியம் சின்னம்மா சமையல் அறையை நோக்கி ஒரு சூறாவளியாய் வந்தாள்.

"சின்னம்மா, யார் சின்னம்மா அது?"

"எனக்குத் தெரியல - யாரோ உன்னை பின்தொடர்ந்து வந்தானாம். உன்கிட்ட பேசணுமாம். அந்த உதவாக்கரைக்கு உன்னை கொஞ்சம் படம் எடுக்கணுமாம்." அவள் கூர்மையாக என்னை முறைத்தாள்.

"சின்னம்மா, நான் அவன்கிட்ட இப்படியெல்லாம் செய்னு சொல்லல. அவனிடம் நான் எதைப் பத்தியும் பேசல."

"அது எனக்குத் தெரியும்! அதனாலத்தான் அவன் இங்கே வந்தான்!" வீரநடை போட்டு என்னைக் கடந்தாள். "போய் உன் வேலையப் பாரு - அதப்பத்திக் கவலைப்படாதே. அவனை நான் பாத்துக்குர்றேன்." ஆனால், அவர்கள் என்ன பேசிக் கொண்டார்கள் என்பதை விவரமாகச் சொல்ல மறுத்துவிட்டாள். என்னை வைத்து சில ஆபாசப் புகைப்படங்களை எடுக்க அவன் நினைத்திருப்பது குறித்து, அவள் அருவருப்பு அடைந்திருப்பதை, முகத்திலிருந்த கோபம் காட்டுவதாக நம்பினேன். அதிர்ச்சியடையச் செய்த அந்த சம்பவம், அந்தக் காலைக்குப் பின்பு கண்டுகொள்ளப்படவில்லை.

அதன்பின்பு, ஆல் சோல் சர்ச் ஸ்கூலுக்கு நான்செல்லும் எல்லா பொழுதுகளிலும் அங்கு அவனைப் பார்ப்பேன். அவன் என்னிடம் பேசியதில்லை. கண்ணியமாகப் புன்னகைத்துவிட்டு, தனது வேலையில் மூழ்கிவிடுவான். ஷோபியை அழைத்துக் கொண்டு வருவதற்குப் போயிருந்த ஒருநாள், என்னை நெருங்கிவந்து, திடுக்கிட வைத்தான். என்கையில் ஒரு முகவரி அட்டையைக் கொடுத்தான். என் கண்கள் அவன் முகத்திலிருந்து பார்வையை எடுக்க முடியாமல் பார்த்துக் கொண்டிருந்தன. அவன்கொடுத்த முகவரி அட்டையை மிகக்கவனமாக என் பாக்கெட்டில் வைத்துக்கொண்டேன். அவனை நிதானமாகக் கவனித்தேன். அவன்திரும்பி தூரப்போனதும், முரண்டுபிடித்து என் பின்னால் திரியும் அவனை சோமாலிய மொழியில் திட்டினேன்: "என்னைவிட்டு தூரப்போ, பாழாய்ப் போகின்றவனே. மோசமானவனே - நாற்றமெடுத்த பன்றியே!"

வீட்டுக்குப் போனதும், மேல் தளத்துக்குத் தாவியோடினேன். மேல்தளத்தில் குழந்தைகள் எல்லோரும் தூங்கிக் கொண்டிருந்தனர். இந்தப்பகுதி வயதானவர்களிடமிருந்து விலகிய எங்கள் சரணாலயம். பாஸ்மாவின் அறைக்குள் நுழைந்தேன். புத்தகம் வாசித்துக் கொண்டிருந்தவளை வழக்கப்படி இடையூறு செய்தேன். "இதப்பாரு" பாக்கெட்டிலிருந்து அந்த முகவரி அட்டையை எடுத்து நீட்டினேன். "இத, அந்த ஆளு குடுத்தான். நான் ஏற்கனவே அவனைப்பத்தி உன்கிட்ட சொல்லிருக்கேன். என்னையத் தொந்தரவு பண்றான்னு. ஒருமுறைக்கூட எம்பின்னாடியே இங்கே வந்தான்ல, அவன். இன்னிக்கு இந்த அட்டையக் குடுத்தான். அது, என்ன சொல்லுது?"

"அது அவன் ஒரு போட்டோகிராபர்னு சொல்லுது".

"அப்படின்னா, என்னவகையான போட்டோகிராபர் அவன்?"

"அவன் படங்கள் எடுப்பான்".

"சரி, என்ன மாதிரியானப் படம் எடுப்பான்?"

"இது, 'பேஷன் போட்டோகிராபர்'னு சொல்லுது".

"பேஷன் போட்டோகிராபர்," வார்த்தைகளை மெதுவாக வெளியிட்டேன். "அப்படினா அவன் ஆடைகள் படம் எடுப்பான்ங்ற? நான் பண்ணிருக்குற டிரஸ் படங்களை எடுப்பான்?"

"எனக்குத் தெரியல வாரிஸ்," அவள் வெட்கப்பட்டாள். "நெசம்மாவே எனக்குத் தெரியல." நான் அவளைத் தொல்லைப் படுத்துகின்றேன் என்று எனக்குத் தெரியும். அவள் தன் புத்தகத்துக்குள் போகவேண்டும் என்று விரும்பினாள். கட்டிலிலிருந்து எழுந்தேன். முகவரி அட்டையைத் திரும்ப எடுத்துக்கொண்டு வெளியேறினேன். பேஷன் போட்டோகிராபர் கொடுத்த அந்த அட்டையை, என் அறைக்குள் ஒளித்து வைத்தேன். 'அதில் ஏதோ இருக்கின்றது' என்று ஒரு குரல், எனக்குள் கேட்டது.

ஒன்றுவிட்ட சகோதரி பாஸ்மாதான், என் ஒரே ஆலோசகர். அந்தப்பெண் எனக்காகவே அங்கே இருந்தாள். அவ்வப்போது, அவள் சகோதரன் ஹாஜியின் ஆலோசனைகளைப் பெற்றுக் கொள்வேன். ஆயினும் அவளது வழிகாட்டலை மறந்தவளில்லை, நான்.

ஹாஜி, இருபத்திநான்கு வயதானவன். சித்தப்பாவின் இரண்டாவது பெரியமகன். பெரிய அறிவாளி என்று கருதப்பட்டவன். அப்துல்லா மாமாவைப்போல, லண்டனிலுள்ள பல்கலைக்கழகத்தில் படித்தவன். நான் லண்டனுக்கு வந்தபின்பு, அவ்வப்போது என்னிடம் நட்பு பாராட்டிப் பேசுவான். நான் மேல்தளங்களை சுத்தப்படுத்திக் கொண்டிருக்கும் போது, அவன் கேட்பான். "ஹே, வாரிஸ், பாத்ரூம் வேலையெல்லாம் முடிச்சுட்டியா?"

"இல்லை," நான் பதிலிறுப்பேன். "நீ போகணும்னா போய்க்கோ. நான் அப்பறமா சுத்தப்படுத்திக்கிறேன்."

"ஓ, வேண்டாம்... நீ உதவி கேட்டாத்தான் நான் ஆச்சரியப் படுவேன்." அல்லது அவன் சொல்வான், "நான் ஏதாவது பானத்தைக் குடிக்கப் போறேன். உனக்கு ஏதும் வேணுமா?" ஒன்றுவிட்ட சகோதரன் என்மீது காட்டும் பரிவைக்கண்டு, நெக்குருகிப் போவேன். நாங்கள் அடிக்கடி பேசிக்கொள்வோம். கேலி, கிண்டல் செய்துகொள்வோம்.

சிலவேளைகளில், குளியலறையைச் சுத்தப்படுத்திவிட்டு வெளியேவர, கதவைத் திறக்கும்போது, மிகச்சரியாக அவன் வெளியில் நின்றுகொண்டிருப்பான். என்னைக் கடந்துபோக விடமாட்டான். வாத்துபோல 'சட்'டெனக் குனிந்து, அவனைச் சுற்றிப்போக முனையும்போது, அவனும் சேர்ந்து நகருவான். அவனைத் தள்ளிவிட்டு, "எனக்கு வழிவிடு, ஜொள்ளா" எனக் கத்தும்போது, சிரித்துக்கொள்வான். இதுபோன்ற விளையாட்டுகள் தொடர்ந்துகொண்டே இருந்தன. ஆனாலும், அவற்றை சாதாரணமாக எடுத்துக் கொண்டு தோல்களைக் குலுக்கியபடி போய்விடுவேன். சிலவேளைகளில் அவனது நடவடிக்கைகளுக்குப் பின்னால், ஏதோ சில விஷயங்கள் ஒளிந்துகிடப்பதாக எண்ணிக் குழம்பிப் போயிருக்கிறேன். அது, என்னை நடுக்கமுறச்செய்தது. அவன் என்னை விளங்காதப்

புதிர்த் தன்மையுடனும், கற்பனையான நிலையிலும் பார்ப்பதை உணர்ந்தேன். பலநேரங்களில் மூச்சுவிடும் நெருக்கத்தில் நின்றிருப்பான். அவனது செய்கை எனக்குக் குமட்டுவதாக இருக்கும். அந்த உணர்வை நிறுத்திக்கொள்ள முயல்வேன். என்னை எனக்கே நினைவூட்டிக்கொள்வேன்.

இல்லை, வா வாரிஸ். ஹாஜி உன் சகோதரனைப் போன்றவன். நீ ஏன் அவன் செய்கைகளைத் தவறாக எடுத்துக்கொள்கிறாய்?

அதன்பின்பு ஒருநாள், குளியலறையிலிருந்து சுத்தப்படுத்தும் பொருட்கள் அடங்கிய வாளியுடனும் ஈரத் துணியுடனும் கதவைத் திறந்து வெளியே வந்துபோது, அவன் அங்கே நின்று கொண்டிருந்தான். ‘சட்’டென்று என் கைகளைப் பிடித்து வளைத்து, தன்னை என்னைநோக்கி நகர்த்தினான். அவன் முகம் மயிரிழை இடைவெளியில் என் முகமருகே இருந்தது. “என்ன செய்ற நீ?” நடுக்கத்துடன் குழறினேன்.

“ஓ... ஒண்ணுமில்லையே.” உடனடியாக, அவன் என்னை விட்டுவிட்டான். நான் வாளியை எடுத்துக்கொண்டு, எதுவுமே நடக்காதது மாதிரி, மிகவும் இயல்பாக, அடுத்த அறைக்குச் சென்றுவிட்டேன். ஆனால் என் மனம் ஓட்டப்பந்தயம் போல ஓடிக்கொண்டே இருந்தது. அந்த தருணத்துக்குப் பின்பு, எது ஒன்று நடந்தாலும் நான் ஆச்சரியப்பட மாட்டேன். எனக்குப் புரிபடுகிறது. ஆரோக்கியமற்ற ஏதோ ஒன்று நடக்கப்போகின்றது.

அடுத்தநாள் இரவு, என் அறையில் தூங்கிக்கொண்டிருந்தேன். பாஸ்மாவின் சின்னத்தங்கை ஷுக்ரி, அவளது படுக்கையில் தூங்கிக் கொண்டிருந்தாள். ஆனால் நான், இலேசானத் தூக்கத்தில்தான் இருந்தேன். காலை மணி மூன்று இருக்கும். படிக்கட்டுகளில் யாரோ ஏறிவருவதுபோல உணர்ந்தேன். அது ஹாஜியாகத்தான் இருக்கும் என்று சித்திரப்படுத்திக்கொண்டேன். எனது அறைவழியாக, கூடத்தைக் கடந்துதான் அவன் அறைக்குப் போகவேண்டும். கூடத்தின்வழியே அவன் தயங்கித் தயங்கி, தடுமாறி வந்து கொண்டிருந்தான். அவன் குடித்திருக்க வேண்டும் என்று எண்ணினேன். வீட்டைப் பொறுத்தவரையில் இதுபோன்று இந்நேரத்துக்கு வீட்டுக்குள் வருவதை, குடித்துவிட்டு வரும் செய்கையை, சித்தப்பா விரும்பமாட்டார். முஸ்லிம்களுக்கு சில கட்டுப்பாடுகள் இருந்தன. போதைப் பொருட்கள் உட்கொள்வது

தடுக்கப்பட்டிருந்தது. தான் ஒரு மனிதனாக ஆவதற்கு வயதுபோதும் என, ஹாஜி நினைத்துக்கொண்டிருக்கிறான் என்று, நான் கருதினேன். அதற்கான முயற்சிகள்தான் அவை.

அறையின் கதவு சத்தமில்லாமல் திறக்கப்பட்டது. எனது உடம்பு சட்டென்று விரைத்துவிட்டது. அறையிலுள்ள இரண்டு படுக்கைகளும் சற்றே உயர்த்தப்பட்ட தளத்தில் இருந்தன. கதவிலிருந்து இரண்டுபடிகள் ஏறி வரவேண்டும். ஹாஜி பூனைப் பாதங்களால் படிகளில் ஏறுவதைப் பார்க்க முடிந்தது. கதவுக்கு அருகிலிருந்த படுக்கையில் உறங்கும் தங்கை ஷுக்ரி எழுந்துவிடாமல், கவனமாக நடந்துகொண்டான். ஆனால் அவன் அடிசறுக்கி தடுமாறி விழுந்தான். பிறகு, என் படுக்கையை நோக்கித் தவழ்ந்துவந்தான். சன்னல் வழியாகப் பாய்ந்த வெளிச்சம் அவனுக்குப் பின்னால் விழுந்தது. அவன் தனது தலையைக் கொக்குபோல உயர்த்தி, என் முகத்தைப் பார்த்துக் கொண்டிருப்பதைக் கண்டேன். “ஹே, வாரிஸ்” அவன் முணுமுணுத்தான். “வாரீஸ்...” அவன் மூச்சில், மதுவின் நாற்றமடித்து, அவன் குடித்திருப்பதை உறுதிசெய்தது. நான் ஆழ்ந்து தூங்குவதுபோல, போலியாகப் பாசாங்கு செய்தபடி, இருட்டில் விழுந்துகிடந்தேன். அவன் தனது கைகளால் என் முகம்தேடி, தலையணைகளுக்கிடையில் துழாவினான். கடவுளே, தயவுசெய்து அப்படி ஏதும் நடக்க வைத்துவிடாதே. நான் இறைஞ்சினேன். கனவிலிருந்து விழிப்பதுபோல, “ஹய்யோ” எனக்குரல் எழுப்பிக்கொண்டு படுக்கையிலிருந்து துள்ளியெழுந்தேன். தூக்கத்திலிருக்கும் ஷுக்ரி விழிக்கவேண்டும் என்பது என் நோக்கமாக இருந்தது. இதை எதிர்பார்த்திராத அவன் தடுமாறிப் போனான். அவசரமாகப் பின்வாங்கி, தன் அறைக்கு ஓடிப்போனான்.

மறுநாள் பாஸ்மாவின் அறைக்குச்சென்று, “பாரேன், நான் உன்கிட்டக் கொஞ்சம் பேசணும்” என்றேன். என்முகத்தில் தெரிந்த பீதி, நேரத்தைப் போக்க வழக்கமாக வருவதிலிருந்து மாறுபட்டிருப்பதை அவள் உணர்ந்திருப்பாள் என்று கணிக்கிறேன். “உள்ளே வா, கதவைச் சாத்து”

“இது, உன் அண்ணனைப் பத்தி,” பெருமூச்சுடன் சொன்னேன். ஆயினும் எப்படி அவளிடம் சொல்வதென்று தெரியவில்லை.

அவள் என்னை நம்பவேண்டும் என்று பிரார்த்தித்துக் கொண்டேன்.

“அவனப் பத்தி என்ன?” அவள் சற்றே எச்சரிக்கையுடன்தான் கேட்டாள்.

“நேத்து ராத்திரி அவன் என் ரூமுக்குள்ளாற வந்துட்டான். அப்போ மணி மூணு. ஒரே கும்மிருட்டு.”

“என்ன செஞ்சான்?”

“என் முகத்தைத் தொட முயற்சி செஞ்சான். எம்பேரை முணுமுணுத்தான்.”

“ஓ... இது, தப்பாச்சே. நீ நிச்சயமாத்தான் சொல்றியா? கனவேதும் இல்லையே?”

“அவன் என்னை எப்படிப்பாத்தான்னு எனக்குத்தான் தெரியும். என்ன செய்றதுனு எனக்குத் தெரியல.”

“கழுசடை.... கழுசடை! ஒரு கிரிக்கெட் மட்டை எடுத்து உன் ரூம்ல பெட்டுக்குக் கீழே வெச்சுக்க. இல்லாட்டி ஒரு விளக்குமாறு. வேணாம், சமையலறைலருந்து ஒரு பூரிக்கட்டைய எடுத்துக்க. உன் பெட்டுக்கு கீழே போட்டு வைச்சுக்க. ராத்திரில அவன் உன் ரூம்க்குள்ள வந்தான்னா, மண்டைய அடிச்சு ஒடைச்சுரு. அதுக்கு நீ என்ன செய்வே?” கொஞ்சம் நிறுத்தி, “கத்து. எல்லாருக்கும் கேக்குற மாதிரி சத்தம்போட்டுக் கத்து,” நன்றி கடவுளே. இந்தப்பெண் நிச்சயமாக என் பக்கம் இருக்கின்றாள்.

அன்றைய நாள்முழுவதும் பிரார்த்தித்துக்கொண்டே இருந்தேன். “இந்த பயங்கரக் காரியத்தை என்னை செய்ய வெச்சுறாதே. அவன் தப்பா நடந்துக்காதபடிக்கு தடுத்து நிறுத்திரு.” நான் பிரச்சனை உருவாகிவிடக்கூடாது என்று கருதினேன். அப்படியேதேனும் நடந்துவிடும்போது, தன்னைக் காத்துக்கொள்ள அல்லது என்னை அங்கிருந்து தூக்கியெறிய, அவன் விளக்கங்களாகச் சொல்ல என்னமாதிரியானப் பொய்களைக் கைவசம் வைத்திருக்கின்றானோ என்று அஞ்சினேன். அவன் அந்தமாதிரியான விளையாட்டுகளை

விட்டுவிடவேண்டும், பின்னிரவின் வருகைகளை தவிர்த்துவிட வேண்டும், இருட்டிலே தட்டுத்தடவித் தேடுவதை நிறுத்திவிடவேண்டும் என்பதை மட்டுமே நான் விரும்பினேன். இதில் எதுவொன்று நடந்தாலும் அது, எனக்கு சிக்கலைத் தருவதாக இருந்துவிடும். ஆனால் எனது உள்ளுணர்வு, இதுபோன்ற பிரார்த்தனைகள் கை கொடுக்காது. ஒரு யுத்தத்துக்கு தயாராகவே இரு என்று சொன்னது.

அன்றிரவு சமையல் அறைக்குச்சென்று, அங்கிருந்து பூரிக்கட்டையை நகர்த்திக் கொண்டுவந்து, படுக்கையின்கீழ் பத்திரப்படுத்திக் கொண்டேன். இரவில் குட்டிப்பெண் ஷுக்ரி தூங்கியதும், அதை வெளியே எடுத்து எனக்குப் பக்கத்தில் வைத்துக்கொண்டேன். அதன்பிடியிலிருந்து கைகளை எடுக்கவேயில்லை. நேற்றிரவு நடந்த நிகழ்ச்சியைப் போலவே, அதிகாலை மூன்றுமணி வாக்கில் ஹாஜி வந்துசேர்ந்தான். நடைபாதையில் நின்றான். கூடத்தின்வழியாகப் படர்ந்த வெளிச்சத்தில், அவன் மூக்குக்கண்ணாடி ஒளிர்ந்தது. நான் ஒற்றைக்கண்ணால் அவனைப் பார்த்தபடி படுத்துக்கிடந்தேன். அவன் என் தலையணை மீது ஊர்ந்து ஏறினான். மெல்ல என் கையில் தட்டினான். அவனது மூச்சுக்காற்றில் ஸ்காட்ச் நாற்றம் மோசமாக வீசியது. ஆனாலும் நான் ஒரு அங்குலம் கூட அசையவில்லை. பின்பு அவன் கட்டிலுக்குப் பக்கத்தில் முழங்காலிட்டான். விரிப்பின்முனை கையில் தட்டுப்படும்வரை தடவித்தடவி, ஒருவழியாகக் கண்டுபிடித்துவிட்டான். அதன் கீழே கையைக் கொடுத்து விரிப்பின் குறுக்காக, என் கால்களுக்கிடையில் கையை நகர்த்தினான். அவனது உள்ளங்கை என் தொடைமீது ஊறி, கால்சட்டை உள்ளாடைகளின் மீது மேலேறியது.

அவன் கண்ணாடியை உடைக்கவேண்டும் என்று நினைத்தேன். அவன் இந்த அறைக்குள் புகுந்தான் என்பதற்குக் குறைந்தபட்ச ஆதாரம் ஏதாவது ஒன்று இருக்க வேண்டுமல்லவா? பூரிக்கட்டையின் பிடியை இறுக்கமாகப் பிடித்துக்கொண்டேன். கட்டைப்பகுதியை அவன் முகத்துக்கு நேரே கொண்டுவந்து, முடிந்தளவுக்கு பலம் கொண்டு தாக்கினேன். அங்கே பலவீனமான ஒரு சத்தம் கேட்டது. பின்பு நான் பெருங்

கூச்சலிட்டேன். "வெளியே போ நாயே அறையிலிருந்து, தட்டழிந்தவனே..."

ஷுக்ரி எழுந்து, கட்டிலில் உட்கார்ந்து கரையத் தொடங்கினாள், "என்ன நடந்துச்சு?" சிலநொடிகளிலேயே, வீட்டின் எல்லா மூலைகளிலிருந்தும் ஓடிவரும் காலடிச் சத்தத்தைக் கேட்டேன். ஹாஜியின் கண்ணாடியை நான் உடைத்துவிட்டதால், அவனால் பார்க்க முடியவில்லை. அதனால் அவன், கைகளையும் முழங்காலையும் வைத்து ஊர்ந்து, தன் அறைக்குப் போய்விட்டான். தனது அறைக்குள் போனவன் எல்லா ஆடைகளுடன் ஆழ்ந்து தூங்குவதுபோல நடித்துக் கொண்டிருந்தான்.

அறைக்குள் வந்த பாஸ்மா, எல்லா விளக்குகளையும் போட்டாள். அவள்தான் இந்தத் திட்டத்தைப் போட்டுக்கொடுத்தவள். ஆனால் அதை முற்றிலும் புறக்கணித்து விட்டு, "இங்கே என்ன நடக்குது?" என்று போலியாகக் கேட்டாள்.

ஷுக்ரி விளக்கமாகச் சொன்னாள், "ஹாஜி இங்கேருந்தான். தரைல ஊர்ந்து போனான்!"

தனது ஆடைகளை சரிசெய்துகொண்டு நடந்துவந்தாள், மரியம் சின்னம்மா. நான் கதறினேன், "சின்னம்மா, அவன் என் ரூமுக்குள்ள வந்துட்டான். அவன் என் ரூமுக்குள்ள வந்துட்டான். நேத்துக்கூட அவன் இப்படித்தான் செஞ்சான். நான் அவனை அடிச்சுட்டேன்!" என் படுக்கைக்கு அருகில்கிடந்த ஹாஜியின் உடைந்த கண்ணாடியைக் காட்டினேன்.

"ஷ்ஷ்ஷ்..." அவள் கண்டிப்பானக் குரலில் சொன்னாள், "நான் அதைக்கேக்க விரும்பல... இப்போ வேண்டாம். எல்லாரும் அவங்கவங்க ரூமுக்குப் போங்க. படுத்துத் தூங்குங்க."

10

பூரிக்கட்டையால் ஹாஜியின் முகத்தை உடைத்த அந்த இரவுக்குப்பின், வீட்டில் யாரொருவரும் அந்த சம்பவத்தைப் பற்றிப் பேசவேயில்லை. அவனது பின்னிரவு நேர வருகையை நான், ஒரு கெட்ட கனவாக எண்ணிக் கொண்டேன். அவனிடமும்கூட மாற்றம் தெரிந்தது. கூடத்தில் தனியாகயிருக்கும் போதும் என்னைக்கூர்ந்து பார்ப்பதில்லை. இந்த வெளிப்பாடு, ஒப்பனையற்ற பெருவெறுப்பை அவனிடமிருந்து இடம்பெயர்த்திருந்தது. நான் பிரார்த்தித்து வேண்டிக்கொண்டதுபோல, என் வாழ்வின் மகிழ்ச்சியற்ற இந்த அத்தியாயம் ஒரு முடிவுக்கு வந்ததையெண்ணி, கடவுளுக்கு நன்றி சொன்னேன். ஆயினும் இவையெல்லாமே வேறொரு சம்பவத்தில் மறைந்துபோயின.

இன்னும் சில வாரங்களில், குடும்பம் சோமாலியாவுக்குத் திரும்பவிருப்பதாக சித்தப்பா முஹம்மத் சாமா பராஹ் தெரிவித்தார். அவரது நான்காண்டுகால தூதர் பதவி முடிந்துவிட்டது. நான்காண்டு காலம் என்பது, என் வாழ்நாளில் மிகப்பெரிய பகுதியாகும். அந்தநேரம் முடிந்துவிட்டது என்பதை, என்னால் நம்பமுடியவில்லை. துரதிர்ஷ்டவசமாக, சோமாலியாவுக்குத் திரும்பிச்செல்வதில் என்னிடம் எந்தவொரு ஆர்வமும் பரபரப்பும் இருக்கவில்லை. சொந்த நாட்டுக்கு செல்வத்தோடும் வெற்றியோடும் திரும்ப வேண்டும் என்று விரும்பினேன். இங்கிலாந்துபோன்ற பணக்கார நாட்டிலிருந்து தாய் நாட்டுக்குத் திரும்பும் ஒவ்வொரு ஆப்பிரிக்கனுக்கும் இருக்கும் இந்தக்கனவு எனக்கும் இருந்தது. எனது சொந்த நாடுபோன்ற ஏழைநாடுகளைச் சேர்ந்த மக்கள், அதற்கான

வழியைத் தொடர்ந்து தேடிக்கொண்டே இருப்பார்கள். சவூதி அல்லது ஐரோப்பா அல்லது அமெரிக்கா போன்ற நாடுகளுக்குச் சென்று, கொஞ்சம் பணத்தை ஈட்டி, நலிந்த தங்கள் குடும்பங்களுக்குக் கொடுத்து உதவலாமே என்று பிடிப்பாக இருப்பார்கள்.

இப்போது நான், நான்காண்டுகளுக்குப் பின் வெளிநாட்டிலிருந்து சொந்த மண்ணுக்கு திரும்பவேண்டும் - எதுவும் இல்லாமலேயே. அங்குபோனதும், என்ன ஈட்டிக் கொண்டு வந்திருப்பதாக நான் சொல்வது? அம்மாவிடம், 'பாஸ்தா செய்யக் கற்றுக் கொண்டு வந்திருக்கின்றேன்' என்று சொல்ல முடியுமா? ஒட்டகங்களுக்குப் பின்னால் அலைந்துகொண்டு அநேகமாக, பாஸ்தாவை மறுபடியும் பார்க்கமுடியாமல் போய்விடுமோ? கழிவறைகளை நன்றாகத் தேய்த்துக்கழுவக் கற்று வந்திருக்கின்றேன் என்று என் தந்தையிடம் சொல்ல முடியுமா? "ஹோ, அதுஎன்ன கழிப்பறை?" என்றுதான் கேட்பார். ஹா, ஆனால் காசு, பணம், துட்டு என்றால், அவருக்கு ஏதாவது புரியும். அது, பிரபஞ்ச மொழி. என் குடும்பத்தில் சொல்லிக்கொள்ளும் அளவில் ஏதுமில்லை.

சின்னம்மாவும் சித்தப்பாவும் சோமாலியாவுக்குத் திரும்பத் தயாராகிக் கொண்டிருந்தார்கள். வீட்டுவேலை செய்ததற்காக எனக்குக் கூலியாகக் கொடுக்கப்பட்ட சிறு வாட்டுத் தொகையை, அந்தநேரத்தில் அப்படியே சேமித்து வைத்திருந்தேன். பரிதாபத்திற்குரிய அந்தத் தொகையை சம்பளம் என்று கருதுவதற்குக் கஷ்டப்பட வேண்டியிருக்கும். எப்படியென்றாலும் என் கனவாக, தொடர்ந்த பயணங்கள் இல்லாமல் ஓரிடத்திலேயே வசித்து, வாழ்வதற்கு பெருமளவு கடினமான வேலைகள் செய்யாதபடிக்கு, அம்மாவுக்கு ஒரு வீடுவாங்கித் தருமளவுக்குப் போதுமான பணம் பண்ணவேண்டும். இதுவொன்றும் பெரும்தூரமான ஒன்று அல்ல. இன்றைய பரிவர்த்தனை விகிதத்தில், சோமாலியாவில் இரண்டாயிரம் டாலர்களில் ஒருவீடு வாங்கிவிட முடியும். இங்கிலாந்துக்கு நான் வந்தநாளிலிருந்தே அந்த இலக்கை அடைவதை எண்ணிக்கொண்டே இருக்கின்றேன். அதனாலேயே நான் இங்கிலாந்தில் தங்கி, கொஞ்சம் பணம் பண்ணிக்கொள்ள விரும்புகின்றேன். ஏனென்றால் இவர்களுடன் சேர்ந்து

கிளம்பிவிட்டால், இனியொரு முறை நிச்சயம் நான் இங்கே திரும்ப வரமுடியாது. சின்னம்மா சித்தப்பாவிடம் இது போன்று அடிமையாக வேலைசெய்வதிலிருந்து விடுபட்டால், வேறுசில விஷயங்களை சாதிக்கலாம் என்று எனக்குள் நம்பிக்கை இருந்துவந்தது. ஆனால், அவர்கள் இதை ஏற்றுக்கொள்ளவில்லை. "இங்கே இருந்துகிட்டு நீ என்ன செய்யப்போற?" சின்னம்மா ஆச்சரியமாகக் கேட்டாள். "ஒரு பதினெட்டு வயசுப்பொண்ணு, தங்குறதுக்கு ஒரு இடம் இல்லை, கையில காசில்ல. வேலையில்ல, வேலை செய்றதுக்கான அனுமதியில்ல, எல்லாத்துக்கும்மேல இங்கிலிஷ் இல்ல, இது மடத்தனம் இல்ல? பேசாம, சொந்த ஊருக்கு எங்களோட வந்துரு."

புறப்பாட்டுத் தேதிக்கு பலநாட்கள் முன்னமே, சித்தப்பா முஹம்மத் சாமா பராஹ் இரண்டு விஷயங்களை எங்களுக்கு ஆலோசனையாகச் சொல்லியிருந்தார்: நாங்கள் புறப்பட வேண்டிய தேதி, எங்கள் கடவுச்சீட்டை முறையாக, ஒழுங்குபடுத்திக் கொள்ளும் தேவை. நான் அவற்றை செய்துவிட்டேன். ஆமாம். எனது கடவுச்சீட்டை நேர்த்தியாக சமையல் அறைக்கு எடுத்துச்சென்று, ஒரு பிளாஸ்டிக் பையில்போட்டு மூடி, தோட்டத்தில் அதைப் புதைத்துவிட்டேன்.

மொகாதிஷுவுக்கு விமானப் பயணம் புறப்படும் நாளுக்காகக் காத்திருந்தேன். அதற்கு சிலநாட்கள் முன்னதாக, எனது கடவுச்சீட்டைக் காணவில்லை என்று தெரிவித்தேன். எனது திட்டம் போதுமான அளவுக்கு மிகவும் எளிதானது. என்னிடம் கடவுச்சீட்டு இல்லையென்றால், அவர்கள் என்னைத் திரும்ப அழைத்துச்செல்ல முடியாது. சித்தப்பா சில விஷயங்களை யூகித்தவராக இருந்தார். "வாரிஸ், உன்னோட பாஸ்போர்ட்ட நீ எங்கே வெச்சே? எங்கே நீ அதைத் தொலச்சுருப்பேனு நினைக்கிற?" அந்தக் கேள்விகளுக்கான பதில், வெளிப்படையாக அவருக்குத் தெரிந்தவைதான். நான்காண்டுகளாக நான் அந்த வீட்டிலிருந்து வெளியேற அலைபாய்ந்து கொண்டிருப்பதை அவரும் அறிவார்.

"எனக்குத் தெரியல. சுத்தப்படுத்தும்போது ஒருவேளை அதை குப்பைனு நெனச்சுத் தூக்கிவீசியிருக்கலாம்," முகத்தைப்

பாவமாக வைத்துக்கொண்டு சொன்னேன். அவர் இன்னமும் தூதர்தான். அவர் நினைத்தால், எனக்கு உதவமுடியும். நான் இங்கே தங்குவதற்கு எவ்வளவு விரும்புகிறேன் என்று சித்தப்பா உணர்ந்திருப்பார், அதனால் சொந்த நாட்டுக்குப் போகாமல் இங்கே தொடர்ந்து தங்குவதற்கு வழிசெய்வார் என்று நம்பினேன். ஆனால் அவர் உதவுவதற்கு மாறாக, எனக்கு விசா வாங்கி வந்தார்.

"நல்லது வாரிஸ், இப்போ நாம இங்கே என்ன செய்யப் போறோம்? உன்னைய இங்கே சும்மா விட்டுட்டுப் போகமுடியாது!" நான் அவரை இந்தநிலைக்குக் கொண்டு வந்துவிட்டேன் என்று, அவர்முகம், லேசான நீலவண்ணத்தில் வெளிறியிருந்தது. கோபமாகத் தெரிந்தார். அடுத்த இருபத்துநான்கு மணிநேரமும் பார்க்கும் எல்லோருக்குமிடையில் உணர்ச்சிவசப்பட்ட நிலையே விளையாடிக் கிடந்தது. எனது கடவுச்சீட்டு காணாமல் போய்விட்டதில் நான் உறுதியாக இருந்தேன். சித்தப்பாவும் அவரால் எனக்கு எந்தவித உதவியும் செய்ய இயலாது என்பதில் உறுதியாக இருந்தார்.

மரியம் சின்னம்மா, தனது சொந்த யோசனைகளை வைத்திருந்தாள். "நல்லது, உன்னை சும்மா ஒரு கட்டுகட்டி, ஒரு பையில போட்டு, விமானத்துல ஏத்தி உன்னைக் கடத்திர்றோம். பலரு இந்தமாதிரி எல்லாநேரத்துலயும் செய்றாங்க!"

அவளது இந்த மிரட்டல் என்ன மிகவும்படுத்திவிட்டது. "இந்த மாதிரி நீங்க செஞ்சீங்கன்னா," நான் மிகவும் மெதுவாகச் சொன்னேன். "இப்ப மட்டுமில்ல, எப்பவுமே நான் உங்களை மன்னிக்க மாட்டேன். பாருங்க, சின்னம்மா. என்னைய இங்கேயே விட்டுருங்க. நான் நல்லா வருவேன்."

"ஆமாமா... நீ... நல்லா வருவே," ஏளனமாக பதிலிறுத்தாள். "இல்ல. நீ ஒரு போதும் நல்லா இருக்கப்போறதில்ல." அவள் முகம் மிகவும் கவலையடைந்திருப்பதை என்னால் பார்க்க முடிந்தது. ஆனால் அந்தக்கவலை, எனக்கு உதவுவதில் போதுமானதாக அவளிடம் இருக்கவில்லை. லண்டனில் அவளுக்கு எண்ணற்ற தோழிகள் இருக்கின்றார்கள். என் சித்தப்பாவுக்கு தூதரகத்தில் நிறையத் தொடர்புகள் வைத்திருக்கின்றார். ஒரேயொரு தொலைபேசி அழைப்பு

போதும். நான் வாழ்வதற்கானத் தொடர்புகளை உருவாக்கித் தந்துவிட முடியும். ஆனால், அவர்கள் ஒன்றைப் பிடித்துக்கொண்டார்கள் என்றால், அதிலேதான் நிற்பார்கள் என்பதும் எனக்குத் தெரியும். தங்களுக்கு ஏதும் பிரச்சனை வந்துவிடக்கூடாது என்பதில் உறுதியாக இருந்து, நான் திரும்ப சோமாலியாவுக்கு வந்துவிட வேண்டும் என்று உளறிக்கொண்டே இருக்கின்றார்கள்.

அடுத்தநாள் காலை, ஒட்டுமொத்த நான்கடுக்குக் கட்டிடமும் முற்றிலும் பரபரப்பாக இருந்தது. எல்லோரும் அவரவர் பொருட்களை மூட்டைக் கட்டுவதுமாக, தொலைபேசியில் பேசுவதுமாக மும்முரமாக இருந்தனர். பிரிவு உபசாரம்செய்ய ஆட்கள் வீட்டுக்கு வருவதும்போவதுமாக நேரம் ஓடியது. மேல்தளத்தில், எறவானத்துக்குக் கீழிருந்த எனது சிறிய அறையைக் காலிசெய்யும் ஆயத்தத்தில் இருந்தேன். இங்கிலாந்தில் தங்கியிருந்த போது நான் சேர்த்திருந்த சில பொருட்களை எனது மலிவுவிலைப் பையில் மூட்டைக் கட்டிக்கொண்டேன். இறுதியில், பெரும்பாலான ஆடைகளை குப்பைத் தொட்டியில் வீசவேண்டி வந்தது. அவையெல்லாம் மிகவும் மோசமாக இருந்தன. அதனை அணிந்தால் என்னை வயதானப் பெண்ணாகக் காட்டின. எதற்கு அந்தக்குப்பைகளை சுமந்து கொண்டே அலையவேண்டும்? இன்னும், நானொரு நாடோடிப் பழங்குடிதான். சுமையில்லாத பயணத்தையே விரும்புகின்றேன்.

பதினோரு மணிவாக்கில் அத்தனைபேரும் கூடத்தில் கூடினோம். சீருடையணிந்த காரோட்டி பைகளை காருக்குள் ஏற்றினான். சில ஆண்டுகளுக்கு முன்பு நான் வந்தபோது, இதே வழியாகத்தான் வந்தேன்... சீருடையணிந்த காரோட்டி, கார், இதே அறை, வெண்ணிற இருக்கைகள், குளிர்காயும் நெருப்பு அடுப்பு, என் சின்னம்மாவை முதல்முறையாகச் சந்தித்தது எல்லாமே என் நினைவில் நிழலாடியது. சாம்பல் வண்ணக் காலையில்தான் பனியை முதன்முதலில் பார்த்தேன். அதன்பின்பு, இந்த நாட்டிலுள்ள எல்லாமே இயல்புக்கு மீறியதாக என்னால் காணமுடிந்தது. துயருக்கு உள்ளாகியிருக்கும் என் சின்னம்மாவுடன் சேர்ந்து வெளியில்வந்து, காருக்குள் ஏறாமல்

பக்கவாட்டில், வெளியில் நடந்தேன். "உன் அம்மாவுக்கு நான் என்ன பதில் சொல்வேன்?"

"நல்லாருக்கேன்னு சொல்லுங்க. சீக்கிரமாவே, அதை என் வாயிலருந்து அவங்க கேப்பாங்க." அவள் தலையை ஆட்டிக்கொண்டு, காருக்குள் ஏறினாள். நான் பக்கவாட்டு நடையில் போய்நின்று, ஒவ்வொருவருக்கும் கையாட்டி விடை கொடுத்தேன். பின்னர் தெருவில் இறங்கிநடந்தேன். என் பார்வையிலிருந்து மறையும்வரை அந்தக்காரைப் பார்த்துக் கொண்டேயிருந்தேன்.

நான் பொய்சொல்லப் போவதில்லை - நான் கலங்கிப் போயிருந்தேன். இந்த நிமிடம் வரையில் நான், அவர்கள் என்னை தனியாக இங்கே விட்டுவிட்டுப் போவார்கள் என்று நிச்சயமாக எண்ணியிருக்கவில்லை. ஆனால், இப்போது நான் ஹார்லி தெருவின் நடுவில் நிற்கின்றேன் - மிகத்துல்லியமாக, தனியாக நிற்கின்றேன். என் சின்னம்மா மீதும் சித்தப்பா மீதும் எனக்கு எந்தவொரு வருத்தமும் இல்லை. அவர்களை இன்னமும் என் குடும்பத்தினராகவே கருதுகிறேன். அவர்கள்தான் நான் லண்டனுக்கு வருவதற்கான சாத்தியத்தை உருவாக்கிக் கொடுத்தவர்கள். அதற்காகவே, அவர்களுக்கு நான் என்றென்றும் நன்றிக்கடன்பட்டவளாக இருப்பேன். அவர்கள் புறப்பட்டுப் போனபின்பு, நானாக நினைத்துக்கொண்டது. "நல்லது, நீ இங்கே இருக்க விரும்பறே - உனக்கு இங்கே வாய்ப்பு இருக்குனு நம்புற. அப்ப நீ, உன் பாதைல போகலாம் - நீ விரும்புற மாதிரி. ஆனா, அதுக்கு நாங்க எதையும் சுலபமாக்கித் தரமாட்டோம். ஏன்னா, நீ எங்கக்கூட வீட்டுக்கு வந்துறணும்னு நெனைக்கிறோம்." அவர்களின் நினைப்பு சரிதான் என்று நான் உறுதியாக இருக்கின்றேன். இங்கே இங்கிலாந்தில், இளம்பெண்ணொருத்தி தனியாக, துணையில்லாமல் இருப்பது, அத்தனை உவப்பானதல்ல. என்றபோதிலும் இங்கே தங்கவேண்டும் என்ற என் எண்ணம், இறுதிமுடிவாக இருந்தது. இப்போது எனது விதியை நான்தான் பார்த்துக்கொள்ள வேண்டும்.

தாங்கவொண்ணாத் துயரத்தை வென்றெடுக்க, வீட்டுக்குத் திரும்பினேன். முன்வாசல் கதவைத் தாளிட்டுவிட்டு, சமையல் அறைக்குப் போனேன். அங்கே அவர்கள், ஒரேயொரு நபரை

விட்டுவிட்டுச் சென்றிருந்தார்கள் - எனது பழைய நண்பனான தலைமைச் சமையல்காரன். அவன் என்னை, இப்படியாக வாழ்த்தி வரவேற்றான். "தெரியுமில்ல. நீ, இன்னிக்கு இங்கிருந்து போயிறணும். நான் ஒருத்தன் மட்டும்தான் இங்கே தங்கியிருக்கணும் - நீ இருக்கமுடியாது. நீ கிளம்பிப் போயிரு." அவன் முன் வாசலைச் சுட்டிக்காட்டினான். ஓ... ஆமாம். என் சித்தப்பா இங்கிருந்து கிளம்பிவிட்ட நிமிடத்துக்குப் பின், அவன் எனக்கு ஒரு நிமிட அவகாசம்கூட கொடுக்கத் தயாராக இல்லை. என்னிடம் அதிகாரம்காட்டி, அதில் மகிழும் குரூரம், தளுக்கித் திரியும் ஆரவாரமான அந்தமுட்டாளின் முகத்தில் இருந்தது. கதவுச்சட்டத்தின்மீது சாய்ந்து நின்றுகொண்டு, வீடு எத்தனை அமைதியாகிக் கிடக்கின்றது என்பதை யோசித்தேன். இப்போது எல்லோரும் போய்விட்டார்கள். "வாரிஸ், இப்போ நீ இங்கேருந்து போயிறணும். இங்கேருந்து போயிர்றதத் தான் நான் விரும்புறேன்..."

"வாய மூடுறியா?" அருவருப்பான நாயொன்று குலைப்பதுபோல கத்திக்கொண்டிருந்த அந்தமனிதனை அடக்கினேன். "நான் போயிருவேன். என்னோட பையை எடுக்குறதுக்குத்தான் வந்துருக்கேன்."

"எடுத்துகிட்டு ஓடிரு - வேகமா. வேகம்... ஏன்னா நான்..." அவன் சொல்லிக் கொண்டிருக்கும்போது, அவனது கூக்குரலுக்கு காதுகொடுக்காமல் படிக்கட்டுகளில் ஏறிக் கொண்டிருந்தேன்... ஒரு எஜமானர் போய், மறு எஜமானர் வரும்வரையிலுள்ள அந்த சிறு இடைவெளியில், சமையல்காரன் எஜமானன் ஆகிவிடுகிறான். காலியான அறைகளைக் கடந்துபோனேன். இங்கிருந்தபோது நடந்த நல்ல விஷயங்கள் கெட்ட விஷயங்கள் அத்தனையும் நிழலாடின. 'எனது அடுத்த வீடு எங்கே இருக்கும்?' ஆர்வமாக யோசித்தேன்.

முரட்டுக் கம்பளியாலான சிறு தோல்துண்டை கட்டிலிலிருந்து எடுத்து, எனது தோல்களில் போட்டுக்கொண்டேன். நான்கு தளங்களின் படிக்கட்டுகளின் வழியே இறங்கி, முன்வாசல் வழியாக வெளியேறினேன். நான் இங்கே, முதல்நாள் வந்தபோதிருந்தது போலில்லாமல், இன்று ஒளிவண்ணம்கொண்ட, பகட்டான நாளாக இருந்தது.

வெயில் பூசிய வானம் நீலநிறத்தில் வெளிறியிருந்தது. தூயகாற்று, இளவேனிற் பருவத்தை நினைவூட்டியது. அந்த சிறியதோட்டத்தில் புதைத்துவைத்திருந்த கடவுச்சீட்டை, ஒரு கல்கொண்டு தோண்டியெடுத்தேன். சுற்றிவைத்திருந்த பிளாஸ்டிக் பையிலிருந்து அது நழுவியிருந்தது. அதை என் கம்பளித்துண்டில் பொதித்துக்கொண்டேன். கைகளிலிருந்த மண்ணை உதறியபடி, தெருவில் இறங்கினேன். எனது முழு வாழ்க்கையும் என் முன்னால் விரிந்துகிடக்கின்றது. எங்கே போவதென்று தெரியவில்லை. யாருக்கும் பதில்சொல்லவும் தேவையில்லை. ஆனாலும், ஏதேனும் நல்ல அம்சங்கள் நிகழக்கூடும் என்றுமட்டும் எனக்குப்பட்டது.

என் சித்தப்பா வீட்டிலிருந்து முதல்நிறுத்தமாக நான் போய்நின்றது: சோமாலியத் தூதரகம். கதவைத் தட்டினேன். எங்கள் குடும்பத்தை நன்றாகத் தெரிந்து வைத்திருக்கும் ஒருநபர்தான் வாயில் பாதுகாப்பாளனாக இருந்தான். சித்தப்பாவுக்கு பலமுறை அவன் காரோட்டியும் வந்திருக்கின்றான். என்னைக் கண்டதும், "ஹலோ மிஸ்... இங்கே என்ன பண்றீங்க? திரு. பராஹ் இன்னும் நகரத்தில்தான் இருக்காரா?" என்று கேட்டான்.

"இல்ல. அவரு போய்ட்டாரு. நான் அன்னாவப் பாக்கணும். இந்த தூதரகத்துல ஏதாச்சும் வேலை கெடைக்குமானு அவங்கக்கிட்டக் கேக்கணும்." அவன் வாய்விட்டுச் சிரித்தான். பின்னர் அப்படியே நடந்துபோய், தன் இருக்கையில் அமர்ந்துகொண்டான். தன் கைகளை தலைக்குப் பின்னால் கட்டிக்கொண்டு, சுவருக்கு நேராகச் சாய்ந்து கொண்டான். நான் அந்த இடத்தின் மத்தியில் நின்றுகொண்டிருந்தேன். அந்த இடத்திலிருந்து அசைபவனாக இல்லாமல், 'தேமே' என்று இருந்தான். அவனது செய்கை எனக்குப் புதிராக இருந்தது. அவன் என்னைப் பார்க்கும்போதெல்லாம் மிகவும் பௌவியமாக நடந்துகொண்டிருந்தவன். இவனும் அந்தத் தலைமைச் சமையல்காரன் போலத்தான் என்று, பின்னர் உணர்ந்து கொண்டேன். இன்று காலையில், என் சித்தப்பா கிளம்பிப் போனதும் அவனது நடவடிக்கையும் மாறிவிட்டது. சித்தப்பா போனபின்னால், அவர் இல்லாத இடத்தில், இங்கே

நான் ஒன்றும் இல்லை. இந்த கோணற் சிசுக்களின் ஆட்டம் மலிந்துவிட்டது.

"ஓ! அன்னா ரொம்ப பிஸியா இருக்காங்க. உன்னால பாக்க முடியாது" அந்தக் காவல்காரன் இளித்தான்.

"இங்கே பாரு," நான் காட்டமாகப் பேசினேன், "அன்னாவ நான் அவசியம் பாக்கணும்." அன்னா, என் சித்தப்பாவின் செயலாளராக இருந்தவள். என் மீது அவளுக்குப் பிரியம் அதிகம். அதிர்ஷ்டவசமாக என் குரல் அவளுக்குக் கேட்டிருக்கின்றது. அவளது அலுவலக அறையிலிருந்து வெளியில்வந்து, என்ன நடக்கின்றது என்று பார்த்தாள். "வாரிஸ்! என்ன செய்ற இங்கே?"

"சித்தப்பாக்கூட திரும்பி சோமாலியாவுக்கு போக விரும்பல." அவளிடம் விளக்கமாகச் சொன்னேன். அதனால இங்கேயே இருக்க விரும்பறேன். ஆனா தங்குறதுக்கு இங்கே எனக்கு ஒரு இடம் இல்லை. நான் யார்ட்டயும் இப்போ வேலை செய்யத் தயாராயிருக்கேன். அது, யாராயிருந்தாலும் சரி - என்ன வேலையாயிருந்தாலும் சரி. என்னால செய்யமுடியும். உங்களுக்கு ஆச்சரியமா இருக்கும். ஆனா, அதுதான் உண்மை. எந்தவேலை யாரு தந்தாலும் செய்யத் தயாராயிருக்கேன். அதுபத்துனக் கவலை எனக்கில்லை."

அவள் தனது புருவங்களை உயர்த்தினாள். "நல்லது, பாக்கலாம் செல்லம். ஆனா நேரம் ரொம்பக் கொறைச்சலால்ல இருக்கு. எங்கே நீ தங்கியிருக்க?"

"ஓ!... அதான் எனக்குத் தெரியல. அதப்பத்துனக் கவலை வேண்டாம்."

"உன்னைய எங்கே பாக்குறதுனு உன்னோட நம்பரக் குடுக்க முடியுமா?"

"இல்ல. எங்கே தங்குறதுனு இன்னும் ஒருமுடிவும் இல்ல. இன்னிக்கு ராத்திரிக்கு ஒரு மலிவான ஹோட்டல்ல தங்கிக்குவேன்." அவள் தங்கியிருப்பது மிகவும் சின்னதான இடம். அல்லாதுபோனால், அவள் என்னை தன்னோடு தங்கச் சொல்லி அழைப்பாள் என்று எனக்குத் தெரியும். "திரும்பிவந்து

உங்களுக்கு என்னோட நம்பரக் குடுப்பேன். உங்களுக்கு ஏதாவது தெரிஞ்சா, எனக்குத் தகவல் சொல்லுங்க.”

“ஆகட்டும் வாரிஸ். கவனம். உன்னைய நீ ரொம்பவும் கவனமாப் பாத்துக்கணும் - உனக்கு எல்லாம் சரியா இருக்குனுபடுதுல்ல?”

“நிச்சயமா, நான் நல்லாருக்கேன்...” எனது ஓரக்கண்ணால் பார்த்தபோது, வாயில் பாதுகாவலன் தொடர்ச்சியாக இளித்தபடி, ஒரு முட்டாளைப்போல பார்த்துக்கொண்டிருந்தான். “நல்லது, நன்றி. நான் உங்களை அடுத்து சந்திக்கிறேன்.”

ஒருவித சுதந்திர உணர்வுடன் வெளியில் வந்தேன். சூரியஒளி படர்ந்து கிடந்தது. ஷாப்பிங்போக முடிவுசெய்தேன். வீட்டில் பணிப்பெண்ணாகப் பணிபுரிந்ததற்குக் கூலியாகக் கிடைத்த சிறுதொகையை, அணில்போல சேர்த்திருந்தேன். அதை, ஒருவேலை கிடைக்கும் வரையில்வைத்து, செலவுசெய்ய வேண்டும். தற்போது நான் நகரத்தில் இருக்க வேண்டியதாக இருக்கின்றது. எனது எண்ணங்களை வெளிப்படுத்துவதற்கு சில நல்ல ஆடைகள் அணிவது அவசியமாக இருந்ததால், அதனை வாங்க வேண்டியத் தேவையும் எழுந்திருந்தது. தூதரகத்திலிருந்து கிளம்பி, ஆக்ஸ்போர்ட் சர்க்கஸிலிருந்த பெரிய பல்பொருள் அங்காடிக்குப் போனேன். லண்டனுக்குவந்த புதிதில், இந்த இடத்திற்கு ஏற்கனவே ஒருமுறை என் ஒன்றுவிட்ட சகோதரி பாஸ்மாவுடன் வந்திருக்கின்றேன். இங்கே முதல்முதலாக வரும்போது, குளிர்காலத்துக்கான ஆடைகள் ஏதும் என்னிடம் இல்லாததால், மரியம் சின்னம்மா எங்களை அனுப்பி, எனக்கு சில பொருட்களை வாங்கிவரச் செய்தாள். அப்போது விமானத்தில் வருவதற்காக அணிந்திருந்த ஆடையைத் தவிர, உண்மையிலேயே என்னிடம் நல்ல ஆடைகள் இருக்கவில்லை. தோலாலான அருமையான சாண்டல்கள் மட்டுமே இருந்தன.

செல்ப்ரிட்ஜஸ் அங்காடியில் பரப்பி அடுக்கிவைக்கப்பட்டிருந்தப் பொருட்களைப் பார்த்துக்கொண்டே நடந்தேன். மனதை வசீகரிக்கும் எண்ணற்ற பொருட்களைக் கண்ணுற்றேன். அனைத்துமே வண்ணங்களாக, நளினங்களாக, அளவுகளில் கிளர்ச்சியூட்டக் கூடியவையாக இருந்தன. அவற்றிலிருந்து எனக்கு விருப்பமானதைத் தேர்வுசெய்ய, இங்கேயே நான் தங்கியிருக்க வேண்டியதாக இருக்கும் என்று

நினைத்துக்கொண்டேன். இப்படியொரு நினைப்பு என் வாழ்க்கையில் அப்போதுதான் முதல்முறையாக வந்தது. இங்கே என் சொந்த வாழ்க்கையை என் விருப்பமாக அமைத்துக்கொள்ள யாரும் தடையாக இருக்கமாட்டார்கள். வெள்ளாடுகளிலிருந்து பாலை கறக்கச்சொல்லி எந்தக்குரலும் வராது. குழந்தைகளுக்குச் சோறூட்டச் சொல்லி, தேநீர் போடச்சொல்லி, தரையை துடைக்கச் சொல்லி, கழிப்பறையைத் துப்புறவு செய்யச்சொல்லி யாரும் அதட்ட மாட்டார்கள்.

அடுத்த பல மணிநேரங்கள், எனக்குப் பொருத்தமான ஆடைகளை அணிந்து பார்த்துத் தேர்வுசெய்வதில் மும்முரமாக இருந்தேன். அங்கு பணிபுரிந்த இரண்டு விற்பனைப் பணியாளர்கள் உதவியாக இருந்தனர். நான் அறிந்திருந்த மிகக்குறைந்த ஆங்கில அறிவுடன், சைகை மொழியுடன் விரும்பிய நீளமான, குட்டையான, இறுக்கமான அல்லது பளிச்சென்ற ஆடைகளை எடுத்துப் போடச்சொல்லி, அவர்களுக்குத் தெரியப்படுத்தினேன். மிகநீண்ட மாரத்தான் ஓட்டம் போலான எனது தேர்வுக்கு அப்புறம், நான் அணிந்து பார்த்து பொருத்தமில்லை என்று உதறிய ஆடைகள் டஜன் கணக்கில் அந்த அறைக்குள் இறைந்துகிடந்தன. விற்பனைப் பணியாளர்களில் ஒருத்தி, என்னைப் பார்த்துப் புன்னகைத்தாள். பிறகுகேட்டாள். "அருமை, நல்லது. நீ என்ன வாங்கவேண்டும் என்று முடிவு செய்திருக்கின்றாய்?"

தேர்வுக்காகக் குவிந்துகிடக்கும் பெருந்திரளில் திக்குமுக்காடிப் போயிருந்தேன். அது என்னை, 'பக்கத்து கடையில் இதைக் காட்டிலும் நல்லதாக, ஏதாவது ஒன்று இருக்குமோ?' என்று, இன்னும் அதிகமாகக் குழப்பமடையச் செய்திருந்தது. நான் சேர்த்து வைத்திருக்கும் மதிப்புமிகுந்த பவுண்ட்டுகளைச் செலவழிப்பதில், நிச்சயமாக நான் நல்ல ஒன்றை மட்டுமே தேர்வுசெய்தாக வேண்டும். "இன்னிக்கு அப்படியெதுவும் திட்டமில்லை," ரொம்பவே மரியாதையாகச் சொன்னேன். "ஆனாலும் உங்களுக்கு நன்றி". பரிதாபத்திற்குரிய அந்தப் பணியாளர்கள், கைகள்நிறைய நான் உதறிப்போட்ட ஆடைகளுடன் என்னை நம்பிக்கையின்றிப் பார்த்தபடி நின்றிருந்தார்கள். பிறகு தங்களுக்குள், ஒருவரையொருவர் பார்த்துக்கொண்டார்கள். அவர்களைக் கடந்து வெளியேவந்து,

எனது திட்டப்பணிகளை ஆக்ஸ்போர்ட் தெருவின் ஒவ்வொரு அங்குலத்திலும் நடத்தினேன்.

பல இடங்களில் ஏறியிறங்கியும் இதுவரையில் நான் ஒரு பொருளைக்கூட வாங்கவில்லை. வழக்கம்போலவே, ஒவ்வொரு பொருளையும் அறிந்துகொள்ளும்போது எனக்கு உண்மையான மகிழ்ச்சி கிடைத்தது. ஒரு கட்டிடத்திலிருந்து வெளியேறி, மற்றொரு கட்டிடத்துக்குள் நுழையும்போது, இளவேனிற் பருவநாள் முடிந்து, குளிர்கால மாலையை அனுபவிப்பதுபோல உணர்ந்தேன். ஆனாலும் என் இரவைக் கழிப்பதற்கான இடம் இன்னும் அமையவில்லை. எண்ணம் முழுவதும் இதுவே ஓடிக்கொண்டிருக்க, அடுத்த கடைக்குள் நுழைந்தேன். அங்கே உயரமான, கவர்ச்சியான ஆப்பிரிக்கப் பெண்ணொருத்தி மேஜையில் கிடந்த ஸ்வெட்டர்களைத் தேர்வு செய்துகொண்டிருந்தாள். அவள் ஒரு சோமாலியப் பெண்போலக் காணப்பட்டாள். அவளையே கவனித்துக் கொண்டிருந்தேன். அவளிடம் எப்படி என் பேச்சைத் தொடங்குவது என்று எனக்குள் யோசனை ஓடியது. ஒரு ஸ்வெட்டரை எடுத்துக்கொண்டு அவளைப் பார்த்துப் புன்னகைத்தேன். பின்பு சோமாலிய மொழியில், "நான் ஏதாச்சும் வாங்கணும்னு நினைக்கிறேன். ஆனா நான் விரும்பற மாதிரி என்னால் எதுவும் வாங்க முடியல. என்னைய நம்புங்களேன். இன்னிக்கு மட்டும் நான் அவ்வளவு துணிகளைப் பாத்துருக்கேன்."

நாங்கள் பேசத்தொடங்கினோம். தன்பெயரை ஹால்வு என்று சொன்னாள். நட்பாகப் பேசினாள். நிறைய சிரித்தாள். "நீ எங்கே வசிக்கிற வாரிஸ்? என்ன செய்ற?"

"நான் சொல்றதக்கேட்டு, சிரிக்கப்போறீங்க. என்னை பைத்தியம்னு நிச்சயமா நினைப்பீங்க. ஏன்னா, நான் எங்கேயுமே வசிக்கல. நான் இருக்குறதுக்கு எந்த இடமும் என்கிட்ட இல்ல. என் குடும்பம் இன்னிக்கு என்னைய விட்டுட்டுப்போயிருச்சு. அவங்க சோமாலியா போய்ட்டாங்க." அவள் கண்களில் பரிதாபம் சேகரமாவதைக் கண்டேன். பின்னர் அந்தப்பெண்ணைப் பற்றி நான் நிறையவே தெரிந்து கொண்டேன்.

"நீ ஏன் சோமாலியாவுக்குத் திரும்பிப் போக விரும்பல?" அதற்கு பதில் ஏதும் சொல்லாமலேயே, நாங்கள் இருவருமே அதை அறிந்தவர்களாக இருந்தோம். சொந்த மண்ணை, குடும்பத்தை இழக்கின்றவர்களாக இருக்கின்றோம். அங்கே என்ன சந்தர்ப்பங்கள் எங்களுக்காக இருக்கின்றன? ஒட்டகம் விற்பனை செய்பவர்களாக? யாரோ ஒருவனுக்கு சொத்தாகப் போகின்றவர்களாக? அன்றாட வாழ்க்கைக்குப் போராடுபவர்களாக?

"இங்கேயும் எனக்கு எதுவுமில்லை, அதுபோலவே" என்றேன். "என்னோட சித்தப்பா ஒரு தூதர். இப்போ அவரோட பதவிக்காலம் முடிஞ்சு, அவரு போய்ட்டாரு. அவரு இடத்துக்கு புது ஆளு வந்துட்டாரு. அதனால, இன்னைக்குக் காலைல என்னை எத்தி விரட்டிவிட்டுட்டாங்க. அந்த நிமிடத்துலருந்து எங்கே போறதுனு எனக்கு எந்தவொரு திட்டமுமில்லை" சொல்லிவிட்டு சிரித்தேன்.

அவள் தனது கைகளை ஆட்டி, அமைதியாக இரு என்றாள். அவளது கையசைவுகள் எனது எல்லா பிரச்சனைகளையும் அள்ளித்தூரக் கொட்டிவிடும் என்பது போலிருந்தது. "பாரு, நான் ஒய்எம்சிஏல ஒருசின்ன மூலைல தங்கிருக்கேன். என்கிட்ட பெரிய இடமெல்லாம் இல்லை. ஆனா நீ வரலாம். இன்னிக்கு ராத்திரிக்கு நீ தங்கிக்கலாம். ஒரு சின்ன ரூம் மட்டும் என்கிட்ட இருக்கு. நீ சமைச்சுக்கணும்னு நினைச்சின்னா, வேறொரு தளத்துல சமைக்க இடம் இருக்கு. அங்கே போய் சமைச்சுக்கலாம்."

"ஓ... அற்புதம்... நீங்க சொல்றது நிச்சயம்தானே?"

"ஆமா நிச்சயம்தான். வா, இப்ப போகலாம். மத்தபடி நீ என்ன செய்யப்போறே?"

இரண்டுபேரும் சேர்ந்து அவள் தங்கியிருக்கும் ஒய். அறைக்குப் போனோம். நவீன செங்கற்களால் கட்டப்பட்டு ஓங்கியுயர்ந்திருந்த ஒய்எம்சிஏ, பெரும்பாலும் மாணவர்களால் ஆக்கிரமிக்கப்பட்டிருந்தது. அவள் அறை மிகவும் சிறியதாக இரட்டைக் கட்டில், புத்தகங்களுடன் இருந்தது. ஹால்வுவிடம்

அழகான பெரிய தொலைக்காட்சிப் பெட்டியும் இருந்தது. "ஓ!" கை தட்டினேன். "நான் டிவி பாக்கலாமா?"

வேறுகிரகத்திலிருந்து வந்த பெண்ணோ என்பதுபோல, அவள் என்னைப் பார்த்தாள். "நிச்சயமாக, பார்க்கலாம். ஸ்விட்சப் போடு." தொலைக்காட்சிப் பெட்டிக்கு முன்னே, தரையில் சப்பணமிட்டு அமர்ந்துகொண்டேன். பேராவலுடன் அந்த தொலைக்காட்சிப் பெட்டியையே பார்த்துக் கொண்டிருந்தேன். நான்காண்டுகளுக்குப் பிறகு, நான் அதை எந்தவொரு தடையுமில்லாமல் பார்க்கிறேன். இங்கே யாரும் என்னை அறைக்குள் நுழைந்துவிட்ட பூனையை விரட்டுவதுபோல விரட்டவில்லை. "நீ, உங்க சித்தப்பா வீட்ல தொலைக்காட்சி பார்த்ததில்லையா?" ரொம்பவே ஆவலுடன் கேட்டாள்.

"கேலி செய்றீங்களா? சிலநேரம் நான் அப்படியே யாருக்கும் தெரியாம பாக்குறதுக்காக உள்ளே போவேன். ஆனா என்னியப் புடிச்சுருவாங்க." 'மறுபடியும் டிவி பாக்குறியா, வாரிஸ்?' நான், என் சின்னம்மாவின் கரகரத்தக் குரலில், கைதட்டிப் பேசிக்காட்டினேன். "போய் வேலையப்பாரு. உன்னிய இங்கே டிவி பாக்குறதுக்கு கூட்டிட்டு வந்து வெச்சுருக்கல."

லண்டனில் என் உண்மையான வாழ்க்கைக் கல்வி, ஹால்வுடன்தான் தொடங்கியது. அவள் எனக்குப் பேராசிரியர். நாங்களிருவரும் நல்ல நண்பர்களாகிப் போனோம். இந்த முதல்நாள் இரவை அவளது அறையில்தான் கழித்தேன். அடுத்து, அடுத்தடுத்து, அப்புறம் அடுத்து. பின்னர் ஒருநாள் அவள் பரிந்துரைத்தாள், "நீ ஏன் வாரிஸ், இங்கே அறை எடுத்துத் தங்கக்கூடாது?"

"சரிதான், ஆனா அதுக்கு என்னால காசுகட்ட முடியாதே. நான் ஸ்கூலுக்குப் போய்ப் படிக்கணும். அப்படின்னா, வேலைக்குப் போக நேரமிருக்காது." நான் அவளிடம் தயங்கியபடி கேட்டேன். "உங்களுக்குப் படிக்க, எழுதவெல்லாம் தெரியுமா?"

"ம்".

"இங்கிலிஷ் பேச?"

"ம்".

"பாருங்களேன். இதுல எதுவுமே எனக்குத் தெரியாது. நான் கத்துக்கணும்னு விரும்புறேன். அதுதான் என்னோட முதல் விருப்பம். நான் மறுபடியும் வேலைக்குப் போய்ட்டேன்னா, படிக்கிறதுக்கு நேரம் இருக்காதே."

"ஏன் நீ ஸ்கூலுக்குப்போய் பார்ட் டைம்ல படிக்கக்கூடாது. அப்படியே மீதிநேரம் வேலை பாக்கக்கூடாது? எந்தவேலைனு நீ கவலைப்படக் கூடாது - இங்கிலிஷ் நீ கத்துக்கிர்ற வரைக்கும்."

"நீங்க எனக்கு உதவுவீங்களா?"

"நிச்சயமா, உனக்கு உதவுவேன், வாரிஸ்!"

ஒய்எம்சிஏவில் தங்கும்அறை வாங்குவதற்கு முயற்சிசெய்தேன். அது காத்திருப்புப் பட்டியலுடன் நீண்டிருந்தது. இளவயதினர் அத்தனைபேரும் அங்கே தங்குவதற்கு விரும்பினார்கள். வாடகை குறைவாகவும், சமத்துவத்துடனும் அது இருந்தது. ஒலிம்பிக் அளவிலான நீச்சல்குளமும் உடற்பயிற்சி மையமும் இணைந்ததாகவும் இருந்தது. அந்தப்பட்டியலில் எனது பெயரையும் இணைத்துவைத்தேன். ஹால்வு தங்கியிருக்கும் அறை மிகவும் சிறியது. அதனால் ஏதாவது மாற்றுஏற்பாடு செய்தே ஆகவேண்டும். ஒய்எம்சிஏவுக்கு நேர் எதிரில் ஒய்டபிள்யூசிஏ அமைந்திருந்தது. அது வயதானவர்களால் நிரம்பிவழிந்தது. தங்கியிருப்பவர்கள் முற்றிலும் சோர்வடைந்தவர்களாக இருந்தனர். வேறுவழியில்லாமல் அங்கே தற்காலிகமாக ஒருஅறையை எடுத்துக்கொண்டு, வேலை தேடிக் கொண்டிருந்தேன். என்தோழி நேர்மையானதொரு விஷயத்தைப் பரிந்துரைத்தாள். "ஏன் நீ இங்கேருந்தே வேலை தேடக்கூடாது?"

"என்ன சொல்றீங்க நீங்க? இங்கேருந்தா?"

"ஆமா இங்கேருந்து. இங்கேருந்தேதான்." அவள் குறிப்பிட்டுச் சொன்னாள். "மெக்டொனால்ட் அடுத்த வாசல்ல இருக்கு."

"அங்கே என்னால வேலை செய்ய முடியாது - அதுக்கு வழியில்ல. எப்படிநான் அவங்களுக்கு சேவைசெய்ய முடியும். எனக்குதான் இங்கிலிஷ் பேசவோ, எழுதவோ தெரியாதே. அதுமட்டுமில்லாம, நான் அங்கே வேலைசெய்றதுக்கு ஒர்க் பெர்மிட் வேணுமே!" ஆனால் ஹால்வுக்கு அத்தனைவழிகளும் தெரிந்திருந்தது. அவளது ஆலோசனையைத் தொடர்ந்து,

அங்கேபோய் சமையல் அறையை சுத்தப்படுத்தும் வேலைக்கு விண்ணப்பித்துவிட்டு வந்தேன்.

மெக்டொனால்டில் வேலைகிடைத்து, நான் அங்கே பணிபுரியத் தொடங்கியதும், அவள் எத்தனை சரியாக எல்லாவற்றையும் கணித்து வைத்திருக்கின்றாள் என்பதைக் கண்டுகொண்டேன். அங்கே, பின்பக்கத்தில் பணிபுரியும் அத்தனைபேருமே மிகத் துல்லியமாக, எனது நிலையிலேயேதான் இருந்தார்கள். சட்டபூர்வமற்ற எங்கள் நிலையை நிர்வாகம் நுட்பமாகப் பயன்படுத்தி, பணியாளர்களுக்கு நிர்ணயிக்கப்பட்ட கூலியை, சலுகைகளைக் கொடுக்காமல், கூடுதல் லாபமடைகின்றது. வேலைசெய்யும் சட்டபூர்வமற்ற அந்நியர்கள், அரசாங்கத்துக்குத் தெரியாமல்தான் இங்கிருக்கின்றார்கள் என்பது, நிர்வாகத்துக்குத் தெரியும். குறைந்த கூலிக்கு எதிராக நாங்கள், எங்கும் நிச்சயமாக புகார் பதிவுசெய்ய முடியாது. நீண்டகால கடின உழைப்பாளியாக நீங்கள் இருந்தாலும் நிர்வாகம் உங்கள் கதையை ஒருபோதும்கேட்க செவிசாய்க்காது. அவர்கள் எல்லாவற்றையும் சந்தடியில்லாமல், காதும்காதும் வைத்ததுபோல பார்த்துக்கொள்வார்கள்.

மெக்டொனால்டில் எனது சமையல் அறை உதவிப்பணிகளுக்கு, நான் ஏற்கனவே செய்துவந்த பணிப்பெண்ணின் அனுபவங்கள் பெரிதளவில் உதவின: தட்டுகளைக் கழுவினேன். மேஜைகளைத் துடைத்தேன். இறைச்சி வேகவைக்கும் இயந்திரங்களைச் சுத்தப்படுத்தினேன். தரைகளைத் தூய்மையாக்கினேன். பர்கர் பிசுக்குகளை அழுத்தித் துடைத்து அடையாளமில்லாமல் ஆக்கினேன். வேலைமுடிந்து இரவு அறைக்கு திரும்பும்போது, எண்ணெய்ப் பிசுக்கால் அபிஷேகம் செய்தது போலிருப்பேன். அருவருப்பானக் கவிச்சி நாற்றம் வீசும். சமையல் அறையில் வழக்கமானப் பணியாளர்களுக்கு கீழே நான் பணிபுரிந்தாலும், புகார்செய்ய பயந்ததெல்லாம் இல்லை. எதைப்பற்றியும் கவலைப்படவில்லை. ஏனென்றால், குறைந்தபட்சம் என்னைத் தற்காத்துக்கொள்ளும் தைரியம் இருந்தது. கிடைத்தவேலைக்கு மிகவும் ஒப்புக்கொடுத்து நான் பணிபுரிந்தாலும், எனக்கு நன்றாகவே தெரியும், எனக்கான பணியிடம் இது இல்லையென்று. நீண்ட நாட்கள் இங்கே பணிபுரிய முடியாது.

இடைப்பட்ட காலத்தில் வாழ்க்கையை நகர்த்துவதற்கு நான் எந்தவேலையைச் செய்யவும் தயாராகவே இருந்தேன்.

பகுதிநேரமாக, வெளிநாட்டவர்களுக்கான இலவச மொழிப் பயிற்சிப் பள்ளிக்கு, ஆங்கில அறிவை மேம்படுத்திக்கொள்ளப் போய்வந்தேன். அங்கே ஆங்கிலத்தை எப்படி வாசிக்க வேண்டும், எழுதவேண்டும் என்று கற்றுக்கொண்டேன். இத்தனை ஆண்டுகளில் முதல்முறையாக, என் வாழ்க்கை வேலைக்கானது மட்டும் அல்ல என்பதை அறிந்து கொண்டேன். சிலவேலைகளில் ஹால்வு, என்னை நைட் கிளப்களுக்கு அழைத்துப் போவாள். அங்கிருக்கும் கூட்டம் முழுவதும் அவளை அறிந்துவைத்திருந்தது. அவள் பேசுவாள், சிரிப்பாள். நரம்புத்தளர்ச்சி வந்தவள்போல விந்தையாக நடந்துகொள்வாள். மிகஇயல்பாக அத்தனைபேரும் அவளுடன் சேர்ந்து இருக்கவேண்டும் என்று விரும்புவார்கள். ஓரிரவு, நாங்கள் அங்கேபோனோம். பலமணிநேரம் ஆடினோம். திடீரென்று பார்த்தபோது, நாங்கள் ஆண்களால் சூழப்பட்டிருக்கின்றோம் என்பதை உணர்ந்தேன். "நரகம்!" நான் என் தோழியிடம் முணுமுணுத்தேன். "இந்த ஆண்கள் நம்மை விரும்புகிறார்களா?"

அசடாய் சிரித்தாள். "ஆமா, அவங்க நம்மள ரொம்பவே விரும்பறாங்க." அவள் சொன்னக் கருத்து என்னைத் திகைப்புக் குள்ளாக்கியது. அவர்களின் முகத்தை ஆராய்ந்தேன். அவள் சரியானவள்தான் என்று முடிவுக்குவந்தேன். எனக்கு இதுவரை ஆண் நண்பர்கள் யாரும் இருந்ததில்லை. அல்லது அற்பமாக நடந்துகொண்ட எனது ஒன்றுவிட்ட சகோதரன் ஹாஜியைத்தவிர, வேறு எந்த ஆணும் என் கவனத்தைக் கவர்ந்ததில்லை. அதனால் எதுவும் என்னை அடித்துவீழ்த்தியதில்லை. கடந்த நான்காண்டுகளில் என்னை மிகச்சாதாரணமாக, மிஸ். நோபடி - சிறுமியாகவே எண்ணிக்கொண்டேன். ஆனால், இந்த ஆசாமிகள் வரிசைக்கட்டி எங்களுடன் ஆட்டம் ஆடக்காத்திருக்கின்றார்கள். நான் எண்ணிக்கொண்டேன், 'வாரிஸ், சிறுமியே, நீ உன் இலக்குக்கு வந்துவிட்டாய்!'

இங்கே எனக்கு எல்லாமே மாறுபட்ட அனுபவமாக இருந்தது. இயல்பிலேயே நான் கறுப்பு ஆண்களை விரும்பினாலும் மாறாக, இங்கே என்னை விரும்பிய அத்தனைபேருமே

வெள்ளை ஆண்களாக இருந்தார்கள். ஆப்பிரிக்காவில் நான் வளர்க்கப்பட்ட விதத்துக்கு மாறாக, நான் எல்லோரிடமும் பேசினேன். கறுப்பு, வெள்ளை, ஆண், பெண்கள் என்று ஒவ்வொருவராக நானே வலிந்துபோய் பேசினேன். பாலைவனத்தில் நான் வளர்ந்தமுறைக்கு மாறானதாக இருக்கும் புதிய உலகத்தில் வாழ்வதற்கு ஏற்ப, என் திறமைகளை அமைத்துக்கொள்கிறேன் என்று எனக்கு நானே காரணம் கற்பித்துக் கொண்டேன். இங்கே ஆங்கிலம் கற்றுக்கொள்வது தேவையாக இருக்கின்றது. எல்லாவிதமான மக்களிடமும் நான் எப்படி கருத்துகளைப் பகிர்ந்துகொள்வேன். ஒட்டகங்களையும் வெள்ளாடுகளையும் அறிந்திருப்பது, நான் லண்டனில் உயிர்வாழ வைக்கப்போவதில்லை.

இந்த இரவுநேர நைட்கிளப் குறைநிறைப் பாடங்களை மறுநாள், ஹால்வு எனக்கு ஒரு வகுப்பாகவே எடுத்தாள். நேற்றிரவு, நாங்கள் சந்தித்த அத்தனை மனிதர்களின் குணாதிசியங்களை, எண்ணங்களை, ஆளுமைகளை, மனித இயற்கையின் வேட்கையை, அது உடையும் இடத்தை பட்டியல்போட்டுப் பேசினாள். பாலியல் குறித்து, அந்த ஆசாமிகள் எதுவரைப் போவார்கள், அவர்களிடமிருந்து நம்மை எப்படிப் பாதுகாத்துக் கொள்வது, எங்களைப் போன்ற ஆப்பிரிக்கப் பெண்களுக்கு இருந்துவரும் தனித்த பிரச்சனைகள் எல்லாமே பேசினாள். எனது வாழ்க்கையில் இந்தத் தலைப்பில் இது போன்று எவருமே பேசியதில்லை. "நல்லா நேரமெடுத்து அந்த ஆசாமிகளோட பேசு, சிரி, ஆடு. வாரிஸ், அப்பறம் வீட்டுக்கு வந்துரு. உன்னிடம் உறவுகொள்ள அவர்கள் பேசுவதற்கு மட்டும் அனுமதித்துவிடாதே. வெள்ளைக்காரப் பெண்களிடமிருந்து நீ மாறுபட்டவள் என்பது அவர்களுக்குத் தெரியாது. நீ விருத்தசேதனம் செய்திருப்பதை அவர்கள் புரிந்துகொள்ள மாட்டார்கள்."

பல மாதங்கள் காத்திருப்புக்குப் பின், ஒய்எம்சிஏவில் அறை கிடைத்துவிட்டது. அந்த அறையைப் பகிர்ந்துகொள்வதற்கு ஒருபெண் விரும்புவதாக அறிந்தேன். அவள் ஒரு மாணவி. அறைக்கு முழுஅளவிலான வாடகையை அவளால் கொடுக்க முடியாது என்பதையும் அறிந்தேன். அது ஒரு நல்லவிஷயம்தான். என்னாலும் முழுஅளவில் கொடுக்க முடியாதுதான். ஏனென்றால்,

எனக்குக் கிடைத்திருக்கும் அறை எங்கள் இருவருக்குமே மிகவும் பெரியது. ஹால்வு, மிகச்சிறந்த தோழி. ஒய்.யிலுள்ள மற்றவர்களை நான் தோழமை ஆக்கிக்கொண்டேன். அந்த இடம் முழுவதுமே இளையவர்களால் நிரம்பியிருந்தது. இன்னும் நான் பள்ளிக்கூடம்போய் படிப்படியாக ஆங்கிலம் கற்றுக் கொண்டிருந்தேன். மெக்டொனால்டில் வேலையும் போய்க்கொண்டிருந்தது. நிதானமாகவும் நேர்த்தியாகவும் வாழ்க்கைப் போய்க்கொண்டிருந்தது. அது எப்போது தடாலடியாக மாற்றத்தைக் கொண்டுவரும் என்று, எனக்கு திட்டவட்டமாக எதுவும் புரிபடவில்லை.

ஒரு மதியம், மெக்டொனால்டில் என்வேலை முடிந்து, பிசுக்குப் பூசிய உடம்புடன் முன்வாசல் வழியாகப்போக முடிவுசெய்து, உணவுக்கான ஆர்டர்களைக் கொடுத்துவிட்டுக் காத்திருக்கும் கூடத்தைக் கடந்துபோனேன். அங்கே பிக்மேக் ஆர்டர் செய்து விட்டு, அதன் வருகைக்காகக் காத்திருந்த ஆல் சோல் சர்ச் பள்ளியில் தனது குட்டிப் பெண்ணைவிட வரும் அந்தநபர், அந்தக்குட்டிப் பெண்ணுடன் காத்திருப்பதைப் பார்த்தேன். "ஹல்லோ," நான்தான் அழைத்தேன்.

"ஹே, நீயா!" மெக்டொனால்டில் பார்ப்பதற்கு அங்கே நான் மட்டும்தான் இருந்தேன். "எப்படிருக்க?" அந்த நபர் ஆவலுடன் கேட்டார்.

"நல்லாருக்கேன்." பின்பு ஷோபியின் தோழியிடம், "நீ எப்படிருக்க," எனது ஆங்கிலப் புலமையை வெளிப்படுத்தி ஆங்கிலத்திலேயே கேட்டேன்.

"அவளும் நல்லாருக்கா!" அவள் அப்பாவே பதிலிறுத்தான்.

"பொறு - எங்கே வசிக்கிற?"

"வரட்டா," புன்னகைத்தபடி நகர்ந்தேன். அந்த நபருடன் மேற்கொண்டு எதுவும் பேச விரும்பவில்லை. அந்த ஆசாமியை இன்னும் நான் நம்பவில்லை. எனக்குத் தெரியும், அடுத்த நிமிடம் என் வாசலில் வந்துநிற்பான்.

ஒய்.க்குத் திரும்பியதும், எல்லாம்தெரிந்த ஹால்வுவிடம் இந்தப் புதிர்மனிதன் குறித்து விசாரிக்க வேண்டும் என்று

முடிவுசெய்தேன். எனது கடவுச்சீட்டை இழுப்பறையிலிருந்து எடுத்து, பக்கங்களைப் புரட்டினேன். அதிலிருந்து மால்கம் பேர்சைல்டின் முகவரி அட்டையை உருவினேன். கடவுச்சீட்டை சித்தப்பா வீட்டின் தோட்டத்தில் புதைத்து வைத்தபோது, அந்த முகவரி அட்டையை அதனுடன் பிணைத்திருந்தேன்.

கீழிறங்கி ஹால்வுவின் அறைக்குப் போனேன். “இதப்பத்திச் சொல்லுங்க. இந்த அட்டை என்கிட்ட இருக்கு. ரொம்ப நாளா வெச்சுருக்கேன். இந்த ஆளு யாரு? அவனொரு பேஷன் போட்டோகிராபர்னு தெரியும். அப்படின்னா என்ன?”

என் கையிலிருந்த அட்டையை வாங்கினாள். “இதுல என்ன போட்டுருக்குன்னா... உனக்கு ஆடைகளை அணிவிச்சு படம் பிடிக்கிறவங்கனு சொல்லுது.”

“உங்களுக்குத் தெரியுமா? உண்மையிலேயே நான் அப்படியாகணும்னுதான் விரும்புறேன்”.

“யாரு இந்த ஆளு? இந்தக்கார்டு உனக்கு எங்கேருந்து கெடைச்சது?”

“ஓ... அதுவொரு கதை. இந்த ஆள நான் சந்திச்சுருக்கேன். ஆனா, நம்பல. அவன்தான் இந்தக் கார்டை என்கிட்டக் குடுத்தான். ஒருநாள் அப்படியே எம் பின்னால வீட்டுக்கே வந்துட்டான். என் சின்னம்மாட்ட என்னமோ சொல்லிருக்கான். அவங்க அவனை அடிச்சுவிரட்டாதக் குறையா அனுப்பிட்டு, திட்ட ஆரம்பிச்சுட்டாங்க. ஆனா, உண்மையிலேயே அவன் என்ன விரும்புறான்னு எனக்குத் தெரியல.”

“ஏன் அவனைக் கூப்ட்டு நீ பேசலாமே?”

“நிச்சயமாவா!” என்முகம் என்னவோ போலானது. “நானா? ஹே, நீங்க ஏன் என் கூட வரக்கூடாது. அவன்கிட்ட நீங்க பேசுங்க - அவன் என்ன கதை சொல்றான்னு கேப்போம். என்னோட இங்கிலிஷ் இன்னும் நல்லா வரலியில்ல.”

“சரி, பேசுவோம்.”

அந்த நபருடன் பேசுவதற்கு முன்னால், நான் அதற்கான தைரியம் பெறவேண்டியிருந்தது. ஹால்வுவும் நானும் காசுபோட்டுப் பேசும் தொலைபேசிக்குப் போனோம். என் இதயம் அதிர்ந்து

துள்ளும் சத்தம் என் காதுகளுக்கே கேட்டது. அவள் நாணயத்தை அதற்கான இடத்தில் செருகினாள். கூடம் அரையிருட்டாக இருந்தது. அதனால் கண்களை இடுக்கிக்கொண்டு, எண்களைப் பார்த்துப் பார்த்து சுழற்றினாள். கொஞ்ச நேரம் அமைதி. "நான் மால்கம் பேர்சைல்ட்டுட்ட பேசணும். முடியுமா?" அப்புறம் சில துவக்கப் பேச்சுகள் நடந்தன. அவள் நேரடியாகவே விஷயத்துக்கு வந்துவிட்டாள். "நீ கோணல்போக்குடைய ஆளு, இல்லாட்டி வேறமாதிரியானவன் இல்லைல்ல. என் ஃபிரண்ட நீ கொல்ல முயற்சி பண்ணமாட்டேய்ல்ல. ஆமா... உன்னைய எங்களுக்குத் தெரியாது. நீ எங்கே வசிக்கிற? ம்... ஹோ... ஆங்... யாயா..." ஹால்வு சில வார்த்தைகளை ஒரு காகிதத்தில் குறித்துக் கொண்டாள். நான் அவள் தோளுக்குமேல் எட்டிப் பார்க்கப் பிரயத்தனப்பட்டேன்.

"அவன் என்ன சொல்றான்?" ஏளனமாகக் கேட்டேன். அவள் கைகளை அசைத்து அமைதியாக இருக்கச் சொன்னாள்.

"ஆகட்டும். இதுபோதும்... நாங்க செய்றோம்."

ஹால்வு தொலைபேசியின் பாகத்தை அதனிடத்தில் பொருத்தினாள். நீண்ட பெருமூச்சு ஒன்றை விட்டாள். "அவங்கேக்குறான், என்னைய நம்பலைன்னா, ஏன் நீங்க ரெண்டுபேரும் என் ஸ்டூடியோவுக்கு வரக்கூடாது, நான் எங்கே வேலை செய்றேன்னு பார்க்கக்கூடாதுன்னு? நீ அத விரும்பலைன்னா - நல்லது விடு."

என் உள்ளங்கையால் வாயை மூடிக்கொண்டேன். "சரி... அப்பறம்? நாமப் போகப் போறோமா?"

"கழிசடை! ஆமா, பெண்ணே. நாம் இத சரி பாத்துக்கணும். அவன் யார்னு தெரிஞ்சுக்குவோம். எதுக்காக, அந்த ஆசாமி உன்னை சுத்திசுத்தி வரணும்?"

11

மறுநாள் ஹால்வுவும் நானும் மால்கம் பேர்சைல்டின் ஸ்டூடியோவை கண்காணிக்கப் போனோம். எனது எதிர்பார்ப்பில் எந்தவொரு திட்டமும் இல்லை. அந்தக்கதவை நாங்கள் திறந்தவுடன், வேறொரு உலகத்துக்குள் பிரவேசித்ததுபோல நான் புல்லரித்துப் போனேன். எங்கெங்கு காணினும் அழகியப் பெண்களின் படச் சுவரொட்டிகளும் துண்டுப் படங்களும் தொங்கிக் கொண்டிருந்தன. “ஓ...” அமைதியாகச் சொன்ன நான், அந்த அறையில் சுற்றிலும் பார்வையை ஓடவிட்டேன். நேர்த்தியான முகங்களாய்த் தொங்கிக் கொண்டிருந்தன. லண்டனுக்கு அழைத்துச்செல்ல, ஒரு சிறுமி வேண்டும் என்று முஹம்மத் சாமா பராஹ் சித்தப்பா, ஷாரு சின்னம்மாவிடம் சொன்னதைக் கேட்டபோதே, அந்தநாள் எனக்கானது என்று எனக்குப்பட்டது - அது இதுதான்!

மால்கம் வெளியே வந்தான். வணக்கம் சொன்னான். எங்களைச் சற்று இளைப்பாறச் சொல்லிவிட்டு, இருவருக்கும் தேநீர் கொடுத்தான். அவன் ஒரு இருக்கையில் உட்கார்ந்ததுமே, ஹால்வுவிடம், “நான் உங்களுக்குத் தெரியப்படுத்த விரும்பறது, இவளைவெச்சு கொஞ்சம் படம் எடுக்கவிரும்பறேன்.” அப்போது அவன் என்னைச் சுட்டிக்காட்டினான். “நான் இந்தப் பொண்ணை ரெண்டுவருஷமா பின்தொடர்றேன். ஒரு படம் எடுக்குறதுக்கு, நான் இவ்வளவு கஷ்டப்பட்டதெல்லாம் இல்லை.”

வாயைப் பிளந்தபடி, அவனைப் பார்த்துக் கொண்டிருந்தேன். “அப்படியா? - நீங்க என் படம் எடுக்கத்தான் விரும்புனீங்களா - இந்தப் படம் மாதிரியா?” சில படங்களைக் காட்டினேன்.

"ஆமா". அவன் அனுபவித்துத் தலையாட்டினான். "என்னை நம்பணும். அவ்ளோதான்." கையால் தன் மூக்கின் மையத்தில் அவன் கோடு வரைந்தான். "உன் முகத்துல ஒருபாதி மட்டும்தான் எனக்குவேணும்" அவன் ஹால்வு பக்கம் திரும்பினான் - "ஏன்னா, அவளோட பக்கவாட்டுத் தோற்றம் அவ்வளவு அழகா இருக்கு."

நான் அங்கே யோசித்தபடி அமர்ந்திருந்தேன்: காலம் முழுவதையும் தொலைத்திருக்கின்றேன். இரண்டாண்டுகளாய் அவன் என்னைப் பின்தொடர்ந்திருக்கின்றான். ஆனால் என்னைப் படமெடுக்க வேண்டுமென்றுசொல்ல அவனுக்கு, இரண்டுநொடிகளே ஆகியிருக்கின்றன. "நல்லது, இதை செய்றதுக்கு எனக்கு ஆட்சேபனை இல்லை" ஆனாலும், தனித்திருந்தபோது ஆண்களால் எனக்கு ஏற்பட்டிருந்த பழைய அனுபவங்களை எண்ணி, சட்டென்று விழித்துக்கொண்டேன். கைகளை தோழியின்மீது வைத்துக்காட்டி, "நீங்க படமெடுக்கும் போது, இவங்க இங்கேதான் இருப்பாங்க." என்றேன். அவளும் ஆமாம் என்பதுபோல தலையாட்டினாள்.

அவனிடமிருந்து புரியாததொரு முகபாவம் வெளிப்பட்டது. என்னைப் பார்த்தான். "யா... ஓகே. அவங்களும் வரட்டும்..." அவன் ஒத்துக்கொண்டதும் நான் பரவசமாகிப் போனேன். இருக்கையிலிருந்தபடியே எங்கெங்கோ பறந்தேன். "நாளை மறுநாள் காலைல 10 மணிக்கு வாங்க. உனக்கு மேக்அப் போடுறதுக்கு ஒருவரை இருக்க வைக்குறேன்."

இரண்டு நாட்கள் கழித்து, அவன் ஸ்டூடியோவுக்குத் திரும்பினோம். ஒப்பனை செய்யும் பெண் என்னை, ஒரு நாற்காலியில் அமரச்செய்து, பணிகளைத் தொடங்க பஞ்சு, பிரஷ்கள், ஸ்பான்ஞ், கிரீம்கள், பெயிண்ட்டுகள், பவுடர் ஆகியவற்றுடன் நெருங்கினாள். விரல்களால் என்னை அழுத்தினாள். தோலை இழுத்தாள். அவள் என்ன செய்யப் போகிறாள் என்பதை, நான் அறிந்திருக்கவில்லை. முன்னே அறிந்திராத இந்தப் பொருட்களைக் கொண்டு, அவள்செய்யும் வேலைகளைப் பார்த்தபடி அமைதியாக உட்கார்ந்திருந்தேன். ஹால்வு, தான் அமர்ந்திருந்த நாற்காலியிலேயே என்னைப்பார்த்து இளித்தபடி, நன்றாக சாய்ந்துகிடந்தாள். அவ்வப்போது

அவளைப் பார்த்துக்கொண்டேன். ஒருவிதக் கூச்சத்தில் தோளைக் குலுக்கினேன். அல்லது முகத்தைச் சுருக்கினேன். அப்போதெல்லாம் ஒப்பனைப் பெண், "ஆடாம இரு" என்று உத்தரவிட்டாள்.

"இப்போ" - சிலஅடிகள் பின்னேசென்ற அவள், ஒருகையை தன் இடுப்பில் வைத்துக்கொண்டு என்னைப் பார்த்தாள். அவளுக்கு திருப்தியாக இருந்திருக்க வேண்டும் - "கண்ணாடில பாரு" என்றாள். நான் எழுந்துநின்று, கண்ணாடியைப் பார்த்தேன். எனது ஒருபக்க முகம் மாற்றப்பட்டிருந்தது. தங்கம், வெள்ளி, வெளிச்சம் ஆகிய ஒப்பனையால் மின்னினேன். மறுபக்கத்தில் வெறுமனே நான், பழைய வாரிஸாகவே இருந்தேன்.

"வாவ். அட்டகாசம்! என்னையப் பாருங்க! ஏன் ஒருபக்கம் மட்டும் இப்படி செஞ்சுருக்கீங்க?" சற்றே ஏமாற்றக் குரலில் கேட்டேன்.

"ஏன்னா, ஒருபக்கத்தைத்தான் அவரு போட்டோ எடுக்க விரும்புகிறார்."

"ஓ..."

என்னை அவள் வெளியே அழைத்துவந்து, ஸ்டூடியோவில் விட்டாள். அங்கே கிடந்த ஸ்டூல் ஒன்றில் மால்கம் என்னை, ஒருநிலையாக அமரவைத்தான். சுற்றிலும் பார்வையை ஓடவிட்டேன். இருட்டாக இருந்த அறைமுழுவதும் நிரம்பிக்கிடந்த பொருட்களை நான் இதற்குமுன்பு பார்த்ததேயில்லை. கேமரா, ஒளியுமிழும் விளக்குகள், பேட்டரிகள், எல்லா திசைகளிலும் பாம்புகள்போல நெளிந்துகிடக்கும் வயர்கள். கேமராவுக்கு முன்னே, என்னை சற்றே சுழற்றி அமரவைத்தான். கேமராவின் லென்சுக்கு நான் தொண்ணூறு டிகிரி கோணத்தில் இருந்தேன். "ஓகே வாரிஸ்... உன்னோட உதடுகளை ஒண்ணுசேத்துவை. தலைய ஆட்டாம நேரா, ஆங்... அப்படித்தான் நேரா... ம்... வை. லேசா முகவாய்க்கட்டைய மேல தூக்கு. ஆ... ஆங்... அப்படித்தான்... அழகு" நான் கிளிக் என்றொரு சத்தத்தைக் கேட்டேன். தொடர்ந்து, பேரோசையும் கேட்டது. துள்ளியெழுந்து விட்டேன். பளிச்சிட்ட ஒளிவெள்ளம் மறைந்துபோனது. ஆனாலும்

நொடிநேரம் அதன் தாக்கம் இருந்தது. எப்படியோ, வெளிச்சம் என்னை வேறொரு நபராக மாற்றியிருப்பதாக உணர்ந்தேன். அந்தநொடியில், என்னை நான், தொலைக்காட்சிப்பெட்டியில் பார்த்திருந்த, சிறப்புக் காட்சிகளில் வசதியான வாகனத்துக்குள் இருந்தபடி, பரவசத்துடன் கேமராக்களைப் பார்த்துப் புன்னகைக்கும் ஒரு திரைநட்சத்திரமாகக் கற்பனைசெய்து கொண்டேன். அடுத்து, அந்தக் கேமராவிலிருந்து ஒரு துண்டு காகிதத்தை உருவி, அதைப் பார்த்தபடி மால்கம் அமர்ந்திருந்தான். "என்ன செய்றீங்க?"

"சரியா வந்துருக்கானு பாக்குறேன்." சொல்லிக்கொண்டே எழுந்துசென்ற மால்கம், வெளிச்சத்தில் நின்று, அந்தக் காகிதத்தின் மேலுறையை உருவிக் கிழித்தான். நான் அதைப் பார்த்துக் கொண்டிருக்கும்போதே, மந்திரத்தில் நடப்பதுபோல ஒரு பெண் ஃபிலிமிலிருந்து படிப்படியாக எழுந்துவந்தாள். அந்தப் போலராய்ட்டை என்னிடம் கொடுத்த போது, என்னை நான் அங்கீகரித்துக் கொண்டேன். அந்தக்காட்சி, எனது வலதுபக்க முகத்தைக் காட்டியது. அங்கே பணிப்பெண்ணான வாரிஸ் தெரிவதற்குப் பதிலாக, ஒரு விளம்பரத் தோற்றப் பெண்ணைக் கண்டேன். அந்தச்சூழல், என்னைக் கவர்ச்சியூட்டும் ஒரு பொருளாக, மால்கம் பேர்சைல்டின் பட்டறையில் விதவிதமாகக் காட்சியளித்துக் கொண்டிருக்கும் ஒன்றாக மாற்றியிருந்தது.

அந்த ஃபிலிமை 'டெவலப்' செய்து, ஒருவாரம் கழித்து, முடிவுற்றப் பொருளாகக் காட்டினான். அதனை ஒளியூடுருவும் வெளிச்சப் பெட்டியில் பொருத்திக் காட்டியபோது, எனக்கு மிகவும் பிடித்திருந்தது. இந்தப் படத்தை நிறைய பிரதிகள்போட்டு எனக்குத் தர முடியுமா என்று கேட்டேன். ரொம்ப செலவாகும் என்றான். அந்தளவுக்கு தன்னால் செலவழிக்க முடியாது என்றும் சொன்னான். ஆனால் ஏற்கனவே எடுத்தப் படங்களின் பிரதிகளை எனக்காகப் போட்டுக்கொடுக்க முடியும் என்றான்.

அந்தப் படத்தையெடுத்த இரண்டு மாதங்களுக்குப் பின், மால்கம் என்னை ஒய்.யில் வந்து சந்தித்தான். "பாரு, மாடலிங் செய்றதுல உனக்கு விருப்பம் இருக்கானு எனக்குத் தெரியல.

ஆனா, சிலர் உன்னைய சந்திக்க விரும்புறாங்க. எனது புத்தகத்தைப் பார்த்த மாடலிங் ஏஜென்சிகள்ல ஒண்ணு, உன்னோட படத்தைப் பாத்துட்டு, உன்னை சந்திக்கணும்னு விரும்புது. நீ விரும்புனீன்னா, அந்த நிறுவனத்தோட ஒப்பந்தம் போட்டுக்க. அவங்க ஒனக்கு வேலை தருவாங்க."

"ஆகட்டும்... ஆனா நீங்கதான் என்னை அங்கே கூட்டிட்டுப் போகணும். அங்கே தனியாப் போறது வசதியாயிருக்கும்னு என்னால உணரமுடியல. நீங்க என்னை கூட்டிட்டுப்போய் அவங்கக்கிட்ட அறிமுகப்படுத்துனா நல்லாருக்குமே?"

"அதை என்னால் செய்யமுடியாது, அவங்களோட விலாசத்தை தரமுடியும்."

கிராபோர்ட் மாடலிங் ஏஜென்சியின் முக்கியமான எனது சந்திப்புக்கு, மரியாதையான நல்ல தோற்றத்தைத் தரக்கூடிய ஆடைகளைத் தேர்வுசெய்வதில் கவனம் கொண்டேன். அதுவொரு கோடைக்காலம். வெயில் வெளுத்தெடுத்தது. செவ்வண்ணத்தில் குட்டைக் கைளுடன் கூடிய 'வி' கழுத்து ஆடையை அணிந்து கொண்டேன். அந்த ஆடை குட்டையாகவும் இல்லாமல், நீளமாகவும் இல்லாமல், நேர்த்தியாக என் கால்களுக்கு மத்தியில் முடிவதாக இருந்தது. பார்ப்பதற்கு அத்தனை மோசமாக இருக்கவில்லை.

மலிவான அந்த செவ்வண்ண ஆடையையும் வெண்மையான ஓசையெழுப்பாத மிதியடிகளையும் அணிந்துகொண்டு போனேன். நானாக நினைத்துக்கொண்டேன்.

நம்மிடம் இருப்பது இவ்வளவுதான்!

உண்மையிலேயே பார்ப்பதற்கு நான் ஒரு கழிசடை மாதிரியே இருந்தேன். இப்படியானதொரு நிலை இருந்தபோதிலும், எனக்கு என்றோ ஒருநாள் வந்தே தீரும் என்று நம்பினேன். நான் எப்படி தவறாகத் தெரிகின்றேன் என்று கொஞ்சமும் வருத்தப்படவில்லை. ஏனென்றால், என்னிடமிருப்பதில் சிறந்ததையே நான் அணிந்திருக்கின்றேன். உடனடியாகப் போய், புதிய ஒன்றை வாங்கி அணிந்துகொள்ள என்னிடம் நிச்சயமாகப் பணமில்லை.

அங்கே சென்று வரவேற்பாளினியைச் சந்தித்தபோது, ஏதாவது படம் வைத்திருக்கின்றீர்களா என்று கேட்டாள். என்னிடம் ஒரு படம் இருந்தது. அவள் என்னை, நயமான ஆடைகளை நேர்த்தியாக அணிந்த முதல்தரமானதொரு பெண்ணிடம் அறிமுகப்படுத்தினாள். அறிமுகம் செய்யப்பட்டவள் பெயர், வெரோனிகா. வெரோனிகா என்னை தனது அறைக்குள் அழைத்துப் போனாள். அப்படியே நான் அமர்ந்திருந்த இருக்கைக்கு எதிராக, தனது மேஜையில் அமர்ந்தாள். "உனக்கு வயசென்ன ஆகுது, வாரிஸ்?"

"நான் இளமையானவள்!" இந்த வார்த்தைகள்தான் என் எண்ணத்திலிருந்துத் தெறித்து முதலாக வெளிவந்தவை. நான் உளறிக்கொட்டி அவளைத் திகைக்கச் செய்துவிட்டதாக எண்ணினேன். "உண்மையிலேயே - நான் இளமையானவள். இந்த சுருக்கங்கள்" - என் கண்களைச் சுட்டிக்காட்டினேன் - "இவற்றோடுதான் நான் பிறந்தேன்."

அவள் என்னைப் பார்த்து முறுவலித்தாள். "சரி." எனது பதில்களை ஒரு விண்ணப்பத்தில் எழுதி நிரப்பினாள். "எங்கே வசிக்கிறே?"

"ஓ, நான் ஒய்.யில் வசிக்கிறேன்."

"என்ன, இப்போ..." அவள் புருவங்கள் நெரித்தன. "எங்கே நீ வசிக்கிறே?"

"நான் ஒய்எம்சிஏவில் வசிக்கிறேன்."

"வேலை செய்றியா?"

"ஆமா".

"என்ன வேலை செய்ற?"

"மெக்டொனால்டுல".

"ஆகட்டும்... உனக்கு மாடலிங் பத்தித் தெரியுமா?"

"தெரியும்".

"அதப்பத்தி உனக்கு என்ன தெரியும் - எவ்வளவு தெரியும்?"

"இல்லை. நான் என்னசெய்ய விரும்பறேன்னு எனக்குத் தெரியும்". கடைசி வாக்கியத்தை திருப்பித் திருப்பிச் சொல்லி, அவள் மனதில் பதிய வைத்தேன்.

"சரி. ஏதும் புத்தகம் வெச்சுருக்கியா - படங்கள்?"

"இல்லை."

"உன் குடும்பம் இங்கே இருக்கிறதா?"

"இல்லை."

"எங்கே இருக்கிறது உன் குடும்பம்?"

"ஆப்பிரிக்கா."

"அப்படின்னா, அங்கேருந்தா நீ வந்த?"

"ஆமா. சோமாலியாலருந்து."

"அப்படின்னா, இங்கே யாருமில்லை."

"இல்லை. இங்கே என் குடும்பம் இல்லை."

"இந்த நிமிஷத்துலருந்து கேஸ்டிங் தொடங்குது. நீ அதை சரியா முடிக்கணும்."

அவள் என்ன சொல்கிறாள் என்பதைப் புரிந்துகொள்ளப் போராடினேன். கடைசியாகச் சொன்ன வார்த்தையின் அர்த்தத்தை புரிந்துகொள்ள முடியாமல் நிலையழிந்து போனேன். "நீங்க என்ன சொல்றீங்கனு எனக்குப் புரியல, சாரி."

"கே... ஸ்... டி... ங்" அந்தவார்த்தையை ஒவ்வொரு எழுத்தாக வெளிப்படுத்தினாள்.

"அப்படின்னா என்ன?"

"பாரேன், அது ஒரு நேர்காணல். நீ வேலைக்குப் போனப்ப, அங்கே உன்கிட்ட கேள்வி கேட்டாங்கள்ல. அதுமாதிரி. இது நேர்காணல். புரிஞ்சுச்சா?"

“சரி... சரி...” அப்புறம் அதை நான் விட்டுவிட்டேன். அவள் எது குறித்துப் பேசுகிறாள் என்று புரிந்துகொள்ளுமளவுக்கு என்னிடம் கூறு இல்லை. அவள் என்னிடம் விலாசம் கொடுத்து, நேரே போகச் சொன்னாள்.

“நான் அவங்கள போன்ல கூப்ட்டு, நீ வந்துகிட்டுருக்கனு சொல்லிருவேன். டாக்சிக்கு காசு வெச்சுருக்கியா?”

“இல்ல. ஆனா நான் நடந்துபோயிருவேன்...”

“இல்லையில்லை - அது ரொம்ப, ரொம்பவே தூரம் நீ ஒரு டாக்சி புடிச்சுக்கோ. டாக்சி. ஓகே? இதுல, பத்துபவுண்ட் இருக்கு. முடிஞ்சதும் என்னையக் கூப்புடு. சரியா?”

நகரத்தை டாக்சியில் கடந்தபோது, நான் முழுமையான மனநிறைவுடன் இருந்தேன். ஓ..., ஓ..., ஓ..., எனது பாதையில் இப்போது இருக்கிறேன். நான் ஒரு விளம்பரத் தோற்றப் பெண்ணாகப் போகின்றேன்.

அப்புறம்தான் நான் உணர்ந்தேன், அவளிடம் என்ன மாதிரியான வேலை இது என்று கேட்க மறந்துவிட்டேன்.

சரி விடு. அதுவொன்றும் இப்போது பிரச்சனையில்லை. நான் நன்றாகத்தான் இருப்பேன். ஏனென்றால், அழகானவர்களில் நானும் ஒருத்தியாக இருக்கின்றேன்.

நேர்காணல் இடத்தை வந்தடைந்து, இன்னொரு போட்டோகிராஃபர் ஸ்டூடியோவுக்குள் நுழைந்தேன். கதவைத் தள்ளியதும் உள்ளே தொழில்ரீதியான விளம்பரத் தோற்றப் பெண்கள் ஊர்ந்தலையும் கொட்டில் போலிருந்தது. எல்லா அறைகளிலும் பெண்கள்... பெண்கள்... காலிலிருந்து கழுத்துவரைக்குமாய் அப்பிக்கொண்டு திரிந்தார்கள். கொல்லப் பதுங்கும் பெண்சிங்கம் தத்தித்தத்தி நடப்பதுபோல அலைந்தார்கள். கண்ணாடிகளின் முன்னே நின்று தலையைக் கோதி அழகுபடுத்திக் கொண்டிருந்தார்கள். இடுப்பை வளைத்து தலைமுடியை ஆட்டிக்கொண்டிருந்தார்கள். காலின்நிறத்தை அடர்த்தியாகக் காட்ட எண்ணெய்ப் பிசுக்குகளைப் பூசிக் கொண்டிருந்தார்கள். அங்கிருந்த இருக்கையில் தொப்பென்று

அமர்ந்த நான், அருகிலிருந்த சிறுமிகளில் ஒருத்திக்கு ஹலோ சொல்லி விட்டுக் கேட்டேன். "ம்ம்ம்... என்ன வேலை உனக்கு?"

"பைரல்லி காலண்டர்."

"ம்" கண்ணியமாகத் தலையாட்டிக் கொண்டேன். "புருல்லி காலண்டர். நன்றி."

என்ன நரகம் அது - புருல்லி காலண்டர்? நடுக்கத்தில் நான் முற்றிலுமாக உடைந்து போயிருந்தேன். என்னால் நிலையாக உட்கார முடியவில்லை. கால்களை மாற்றிமாற்றி வைத்தேன். அடுத்து நீதான் என்று உதவியாளர் வந்து சொல்லும்வரையில், உட்கார்ந்திருந்த இருக்கையை சுழற்றியபடியிருந்தேன். பின்பு ஒரு நிமிடம் உறைந்து போனேன்.

எனக்குப் பக்கத்தில் அமர்ந்திருந்த சிறுமியிடம், "நீ போ. நான் என் தோழி ஒருத்திக்காகக் காத்திருக்கின்றேன்" என்று உதவியாளர் பக்கம் கைகாட்டினேன். இந்தச் செய்கையை, உதவியாளர் ஒவ்வொருமுறை வெளியே வரும்போதும், அந்தஇடம் காலியாகும்வரை செய்துவந்தேன். எல்லோரும் வீட்டுக்குப் போய்விட்டார்கள்.

கடைசியாக, உதவியாளப் பெண் வெளியில் வந்தாள். சோர்வாக சுவற்றில் சாய்ந்தபடி, "வா... இப்ப, நீ உள்ளே போகலாம்" என்றாள். அவளை நான் ஒரு நிமிடம் கூர்ந்துபார்த்தேன். பின்பு எனக்குநானே சொல்லிக்கொண்டேன்.

போதும் வாரிஸ். இப்ப நீ இத செய்யப் போறியா இல்லை... இல்லியா? வா, எந்திரி. உள்ளே போகலாம்.

அந்தப் பெண்ணுடன் ஸ்டூடியோவுக்குள் நுழைந்தேன். கேமராவுக்குப் பின்னால் தலையை ஒட்டிக்கொண்டிருந்த ஒருமனிதன் கத்தினான். "போதும். அதுதான் அடையாள எல்லை. அங்கேயே இரு." ஒரு கையை ஆட்டினான்.

"எல்லை?"

"ஆமா... அந்த அடையாளத்துல நில்லு."

"ஓ... சரி. இங்கே நிக்கணும்."

"ஆமா. உன்னோட டாப்ஸ கழட்டு."

அந்த ஆசாமி சொன்னதை நான் சரியாகக் கேட்டுக் கொள்ளவில்லை என்று கருதினேன். ஆனால் இப்போது எனக்கு வாந்தி வருவதைப்போல உணர்ந்தேன். "என்னோட டாப்ஸ். அதாவது, என்னோட சட்டை?"

திரைச்சீலைக்குப் பின்னாலிருந்த தலையை வெளியே நீட்டியவன், என்னை ஒரு முட்டாள்போல பார்த்தான். எரிச்சலுடன், "ஆமா. உன்னோட சட்டையக் கழட்டுனுதான் சொன்னேன். உனக்குத் தெரியுமா, எதுக்கு நீ இங்கே வந்துருக்கேனு?"

"ஆனா நான், பிரா போடலியே."

"இது நல்லதொரு ஐடியா. அப்ப நாங்க உன் மார்பகங்களைப் பாக்கலாம்."

"இல்லை!" இது என்ன கழிசடைத்தனம் - என் மார்பகங்கள்! தவிர, நான் மேலாடையும் அணிந்திருக்கவில்லை. எல்லாவற்றையும் என் செவ்வண்ண ஆடைகளால் மூடியிருந்தேன். என்னமாதிரியான வேலையை நான் செய்யவிருந்தேன். எல்லாவற்றையும் அவிழ்த்துப் போடுட்டுவிட்டு, வெறுமனே கீழாடையுடனும் டென்னிஸ் செருப்புகளுடன் நிற்கவேண்டுமா?

"இல்லை... என்ன இல்லை? இந்த கேஸ்டிங்கல கலந்துக்க, எல்லாரும் நான் நீன்னு சாகுறாங்க. நீ என்கிட்ட வேணாம்னு சொல்ற?"

"விட்டுருங்க. என்னால முடியாது. சாரி. தப்பு. தப்பு. நான் தப்பு பண்ணிட்டேன். பரிதாபத்துடன் நான் கதவைநோக்கி நடந்தேன். கடந்துசெல்லும்போது, தரையில் சிதறிக் கிடந்த எண்ணற்ற போலராய்ட்டுகளைக் கண்டேன். அவற்றில் ஒருசிலவற்றைக் குனிந்துபார்த்தேன்.

அந்தபோட்டோகிராஃபர் வாயைப் பிளந்தபடி சில விநாடிகள் என்னையே பார்த்தான். பின்புதிரும்பி, தன்தோளுக்கருகில் பேசினான். "ஓ... கடவுளே. இதில் நாம் ஏதும் பெறப்

போகின்றோமா? டெரன்ஸ், இங்கே ஒரு சின்ன பிரச்சனை ஆகிருச்சு."

கனத்த உருண்டை மனிதனொருவன், சாம்பல்வண்ண முடியும், ரோஜாவண்ண தாடையுமாக அந்த அறைக்குள் நுழைந்தான். என்னை மிகவும் ஆவலாய்ப்பார்த்தான். மெல்லியதாய் ஒரு சிரிப்பைத் தவழவிட்டான். "நாங்க இங்கே என்ன செஞ்சுட்டோம்?"

நான் அங்கே நேராகத்தான் நின்றேன். ஆனால், கண்களிலிருந்து தண்ணீர் கொட்டியது. "இல்லை. இதெல்லாம் என்னால செய்ய முடியாது. இதை நான் செய்யமாட்டேன்." அங்கிருந்த ஒரு பெண்ணின் மார்புகள் தெரியும் படத்தைக் காட்டிச் சொன்னேன். நான் மிகுந்த ஆர்வத்துடன் இருந்தேன். எனது கனவாக ஒரு விளம்பரத் தோற்றப் பெண்ணாக வேண்டும் என்றிருந்தது. ஆனால் முதல்முதலாக இப்போது நான் அதிருப்திக்கு ஆளாகியிருந்தேன். எனக்கு முதல்வேலை கிடைத்தது. ஆனால் அதில் அவர்கள் என்னைத் துகிலுரித்து நிற்கச்சொல்கிறார்கள். நான் கோபமாகிப் போனேன். ஆத்திரத்தில் அவர்கள் எல்லோரையும் சோமாலிய மொழியில் சரமாரியாகத் திட்டித் தீர்த்தேன். "அழுக்கான மனிதர்கள்! கழிசடைகள்! பன்றிகள்! என்ன தொழில் இது!"

"என்ன சொல்ற நீ? பாரு, இதுமாதிரியான வேலைகள்லருந்து நான் ரொம்ப தூரமானவ-" ஆனால் இப்போது சொல்லிக்கொண்டே திருகுகள் கழன்றுவிழுமளவுக்கு கதவை ஓங்கி சாத்திவிட்டு, வாசலைத் தாண்டிவிட்டேன்.

அன்று மாலை எனது கட்டிலில் மனமுடைந்து, சோம்பிப்போய் படுத்துக்கிடந்தேன். என் அறைவாசி "வாரிஸ், உனக்கு போன் வந்துருக்கு" என்றாள்.

மாடலிங் ஏஜென்சியிலிருந்து வெரோனிகா பேசினாள். "நீயா!" நான் கோபமாகக் கேட்டேன். உன்னை மாதிரி ஆட்களோட நான் பேச விரும்பல! நீ - நீங்களெல்லம் வெட்கங்கெட்டவங்க - சொல்லவந்த அந்த வார்த்தையை என்னால் தெளிவாக உச்சரிக்க முடியவில்லை. "அது கொடுமையானது. ரொம்ப மோசமானது.

நான் அதைச்செய்ய விரும்பல. நான் அதைச்செய்ய விரும்பல. நான் உன்கூட ஏதும்பேச விரும்பல!"

"சரி, சரி... கொஞ்சம் அமைதியா நான் சொல்றதக் கேளு. இன்னிக்கு அங்கே போட்டோகிராஃபரா இருந்தவரு யாரு தெரியுமா, வாரிஸ்?"

"தெரியாது."

"டெரன்ஸ் டோனாவன்னு கேள்விப்பட்டுருக்கியா?"

"இல்லை."

"உனக்கு இங்கிலிஷ் நல்லா பேசத் தெரிஞ்ச ஃபிரண்ட்ஸ் இருக்காங்களா?"

"இருக்காங்க."

"நல்லது, இங்கிலிஷ் பேசத்தெரிஞ்ச எல்லாருக்கும் அவரு யாருனு தெரிஞ்சுருக்கும். நாம பேசிமுடிச்சு போனை வெச்சதும் அவங்கக்கிட்டக்கேளு. அரச குடும்பத்துக்கு, இளவரசி தி, அப்பறம் பெயரெடுத்த எல்லா மாடல்களுக்கும் அவர்தான் படம் எடுக்குறாரு. எப்படியோ, அவரு உன்னை மறுபடியும் பாக்கணும்னு விரும்புறாரு. அவரு உன்னை படமெடுக்குறதுல ரொம்ப ஆர்வமா இருக்காரு."

"அவரு என் துணிகளையெல்லாம் அவுத்துப்போடச் சொல்றாரு. நீ இதையெல்லாம் அங்கே போறதுக்கு முன்னமே என்கிட்ட சொல்லலை."

"எனக்குத் தெரியும். ஆனா நாங்க ரொம்ப அவசரத்துல இருந்தோம். நீ அந்த வேலைக்குப் பொருத்தமானவனு நான் நெனைச்சேன். அவர்ட்ட, உன்னால இங்கிலிஷ் பேசமுடியாதுனு விளக்கமா சொல்லிட்டேன். உன்னோட கலாச்சாரத்துக்கு இந்த மாதிரியான வேலைகள் எதிரானதுனும் தெரிவிச்சுட்டேன். இது, பைரல்லி காலண்டர். இந்த வேலைமுடிஞ்சு, நீ வெளியே வந்துட்டேனு வெச்சுக்க, உனக்கு நிறைய வேலைகள் கிடைக்கும். வோக், எல்லி மாதிரி பேஷன் பத்திரிகைகளை நீ வாங்குறியா?"

"இல்ல. அதுக்கெல்லாம் என்னால செலவுபண்ண முடியாது. அந்தப் பத்திரிகைகள நியூஸ் ஸ்டாண்ட்ல பாப்பேன். ஆனா அத எப்பவுமே பின்னால வெச்சுருவேன்."

"சரி, ஆனா அத நீ பாத்துருக்க? அந்தவகையான வேலைகளைத்தான் நீ செய்யப்போற. டெரன்ஸ் டோனாவன் ரொம்ப முக்கியமானவரு. நீ ஒரு மாடலாக விரும்புனீன்னா, உனக்கு இந்தவேலை ரொம்ப முக்கியமானது. அப்பறம் நீ எல்லாவகையிலும் பணம் சம்பாதிக்கலாம். நீ என்ன விரும்புறியோ அதை செய்யலாம்."

"நான் என் மேலாடையைக் கழட்டமாட்டேன்."

அவள் வெட்கப்படுவதை நான் கேட்டேன். "நீ எங்கே வேலை பாக்குற?"

"மெக்டொனால்ட்ஸ்"

"அவங்க உனக்கு என்ன சம்பளம் கொடுக்குறாங்க?"

சொன்னேன்.

"அவரு ஒரு நாளைக்கு பதினைஞ்சு நூறு பவுண்ட்ஸ் குடுப்பாரு, உனக்கு."

"எல்லாம் எனக்கா? நானே வெச்சுக்கலாமா?"

"ஆமா, அப்பறம் பயணமும் போகலாம். அந்தவேலை பாத்ல நடக்கும். நீ அங்கெல்லாம் இருந்தியானு தெரியல. ஆனா அதுவொரு அழகான இடம். நீ ராயல்டன்ல தங்கிக்கலாம்." அதற்கு என்ன அர்த்தம் என்று, நான் விளங்கிக் கொள்வதைப்போல அவள் சொன்னாள். "பாரு, இப்போ நீ இதை செய்ய விரும்புறியா? இல்லையா?"

இந்த வார்த்தைகளைச் சொல்லி அவள் என்னை சரிக்கட்டிவிட்டாள். இந்தவகையில், போதுமான அளவுக்கு விரைவில் பணம் சம்பாதித்து, என் அம்மாவுக்கு நான் உதவ வேண்டும். "சரி, சரி... நான் எப்போ அவரைப் பாக்கப் போகணும்?"

“நாளைக்குக் காலைல.”

“நான் சும்மா என்னோட டாப்ஸ கழட்டுறதுக்கு இந்த பதினஞ்சு நூறுபவுண்டஸ். அப்படித்தானே? அதாவது, அந்தாளுகூட படுக்குறதுக்கு இல்லியே?”

“இல்லையில்லை. அப்படியான மலிந்த தந்திரங்கள் எல்லாம் இல்லை. அந்த மாதிரி எதுவும் நடக்காது.”

“இல்லை... அந்தாளு என் கால்களை அகட்டணும்னு நினைக்கிறான்னா, உனக்குத் தெரிஞ்சிருந்தா இப்பவே சொல்லிரு.”

“நீ உன் டாப்ஸ கழட்டுனா மட்டும்போதும். அவரு போலராய்ட்ல படம் எடுத்துக்குவாரு. அப்பறம் உனக்கு வேலையிருந்தா சொல்லுவாரு. ரொம்ப அற்புதமா இருப்ப...”

அடுத்த நாள், நான் அங்கே போனபோது, டெரன்ஸ் டோனாவன் என்னை எதிர்பார்த்திருந்தார். கண்டதும் சிரித்தார். “ஓ. மறுபடியும் நீ இங்கே. இங்கே வா. உன் பெயர் என்ன?” அந்த தருணத்திலிருந்து, அவர் என்மீது மிகவும் பரிவு காட்டினார். ஒரு தந்தை போல நடந்துகொண்டார். உதவி தேவைப்படும் ஒரு பயந்த குழந்தையைப்போல நான் நடந்துகொண்டதை அவர் உணர்ந்திருந்தார். எனக்கு தேநீர் வரவழைத்துக் கொடுத்தார். அவர் செய்த அத்தனைப் பணிகளையும் எனக்குக் காட்டினார். உலகின் அத்தனை தலை சிறந்த அழகிகளின் படங்களை அவர் எடுத்திருந்தார். “சரி. உனக்குக் கொஞ்சம் படங்களைக் காட்டுறேன். எங்கூடவா.” அவர் என்னை வேறொரு அறைக்குக் கூட்டிப் போனார். அந்த அறைமுழுவதும் அலமாரிகளும் இழுப்பறைகளுமாக இருந்தன. மேஜையில் ஒரு காலண்டர் கிடந்தது. அவர் அதன் பக்கங்களைத் தள்ளினார். ஒவ்வொரு பக்கத்திலும் வித்தியாசமாக, அதிரடியானக் கவர்ச்சிப் பெண்களின் புகைப்படங்கள் இருந்தன. “இதப்பாத்தியா? இது, போனவருஷத்து பைரல்லி காலண்டர். ஒவ்வொரு வருஷமும் நான்தான் செய்வேன். இந்தவருஷம் அது வித்தியாசமானதாக இருக்கப்போகுது - எல்லாமே ஆப்பிரிக்கப் பெண்கள். சில படங்கள்ல நீ ஆடைகள் போட்டுருப்ப. சில ஆடைகள் இல்லாம இருக்கலாம்.” இந்த முழுவேலையும் எப்படி நடக்கும் என்ற

நடைமுறை எல்லாவற்றையும் என்னிடம் சொல்லிவிட்டார். அது எனக்கு வசதியாக இருந்தது. அவர் சூழ்ச்சிக்காரராகவோ, கெட்ட முதியவராகவோ இருக்கவில்லை. "நல்லது. இப்போ, நாம போலராய்ட் எடுக்கப் போறோம். நீ ரெடியா?"

எவ்வளவு விரைவாகத் தயாராக முடியுமோ, அத்தனை வேகமாகத் தயாராக ஆகிக்கொள்ள வெரோனிகா சொல்லியிருந்தாள். ஆனால் இப்போது நான், மிகவும் இயல்பாக இருந்தேன். "யெஸ். ஐயாம் ரெடி." அந்த தருணத்திலிருந்து, நான் முற்றிலுமான தொழிற்கலைஞராக ஆகியிருந்தேன். குறிப்பிட்ட அந்த அடையாளத்தின் மீது நின்றேன். - ஊஊஊப்ப்ப்... - எனது மேலாடை பறந்துபோனது. அப்படியே கேமராவை நம்பிக்கையோடு பார்த்தேன். துல்லியம்! அவர் அந்தப் போலராய்டை என்னிடம் காட்டிய போது, நான் ஆப்பிரிக்காவில், என்வீட்டில் இருப்பதையே அப்படம் நினைவூட்டியது. அந்தக்காட்சி கறுப்பு வெள்ளையிலானது. எளிமையாகவும் நேர்த்தியாகவும் இருந்தது. ஆபாசமாகவோ ஒவ்வாததாகவோ இருக்கவில்லை. மாறாக, பாலைவனத்தில் வாரிஸ் எப்படி வளர்ந்தாளோ அப்படியிருந்தது. வெயிலில் வாடிய சிறிய கொங்கைகளைக் கொண்ட சிறுமியை அது, காட்சிப்படுத்தியது.

அன்றிரவு வீட்டுக்குத் திரும்பிவந்தபோது, எனக்கு வேலைக் கொடுக்கப்பட்டிருப்பதாகவும், அடுத்தவாரம் பாத் போகவேண்டும் என்ற செய்தியும் ஏஜென்சியிலிருந்து வந்திருந்தது. வெரோனிகா, அவள் வீட்டுத் தொலைபேசி எண்ணைக் கொடுத்திருந்தாள். அவளை அழைத்து, நான் மெக்டொனால்டில் சொற்ப சம்பளத்துக்கு வேலை செய்வதால், என்னால் அந்தளவுக்கு செலவுசெய்ய முடியாது என்றும் இன்னும் எத்தனைக் காலம்வேலை செய்தபிறகு, எனக்கு விளம்பரத் தோற்றப் பெண்ணாக நடிப்பதற்குப் பணம் கிடைக்கும் என்று தெரியவில்லை என்பதையும் சொன்னேன். பணம் தேவைப்பட்டால் அதைக்கொடுப்பதாகச் சொல்லி, என்னைப் பாதுகாத்தாள். அதை முன்பணமாகக் கொடுப்பதாகவும் சொன்னாள்.

அந்தநாளிலிருந்து, நான் மெக்டொனால்டுக்குள் மீண்டும் கால் வைக்கவில்லை. வெரோனிகாவுடன் பேசிமுடித்து, தொலைபேசியின் பகுதியை வைத்ததும் ஒய்.யின் அனைத்துப் பகுதிக்கும் ஓடித்திரிந்தேன். எனது புதிய தொழில்பற்றி, நண்பர்களிடம் மட்டுமல்லாமல், யார் யார் கேட்கிறார்களோ அவர்களிடமெல்லாம் சொன்னேன். ஹால்வு கத்தினாள். "ஓ! இங்கே வா. புண்ணியமாப் போகும், இப்படி பேசிக்கிட்டுத் திரியுறத மொதல்ல நிறுத்து. உன்னோட முலைகளக் காட்டப் போற, அப்படித்தானே?"

"ஆமா, பதினஞ்சு நூறு பவுண்ட்டுகளுக்கு!"

"இது சின்னவிஷயமா? நீ வெட்கப்படணும்," அவள் சிரித்தாள்.

"இது அதுமாதிரியில்ல. உண்மையில அருமையானது! அந்தளவுக்கு மோசமானது அல்ல... நாங்க, பாத் போகப் போறோம். பெரிய ஹோட்டல்ல தங்குவோம்."

"நல்லது, அதப்பத்தி நான் கேட்கவிரும்பல - முதல்ல இந்தக் கட்டிடத்துல இருக்குற எல்லார்ட்டயும் சொல்லிட்டுத் திரியுறத நிறுத்து. சரியா?"

நாங்கள் புறப்படுவதற்கு முதல்நாள் இரவு, என்னால் தூங்கமுடியவில்லை. எப்போது விடியும் என்று காத்திருந்தேன். கதவுக்குப் பக்கத்தில் எனது சிறு மூட்டை தயாராக இருந்தது. என்னால் இன்னும் நம்பமுடியவில்லை. நான் எங்கும் போய் இருந்ததில்லை. இந்த மனிதர்கள் நான் போய்வருவதற்குப் பணம் செலவிடுகிறார்கள். டெரன்ஸ் டோனாவன் என்னை அழைத்துச் செல்வதற்கு ஒரு மூடுவண்டியை அனுப்பியிருந்தார். அது என்னை, விக்டோரியா ஸ்டேஷனுக்குக் கொண்டுசென்றது. அங்கே குழுவாக - போட்டோகிராஃபர்கள், உதவியாளர்கள், ஆர்ட் டைரக்டர்கள், மற்ற நான்கு மாடல்கள், ஒப்பனைக் கலைஞர், முடி அலங்காரப்பெண் மற்றும் நான், பாத் போவதற்குத் திரண்டிருந்தோம். நான்தான் முதல்ஆளாக வந்துசேர்ந்தேன். ஏனென்றால், ரயிலைத் தவற விட்டுவிடுவேனோ என்ற பதைப்பு இருந்துகொண்டே இருந்தது. அங்கேவந்த இரண்டாவது நபர், நவோமி கேம்பெல்.

பாத் வந்தடைந்த நாங்கள், ராயல்டன்னில் தங்கினோம். அது அரண்மனை போலிருந்தது. அதைப்பார்த்து நான் திகைத்துப் போயிருந்தேன். எனக்கு அது, ரொம்பவும் பெரிய அறை. முதல்நாளின் இரவில், நவோமி என் அறைக்கு வந்தாள். என்னுடன் தூங்கிக்கொள்ள அனுமதிக்க முடியுமா என்று கேட்டாள். அவள் மிகவும் இளமையாக, இனிமையாக பதினாறு அல்லது பதினேழில் இருந்தாள். தனியாகப்படுத்துத் தூங்குவதற்கு பயமாக இருப்பதாகச் சொன்னாள். நான் அவளுக்கு உறுதிசொன்னேன். ஏனென்றால், எனக்கும் ஒரு தோழமைநிலை கிடைக்க விரும்பினேன். "அவங்கக்கிட்ட சொல்லிறக் கூடாது. சரியா? நான் அங்கே தங்கலனு தெரிஞ்சா, ரூம்ல யாரும் தூங்காம பணம் வீணாப்போகுதேனு பைத்தியம்போல கத்துவாங்க."

"அதப்பத்தி நீ கவலைப்படாதே - என் ரூம்லயே தங்கிக்க." பல ஆண்டுகளாய்ப் பெற்ற அனுபவத்தில் ஒரு அம்மாவின் பாத்திரத்தை வகிக்கும்தன்மை இயற்கையாகவே எனக்கு வந்திருந்தது. சொல்லப்போனால், என் நண்பர்கள், என்னை அம்மா என்றே அழைத்தார்கள். ஏனென்றால், எப்போதும் நான் எல்லோருக்கும் அம்மாவாக இருக்க விரும்பினேன். "நான் யார்கிட்டயும் எதுவும் சொல்ல மாட்டேன், நவோமி."

காலையில் வேலை துவங்கியபோது, இரண்டு பெண்கள் முதலில் உள்ளே போனார்கள். அவர்களுக்குத் தலையலங்காரமும் ஒப்பனையும் நடந்தது. பின்னர், அவர்கள் செட்டுக்குள் படமெடுக்கச் சென்றபோது, அடுத்த இரண்டுபேர் தயாராகக் காத்திருந்தோம். முதல்நாள் காலையில் முடியலங்காரம் செய்யும் பெண், என்னிடம் வேலையைத் துவங்கியிருந்தாள். நான் அவளிடம், தலைமுடி எல்லாவற்றையும் வெட்டிவிடச் சொன்னேன். வெட்டிமுடித்த பின்னால், ஒரு விளம்பரத் தோற்றப் பெண்ணுக்குத் தேவையான கொழுத்த அழகு, எனக்கு வந்திருந்தது. மெக்டொனால்ட் இறைச்சியின் சாரம் எனக்குள் இறங்கியிருந்தது. எனது தலைமுடியைக் குட்டையாக வெட்டினால், நான் கூடுதலாக, புதுதினுசாக இருப்பேன் என்று கருதினேன். அந்தப்பெண் வெட்டினாள்... வெட்டினாள்... ஏறத்தாழ அங்கே எதுவும் இல்லாத அளவுக்கு ஒட்ட வெட்டினாள். கடைசியில், தலையில் ஒரு அங்குலத்துக்கான முடிமட்டுமே இருந்தது. எல்லோரும் ஆச்சரியமாகப்

பார்த்தார்கள். "ஊஊஊ... நீ வித்தியாசமா தெரியுற!" நான் நிச்சயமாகவே, மற்றவர்களை அதிர்ச்சியடையச் செய்யவேண்டும் என்றே முடிவெடுத்திருந்தேன். முடியலங்காரப் பெண்ணிடம் சொன்னேன். "அடுத்து நான் என்ன செய்யப் போறேன்னு தெரியுமா? தலையை இளம்பொன்னிறத்துக்கு மாற்றப் போறேன்."

"கடவுளே! அதைநான் செய்யமாட்டேன். நீ அரக்கியா தெரிவே - பைத்தியமே!"

நவோமி கேம்பெல் என்னைப் பார்த்து சிரித்தாள். அப்படியே, "வாரிஸ், உனக்கு என்ன நடக்கப்போகுதுனு தெரியுமா? ஒருநாள் நீ புகழ்பெறப்போறே. அப்ப என்னை மறந்துறாதே, சரியா?" என்றாள். உண்மையில், உண்மை தலைகீழாக ஆனது. அவள் புகழ்பெற்ற ஒருத்தியானாள்.

இதுபோல ஆறுநாட்கள் வேலை நடந்தது. இதற்கு நான் சம்பளம் வாங்குவேன் என்று நம்பவேயில்லை. வேலைமுடிந்த அன்றுமாலை, குழுவிலுள்ள அத்தனைபேரும் என்னசெய்யப் போகிறாய் என்று கேட்டார்கள். எனது பதில், எல்லோரும் எப்போதும் சொல்வதுபோல இருந்தது: ஷாப்பிங் போகணும். எனக்கென்று தனியாக, ஒரு கார் கொடுக்கப்பட்டது. காரோட்டி, என்னை அழைத்துச்சென்று இறக்கிவிட்டான். எப்போது அழைக்கின்றேனோ, அப்போது திரும்பவும் அழைத்துவந்தான். எனது வேலை முடிந்த போது, என் படம் முகப்புப் படத்துக்கு தேர்வாகியிருந்தது. அது என்னை கௌரவித்து ஆச்சரியப்படுத்தியது. மேலும் அது, மேலும் மேலும் புகழை எனக்குத் தேடித்தந்தது.

ரயிலில் லண்டனுக்குத் திரும்பியதும், எனக்கு ஒதுக்கப்பட்ட காரில் ஏறிக்கொண்டேன். காரோட்டி எங்கே போகவேண்டும் என்று கேட்டான். ஏஜென்சியில் விடச்சொல்லி அவனிடம் சொன்னேன். கதவைத் தள்ளிக்கொண்டு உள்ளே நுழையும்போதே, அவர்கள் சொன்னார்கள். "என்னன்னு யூகிச்சு சொல்லு பாப்போம். உனக்கு இன்னொரு கேஸ்டிங் வந்துருக்கு. அதுவும் இங்கேதான், அந்த வலதுபக்க முக்குல நடக்குது. நிக்காதே. ஓடு. உனக்கு நல்லகாலம் வந்துருச்சு."

மிகவும் களைத்துப் போயிருந்தேன். அதனால், நான் அதற்கு மறுப்பு காட்டினேன். "நாளைக்குப் போறேனே."

"இல்லையில்லை. நாளைங்றது ரொம்பவும்லேட். அது முடிஞ்சுபோயிரும். அவங்க பாண்ட் பெண்களை அடுத்த ஜேம்ஸ்பாண்ட் படமான தி லிவிங் டேலைட்ஸ்க்குத் தேடிட்டுருக்காங்க. திமோத்தி டால்டன்தான் ஜேம்ஸ்பாண்ட். பைய இங்கே வெச்சுட்டு சீக்கிரமாப் போ. நாங்க உன்னோட வந்து, அது எங்கே நடக்குதுனு காட்டுறோம்."

ஏஜென்சியிலிருந்து ஒரு ஆசாமி என்னை அழைத்துக் கொண்டுவந்து, தெரு முனையிலிருந்த அந்தக் கட்டிடத்தைக் காட்டினான். "அதோ, அங்கே கதவு தெரியுது பாருங்க. ஆளுககூட போயிட்டுவந்துட்டு இருக்காங்கள்ல. அந்த இடம்தான்." நான் அங்கே போனேன். டெரன்ஸ் டோனாவனின் ஸ்டுடியோவுக்குள்போன நாளன்றுபோல இன்னொரு நாளாக இருந்தது. அப்போதிருந்த பயமோ கவலையோ இப்போது இல்லை. உள்ளே படைபடையாய் பெண்கள், நின்றுகொண்டும், சாய்ந்துகொண்டும், உட்கார்ந்து கொண்டும், அரட்டையடித்துக்கொண்டும், செருக்காய் தத்தித்தத்தி நடந்துகொண்டும், அதிரடிக்கும் போஸ்களைக் கொடுத்துக்கொண்டும் இருந்தார்கள்.

அப்போது ஒரு உதவியாளர் சொன்னான். "எல்லோரும் ஓரிரு வார்த்தைகள் பேச வேண்டும் எனக்கேட்டுக் கொள்ளப்படுகிறார்கள்." அந்தசெய்தி என்னை அச்சுறுத்துகின்ற ஒன்றாக இருந்தது. ஆனாலும் எனக்குநானே சொல்லிக் கொண்டேன். இப்போது நான் தொழில்ரீதியான விளம்பரத் தோற்றப் பெண் - மாடல் இல்லையா? டெரன்ஸ் டோனாவனுடன் பைரல்லி காலண்டருக்கு வேலை செய்திருக்கின்றேன். இது என்னால் கையாள முடியாத ஒன்றல்ல. எனதுமுறை வந்தபோது ஸ்டூடியோவுக்குள் அழைத்துச் சென்றார்கள். அங்குபோடப்பட்டிருந்த அடையாளத்தின் மீது நிற்கச் சொன்னார்கள்.

"உங்களுக்கெல்லாம் முன்னமே சொல்லிக் கொள்கிறேன் நண்பர்களே, என்னால் நல்ல ஆங்கிலத்தில் பேசமுடியாது." என் நிலையைத் தெளிவுபடுத்திவிட்டேன்.

உடனே நான் பேசவேண்டிய வாசகங்கள் எழுதப்பட்ட அட்டை தயாரானது. என் முன்னால் தொங்கவிடப்பட்டது. "பரவாயில்லை. நீ இதை வாசிச்சா போதும்." கடவுளே - என்ன ஆச்சு? நான் அவர்களிடம் சொல்ல நினைத்தேன், அதை வாசிக்கவும் தெரியாது என்று. இது, ரொம்பவும் அதிகமாக இருந்தது. இது என்னைத் தாழ்வுப்படுத்த நினைக்கிறார்கள். நான் இதற்கு உடன்பட மாட்டேன்.

அதைச் சொல்லவில்லை. மாறாக, "மன்னிக்கவும். நான் இப்பப் போகணும். கொஞ்ச நேரத்துல திரும்பிருவேன்." சொல்லிவிட்டு, அந்தக் கட்டிடத்திலிருந்து வெளியேறி, ஏஜென்சியிலிருக்கும் என் பையை எடுக்கப் போனேன். நான் திரும்பிவரப்போவதில்லை என்று யாராவது ஒருவர் உணரும் வரையில், படம்பிடிக்கும் அந்தக்குழு எனக்காக எவ்வளவு நேரம் காத்திருக்கப் போகின்றது என்பது, கடவுளுக்குத்தான் தெரியும். ஏஜென்சியில் இருந்தவர்களிடம், 'இன்னும் எதுவும் கிடைக்கவில்லை. அங்கே ரொம்ப நேரம் காத்துக்கொண்டிருக்கவேண்டும் போலிருக்கின்றது. அதற்குள் என்னுடைய பையை எடுத்துக்கொண்டு போய்விடலாமென்று வந்தேன்' என்றேன். இது, மதியம் மணி ஒன்று அல்லது இரண்டு இருக்கும்போது நடந்தது. அதன்பின்பு நான் தங்குமிடம் சென்றுவிட்டேன். அங்கே என் பையைப் போட்டுவிட்டு, முடிதிருந்துபவரைத் தேடிப் போனேன். ஒய்.க்கு அருகிலேயே இருந்த ஒரு கடைக்குள் நுழைந்தேன். அங்கிருந்த கனவான், உங்களுக்கு நான் என்ன செய்யவேண்டும் என்று கேட்டான்.

"என் தலைமுடியை பிளீச் பண்ணணும்"

அந்த சிகை திருத்துனர் தன் புருவங்களை உயர்த்தினார். "ஆகட்டும். அதை நாங்கள் செய்வோம். ஆனால் அதுக்கு ரொம்ப நேரமாகும். அப்பறம் நாங்க எட்டு மணிக்கெல்லாம் கடையப் பூட்டிருவோம்."

"அதனாலென்ன. எட்டுமணி வரைக்கும் இருப்பீங்கள்ல?"

"ஆமா, ஆனா நாங்க உங்களுக்கு முன்னால மத்தவங்களுக்கு அப்பாய்ண்ட்மென்ட் குடுத்துருக்கோமே." நான் அவனிடம் கெஞ்சியதும் நேரம் ஒதுக்கி ஒத்துக்கொண்டான். தொடர்ந்து,

தலைமுடியை நிறமாற்றம் செய்யும் பெராக்ஸைட் திரவத்தை என் தலையில் பூசினான். ‘இதற்குப்போயா கெஞ்சினேன்?’ என்று, என் கெஞ்சலுக்காக வருத்தப்பட்டேன். என் தலைமுடி மிகவும் குட்டையானது. அதில் பூசப்பட்ட வேதிப்பொருட்களால் தலையில் எரிச்சல் உண்டானது. மண்டையோட்டின் மீதிருந்து எதுவோ உரித்துக்கொண்டு போவதுபோல உணர்ந்தேன். ஆனாலும் பல்லைக் கடித்துக்கொண்டு, பூசிமுடியும்வரைக் காத்திருந்தேன். சிகை திருத்துனர் என் தலைமுடியைக் கழுவிய போது, அது ஆரஞ்சுவண்ணத்துக்கு மாறியிருந்தது. மறுபடியும் அவன் அதையே செய்தான். ஏனென்றால் தலைமுடி நிறத்தை மாற்றுவதற்கு பெராக்ஸைடின் பயன்பாடு அதிகமாக இருந்தால்தான் வண்ணம் நிலைத்திருக்குமாம். இரண்டாவதுமுறை கழுவியபோது, தலைமுடி மஞ்சளாகியிருந்தது. மூன்றாவது முறையில் அது பொன்னிறத்துக்கு வந்திருந்தது.

அது எனக்குப் பிடித்திருந்தது. ஆனால் சுரங்கப்பாதை வழியாக திரும்பும்போது, சிறுகுழந்தையொன்று தன் தாயின் கையைப் பிடித்துக்கொண்டு கத்தியது. “அம்மா, அம்மா, அம்மா, அது என்னம்மாது? அது ஆணா பெண்ணாம்மா?” என்னைப் பார்த்து சிறுகுழந்தைகள் அலறுகின்றதே. தவறுசெய்துவிட்டேனோ? என்னை சபித்துக்கொண்டேன். ஒய்.க்குள் நுழையும்போது, என்னை அங்கே யாருக்கும் பிடிக்காமல் போய்விடும் என்று கருதினேன். சிறுகுழந்தைக்கே இது பிடிக்கவில்லையே. பொன்னிற முடியுடன் இருந்தால், எனக்கான சிலவிஷயங்களை சாதித்துக்கொள்ளமுடியுமே என்று விரும்பினேன். பொன்னிற முடி புகழடைய வைக்கும் என்று நினைத்தேன்.

இருப்பிடத்துக்குள் நுழைந்தபோது, எனக்காக அவர்கள் காத்துக்கொண்டிருப்பதாக ஏஜென்சியிலிருந்து செய்திக்குமேல் செய்தியாக வந்திருந்தது. எங்கே இருக்கிறாய். கேஸ்டிங்கிலுள்ள அத்தனைபேரும் இன்னும் உனக்காகக் காத்திருக்கிறார்கள். நீ திரும்பி வருவாயா? அவர்கள் உன்னைப் பார்க்க விருப்பப் படுகிறார்கள்... ஆனால் ஏஜென்சி மூடிக்கிடந்தது. நான் வெரோனிகாவை அவள் வீட்டுத்தொலைபேசியில் அழைத்தேன். “வாரிஸ், இந்த பூமில எங்கேபோனே? நீ பாத்ரூமுக்குப் போயிருப்பேனு அவங்க நினைச்சாங்களாம். அங்கே நீ

நாளைக்குப் போவேன்னு எனக்கு சத்தியம் பண்ணு.” நான் மறுநாள் காலையில் அங்கே போவதற்கு என்னை ஒத்துக்கொள்ள செய்தாள்.

உண்மையிலேயே வெரோனிகாவிடம் சொல்லத் தவிர்த்து விட்டதை கேஸ்டிங் குழு உடனடியாகக் கண்டுபிடித்திருந்தது. நேற்று அக்குழு என்னை ஒரு கறுப்பினப் பெண்ணாகப் பார்த்திருந்தது. இன்றோ ஒரு சோமாலியப் பெண்ணாக, தங்கநிற முடியுடன் இருந்தேன். ஒட்டுமொத்தக் குழுவும் என் மீது பார்வையை நிலைநிறுத்தியிருந்தது. “வாவ்! அட்டகாசம் - இத நீ நேத்து ராத்திரியா செஞ்சே?”

“ய்யா.”

“ஓ... நான் அதை லவ் பண்றேன். நேசிக்கிறேன். இத நீ மாத்திறாதே. சரியா?”

“என்னை நம்புங்க. இனி இந்த இம்சையத் தொடரமாட்டேன். என் மண்டை ஓடு சுத்தமா அவுஞ்சுபோச்சு.”

நேற்று விடுபட்ட இடத்திலிருந்து, இன்று சோதனைகளைத் தொடர்ந்தார்கள். “இங்கிலிஷ் தெரியலியேனு நீ கவலைப் படுறியா? அதுதான் உனக்குப் பிரச்சனையா?”

“ய்யா.” என்னால் படிக்கமுடியாது என்பதை ஒத்துக்கொள்ளாமல் சமாளித்தேன்.

“அதனாலென்ன. விடு. அங்கே சும்மா நில்லு. அப்படியே வலது பக்கமாப் பாரு. அப்றம் அப்படியே இடது பக்கம். உம்பேரச் சொல்லு. எங்கேருந்து நீ வந்தேனு சொல்லு. நீ எந்த ஏஜென்சில இருக்கனு சொல்லு. அவ்வளவுதான்.” அவ்வளவுதான் என்னாலும் கையாள முடிந்தது.

கிராஃபோர்ட் முனையில் வேலையை முடித்துக்கொண்டு திரும்பும்போது, எனது தலைமுடியைப் பார்த்துவிட்டு, ஏஜென்சியிலிருந்து என்னைக் கழற்றிவிட்டுவிடுவார்கள் என்று நினைத்தேன். நினைத்ததைத் தாண்டி, அவர்கள் தெருச்சண்டைபோல நடந்து கொண்டார்கள். “என்ன

பண்ணிவெச்சுருக்க உன் தலைமுடிய?" கெட்ட வார்த்தையையும் பயன்படுத்தினார்கள்.

"அருமையா இருக்கு. இல்லையா?"

"அடக்கடவுளே, இது நல்லாவேயில்ல! உன்னை இனி பயன்படுத்திக்க முடியாது! உன்னோட தோற்றத்தை மாத்திக்கிறதுக்கு முன்னாடி, எங்கக்கிட்ட நீ கலந்து ஆலோசிச்சுருக்கணும், வாரிஸ். நாங்க என்ன விரும்புறோம்னு நீ தெரிஞ்சு வெச்சுருக்கணும். அது உன்னோட தலைமுடியில்ல. தெரிஞ்சுக்க. உன்னிஷ்டத்துக்கு எதையும் செஞ்சுக்கிறதுக்கு."

என் விருப்பத்திற்கேற்ப, அந்தப் படப்பிடிப்புக் குழு செய்தது. நான் பாண்ட் நாயகி வேடம் பெற்றிருக்கின்றேன். அன்றிலிருந்து என்னைப் பற்றிய கதைகள் ஏஜென்சியில் உலவின. அங்கே எனக்கு ஒரு பட்டப்பெயரும் வைத்திருந்தார்கள்: கின்னஸ். பொருள் தெரியுமா? இன்தேறல் வகை. அதாவது, தேறாதவள். ஏனென்றால், கறுப்பாக இருக்கும் எனக்கு தலைமட்டும் வெளுத்திருந்தது.

புதியபட வாழ்க்கையை எண்ணி, பரபரப்பும் குதூகலமுமாக இருந்தேன். ஒருநாள் ஏஜென்சிக்குச்சென்று வெரோனிகாவை சந்தித்தபோது, "உனக்கொரு நல்லசெய்தி" என்றாள். "வாரிஸ், தி லிவிங் டேலைட்ஸ் படத்தை மொராக்கால எடுக்கப் போறாங்க."

நான் உறைந்து போனேன். "இங்கே பாரேன். எதிர்பாராத ஒண்ணு நடந்துபோச்சு. அப்படி நான் உன்கிட்ட சொல்லிருக்கக் கூடாது. உனக்கு நினைவிருக்கா... என்னைய நீ புக் பண்ணும்போது, பாஸ்போர்ட் இருக்கானு கேட்டே. இல்லையா...? என்கிட்ட பாஸ்போர்ட் இருக்கு. ஆனா நடப்புகால விசா இல்லை. இப்ப நான் இங்கிலாந்தவிட்டு வெளிலப் போனேன்னா, மறுபடியும் உள்ளே வரமுடியாது."

"வாரிஸ், என்கிட்ட பொய்சொல்லிருக்க! மாடலா இருக்கணும்னா அதுக்கு முறையான பாஸ்போர்ட் இருக்கணும். இல்லாட்டி உன்னை பயன்படுத்திக்க முடியாது. நீ எந்தநேரமும் பயணம்போக வேண்டியிருக்கும். கடவுளே - இந்தவேலைய

செய்றதுக்கு நீ லாயக்கு இல்ல. உன்னைய வேணாம்னு கேன்சல் செஞ்சுருவோம்."

"வேண்டாம். வேண்டாம்... அப்படியேதும் செஞ்சுறாதே. நான் கொஞ்சம் யோசிக்கிறேன். அதைக்கொண்டுவந்து காட்டுறேன்." வெரோனிகா என்னை நம்பாதவள்போல பார்த்தாள். முதலில் நீ அதை செய்துகாட்டு என்று சொன்னாள். அடுத்த சிலநாட்கள் என் அறையில் உட்கார்ந்துகொண்டு யோசித்தேன்... யோசித்தேன்... யோசித்தேன்... மூளையில் எதுவும் உதிக்கவேயில்லை. எனது நண்பர்கள் சிலரிடம் கலந்துபேசினேன். எல்லோருமே, ஒரே முடிவைத்தான் சொன்னார்கள். நான் யாரையாவது திருமணம் செய்துகொண்டால், அது சுலபம் என்று. நிச்சயமாக, யாரையும் திருமணம் செய்து கொள்ளும் எண்ணம் இப்போதைக்கு என்னிடம் இல்லை. அந்த பயங்கரத்தை நான் செய்தேனேயானால், என் வாழ்க்கை கழிவறையில் அடித்துச்செல்வதுபோல ஆகிவிடும். அது, வெரோனிகாவிடம் பொய்சொன்னதை உறுதிப்படுத்திவிடும். ஏஜென்சியிலிருந்தும் கழற்றிவிட்டுவிடுவார்கள்.

குழப்பத்திலிருந்த ஒரு நாளிரவு, ஒய்.யில் கீழ்த்தளத்திலிருந்த நீச்சல்குளத்துக்குப் போனேன். எனது தோழி மெர்லின், லண்டனில் பிறந்த கறுப்பினப் பெண், அங்கே நீச்சல் பயிற்சியாளராக வேலை செய்துவந்தாள். முதல்முதலாக அங்கே ஒருநாள் வந்த போது, தண்ணீரையே பார்த்துக்கொண்டிருந்தேன். தண்ணீரை எனக்கு ரொம்பவே பிடிக்கும். ஒருநாள் இரவில் மெர்லின் என்னிடம், நான் நீச்சல்குளத்தில் ஏன் இறங்குவதில்லை என்று கேட்டாள். எனக்கு நீந்தத்தெரியாது என்று அவளிடம் சொன்னேன். "அப்படியா?... நான் உனக்கு கத்துத்தர்றேன்!" என்றாள்.

"ஆகட்டும்," குளத்தின் ஆழத்துக்குச்சென்று நீந்தினேன். ஆழமாக மூச்சை இழுத்து, அப்படியே நீரில் மூழ்கினேன். என்னைக் காணாமல் தேடி, அவள் காப்பாற்றுவாள் என்று நினைத்தேன். ஆனால் என்ன நடந்தது தெரியுமா? நீருக்குள்ளேயே மீனாக நீந்தி, எல்லாப்பக்கமும் அலைந்து, குளத்தின் மறுமுனைக்கு வந்துவிட்டேன்.

முகத்தில் பெரியதொரு இளிப்புடன் மேலே வந்தேன். "நான் நீந்தினேனே! என்னால் நம்பவே முடியவில்லை. நான் நீந்தினேன்!"

ஆனால் அவள் கோபமாகிப் போனாள். "என்கிட்ட நீந்தத் தெரியாதுனு சொன்னே?"

"நான் என் வாழ்க்கைல நீந்துனதேயில்லை!" அந்த நாளுக்குப் பின்னால் நாங்கள் நெருக்கமாகிப் போனோம். அவள் நகரத்தின் மறுபுறத்தில் தன் அம்மாவுடன் வசித்துவந்தாள். சில வேளைகளில் இரவில் அவளுக்குப் பணிமுடிய தாமதமானால், அல்லது தூரத்திலுள்ள வீட்டுக்குச்செல்ல ரொம்பவே களைப்பாக இருந்தால், என் அறையில் தங்கிக்கொள்வாள்.

மெர்லின் பெருந்தன்மையானவள். அன்பானவளும்கூட. அன்றுமாலை நீச்சல் குளத்தில் நீந்திக்கழித்தபோது, பாஸ்போர்ட் குழப்பங்கள் மறைந்து ஒருதீர்வுக்கு வந்திருந்தேன். நீர்ப்பரப்புக்கு வந்து, வாயிலிருந்த நீரை பீய்ச்சியடித்தேன். "மெர்லின்" ஆடைகளை அணிந்துகொண்டேன். "எனக்கு உன் பாஸ்போர்ட் வேணும்."

"என்னது? எதைப்பத்திப் பேசுற நீ?" என் பிரச்சனையை அவளுக்கு விளக்கினேன். "என்ன வாரிஸ் நீ முட்டாள்தனமா பேசுற! அப்படிசெஞ்சா, என்ன நடக்கும்னு உனக்குத் தெரியுமா? உன்னையப் பிடிச்சு நாடு கடத்திருவாங்க. என்னையப் புடிச்சு ஜெயில்ல போட்டுருவாங்க. முட்டாள்தனமான ஜேம்ஸ்பாண்ட் படத்துல நீ இருக்குறதுக்கு, நான் எதுக்கு இந்த சுமைய சுமக்கணும்? அப்படியெல்லாம் என்னால முடியாது."

"ஓ, கமான் மெர்லின், இதுவொரு விளையாட்டு. சாகசம். கொஞ்சம் துணிஞ்சு இறங்கு. நாம ரெண்டுபேரும் தபால் ஆபிஸுக்குப் போறோம். உன்னோடபேர்ல நான் பாஸ்போர்ட்டுக்கு மனுகொடுக்குறேன். அதுல உன்னோட கையெழுத்தப் போடுறேன். என்னோட படத்தை ஒட்டுறேன். எனக்கு அவகாசம் இல்லை, மெர்லின். அடுத்த ரெண்டு நாள்ல எனக்கு தற்காலிக பாஸ்போர்ட் இருந்தாகணும். மெர்லின்

தயவுசெய்! திரைப்படத்துல வர்றதுக்கு இது எனக்கு ஒரு பெரிய சந்தர்ப்பம்!"

பலமணிநேர உறுதிமொழி, கெஞ்சலுக்குப் பின்பு இறுதியில், மொராக்கோ புறப்படுவதற்கு முந்தைய நாள், அவள் அதைக் கொடுத்தாள். நான், எனது புகைப்படத்தை எடுத்துக்கொண்டேன். பின்பு இருவருமாக, தபால் ஆபிஸுக்கு சென்றோம். ஒருமணி நேரத்துக்கு அப்புறம், நான் எனது பிரிட்டிஷ் பாஸ்போர்ட் பெற்றுவிட்டேன். ஆனால் வீட்டுக்குத் திரும்பும் வழியெங்கும் அவள் புலம்பிக்கொண்டே வந்தாள். நான் அவளைத் தேறுதல் செய்தேன். "சந்தோஷமாயிரு, மெர்லின். கமான். எல்லாம் சரியாயிரும். நீ நம்பிக்கையோட இரு."

"நம்பிக்கை, ஆமா... அது, என் கழுதை. இந்த முட்டாள் தனமான செய்கை என் ஒட்டுமொத்த வாழ்க்கையை அழிச்சுரும்னு பயப்படுறேன்." அன்றிரவு நாங்கள், அவள் அம்மா வீட்டுக்குச் சென்றோம். போகும்வழியில் சில வீடியோக்களையும் கொஞ்சம் சைனிஷ் உணவுவகைகளையும் வாங்கிச்சென்று, ஓய்வாகக் கழிக்கலாமே என்று பரிந்துரைத்தேன். ஆனால் வீட்டுக்குச் சென்றதும் அவள் மாறிவிட்டாள். "வாரிஸ், என்னால முடியாது. அது பயங்கரமானக் குற்றம். என்னோட பாஸ்போர்ட்டக் குடுத்துரு." வருத்தத்துடன் அவளிடம் திரும்பக் கொடுத்தேன். எனது திரைப்பட வாழ்க்கை, ஆட்சி அதிகார மண்டலங்களுக்குள் தொலைந்துபோனது. "நீ இங்கேயே இரு - நான் இதை வெச்சட்டு வர்றேன்" என்னிடம் சொல்லிவிட்டுப் போனாள். அவள் அறை மாடியில் இருந்தது.

"சரிப்பா. உன்னைய இது சங்கடப்படுத்துச்சுன்னா, அத இனி சுமந்துகிட்டுத் திரிய வேண்டியதில்லை. நீ தப்பா போயிரும்னு நினைச்சீன்னா, அந்தத் தப்ப நாம செய்ய வேணாம்." ஆனால், இரவில் அனைவரும் தூங்கியதும், நான் அவள் அறைக்குள் புகுந்து, ஆராயத்தொடங்கினேன். நூற்றுக்கணக்கான புத்தகங்களை அங்கே வைத்திருந்தாள். அவற்றுக்குள் எதிலோ ஒன்றில்தான், அதை ஒளித்து வைத்திருப்பாள் என்று நம்பினேன். ஒவ்வொன்றாக எடுத்து, விரித்து, அவற்றை உதறினேன். விடியக்காலையில் கார் அங்குவந்து என்னை ஏற்றிக்கொண்டு, விமானநிலையத்துக்கு செல்லவேண்டும். அதனால் விரைந்து

செயல்பட்டேன். திடீரென்று அந்த பாஸ்போர்ட் என் காலடியில் வந்துவிழுந்தது. சத்தமில்லாமல் எடுத்து, என் சிறு மூட்டைக்குள் பத்திரப்படுத்தினேன். பின்பு அலுங்காமல்சென்று படுக்கையில் விழுந்தேன். காலையில் எழுந்து, படிக்கட்டுகளின் வழியே சத்தமில்லாமல் கீழிறங்கி, காரோட்டி வந்து அழைப்பு மணியை அழுத்துவதற்குமுன்பே, அவன் யாரையும் எழுப்பிவிடாமல், நானே வெளியில் வந்து நின்றுவிட்டேன். கடும்குளிர் வீசியது. பக்கவாட்டில், குளிரில் நடுங்கியபடி நின்றிருந்தேன். ஏழுமணிக்கு கார் வந்தது. அங்கிருந்து, ஹீத்ரு நோக்கி பயணப்பட்டேன்.

இங்கிலாந்திலிருந்து வெளியேறுவது ஒன்றும் பிரச்சனையாக வில்லை. மொராக்காவில், எனது திரைப்பட வாழ்க்கை இரண்டு காட்சிகளைக் கொண்டதாக இருந்தது. அதில் வரும் காட்சியமைப்பின்படி நான், ‘குளத்தின்கரையில் ஓர் அழகியப்பெண்’ என வர்ணிக்கப்பட்டிருப்பேன். பின்னர் மற்றொருகாட்சியில், நாங்கள் பெண்கள் அத்தனைபேரும் காசாபிளாங்காவில், விசித்திர பாணியில் அமைந்திருக்கும் பிரம்மாண்டமான ஒரு வீட்டில் அமர்ந்து, தேநீர் பருகிக்கொண்டிருப்போம். சிலகாரணங்களுக்காக அங்கிருக்கும் எல்லாபெண்களும் நிர்வாணமாக இருப்போம். அப்போது அந்த விசித்தரமான வீட்டின் கூரையின்வழியே ஜேம்ஸ்பாண்ட் பறந்து கடந்துபோவான். நாங்கள் எங்கள் கைகளை மேலேதூக்கி, முகத்தை மறைத்துக்கொண்டு, “ஆஹ், கடவுளே!...” என்று கூச்சலிட வேண்டும். அதில் எனக்கு எந்தவொரு பிரச்சனையுமில்லை. இன்னும் எனக்கு பேசும் பாகம் வந்திருக்கவில்லை. எனக்கு ஆங்கிலம் தெரியாது என்பது குறித்து குறைந்தபட்சம் நான் கவலையேதும் படவேண்டியதில்லை.

மீதிநேரமெல்லாம் நாங்கள் அந்தபிரம்மாண்டமான வீட்டைச் சுற்றி, ஒய்யாரமாக நடந்து, அலைந்துதிரிந்தோம். நீச்சல்குளத்தின் கரையில் அமர்ந்திருந்தோம். உண்டோம். மேலும் உண்டோம். ஆனால் எதையுமே செய்யவில்லை. நான் சூரியவெளிச்சத்தில் முழுநேரமும் உட்கார்ந்தே இருந்தேன். லண்டனின் பனியில் வாழ்ந்ததற்குப் பின்னால் மீண்டும் வெயிலைக் காண்பது, சிலிர்ப்பாக இருந்தது. திரைப்படத்து ஆட்களுடன் எப்படிக் கலப்பது என்று எனக்குத் தெரியவில்லை. பெரும்பாலும்

நான் தனித்தே இருந்தேன். அவர்கள் அத்தனைபேரும் அழகிய வடிவாய் இருந்தார்கள். அதிரடிக்கும் வகையில் நேர்த்தியான ஆங்கிலம் பேசினார்கள். அவர்கள் ஒருவருக்கொருவர் தெரிந்தவராக இருந்ததால் - தங்கள் தொழிலை, தொழிலைப் பற்றி மட்டுமே மனம்போன போக்கில் பேசிக்கொண்டார்கள். நான் ஆப்பிரிக்காவுக்குத் திரும்பியிருப்பதில், கிளர்ச்சியான ஓர் உணர்வலை என்னுள் பரவிக்கிடந்தது. மாலைவேளைகளில் வெளியில் சென்று, அங்கே தங்கள் குடும்பங்களுக்காக உணவு சமைத்துக்கொண்டிருக்கும் அம்மாக்களுடன் உட்கார்ந்து கொள்வேன். அந்தமொழி எனக்குத் தெரியாதபோதும் நான் ஏதேனும் ஒரு அரேபியச் சொல்லை சொல்வேன். அவர்கள் ஆங்கிலத்தில் ஒரு சொல்லைச் சொல்வார்கள். நாங்கள் சிரித்துக்கொள்வோம்.

ஒருநாள் அந்தப் படப்பிடிப்புக் குழு ஒன்றாய்த் திரண்டுவந்து கேட்டது, “யாருக்காவது ஒட்டகப் பந்தயம் பார்க்க விருப்பமிருந்தா போகலாம், வாங்க. நாம, ஒரு குழுவா போகலாம்.” ஒட்டகப் பந்தயத்தைப் பார்த்துக்கொண்டு நின்றிருந்தபோது, அரேபிய ஜாக்கி ஒருவனிடம் சொன்னேன், ‘நான்கூட ஒட்டக சவாரி செய்வேன்’ என்று. அராபிக்கும் ஆங்கிலமும் கலந்துகட்டிய மொழியில் நாங்கள் தகவலைப் பகிர்ந்து கொண்டோம். அவனோ, ஒட்டக சவாரிக்கு பெண்களுக்கு அனுமதியில்லை என்றான்.

“பந்தயம் கட்டுவோம், நான் உன்னைத் தோற்கடித்துவிடுவேன்” நான் சொன்னேன். “வா, நடத்திக் காட்டுறேன். எங்கே நான் ஜெயிச்சுருவேனோனு நீ பயப்படுற!” ஒரு சின்னப்பெண் சவால்விடுகின்றாளே என்று அது, அவனை ஆத்திரப்படுத்தியிருக்க வேண்டும். அதனால் அவன் என்னை போட்டியில் கலந்துகொள்ள அனுமதித்தான். அவன் அனுமதிகொடுத்தது, ‘வாரிஸ் அடுத்த ஒட்டகப் போட்டியில் கலந்துகொள்ளப் போகிறாள்’ என்று படப்பிடிப்புக் குழுமுழுவதும் செய்தி பரவிவிட்டது. எல்லோரும் அந்தஇடத்தைச் சூழ்ந்துகொண்டார்கள். சிலர் போட்டியிலிருந்து விலகிக்கொள்ளச் சொல்லி முயன்று பார்த்தார்கள். நான் அங்கிருந்தவர்களிடம், ‘பணத்தை எடுத்து இந்த வாரிஸ் மீது கட்டுங்கள். ஏனென்றால், இந்த மொராக்கா

ஆசாமிகளுக்கு பாடம் கற்பிக்கப் போகின்றேன்' என்றேன். பத்துக்கும் மேலான அராபியர்கள் தங்கள் ஒட்டகங்களின் மேல் அமர்ந்தபடி தொடக்கக் கோட்டில் காத்திருந்தனர். அவர்களுடன் நானும். பந்தயம் தொடங்கியதும், நாங்கள் பறந்தோம். அதுவொரு பயங்கரமான பந்தயம். இந்த ஒட்டகத்துடன் எனக்குப் பழக்கமில்லை. 'அவனை' எந்தஇடத்தில் உதைத்து ஓட்டவேண்டும் என்றும் நான் அறியவில்லை. ஒட்டகங்கள் முன்னோக்கி வேகமாக ஓடமுடியாதவை மட்டுமல்ல, மேலும்கீழுமாக, பக்கவாட்டிலும் குலுங்குபவை. நான் என் உயிருக்காகத் தொங்கிக்கொண்டிருந்தேன். எனக்கு நன்றாகவே தெரியும், கீழேவிழுந்தால், காலால் நசுக்கிச் சவட்டி, மரணத்துக்கு இட்டுச்சென்றுவிடும்.

பந்தயம் முடிவுக்குவந்தபோது, நான் இரண்டாவது இடத்துக்கு வந்திருந்தேன். ஜேம்ஸ்பாண்ட் மக்கள் திகைப்பில் மலைத்துப்போனார்கள். எனக்கு அவர்களிடையே புதிரான மதிப்பு கூடியிருந்தது. என்னால் அவர்கள் லாபம் பெற்றவர்களாக, பந்தயத்தில் வென்ற தொகையை சேகரித்துக் கொண்டார்கள். "இத இப்படி செய்யணும்னு உனக்கு எப்படித் தெரியும்?" ஒருசிறுமி என்னிடம் கேட்டாள்.

"எளிதானது. ஒட்டகத்தின் மேலே நீ பிறந்திருந்தால், அதை எப்படி ஓட்டுவது என்று நீ அறிந்துகொண்டிருப்பாய்" நான் சிரித்தேன். என்றபோதிலும் ஒட்டகப் பந்தயத்துக்குத் தேவைப்படாத அந்த தைரியம், ஹீத்ரு விமான நிலையத்துக்குத் திரும்பிவந்துக் காத்திருந்தபோது இருக்கவில்லை. அரண்டு போயிருந்தேன். விமானத்திலிருந்து வெளியேறியதும், நாங்கள் சுங்க சோதனைக்கு வரிசைக்கட்டியிருந்தோம். அது, ஒவ்வொரு அங்குலமாகவே நகர்ந்தது. அத்தனைபேரும் தங்கள் கடவுச்சீட்டை கையில் வைத்திருந்தார்கள். அலுவலர்கள், "அடுத்து!" என்று அதிகாரத்தில் கத்தினார்கள். ஒவ்வொரு அடுத்தையும் கேட்கும்போது, அது கடும் வேதனை தருகின்ற சித்ரவதையாக இருந்தது. அந்தச்சொல், நான் கைது செய்யப்படுவதற்கு மிகநெருக்கத்தில் இருப்பதாய் எனக்குள் சொல்லிக் கொண்டிருந்தது.

பிரிட்டிஷ் அலுவலர்கள் எப்போதுமே நம்மை இங்கிலாந்துக்குள் அனுமதிப்பதற்கு அதிகக்கடுமை காட்டுவார்கள். நீங்கள் ஒரு ஆப்பிரிக்கனாகவோ அல்லது கறுப்பனாகவோ இருந்தால், கடுமை இரட்டிப்பாகிவிடும். அவர்களின் கண்கள் கடவுச்சீட்டை ஆயும்போது, இயந்திரக் கண்களாகிவிடும். எனக்குள் ஒருவித நடுக்கம் பரவியது. கீழே விழுந்துவிடுவேனோ என்ற கவலை இருந்துகொண்டே இருந்தது. இதுமாதிரிக் கொடுமைகளுக்குள் பயணம்செய்வது வேதனைதருவதாக இருந்தது. கடவுளே நான் பிரார்த்தித்துக்கொண்டேன். எனக்கு உதவு. இதிலிருந்து இந்தமுறை தப்பி நான் பிழைத்துக்கொண்டால், இனியொருமுறை முட்டாள்த்தனமான இந்தத் தவறை செய்யவே மாட்டேன்.

நான் அங்கேதான் இருந்தேன். ஆனால் எனது முழங்கால்கள் நேராக நிற்கவிடவில்லை. அப்போது திடீரென்று அருவருக்கத்தக்க வகையில், விளம்பரத் தோற்ற ஆண் மாடலான ஜாப்ரே, என் கையிலிருந்த கடவுச்சீட்டைப் பறித்துக்கொண்டான். அவனொரு அழகிய ஆண்நாயாக இருந்தாலும், எப்போதும் அடுத்தவர்களை பரிதவிக்க வைத்துக் கொண்டே இருப்பான். இந்தமுறை அப்படியெதுவும் வடுப்படத்தக்க சம்பவத்தை அவன் நிகழ்த்தவில்லை. "அதக்குடுத்துரு. தயவுசெஞ்சு அதக்குடுத்துரு" அவனிடமிருந்து கடவுச்சீட்டை திரும்பப்பெற முயற்சித்தேன். அவன் என்னைவிட உயரமானவன். கைகளை மேலே உயர்த்திப் பிடித்திருந்த அவனிடமிருந்து அதைப்பறிக்க முடியவில்லை.

எனது பயணம் முழுவதும் ஒவ்வொருவரும் என்னை வாரிஸ் என்றே அழைத்தார்கள். அவர்கள் எல்லோருக்கும் என்பெயர் வாரிஸ் டைரி என்று நன்றாகத் தெரிந்திருந்தது. கடவுச்சீட்டை விரித்த ஜாப்ரே, அதிர்ந்துபோய் பேய்க்கூச்சலிட்டான். 'ஓ, கடவுளே... இதைப் பார்த்தீர்களா - இதை எல்லோரும் கவனியுங்கள். அவபேரு என்னவாருக்கும்னு கொஞ்சம் யூகியுங்களேன்? மர்லின் மன்றோவாம்!"

"அத என்கிட்டக்குடு." அவனைப் பிடித்து உலுக்கினேன். அவன் சுற்றிச்சுற்றி ஓடினான். மேலும்மேலும் சிரித்தான். பிறகு எனது கடவுச்சீட்டை அங்கிருந்த கும்பல் அத்தனைபேரிடமும் மாற்றிமாற்றிக் காண்பித்தான். "இவபேரு மர்லின் மன்றோ!

இப்ப வெளியாயிருச்சு. என்னா ஒருபேரு? அவகதை என்ன? நீ தலைமுடி வண்ணத்தை மாத்திக்கிட்டது சரிதான். ஆச்சரியமேயில்லை!"

அங்கே, இன்னொரு மர்லின் மன்றோ இருப்பாள் என்று நான் நினைத்திருக்கவில்லை. என்னைப் பொருத்தவரையில் அவளொரு தோழி. ஒய்.யில் நீச்சில் குளத்தில் பயிற்சியாளராக இருக்கின்றாள். அவ்வளவுதான். உண்மையாகவே எனக்குத் தெரியாது, எனது புகைப்படத்துடன்கூடிய அந்தக்கடவுச்சீட்டு, புகழ்பெற்ற திரைப்பட நடிகையின் பெயரைக் கொண்டிருப்பது. அந்தநொடியிலிருந்து எனது கவலை, வேறொன்றாக மாறி விட்டது. எனது கடவுச்சீட்டில் என்பெயர் மர்லின் மன்றோ என்றிருக்கிறது. லண்டனில் பிறந்திருக்கிறேன். ஆனால், என்னால் சாதாரணமாக, ஆங்கிலத்தில் ஒருவார்த்தைக் கூட பேசமுடியவில்லை. செத்தேன்... இன்னியோட முடிஞ்சது... நான் செத்தேன். இன்னியோட என்கதை முடிஞ்சது. எனது மூளைக்குள் சங்கு ஒலிக்க ஆரம்பித்தது. உடம்பு முழுவதும் வியர்வை ஆறாய்ப்பெருகி ஓடியது.

எல்லா ஜேம்ஸ்பாண்ட் மக்களும் இந்த விளையாட்டில் ஜாப்ரேயுடன் கலந்து கொண்டார்கள். "ஹே, அப்படின்னா உன்னோட உண்மையான பெயர் என்ன? இப்ப சொல்லு, உண்மையிலேயே நீ எங்கருந்து வந்தே? மத்திய லண்டனில் பிறந்தவர்கள் ஆங்கிலத்தில் பேசமாட்டார்கள் என்பது உனக்குத் தெரியாதா?" அவர்கள் என்னைச் சுற்றிநின்று கலாய்த்தார்கள். ஜாப்ரே ஒருவழியாக, அந்தக் கடவுச்சீட்டை என்னிடம் கொடுத்துவிட்டான். நான் வரிசையின் கடைசிக்குப்போய் சேர்ந்துகொண்டேன். எல்லோரும் என்னைவிட்டுப் போகட்டும் என்று காத்திருந்தேன். யாருமில்லாத நேரத்தில் எனது முறை வரட்டும் என்று பயத்தில் வேண்டிக்கொண்டேன்.

"நெக்ஸ்ட்!"

படக்குழு முழுவதும் சுங்க சோதனை முடிந்து வெளியேறி, வேலை முடிந்தது என்றதும் நீண்ட பயணக் களைப்பில் ஓடிவிடவில்லை. சுங்கசோதனையைத் தாண்டி அங்கே ஒரு குழுவாக, நான் எப்படி வெளியேறுகிறேன் என்று பார்க்கக் காத்திருந்தது.

"முன்னாடிப்போய் இயல்பா இரு வாரிஸ், உன்னால முடியும்". முன்னே சென்று, எனது கடவுச்சீட்டை அங்கிருந்த அலுவலரிடம் ஒரு மினுமினுக்கும் புன்னகையுடன் தந்தேன். "ஹல்லோ" என்றேன். அவன் முன்னால் ஒரு பெருமூச்சு விட்டேன். அந்த வார்த்தையைத்தான் என்னால் ஒழுங்காகச் சொல்லமுடியும் என்று தெரியும். இல்லாது போனால் எனது ஆங்கிலத்தை அவன் நையாண்டியாக எடுத்துக்கொள்வான்.

"இந்தநாள் அருமையானது இல்லையா?"

"ம்ம்ம்..." நான் தலையாட்டிச் சிரித்தேன். கடவுச்சீட்டை என்கையில் கொடுத்துப் போகச் சொன்னான். ஜேம்ஸ்பாண்ட் படக்குழு மக்கள், அங்கிருந்தே என்னை ஆச்சரியத்துடன் பார்த்துக் கொண்டிருந்தார்கள். நான் நிலைகுலைந்து, மூச்சற்று அங்கேயே தரையில் வீழவிருந்தேன். சமாளித்துக்கொண்டு ஓடோடிவந்து, அந்தக்கூட்டத்தில் சேர்ந்து கொண்டேன். விமான நிலையத்திலிருந்து வெளியேறும்வரை பாதுகாப்பில்லை என்பது எனக்குத் தெரியும். 'சீக்கிரமா நட வாரிஸ். ஹீத்ரு விமான நிலையத்திலேருந்து உயிரோட போய்ச்சேரு'.

12

ஓய்எம்சிஏவில்தான் இன்னும் தங்கிக்கொண்டிருக்கிறேன். அன்றொருநாள் மதியத்துக்குமேல், தரைத்தளத்திலுள்ள குளத்தில் நீந்திக்கிடந்து நேரத்தைச் செலவிட்டேன். ஒரு வழியாக முடித்துக்கொண்டு, ஆடைகள் மாற்றும் அறைக்குள்சென்று ஆடைகளை மாற்றி அணிந்துகொண்டு, படிகளில் ஏறும்போது, யாரோ எனது பெயரைச் சொல்லி, அங்கிருந்த சிறிய காபி ஷாப்பிலிருந்து அழைப்பதைக் கேட்டேன். நின்று பார்த்தேன். அழைத்த ஆசாமியை நானறிவேன். அவனும் அதே கட்டிடத்தில் வசிப்பவன்தான். பெயர் வில்லியம். என்னை உள்ளே வரச்சொல்லி சைகை செய்தான். “உட்காரு வாரிஸ். ஏதாச்சும் சாப்புடுறியா?”

வில்லியம் சீஸ் சான்விட்ச் சாப்பிட்டுக்கொண்டிருந்தான். “நானும் அதையே சாப்புடுறேன், ப்ளீஸ்!” எனது ஆங்கிலம் இப்போதும் பலவீனமாகவே இருந்தது. ஆனால் அவன் என்ன சொல்கிறான் என்பதை என்னால் புரிந்துகொள்ள முடியும். நாங்கள் அதை சாப்பிட்டுக்கொண்டிருக்கும்போது, தன்னுடன் படம்பார்க்க விருப்பமுண்டா என்று அவன் கேட்டான். என்னிடம் இவ்வாறுகேட்பது, முதன்முறையன்று. வில்லியம் இளமையானவன். நேர்த்தியாகவும் இருப்பான். வெள்ளைக்காரன். எப்போதும் இனிமையானவனும் கூட. ஆனால் அவன் பேசத்தொடங்கியதும் அவன் என்னசொல்கிறான் என்று கேட்பதை நிறுத்திவிடுவேன். அதேவேளையில் அவனுக்கு எதிரே அமர்ந்துகொண்டு, அவன் உதடுகளின் அசைவை கவனிப்பேன். எனது எண்ணம் முழுவதும் ஒரு கணினியைப்போல செயல்பட்டு, ஓடஆரம்பிக்கும்.

படங்களுக்கு அவனுடன் போ
அப்போதுதான் உன்னை அவனுக்குப் புரியும்
ஓ, கற்பனை செய்துபாரேன் ஒரு ஆண்நண்பன் உனக்கிருந்தால்
எத்தனை அருமை
நான் பேசுவதற்கு ஒருவன்
என்னை நேசிப்பதற்கு ஒருவன்
ஆனால் அவனுடன் நான் படத்துக்குப் போனால்
அவனென்னை முத்தமிட விரும்பலாம்
என்னுடன் கலவிகொள்ள எண்ணலாம்
நான் அதை ஏற்றேனாயின்
மற்றபெண்களைப் போலல்ல நீ எனக்கற்பிதம் செய்வான்
நான் சேதமுறுவேன்
அல்லவென மறுத்தால்
அவன் கோபமுறுவான் நாங்கள் சண்டையிடுவோம்
போகாதே
அதுபோலவொரு தலைவலியில்லை.

மறுத்துவிடு
உன்னைப்பற்றி மட்டும் அறிந்த அவன்,
எதுவும் செய்ய முடியாதென அவனே அறிந்துகொள்வான்.

நான் புன்னகைத்துக்கொண்டே தலையாட்டினேன். "வேண்டாம், பரவாயில்லை. எனக்கு நிறைய வேலையிருக்கிறது." காயப்பட்ட பார்வை அவனிடமிருந்து வரும்என்று எதிர்பார்த்தேன். வந்தது. தோள்களைக் குலுக்கினேன். நான் செய்வதற்கு ஒன்றுமில்லை.

நான் ஒய்.க்கு இடம்பெயர்ந்தபோதே, இந்தப் பிரச்சனை தொடங்கிவிட்டது. குடும்பத்துடன் வசித்தபோது, சாதாரணமாக முன்பின் அறியாத யாரும் என்னை அணுகியதில்லை. என் பெற்றோரிடம் அல்லது ஷாரு அத்தையிடம் அல்லது முஹம்மத் சாமா பராஹ் சித்தப்பாவிடம் எங்கள் கலாச்சாரத்தைத் தெரிந்துகொண்ட எந்தமனிதனும் அல்லது அவனது குடும்பம் வந்து என்னைக்கேட்டு அணுகியதில்லை. என்னிடம் முயற்சித்ததுமில்லை. ஆனால் சித்தப்பா வீட்டிலிருந்து வெளியேறியதும் நான் தனியாளானேன். இதுபோன்ற நிலைமைகளின்போது, என்னைநானே தற்காத்துக்கொள்ளும் நிலைக்கு முதல்முறையாகத் தள்ளப்பட்டேன். இந்த ஒய்.கட்டிடம், முழுவதும் இளைஞர்களாலும் திருமணமாகாத ஆண்களாலும் நிரம்பிக்கிடந்தது. ஹால்வுடன் இரவு

விடுதிகளுக்குப் போனதில், நிறைய ஆண்களை சந்திக்க நேர்ந்தது. மாடலிங் ஆன பின்பு, இன்னும் அதிகமான ஆண்களை சந்திக்க வேண்டியிருந்தது.

ஆனால் அவர்களில் யாரிடமும் எனக்கு விருப்பமில்லை. ஆண்களுடன் கலவி வைத்துக்கொள்ளும் எண்ணமும் இதுவரையில் மனதில் தோன்றியதில்லை. துரதிர்ஷ்டவசமாக எனக்கு நேர்ந்த அச்சமூட்டும் அனுபவங்கள், அவற்றைக்கடக்க எனக்குக் கற்றுக் கொடுத்திருந்தன. ஆயினும் நான் அடிக்கடி ஒன்றை நினைத்து ஆச்சரியப்பட்டுக்கொள்வேன். விருத்தசேதனம் ஒருவேளை செய்யப்படாமலிருந்தால், என் வாழ்க்கை என்னவாகியிருக்கும் என்ற கற்பனை மேலோங்கி நிற்கும். நான் ஆண்களை விரும்புகிறேன். நான் மிகவும் உணர்ச்சிப்பூர்வமானவள், அன்பான மனுஷி. இருந்தபோதும், என் தந்தையிடமிருந்து ஆறுஆண்டுகளுக்கு முன்பு ஓடிவந்ததிலிருந்து, தனிமை என்னை வாட்டவே செய்கின்றது. எனது குடும்பத்தை இழந்துநிற்கின்றேன். ஒருநாள் எனக்கான கணவன், சொந்தக் குடும்பம் என்று அமையும் என நம்பிக்கைக் கொண்டிருக்கின்றேன். நீண்டகாலமாகவே, அதை எதிர்பார்த்துக்கொண்டும் இருக்கின்றேன். என்னிலிருந்து விலகிநிற்கும் உறவுமுறைகளை உருவாக்கிக்கொள்ளும் நெருக்கத்தில்தான் இருக்கின்றேன். என்னுள் எந்த மனிதனும் உடம்புரீதியிலோ அல்லது உணர்வுரீதியிலோ புகுவதை அந்த தையல்தான் காத்து நிற்கின்றது.

ஒரு ஆணுடன் நல்லஉறவை மேம்படுத்திக் கொள்வதிலும்கூட, மற்ற பெண்களுக்கு இல்லாத, குறிப்பாக வெள்ளைப் பெண்களுக்கு இல்லாத, வேறொரு பிரச்சனை எனக்கு இருக்கின்றது. லண்டனுக்கு வந்தபின்பு, எனக்கு இழைக்கப்பட்டது போல மற்ற சிறுமிகளுக்கு இழைக்கப்பட்டிருக்காது என்ற எண்ணம் எனக்குள் படிப்படியாக உருவாகத் தொடங்கியது. முஹம்மத் சித்தப்பா வீட்டில் எனது ஒன்றுவிட்ட சகோதரிகளுடன் தங்கியிருந்தபோது, சிலவேளைகளில் சிறுநீர் கழிக்க, ஒரேநேரத்தில் கழிப்பிடத்துக்குச் சென்றுவிடுவதுண்டு. அவர்களெல்லாம் சீக்கிரமே, மழைபோல கழித்துவிடுவார்கள். அது எனக்கு ஆச்சரியமாக இருக்கும். அதேவேளையில் நான் சிறுநீர் கழித்துமுடிக்க,

பத்து நிமிடங்களுக்கு மேலாகும். விருத்தசேதனம் செய்த இடத்திலுள்ள சிறிய துளைவழியாக சொட்டுச் சொட்டாகத்தான் நீர் பிரியும். அந்தத் துளையால் அவ்வளவுதான் முடியும். “வாரிஸ், நீ ஏன் இப்படி சிறுநீர் கழிக்கிறே. என்ன பிரச்சனை உனக்கு?” என்ற கேள்வி அவர்களிடமிருந்து எழுந்திருக்கின்றது. அவர்களிடம் அதைப்பற்றிச் சொல்ல விரும்பியதில்லை. ஆனாலும் நான், அவர்கள் சோமாலியாவுக்குச் சென்றால், அங்கே அவர்களுக்கும் இது நடக்கும் என்று எண்ணிக்கொண்டு, வெறுமனே சிரித்துவைப்பேன்.

எனது மாதவிடாய்க் காலங்கள், சிரித்துக் கொண்டே கடந்துவிடக்கூடியவை அல்ல. தொடக்கத்திலிருந்தே, எனக்கு பதினோரு அல்லது பனிரெண்டு வயதிருக்கும்போதே, அந்தநாட்கள் கொடுமையானவையாக அமைந்துவிட்டன. எனது வெள்ளாடுகளையும் செம்மறிகளையும் தனியாக அமர்ந்து மேய்த்துக் கொண்டிருந்த ஒரு நாளில், அந்த வேதனை தொடங்கியது. அந்தநாள், தாங்கமுடியாத வெப்பத்தை உமிழ்ந்த நாள். ஒரு மரத்தடியில் பலவீனமாக உட்கார்ந்திருந்தேன். வழக்கத்தைக் காட்டிலும் கூடுதலான ஏதோ கேட்டை உணர்ந்தவளாக இருந்தேன். என் அடிவயிறு பிணைந்தது. எனக்கு ஆச்சரியமாகவும் இருந்தது, என்ன வலி இது? ஒருவேளை, நான் கர்ப்பமாக இருக்கின்றேனோ? எனக்குக் குழந்தை ஏதும் பிறக்கப் போகின்றதோ? ஆனால் நான், இதுவரையில் எந்தவொரு ஆணுடனும் இருந்ததில்லையே, பின்பு எப்படி கர்ப்பமாகியிருக்க முடியும்? அந்தஅழுத்தம் மேலும்மேலும் வளர்ந்தது. அது என்னை, பயத்தில் கொண்டு சேர்த்தது. அதையடுத்து ஒருமணி நேரத்தில் சிறுநீர் கழிக்கச் சென்றேன். ரத்தமாகக் கழிந்தது. நான் இறந்து கொண்டிருக்கின்றேன் என்று நினைத்தேன்.

மேய்ந்து கொண்டிருந்த விலங்குகளை புதர்களிடையே விட்டுவிட்டு, வீட்டுக்குப் பறந்தோடினேன். அம்மாவிடம் அழுது கொண்டே கத்தினேன். “நான் இறந்து கொண்டிருக்கின்றேன்! அம்மா, நான் இறந்து கொண்டிருக்கின்றேன்!”

“என்ன சொல்ற நீ?”

“எனக்கு ரத்தமா போகுதும்மா. அம்மா, நான் செத்துருவேன் போலருக்கு!”

அம்மா என்னை அழுத்தமாகப் பார்த்தார். "இல்லை, நீயொண்ணும் சாகமாட்டே. எல்லாம் சரியாயிரும். இது உனக்கு மாதவிடாய்க் காலம்". மாதவிடாய்க் குறித்து நான் கேள்விப்பட்டதில்லை. அதுகுறித்து எனக்கு எதுவும் தெரியாது.

"அப்படின்னா என்னன்னு சொல்லுங்கம்மா. நீங்க என்னென்னமோ பேசுறீங்க?"

அடிவயிற்றைப் பிடித்துக்கொண்டு வலியில் பதைபதைத்ததை, நடைமுறைச் சிக்கலுடன் அம்மா விளக்கினார். "எப்படி இந்த வலியை நிறுத்துறதுனு கேட்டா, என்னென்னமோ சொல்றீங்க. நான் செத்துருவேன்போல தோணுதும்மா. உங்களுக்குத் தெரியலியா?"

"அதை நிறுத்தமுடியாது, வாரிஸ். அதை அதன்போக்குலயே விட்டுரு. வலி போறவரைக்கும் நீ பொறுமையா காத்துதான் இருக்கணும்."

ஆயினும், இந்தத் தீர்வை ஏற்றுக்கொள்ள நான் தயாராக இருக்கவில்லை. என் நோவைத் தணியச்செய்ய ஏதாவது வழி இருக்கின்றதா என்று தேடினேன். பாலைவனத்துக்குத் திரும்பி, ஒரு மரத்தடியில் ஒரு குழியைத் தோண்டத் தொடங்கினேன். இந்தச் செயல்பாடு நல்லதாகவும், என் வலியைக் குறைக்கக் கூடியதாகவும் இருக்கும் என்று நம்பிக்கைத் தோன்றியது. ஒரு குச்சிகொண்டு மேலும்மேலும் தோண்டி, என் உடம்பின் கீழ்ப்பகுதி குழியில் மறையும்வரையில் இடம்செய்தேன். பின்பு அதற்குள் இறங்கி, என்னைச் சுற்றிலும் மண்ணைச் செம்மிக்கொண்டேன். அந்த நிலத்தடிக்குழி குளிர்ச்சியாக இருந்தது. அது ஒருவகையில் ஐஸ்பெட்டிக்குள் இருப்பதுபோலவும் இருந்தது. வெப்பநாளின் மீதிநேரத்தை அப்படியாகக் கழித்தேன்.

ஒவ்வொரு மாதமும் மாதவிடாய்க் காலத்தில் குழிதோண்டி அதற்குள் இறங்கிக் கொண்டு, வலிதணிக்கும் இதேமுறையைக் கையாண்டு வந்தேன். சகோதரி அமானும் இதுபோலவே நடந்துகொண்டிருக்கின்றாள் என்பதை பின்னர், தெரிந்து கொண்டேன். ஆனால் இந்தவழிமுறையில், சில குறைபாடுகளும் இருந்தன. ஒருநாள் என் தந்தை அந்தப்பக்கத்தில் நடந்துவந்தார்.

மகள் அரையளவுக்குப் புதைக்கப்பட்டிருப்பதைப் பார்த்திருக்கின்றார். தூரத்திலிருந்து பார்க்கும்போது, என்னை இடுப்புவரையில் வெட்டிவிட்டு, மீதத்தை மணலில் உட்கார வைத்திருக்கிறார்கள் என்று பதறிப்போய், "என்ன ஆச்சு?" என்று கத்தினார். அவரது குரலைக் கேட்டதும், நான் குழியிலிருந்து தாவிவெளியேற தன்னிச்சையாக முயற்சித்தேன். என்னைச்சுற்றி மண் இறுக்கமாகச் செம்மப்பட்டிருந்ததால், அது எளிதில் முடியவில்லை. வெளியேற போராட வேண்டியிருந்தது. கைகளால் மண்ணை பரபரவென்று பறித்து, என் கால்களை விடுவித்துக்கொண்டேன். பாபா பைத்தியம்போல சிரிக்க ஆரம்பித்துவிட்டார். நான் ஏன் அப்படிச் செய்தேன் என்பதை அவரிடம் விளக்கிச்சொல்ல வெட்கமாக இருந்தது. அதன்பிறகு அவர், இதைவைத்து என்னை நையாண்டி செய்ய ஆரம்பித்தார். "உன்னைய நீ உயிரோட வெச்சுப் பொதைச்சுக்கணும்னா, அதை முறையா செய். அதாவது, நான் என்ன சொல்லவர்றேன்னா, எதுக்கு அறைகுறை வேலை செய்ற?" பின்னர் என் அம்மாவிடம் அவர், எனது விநோதமான நடவடிக்கைக்குக் காரணம் கேட்டிருக்கின்றார். தன் மகள் குழிதோண்டி விநோதமாகப் புதைத்துக்கொள்ளும் விலங்குகளைப்போல ஆகிவிட்டதையெண்ணி அவர் கவலைப்பட்டிருக்கின்றார். அம்மாதான் அந்த நிலமையை அவருக்கு விவரித்திருக்கின்றார்.

முன்னமே திட்டவட்டமாக அம்மா சொன்னதுபோல, என்னால் அந்தவலியை நிறுத்த எதுவும்செய்ய முடியவில்லை. அந்தவயதில், சிறுநீரைப்போலத்தான் உடம்பிலிருக்கும் அசுத்த ரத்தம் மாதவிடாயாக வெளியேறுகிறது என்பதை அறிந்திருக்கவில்லை. ஆனால் அது தொடர்ச்சியாக, பலநாட்களுக்கு ஒழுகிக்கொண்டேயிருந்தது. அது வெளியேறும்போது நான்படும் அவஸ்தை கொடுமையானதாக ஆகியிருந்தது. சிறுநீரைப் போலவே இரத்தமும் துளித்துளியாகத்தான் வெளியேறியது. அதனால் மாதவிடாய்க் காலமென்பது எனக்கு குறைந்தது, பத்துநாட்கள் என்றானது.

ஒருநாள் இந்தப் பிரச்சனை என்னை, இக்கட்டான நிலைக்குக் கொண்டுவந்துவிட்டது. அப்போது நான், முஹம்மத் சாமா பராஹ் சித்தப்பா வீட்டில் இருந்தேன். ஒருநாள் விடியக்காலையில், வழக்கம்போல அவருக்கு காலை உணவைத்

தயாரித்துவிட்டிருந்தேன். அதைத் தட்டில் வைத்து, சமையல் அறையிலிருந்து சித்தப்பா காத்துக் கொண்டிருக்கும் உணவுக் கூடத்துக்குக்கொண்டு செல்லும்போது, திடீரென என் கண்கள் இருட்டிக்கொண்டன. கையிலிருந்த உணவுப்பொருட்கள் தரையில்விழுந்து சிதறி, என்னைச் சுற்றிக்கிடந்தன. சித்தப்பா ஓடோடிவந்து, என் கன்னத்தில் தட்டி, என்னை விழிக்க வைக்க முயன்றார். நினைவு திரும்பியபோது, அவர் கதறுவதை என்னால் கேட்க முடிந்தது, "மரியம்! மரியம்! வாரிஸ் மயங்கி விழுந்துட்டா!"

அந்த இடத்துக்குவந்த மரியம் சின்னம்மா, என்ன ஆனது எனக் கேட்டாள். இன்று காலையில் மாதவிடாய் ஆனதைச் சொன்னேன். "இது நல்லதில்லையே. நாம டாக்டர்ட்ட போகவேண்டியிருக்கும். இன்னிக்கு மத்தியானம் டாக்டர்ட்டப் போறதுக்கு அப்பாய்ண்மென்ட் வாங்குறேன்" என்றாள்.

சின்னம்மாவின் டாக்டரிடம் எனது மாதவிடாய்க் காலம் மிகவும் மோசமாக இருப்பதாகச் சொன்னேன். அது வரும்போதெல்லாம் மிகவும் துன்புறுவதாகவும் சொன்னேன். அந்தவலி என்னை முடக்கிப் போட்டுவிடுகின்றது. அப்போதெல்லாம் என்ன செய்வதென்று எனக்குத் தெரிவதில்லை. "உங்களால் எனக்கு உதவமுடியுமா? தயவு செய்து உதவுங்கள் - ஏதேனும் செய்ங்களேன். என்னால் நிற்கக்கூட முடிவதில்லை." ஆனாலும், எனக்கு விருத்தசேதனம் செய்யப்பட்டிருப்பதை டாக்டரிடம் நான் குறிப்பிடவில்லை. அந்தப் பேச்சை எப்படித் தொடங்குவதென்பது எனக்குத் தெரியாமலிருந்ததும் ஒரு காரணம். மேலும், நான் இன்னும் சிறுமியாகவே இருப்பதால், எனது உடம்பின் சிக்கல்கள் அனைத்தும் அறியாமை, குழப்பங்கள் மற்றும் வெட்கத்தால் கலந்து கட்டியப் பிரச்சனைகளால் ஆகியிருந்தது. விருத்தசேதனம் இந்தப் பிரச்சனைகளுக்குக் காரணமா என்பது நிச்சயமாகத் தெரியவில்லை. எனக்கு ஏற்பட்ட பிரச்சனைகள் அனைத்தும் மற்ற சிறுமிகளுக்கும் வந்திருக்கும் என்று எண்ணிக்கொண்டிருந்தேன். இவ்வலி வழக்கத்திற்கு மாறானது என அம்மா போதிக்கவில்லை. ஏனென்றால், அத்தனைப் பெண்களுமே விருத்தசேதனத்துக்கு உள்ளானவர்கள் என்பதும் அவர்கள் அத்தனைபேருமே இம்மரண வேதனையை

அடைகிறார்கள் என்பதும் அம்மாவுக்கும் தெரியும். ஒரு பெண்ணாக இருக்கும்போது இவ்வேதனையைத் தாங்கித்தான் ஆகவேண்டும் என்று கருதப்பட்டது.

டாக்டர் என்னைப் பரிசோதிக்காததால், அவரால் எனது ரகசியத்தைக் கண்டுபிடிக்க முடியவில்லை. “உன் வலிக்காக நான் தந்துருக்குறது, குழந்தைப் பிறப்பு தடுப்பு மாத்திரைகள். அந்த மாத்திரைகள்தான் ஓரளவு உன் வலியைக் கட்டுப்படுத்தும். ஏன்னா, அது உன் மாதவிடாயை நிறுத்திரும்.”

கடவுள் அருள்! இந்த ஆலோசனை, எனக்கு உடன்பாடில்லாத போதும் மாத்திரைகளை எடுத்துக்கொள்ள ஆரம்பித்தேன். ஒன்றுவிட்ட சகோதரி பாஸ்மா, அது உன் உடல்நலத்துக்குக் கேடு என்று சொன்னாள். ஆனால் ஒரு மாதத்துக்குள் வலியும் ரத்தப் போக்கும் நின்றுவிட்டது. அந்த மாத்திரை நான் கர்ப்பமாக இருப்பதுபோல, என்னுடம்பில் தந்திரமாகச் செயல்பட்டிருந்தது. கூடவே, எதிர்பாராத வேறுசில சிக்கல்களும் நிகழ்ந்திருந்தன. என் மார்பகங்கள் பருத்துவிட்டன; புட்டங்கள் பெருத்துவிட்டன; முகம் ஊதிப்போய்விட்டது. எடை கூடிக்கிடந்தது. பெருவெடிப்பாக, என் உடம்பில் உருவான இந்தமாற்றங்கள் என்னை ஒரு விநோத, தனிப்புதிரான, இயற்கைக்கு மாறான ஜந்துபோல காட்சிப்படுத்தின. மாத்திரைகளை நிறுத்திவிட்டு, வலியுடன் போராடுவது எவ்வளவோ சிறந்தது என்று முடிவுக்குவந்தேன். வலியோடு போராடும்போது அத்தனையும், முரட்டுப் பாய்ச்சலுடன் முன்னைக் காட்டிலும் ரூபமாய் வந்துவிட்டன.

பின்னர், வேறொரு டாக்டரிடம் காட்டி, அவரால் உதவியேதும் செய்யமுடியுமா என்று கேட்கப் போனேன். அந்த அனுபவமும் முன்னைப்போலவே இருந்தது. சின்னம்மாவின் டாக்டரைப் போலவே இவரும் குழந்தைப் பிறப்புத் தடுப்பு மாத்திரைகளையே கொடுக்க விரும்பினார். நான் ஏற்கனவே இந்த முறையைக் கையாண்டிருப்பதை அந்த டாக்டரிடம் விவரித்தேன். ஆனால் அதில் பக்கவிளைவுகள் வருவதை விரும்பவில்லை என்றேன். மாத்திரைகளின் உதவியில்லாமல் என்னால் மாதத்தின் பலநாட்கள் இயங்க முடியாமல் போய்விடுகின்றன. அலுங்காமல் கட்டிலில்

படுத்துக்கொண்டு அப்படியே செத்துவிடவேண்டும்போலத் தோன்றும். எனது பிரச்சனைகளும் அத்துடன் போய்விடும். அவரிடம் வேறுஏதேனும் தீர்வு இருக்குமா? "அப்படின்னா, நீங்க என்னதான் எதிர்பாக்குறீங்க? ஒரு பெண், குழந்தைப் பிறப்பு தடுப்பு மாத்திரைகள் எடுத்துக்கிட்டா, மாதவிடாய்க் காலத்துல பெரும்பகுதி அது வராமலே நின்னுபோயிரும். பெண்களுக்கு மாதவிடாய் இருந்துச்சுன்னா, அவங்களுக்கு வலி இருக்கத்தான் செய்யும். இதுல எது வேணும்னு நீங்கதான் முடிவுசெய்யணும்." மூன்றாவதாக ஆலோசனைப் பெறச்சென்ற டாக்டரும் இதையே சொன்னார். இனி, புதிய டாக்டரை சந்திக்குமுன் நான் ஏதாவது புதிதாகச் சொல்லத் தேவையிருக்கும் என்று கருதினேன்.

சின்னம்மாவிடம், "இதுக்கு ஸ்பெஷல் டாக்டரை பாக்கணும்னு நினைக்கிறேன்" என்று சொன்னேன்.

அவள் என்னைக் கூர்ந்துபார்த்தாள். "வேண்டாம்" என்றாள், அழுத்தமாக. "சரி, அவங்கக்கிட்ட என்ன சொல்லுவே?"

"ஒண்ணுமில்ல. எனக்கு இந்த வலிய நிறுத்தணும். அவ்வளவு தான்." அவள் தன் கருத்தில் சொல்லாத செய்தியை நான் அறிவேன். விருத்தசேதனம் என்பது நமது ஆப்பிரிக்கக் கலாச்சாரம் - இந்த வெள்ளைக்காரன்ககிட்ட விவாதிக்கிற விஷயம் இல்ல."

நான் புரிந்துகொள்ள ஆரம்பித்தேன். எப்படியென்றாலும், குறிப்பாக இதை நான் செய்யத்தான் போகின்றேன். அல்லது மாதத்தில் மூன்றில் ஒருபகுதி நாட்கள் எதற்கும் பிரயோசனமில்லாத ஒரு வாழ்க்கையை வாழவேண்டும். இந்த நடவடிக்கையை ஒரு போதும் என் குடும்பம் அனுமதிக்கப் போவதில்லை. எனது அடுத்த நடவடிக்கை மிகத் துல்லியமாக இருந்தது. ரகசியமாக ஒரு டாக்டரை சந்தித்துப்பேசி, எனக்கு விருத்தசேதனம் செய்யப்பட்டிருப்பதை தெரிவிக்கவேண்டும். ஒருவேளை அந்த டாக்டர்களில் யாரோ ஒருவர் எனக்கு உதவலாம்.

முதலில் டாக்டர். மாக்ரேயை தெரிவுசெய்தேன். அவரது மருத்துவமனை பெரிதாக இருந்தது. ஒருவேளை எனக்கு அறுவை சிகிச்சை செய்ய வேண்டிவந்தால், அதற்கான சாதனங்களும்

வசதியும் அங்கிருப்பதைக் காரணமாகக் கருதினேன். நான் அங்கே ஒரு சந்திப்பு நேரம் கேட்டபோது, கொடுமைமிகுந்த ஒருமாத காலம் காத்திருக்கவேண்டியதாகிப்போனது. அந்தநாள் வந்தபோது, சின்னம்மாவிடம் சில சால்ஜாப்புகளைச் சொல்லிவிட்டு, டாக்டர். மாக்ரேயின் அலுவலகம் போனேன். "நான் உங்கக்கிட்ட ஒரு விஷயம் சொல்லுவேன். நான் சோமாலியாலருந்து வந்துருக்கேன். நான் - நான் - நான்" இந்த பயங்கரமான ரகசியத்தை, எனது உடைந்த ஆங்கிலத்தில் விளக்கிச்சொல்வது இன்னும் பயங்கரமாக இருந்தது. ஒருவழியாக அந்த டாக்டரிடம், "எனக்கு விருத்தசேதனம் செய்யப்பட்டிருக்கு" என்று சொன்னேன்.

அந்த வாக்கியத்தை முடிக்கவிடவில்லை. "போ, போய் ஆடைய மாற்று. நான் உன்னை பரிசோதிக்க விரும்புறேன்" எனது முகத்தில் தாண்டவமாடிய பயங்கரத்தை அந்த டாக்டர் கண்டிருக்கவேண்டும். "இட்ஸ் ஓகே... ஓகே..." என்று மெதுவாக, தனது நர்ஸை அழைத்தார். அவள், எந்த இடத்தை மாற்றவேண்டும் என்றும் எப்படி அங்கியை அணியவேண்டும் என்றும் அறிவுறுத்தினாள்.

மீண்டும் பரிசோதனை அறைக்குள் நாங்கள் சென்றபோது, இதுவரையில், நான் என்ன பெற்றிருக்கின்றேன் என்பதை உண்மையாகவே நினைத்துப் பார்த்தேன். எனது நாட்டிலிருந்து ஒரு சிறுமியாக வந்து, முன்பின் அறியாத ஒரு இடத்தில் அமர்ந்து, கால்களைவிரித்து, யாரோ ஒரு வெள்ளைக்காரனுக்கு அந்த இடத்தைக் காட்டிக்... இந்தச் செயலை வெக்கங்கெட்ட ஒன்றாகக் கருதினேன். அந்த டாக்டர் என் கால்களை மேலும் அகட்ட முயற்சித்தான். "ஆசுவாசமா இரு. எல்லாம் சரியாக்கிறலாம் - நான் ஒரு டாக்டர். இந்தா, நர்ஸ்கூட இங்கே இருக்காங்க. உனக்கு வலப்பக்கமா அவங்க நிக்கிறாங்க." என் தலையைக் கொக்குபோல உயர்த்தி, அவர் சுட்டிக்காட்டிய திசையைப் பார்த்தேன். பயத்தைப்போக்குவதுபோல அவள் மெலிதாகச் சிரித்தாள். நான் வலுக்கட்டாயமாக என்னை வேறுசில விஷயங்களை நினைத்துப் பார்ப்பதில் திளைத்துக்கொண்டேன். நான் அங்கே இல்லாததுபோல பாசாங்கு செய்துகொண்டேன். அதேவேளையில்

பாலைவனத்துக்குள் எனது வெள்ளாடுகளுடன் அந்த அழகிய நாளைக் கழித்தேன்.

சோதித்து முடித்தவர், தனது நர்ஸிடம், இந்த மருத்துவமனையில் சோமாலிய மொழி பேசும் யாராவது இருக்கிறார்களா என்று கேட்டார். தரைத்தளத்தில் ஒரு பெண் இருப்பதாகச் சொல்லி, அவளை அழைத்துவரப் போனாள். ஆனால் திரும்பிவரும்போது அந்தப்பெண்ணுக்குப் பதிலாக, ஒரு ஆணை அழைத்துக்கொண்டு வந்தாள். அந்தப் பெண்ணைக் கண்டுபிடிக்க முடியவில்லை என்றாள். ஆகா, அழகு! என்ன ஒரு அதிர்ஷ்டம். இந்த விஷயத்தைப் பத்தி ஆலோசிக்கிறதுக்கு ஒரு சோமாலிய ஆண் மொழிபெயர்ப்பாளர். எத்தனைமோசமான அதிர்ஷ்டத்தை நான் பெற்றிருக்கின்றேன்?

டாக்டர். மாக்ரே சொன்னான். "அந்த இடம் ரொம்பவே மூடிப்போயிருக்குன்னு அவகிட்ட விளக்கமாச் சொல்லு. எப்படி இவ்வளவுதூரம் மூடிப்போச்சுனு எனக்குப் புரியல. எவ்வளவு சீக்கிரம் முடியுமோ அவ்வளவு சீக்கிரம் ஆபரேஷன் செஞ்சுக்கிறது அவளுக்கு நல்லது." அதேவேளையில் அந்த சோமாலிய ஆண் மகிழ்ச்சியாக இல்லை என்பதையும் என்னால் அறிந்துகொள்ள முடிந்தது. அவன் தனது உதடுகளை இறுக்கமாகப் பொருத்திக் கொண்டான். டாக்டரை முறைத்தான். இதற்கிடையே, ஆங்கிலத்தில் டாக்டர் பேசிய சிலவற்றை என்னால் புரிந்துகொள்ள முடியவில்லை. அதேவேளையில் சோமாலிய ஆணின் செய்கைகளும் ஏதோ சரியாக இல்லை என்பதை உணர்த்தின.

அவன் என்னிடம், "நல்லது, நீ விரும்புனீன்னா, அவங்க அந்த இடத்தை திறந்து விட்டுருவாங்க" என்றான். நான் அவனை வெறுமனே ஏறிட்டேன். "சரி, இது உன்னோட கலாச்சாரத்துக்கு எதிரானதுனு உனக்குத் தெரியுமா? இத நீ செய்றேனு உன் குடும்பத்துக்குத் தெரியுமா?"

"இல்லை. உன்கிட்ட உண்மையச் சொல்லணும்னா, இல்லை."

"நீ யார்கூட இருக்க?"

"என் சித்தப்பா சின்னம்மாக்கூட!"

“அவங்களுக்கு நீ இத செய்றது தெரியுமா?”

“தெரியாது.”

“நல்லது. முதல்ல அவங்ககிட்ட ஆலோசனை செய்யணும்.” நான் தலையாட்டியபடி யோசித்தேன். ஒரு ஆப்பிரிக்க ஆண்மகனின் பொறுப்புணர்வு. உங்க அறிவுரைக்கு நன்றி, சகோதரா. இந்த விஷயத்துக்கு ஒரு முற்றுப்புள்ளி வெச்சுருவோம்”.

டாக்டர். மாக்ரே உடனடியாக இந்த அறுவைச் சிகிச்சையை செய்ய முடியாது என்றும் அதற்கு முன்கூட்டியப் பதிவுவேண்டும் என்றும் கூடுதலாகச் சொன்னார்.

இப்போது இதைச் செய்யமுடியாது. செய்தால், சின்னம்மா கண்டுபிடித்து விடுவாள். “ய்யா. ஆகட்டும். நான் அதற்கான ஏற்பாடுகளைச் செய்கிறேன் - முன்கூட்டிய பதிவையும் செய்துகொள்கிறேன்”. உண்மையிலேயே இதில் ஒருவருஷம் ஓடிவிட்டது.

எனது குடும்பம் சோமாலியாவுக்குப் போய்ச்சேர்ந்தவுடன் உடனடியாக, நான் முன்பதிவு செய்துகொண்டேன். இரண்டு மாதங்களுக்குப் பின் ‘விரைவில்’ எனக்கு தேதி கிடைத்தது. இரண்டு மாதங்களும் நாட்களாய்க் கரைய, நான் விருத்தசேதன பயங்கரத்தின் நினைவுகளில் திகைத்துப்போனேன். பழையபடி அதேமுறையிலான செயல்பாடுகள். என்னால் அதைத் தாங்கமுடியுமா என்று கொஞ்சம் பயந்தும் போனேன். அந்தநாள் வந்தபோது, நான் மருத்துவமனைக்குப் போகவில்லை. மீண்டும் அழைக்கவுமில்லை.

இந்த நிலையில்தான் நான் ஒய்.யில் தங்கியிருந்தேன். மாதவிடாய்த் தொடர்பானப் பிரச்சனைகள் குறைந்தபாடில்லை. ஆனால் இப்போது நான் எனது வாழ்தலுக்கானத் தேவைகளை வீட்டுக்கு வெளியிலிருந்து சம்பாதித்துக் கொண்டிருந்தேன். வேலையைப் பாதுகாக்க எந்தவொரு நாளையும், மாதம் முழுவதும் தவறவிடக்கூடாத நிலை இருந்தது. எனக்குள் போராடிக் கொண்டிருந்தேன். ஒய்.யிலுள்ள நண்பர்கள், நான் வடிவில்லாத வடிவத்தில் இருப்பதைக் கண்டார்கள். மர்லின் என்னிடம், ‘என்ன உனக்குப் பிரச்சனை’ என்று

கேட்டேவிட்டாள். நான் சிறுமியாக இருந்தபோது, சோமாலியாவில் எனக்கு நடந்த விருத்தசேதனம் குறித்து விவரித்துச் சொன்னேன்.

மர்லின் லண்டனில் பிறந்து வளர்ந்தவளாக இருந்தாலும், எதையெதையெல்லாம் பேசலாம் என்று கூர்ந்து அறியும் கூறுஇல்லாதவளாக இருந்தாள். "நீ ஏன் அதை என்கிட்டக் காட்டக்கூடாது, வாரிஸ்? நீ என்ன சொல்றேனு நெசமாவே எனக்குத் தெரில. உன் பிறப்புறுப்பை அவங்க வெட்டிட்டாங்களா? ம்? அவங்க அந்த இடத்துல என்ன செஞ்சாங்க?"

கடைசியில் ஒருநாள், எனது கால்சட்டையைக் கீழிறக்கி, அவளுக்கு அதைக் காட்டினேன். அப்போது அவள் முகம்போன போக்கை என் வாழ்நாளில் மறக்கவே முடியாது. கன்னங்களில் நீர் வழியவழிய, முகத்தைத் திருப்பிக்கொண்டாள். நான் துயருற்றுப் போனேன். அடக்கடவுளே, உண்மையில் அது அந்தளவுக்கா மோசமாக இருக்கின்றது? அடுத்து, அவள் வாயிலிருந்துவந்த முதல் வார்த்தை, "வாரிஸ், உனக்கு எதையாவது உணர முடியுதா?"

"நீ என்ன பேசுற?"

அவள் தலையை ஆட்டிக்கொண்டாள். "நீ சின்னப்புள்ளையா இருக்கப்ப, எப்படியிருந்துச்சுனு நினைவிருக்கா? அவங்க உன் பிறப்புறுப்புல விருத்தசேதனம் செய்றதுக்கு முன்னாடி?"

"இருக்கே."

"அதாவது. இப்ப எனக்கு இருக்கே அதுமாதிரி, உனக்கு இல்லையே." இப்போது நான் உறுதியாக இருந்தேன். இது குறித்து நான் ஆச்சரியப்படத் தேவையில்லை. அல்லது எல்லாப் பெண்களுக்கும் எனக்கு இருப்பதுபோல சிதைக்கப்பட்டிருக்கும் என்று நம்பிக்கொண்டிருக்க வேண்டியதுமில்லை. இப்போது எனக்குப் புரிந்தது, நான் மற்றவர்களிடமிருந்து வேறுபட்டிருக்கின்றேன். நான் அனுபவித்த வலி யாருக்கும் வந்துவிடக்கூடாது என்று எண்ணிக்கொண்டேன். அதேவேளையில் அது எனக்கும் இனி தொடரக்கூடாது.

"இந்தத்துயரம் உனக்கோ, உங்கம்மாவுக்கோ நல்லவேளை ஏற்படலை."

அவள் தலையாட்டிக்கொண்டு மறுபடியும் அழத் துவங்கினாள். "இது பயங்கரம், வாரிஸ்! இதை என்னால நம்பவே முடியல."

"சரி, விடு. தயவுசெய்து என்னை மறுபடியும் சங்கடப்பட விடாதே."

"ரொம்ப வருத்தமாருக்கு. ஆத்திரம் ஆத்திரமா வருது. ஒரு சிறுமிட்ட இந்தமாதிரி நடந்துருக்காங்களே இந்தமோசமான மனிதர்களை நெனைச்சு அழுறேன். இப்படியான ஆளுக இருக்குறாங்கங்கறதை என்னால இன்னும் நம்பமுடியல."

கொஞ்சநேரம் வரையில் நாங்களிருவரும் அமைதியாக உட்கார்ந்திருந்தோம். மர்லின் தொடர்ந்து விம்மிக் கொண்டிருந்தாள். நான் அவளைப் பார்க்கவில்லை. போதும், இதுபோதும் என்ற முடிவுக்கு வந்துவிட்டேன். "இந்தத் தொல்லைய இத்தோட முடிச்சுறணும்னு இருக்கேன். நாளைக்கு டாக்டரை சந்திக்கப் போறேன். குறைந்தபட்சம் நான் கழிப்பறை சுகத்தையாச்சும் அனுபவிச்சுக்குறேன்."

"நானும் வர்றேன் வாரிஸ்! உன்கூடவே அங்கேருப்பேன். இது சத்தியம்."

மர்லின், டாக்டர் அலுவலகத்துக்கு வந்து, எனக்கான முன்பதிவைச் செய்தாள். இந்த நேரத்துக்கு ஒருமாதம் காத்திருக்க வேண்டியிருந்தது. அந்தநேரம் வரும்வரையில் அவளிடம், "என்கூட வருவீல்ல?" என்றுகேட்டு உறுதிப்படுத்திக்கொண்டே இருந்தேன்.

"கவலைப்படாதே. நான் வருவேன். அங்கேயேதான் இருப்பேன்." அறுவைச் சிகிச்சைக்கான நாளன்று காலை, அவள்தான் என்னை விடியலில் எழுப்பினாள். மருத்துவமனைக்குப் போனோம். நர்ஸ் என்னை ஒரு அறைக்குள் அழைத்துப்போனாள். ஹா, அது அங்கே கிடந்தது. அது ஒரு மேஜை. அறுவைச்சிகிச்சை மேஜையை நான் கண்ணுற்றபோது, அரண்டடித்து, ஏறத்தாழ கட்டிடத்தைச்சுற்றி ஓடத்தொடங்கினேன். அங்கிருந்த புதர் மற்றும் பாறையைக்

காட்டிலும் இதுகொஞ்சம் பரவாயில்லை என்பது போல உணர்ந்தேன். அதைக்காட்டிலும் இங்கே நன்றாகவே செயல்பாடுகள் இருக்கும் என்ற நம்பிக்கையும் இருந்தது. டாக்டர். மாக்ரே, வலி நிவாரணத்துக்காக எனக்கு மயக்கமருந்து கொடுத்தார். அந்தக் கொலைகாரப்பெண் என்னை கொத்துக்கறிப் போட்ட போது, நான் விரும்பியதும் மயக்க மருந்தைதான். மர்லின் என் கைகளைப் பிடித்திருந்தாள். நான் தூக்கத்தில் ஆழ்ந்தேன்.

கண்விழித்தபோது, அவர்கள் என்னை இரண்டு படுக்கைகள் கொண்ட அறைக்குள் வைத்திருந்தார்கள். பக்கத்தில் குழந்தை பெற்ற ஒருத்தி. அந்தப்பெண்ணை அவளது உறவுக்காரர்களுடன் உணவுவேலையின்போது கேப்டிரியாவில் பார்த்திருக்கின்றேன். அவள் கேட்டாள். “எதுக்காக நீ இங்கே வந்துருக்க?”

அவளிடம் என்னசொல்ல? வெளிப்படையாக ஒத்துக்கொள்ளவா? “ஓ, என்னுடைய அதுல ஒரு சின்ன ஆபரேசன். என்னோட புஸ்ஸி ரொம்ப இறுக்கமா இருந்துச்சு!” என்று. நான் யாரிடமும் உண்மையைச் சொல்லவில்லை. என் வயிற்றில் பூச்சி இருந்தது, என்று சொல்லிவைத்தேன். வாதையிலிருந்து முன்னிலை மீளுதல், எனது விருத்தசேதனத்தின்போது இருந்ததைக் காட்டிலும் வேகமாகவே நடந்தது. அந்த மோசமான நிகழ்வுகளின் நினைவுகள் அடிக்கடி திரும்பிவந்தன. ஒவ்வொரு முறையும் சிறுநீர்க் கழிக்கையில் அதேதான் நடந்தது. உப்பு மற்றும் சூடான தண்ணீர். நர்ஸ்கள் என்னை குறைந்தபட்சம் குளிக்க அனுமதித்தார்கள். வெந்நீரில் என்னை ஈரப்படுத்திக் கொண்டேன். ஆஹ்ஹ்ஹ்ஹ். அவர்கள் எனக்கு வலிநிவாரணி கொடுத்தார்கள். அதனால் அது அத்தனை மோசமாக இருக்கவில்லை. அறுவைசிகிச்சை முடிந்ததும் நான் உண்மையிலேயே மகிழ்ந்தேன்.

டாக்டர். மாக்ரே மிகஅருமையான வேலையைச் செய்திருந்தார். அவருக்கு நான் என்றென்றும் நன்றிக்கடன் பட்டிருக்கின்றேன். என்னிடம் சொன்னார். “உனக்கு மட்டும் இந்தப் பிரச்சனையில்லை, தெரியுமா? இதே பிரச்சனையுடன் ஏராளமானப் பெண்கள் சூடான், எகிப்து, சோமாலியாலருந்து இங்கே வந்துருக்காங்க. அவங்கள்ல பலர் கர்ப்பிணிகள்.

குழந்தைப்பேறின்போது, தைக்கப்பட்ட அந்த துவாரம்வழியா குழந்தை வெளியிலவர்றது ரொம்பக்கஷ்டம். அவங்களுக்கு ஏராளமான பக்க விளைவுகள் இருக்குது. இறுக்கமான அந்தத் துவாரத்து வழியா குழந்தை வர்றப்போ மூச்சு திணறிரும். இல்லாட்டி, இரத்தம் வெளியேறி தாய் இறந்துருவா. அதனால அவங்க கணவர்களோட அனுமதியில்லாம அல்லது குடும்ப உறுப்பினர்களுக்குத் தெரியாம இங்கே வந்துருவாங்க. என்னால முடிஞ்சளவுக்கு அந்தப்பகுதியை வெட்டி பெருசாக்கிருவேன்."

இரண்டு அல்லது மூன்று வாரங்களில் நான் இயல்பு நிலைக்குத் திரும்பிவிட்டேன்.

அதேவேளையில் விருத்தசேதனம் செய்யாத பெண்களின் அளவுக்கு மிகத்துல்லியமாக ஆகிவிடவில்லை. வாரிஸ், இப்போது புதிய பெண். என்னால் கழிப்பறையில் உட்கார்ந்து சிறுநீர்க் கழிக்கமுடியும். - ஊய்ய்ய்ய்ஸ்ஸ்ஸ்! அந்தப் புதிய சுதந்திரத்தை விவரிக்க எந்தவொரு வழியுமில்லை.

13

ஜேம்ஸ்பாண்ட் பெண்ணாக, திரைப்படத்தில் என் முதல் முயற்சி முடிந்து ஊர்த்திரும்பியபோது, நேராக மர்லின் மன்றோ வீட்டுக்குக் காரோட்டியிடம் போகச்சொன்னேன். மொராக்காவுக்கு நான் புறப்பட்ட பின்பு, அவளை அழைத்துப் பேசாமல் ஒரு கோழை போல பம்மியிருந்தேன். ஆனால் திரும்பிவந்த கையுடன், அவளை சாந்தப்படுத்திவிட வேண்டும் என்ற எண்ணம் எனக்குள் இருந்துகொண்டேயிருந்தது. மூடை நிறையப் பரிசுப் பொருட்களுடன் அவள்வீட்டு வாசலையடைந்தேன். அழைப்பு மணியை அழுத்தும்போது, ஒருவித நடுக்கம் இருக்கத்தான் செய்தது. முன்வாசலைத் திறந்த அவள், இரு காது வரையும் இளித்துக்கொண்டு ஓடிவந்துக் கட்டியணைத்தாள். "சாதிச்சுட்ட. பைத்தியக்காரச் சிறுக்கி. நீ சாதிச்சுட்ட!" மோசடிசெய்து, அவள்பெயரில் வாங்கியக் கடவுச்சீட்டை திருடிக்கொண்டு சென்றதை அவள் மன்னித்துவிட்டிருந்தாள். என் தைரியம் அவளை ரொம்பவே கவர்ந்துவிட்டதாக துள்ளிக்குதித்துச் சொன்னாள். அதனால் அவளுக்கு என் மீது கோபம் இருக்கவில்லை. ஆனாலும் நான், இருவருக்கும் துயரத்தைக்கொண்டு வந்துவிடும் அந்தக் கடவுச்சீட்டை இனியொருபோதும் உபயோகிக்கமாட்டேன் என்று உறுதிசொன்னேன். குறிப்பாக, ஹீத்ரு விமான நிலையத்தில் நான்பட்ட சித்திரவதைகளை மறக்க முடியாது.

மர்லின் என்னை மன்னித்ததில் குதூகலமடைந்திருந்தேன். ஆத்மார்த்தமான தோழி அவள். மறுபடியும் எங்கள் நட்பு புதிதாகிக் கொண்டது. லண்டனுக்கு நான் திரும்பியபோது, என்வாழ்க்கை நகர்வு, விளம்பரத் தோற்றப் பெண்ணாகவும்

திரைப்பட நடிகையாகவும் டெரன்ஸ் டோனாவனுடனும் ஜேம்ஸ்பாண்ட் படங்களுடனுமாக ஓடிவிடும் என்று நினைத்திருந்தேன். ஆனால் ஏதோ ஒரு மந்திரம்போல, எனது மாடலிங் வாழ்க்கை ஓரிரவில், அது தொடங்கியதுபோலவே முடிந்தும்போனது. மெக்டொனால்டில் இனி எனக்கு வேலை தருவார்களா? ஒய்எம்சிஏவிலும் என்னால் இருக்கமுடியவில்லை. வேலையில்லை. வாடகை கொடுக்கமுடியவில்லை. கட்டாயமாக அங்கிருந்து வெளியேறி, மர்லின் வீட்டில் அவளுடனும் அவள் அம்மாவுடனும் இருக்க வேண்டிவந்தது. இந்த ஏற்பாடு பலவகைகளில் என்னை ஆசுவாசப்படுத்தியது. சொந்த வீட்டில் இருப்பதுபோல உணர்ந்தேன். அந்தக் குடும்பத்தின் அங்கத்தினராகியிருந்தேன். அவர்களுடன் ஏழு மாதங்கள் எந்தவொரு புகாருமில்லாமல் ஓடிவிட்டன. விருந்தையும் மருந்தையும் தாண்டி, நான் அங்கே இருந்ததை அவர்கள் பெரிதாக எடுத்துக்கொள்ளவில்லை என்பதையும் நானறிவேன். அங்கிருந்தபோது சின்னச்சின்னதாய் சில விளம்பர வேடங்கள் அங்கொன்றும் இங்கொன்றுமாய்க் கிடைத்தன. ஆனாலும் என்னை நானே பார்த்துக்கொள்ளும் அளவில் போதுமான வருமானம் இருக்கவில்லை. மர்லின் வீட்டிலிருந்து அப்படியே பெயர்ந்து, வேறொரு நண்பனின் இடத்துக்குப் போனேன். அவனொரு சீனன். பெயர் பிரான்கி. என் சிகைத்திருத்துநரின் நண்பனவன். பிரான்கிக்கு சொந்தமாகப் பெரியவீடு இருந்தது. இரட்டைப் படுக்கையறைகளைக் கொண்டது. என்னைப் பொறுத்த வரையில் அது பெரிய வீடு. நான் வேலைக்கான தேடுதல் வேட்டையில் இருந்தபோது, அவன் என்னை அங்கே தங்கிக்கொள்ள பெரிய மனதுடன் அனுமதித்தான்.

1987 ஆம் ஆண்டு, பிரான்கியின் வீட்டுக்கு இடம்மாறிய சில நாட்களில், தி லிவிங் டேலைட்ஸ் திரைப்படம் வெளியானது. அதற்கடுத்த சிலவாரங்களில் வேறொரு நண்பன், என்னைக் கிறிஸ்துமஸ் நிகழ்ச்சிக்கு அழைத்துச் சென்றிருந்தான். லண்டனில், அது மிகப்பெரியக் கொண்டாட்டம். அதை வெகுவாகக் கொண்டாடிவிட்டு, இரவில் தாமதமாகத்தான் வீடு திரும்பியிருந்தேன். தலையணையில் தலையைச் சாய்த்த கொஞ்ச நேரத்தில், தூக்கத்தில் ஆழ்ந்துபோனேன். ஆனால் யாரோ, நிதானமாக என் படுக்கையறையின் சன்னல் கதவைத் தட்டினார்கள். விழித்துவிட்டேன். வெளியில்

பார்த்தபோது, சற்றுநேரத்துக்குமுன்பு என்னை அழைத்துவந்து, விட்டுவிட்டுப்போன நண்பனே நின்றிருந்தான். அவன் கையில் செய்தித்தாள் இருந்தது. அவன் ஏதோ சொல்ல முயற்சித்தான். அவன் சொன்னது புரிபடவில்லை. சன்னலைத் திறந்தேன்.

"வாரிஸ்! தி சண்டே டைம்ஸ் முகப்புப் படத்துல நீயிருக்க!"

"ஓ..." நான் கண்களைத் தேய்த்துக் கொண்டேன். "நெசம்மாவா - நானா?"

"ய்யா...! இங்கே பாரேன்." அவன் அந்த செய்தித்தாளைத் தூக்கிப்பிடித்திருந்தான். என்முகத்தின் நாலில் மூன்றுபங்கு, செய்தித்தாளின் முகப்பை நிறைத்திருந்தது. உயிர்ச் சித்திரத்தைக் காட்டிலும் பெரிதாகயிருந்த அதில், தலை பொன்னிற முடியுடன் மின்னியது. முகத்தில் தீர்க்கமான ஒளி இருந்தது.

"அருமை... இப்போ நான் படுக்கப்போறேன்... தூக்கம்" படுக்கையில் சரிந்தேன். மதியத்துக்குள், செய்தி பரவி, நாடெங்கும் பிரசித்தம் ஆகிவிடும் சாத்தியங்கள் இருப்பதாகக் கருதினேன். தி சண்டே டைம்ஸ் லண்டன் இதழின் முகப்பில் இருக்கும் படம் நிச்சயமாக நல்லவிளைவுகளை ஏற்படுத்திவிடும். இந்தநேரத்தில் நான் நெருக்கடிகளுக்கு உள்ளானேன். லண்டன் முழுவதும் கேஸ்டிங்குக்காக ஓடிக்கொண்டேயிருந்தேன். வேலைவாங்குபவர்களின் தொந்தரவும் அதிகமாக இருந்தது. கடைசியில் ஏஜென்சியை மாற்றிக்கொண்டேன். ஆனாலும் எந்தவொரு முன்னேற்றமும் இல்லை.

புதிய ஏஜென்சியில் இப்படிச் சொன்னார்கள், "வாரிஸ்! லண்டனில் கறுப்புப் பெண்களுக்கு பெரிய அளவில் சந்தை இருக்காது. பாரிஸ், மிலன், நியூயார்க்னு நீ வேலைக்காகப் பயணம் போகவேண்டியிருக்கும்." நான் தயாராகத்தான் இருக்கின்றேன். ஆனால் என்னிடம் சிக்கல் இருக்கின்றதே. கடவுச்சீட்டு தடுமாற்றம். ஏஜென்சியே ஒரு ஆளைச்சொன்னது. ஹெரால்ட் வீலர் என்ற வழக்கறிஞர் கடவுச்சீட்டுப் பிரச்சனைகளுக்கு உதவுவாராம். அவரிடம் ஏன் நான் பேசக்கூடாது?

ஹெரால்ட் வீலரின் அலுவலகத்தைத் தேடிப்போனேன். எனக்கு உதவ அவன், அதிகமானத் தொகை இரண்டாயிரம் பவுண்ட்கள் கேட்டான். வேலைக்காகப் பயணங்கள் செய்ய வேண்டியிருக்கிறது. அந்தக் காரணத்துக்காக, கடவுச்சீட்டு தேவையாக இருக்கின்றது. ஆயினும் என்னால், குறிப்பிட்ட நேரத்துக்குள் பணம்சேகரிக்க முடியவில்லை. இதேநிலை நீடித்தால், என்னால் எங்கும் பயணம்செய்ய முடியாது. அதனால் எங்கிருந்தெல்லாம் திரட்டமுடியுமோ அங்கிருந்தெல்லாம் வாரி, இரண்டாயிரம் பவுண்ட்களை சேகரித்தேன். அப்புறம்தான் யோசித்தேன். பாடுபட்டு சேகரித்தப் பணத்தை அவனிடம் கொண்டுபோய்க் கொடுத்த பின்னால், அதை எடுத்துக்கொண்டு அவன் ஓடிவிடும் ஏமாற்றுப் பேர்வழியாக இருந்தால் என்ன செய்வது?

பணத்தைப் பத்திரமாகத் திருப்பிக் கொண்டுவந்துவிட்டேன். பின்னர் இரண்டாவதுமுறை, ஒரு சந்திப்புக்காக நேரம் வாங்கினேன். அப்போது மர்லினையும் என்னுடன் அழைத்துப் போனேன். அங்குபோய் இண்டர்காமில் தொடர்புகொண்டபோது, வீலரின் செயலாளர் பதிலளித்தாள். உள்ளே போனோம். வீலரை அவனது அலுவலகத்தில் சந்தித்தபோது, என் தோழி வரவேற்புக் கூடத்திலேயே இருந்து கொண்டாள்.

நாகரிகமில்லாத மொழியில் அவனிடம் நான் பேசினேன்: “உண்மையைச் சொல்லி விடுங்கள். நான் இப்போது பெறப்போகும் இந்தக் கடவுச்சீட்டு இரண்டாயிரம் பவுண்ட்கள் மதிப்புள்ளதுதானா என்பது எனக்குத் தெரியவேண்டும். இதை வைத்துக்கொண்டு உலகம் முழுவதும் என்னால் சட்டபூர்வமாகப் பயணம்செய்ய முடியுமா? மாட்டிக் கொண்டபின், ஏதாவது ஓரிடத்தில் கடவுள் புண்ணியத்துக்காக இறக்கிவிட்டுவிட மாட்டார்களே? இந்தக் கடவுச்சீட்டை நீங்க எங்கேருந்து வாங்குவீங்க?”

“இல்லையில்லை. இல்லை. என்னோட தொடர்புகளைப் பற்றிச் சொல்லமுடியாது. நீ அதை என்னோட விட்டுறணும். உனக்கு பாஸ்போர்ட் வேணும்னு நீ விரும்புனீன்னா, செல்லத்துக்கு, என்னால் பெற்றுத்தர முடியும். நீ என் வார்த்தைகளை நம்பணும்.

அது முழுமுற்றிலும் சட்டபூர்வமானது. வேலைய ஆரம்பிச்ச ரெண்டு வாரத்துல அது கைக்குக் கெடைக்கும். ரெடியானதும் என் செகரட்டரி உனக்கு போன் பண்ணுவாங்க." அற்புதம்! அதாவது, இன்னும் ரெண்டே வாரம்தான். அப்புறம் எந்த இடத்துக்கும் பயமில்லாம, விருப்பப்படி எந்த நேரத்துலயும் சுத்தலாம். ஹா!

"நல்லது, சந்தோஷம், இதைத்தான் நான் விரும்பறேன்!" என்றேன். "அடுத்து நாம என்ன செய்யணும்?" ஐரிஷ் குடியுரிமைப் பெற்றவனை நான் எப்படித் திருமணம் செய்து கொள்வது என்பதையும் அப்படியொரு ஆள் இருப்பதை மனதில் எப்படிக் கொள்ள வேண்டும் என்பதையும் வீலர் விளக்கினான். ஐரிஷ்காரனின் சேவைக்காக இரண்டாயிரம் பவுண்ட்டுகள் போய்விடுமாம். வீலருக்கு அதில் மிகச்சொற்பமானத் தொகை மட்டும் கிடைக்குமாம். என் புதிய கணவனை பதிவு அலுவலகத்தில் சந்திக்கவேண்டிய தேதியையும் நேரத்தையும் எழுதிக்கொடுத்தான். மேலும் இதரசெலவுகளுக்காக, நூற்று ஐம்பது பவுண்ட்களை ரொக்கமாகக் கையில் கொண்டுவரச் சொன்னான்.

"நீ மிஸ்டர் ஓ' சல்லிவனை சந்திக்கப் போற." வீலர் நான் சந்திக்கப் போகும் மனிதனின் பிரிட்டிஷ் பூர்வீகத்தைச் சொன்னான். எழுதுவதைத் தொடர்ந்துகொண்டே பேசினான். "நீ திருமணம் செஞ்சுக்கப் போற அந்தநபர் ஒரு ஜெண்டில்மேன். ஓ, சரி. அப்படியே உனக்கு வாழ்த்துகள்" என்னை நிமிர்ந்து பார்த்தான். என்மீது ஒரு புன்னகையைச் சிந்தினான்.

பின்னர் மர்லினிடம், இந்த ஆசாமியை நம்பலாமா எனக் கேட்டேன். அவள், "நம்பலாம். முக்கியமான இடத்துல பெரிய கட்டிடத்துல அட்டகாசமான ஆபிஸ் வெச்சுருக்கான். கதவுல பெயர் எழுதிவெச்சுருக்கான். தொழில்ரீதியான செக்ரட்டரி ஒருத்தியும் இருக்கா. அவனொரு சட்டபூர்வமான ஆள்மாதிரித்தான் எனக்குப்படுறான்."

என் நம்பிக்கைக்குரிய தோழி மர்லின் திருமண நாளன்று, ஒரு சாட்சியாக என்னுடன் வந்திருந்தாள். பதிவு அலுவலகத்துக்கு வெளியில் காத்திருந்தோம். அப்போது நாங்கள் அங்கே ஒரு மனிதனைக் கண்டோம். வாடிவதங்கிய சிவந்தமுகத்துடன்,

கலைந்த நரைத்தத் தலைமுடியுடன், கந்தலான ஆடைகளை அணிந்து, பக்கவாட்டில் இருந்தான். பதிவு அலுவலகத்தில் அவன் நுழைவதற்கு முன்புவரை, அவனைப் பார்த்துச் சிரித்துக் கொண்டிருந்தோம். மர்லினும் நானும் சிரிப்பதை நிறுத்திவிட்டு ஒருவரையொருவர் பார்த்துக்கொண்டோம். பின்னர் அவனைப் பார்த்தோம். "நீங்க மிஸ்டர் ஓ' சல்லிவனா?" நான்தான் மிரட்சியில் கேட்டேன்.

"இந்த உடம்புக்கு அதுதான் பெயர்." அவனது குரல் மிகவும் கீழிருந்தது. "நீ தானா அது?" நான் தலையாட்டினேன். "பணம் வெச்சுருக்கயில்ல, சிறுமியே - கைல கொண்டுவந்துருக்கயில்ல?"

"இருக்குது"

"நூத்தி அம்பதும் ரெடி?"

"ஆமா."

"நல்லபுள்ளை. அப்படின்னா வா, வா. வேகமாப் போகலாம். நேரத்தை வீணாக்கக் கூடாது." என் புதிய கணவனிடமிருந்து விஸ்கி நாற்றம் புழுக்கியடித்தது. முழுபோதையில் அவன் ஊறித்திளைத்துக் கிடந்தான்.

அவனைப் பின்தொடர்ந்து உள்ளே சென்றோம். நான் மர்லினிடம் கேட்டேன். "எனக்கு பாஸ்போர்ட் கிடைக்குறவரைக்காவது உசுரோட இருந்தான்னா அதுபோதும்?"

பதிவாளர் ஒரு பெண். பதிவுக்கான சடங்குகளை செய்தபடியிருந்தாள். என் கவனக்குவிப்பில் சற்றே சங்கடம் இருந்தது. நிற்கக்கூடமுடியாத அளவுக்கு ஓ' சல்லிவன் தள்ளாடிக் கொண்டிருந்தது, என்னை நிலையில்லாமல் ஆக்கியிருந்தது. கொஞ்ச நேரம் அவன் நிலையாக இருந்தால் போதும் என்பதுபோல நினைத்துக்கொண்டிருந்தேன். பதிவாளர் கேட்டாள், "நீதான் வாரிஸா? இவரை-" அவள் சுட்டிக்காட்டியபோது, அந்த முதிய ஆள் தடாலென்ற சத்தத்துடன் தரையில் விழுந்துவிட்டான். முதலில் நான், அந்த ஆள் இறந்துவிட்டானென்றுதான் நினைத்தேன். ஆனால் அவன், தனது வாயைத் திறந்து, பெரிதாக சுவாசித்துக் கொண்டிருந்தான். அவனுக்குப் பக்கவாட்டில் முழங்காலிட்டு

அமர்ந்து, அவனை உலுக்கினேன். "மிஸ்டர் ஓ' சல்லிவன் எந்திரிங்க!" குரல் கொடுத்தேன். ஆனால் என் குரலுக்கு அவன் செவிசாய்க்கவில்லை.

என் கண்களைச் சுழலவிட்டேன். அருகில் நின்றிருந்த மர்லினிடம் "எவ்வளவு அற்புதம் பாரு, என் திருமண நாள்" கூவினேன். அவள் சுவர்பக்கமாகத் திரும்பிநின்று, வயிற்றைப் பிடித்தபடி சிரித்துக்கொண்டிருந்தாள். "என்னோட அதிர்ஷ்டம்! என்னைப் பதிவு அலுவலகத்துலேயே விட்டுட்டுப்போக இருந்தான், என்னருமைக் கணவன்". நகைப்புக்கிடமாகிப் போயிருந்த அந்த இடத்தின் சூழலை, என்னால் முடிந்த அளவுக்கு மாற்ற முனைந்தேன்.

பதிவாளராகயிருந்த அந்தப்பெண் எழுந்துவந்து, தனது இரண்டுகைகளையும் முழங்கால்களில் இருத்தியபடிக் குனிந்து, என் எதிர்காலக் கணவனை பரிசோதிப்பது போல, தான் அணிந்திருந்த மெல்லிய அரைக்கண்ணாடி வழியாகப் பார்த்தாள். "இவரு நல்லா ஆகிருவாரா?"

"அந்தஎழவு எனக்கென்னத் தெரியும்?" என்று, அவளைப் பார்த்துக் கத்தவேண்டும் போலத் தோன்றியது. அப்படிச் செய்தால், அது விளையாட்டு ஆகிவிடும் என்று உணர்ந்தேன். "எந்திரிங்க... ம்ம்ம்... கமான் எந்திரிங்க!" முதியவர் கன்னத்தில் நிதானமாகத் தட்டினேன். இப்போது அந்தஆளிடமிருந்து, "ப்ளீஸ் - யாராச்சும் கொஞ்சம் தண்ணீ தாங்களேன். யாராச்சும் தாங்களேன்!" கெஞ்சல் ஒலிகேட்டது. எனக்கு சிரிப்பு பொத்துக் கொண்டுவந்தது. பதிவாளர் ஒரு தம்பளரில் தண்ணீர் கொண்டுவந்தாள். அதைவாங்கி முதியவரின் முகத்தில் தெளித்தேன்.

தண்ணீர்ப்பட்டதும் ஆசாமியிடமிருந்து செருமல் ஒலியும் உறுமல் ஒலியும் கலந்து, "உக்ர்ஹ்" எனும் விநோத ஒலி கிளம்பியது. தொடர்ந்து கண்கள் மூடிமூடித் திறந்தன. கொஞ்சம் இழுத்துப்பிடித்து, கொஞ்சம் தக்குமுக்காடி சொந்தக்காலில் நிற்க வைத்தோம்.

"கடவுளே... ஆசாமியப் பிடிச்சுக்கிட்டே இருக்கணும் போலருக்கே" நான் முனகினேன். மறுபடியும் கீழே

விழுந்துவிடும் அபாயம் இருந்தது. கால்கள் நிற்கவில்லை. 'நிகழ்ச்சி முடியும் வரையாவது ஆள் இருக்கவேண்டுமே' எனது 'அன்புக்குரியவனின்' கைகளை இரும்புப்பிடியாகப் பிடித்திருந்தேன். திரும்பி நடக்கும்போது, திரு. ஓ' சல்லிவன் நூற்று ஐம்பது பவுண்டுகள் குறித்துதான் கேட்டான். ஏதாவது பிரச்சனை ஆகிவிட்டால் என்னசெய்வது என்பதால், நான் அவனது முகவரியைக் கேட்டு வாங்கிக்கொண்டேன். அவன் இருமிக்கொண்டே கீழிறங்கினான். வாயில் ஒரு பாடலின் முணுமுணுப்பு. அந்தப் பாடலுடன் நான் கொடுத்தப் பணத்தைப் பத்திரப்படுத்திக் கொண்டான்.

ஒருவாரம் போயிருக்கும். ஹெரால்ட் வீலர், தானே என்னை அழைத்து, கடவுச்சீட்டு தயாராகிவிட்டதாகச் சொன்னான். நான் எக்களிப்பான பலபாடல்களைப் பாடிக் கொண்டு ஓடோடி, அவன் அலுவலகத்துக்குப் போய், அந்த ஆவணத்தை வாங்கிக் கொண்டேன். அவன் கொடுத்த அந்த ஆவணம்: ஐரிஷ் கடவுச்சீட்டு. அதில் எனது கறுப்பு முகம்கொண்ட புகைப்படம். பெயர் வாரிஸ் ஓ' சல்லிவன் என்றிருந்தது. கடவுச்சீட்டுகளில் நானொன்றும் நிபுணத்துவம் பெற்றவளில்லை. ஆனால் அதைப் பார்த்ததும் ஒரு புதிர்போலவே இருந்தது. இல்லை, அது ஒரு தனித்துவம் போலவும் இருந்தது. யாரோ தரைத்தளத்திலிருந்துகொண்டு, செய்துவந்து தந்ததுபோலவும் தெரிந்தது. "இதுதானா அது? அதாவது, இதுவொரு சட்டபூர்வமானக் கடவுச்சீட்டு? இதைக்கொண்டு நான் உலகம் பூராவும் பயணம்செய்ய முடியும்?"

"ஓ, ஆமாம்." வீலர் ரொம்பவே தாராளமாகத் தலையை ஆட்டினான். "ஐரிஷ், இங்கே பாரேன். இதுவொரு ஐரிஷ் கடவுச்சீட்டு."

"உம்ம்ம்ம்" நான் அதைத் திருப்பித் திருப்பிப் பார்த்தேன். பின்அட்டையை ஆய்ந்தேன். "நல்லது. இது ரொம்பநாளாவே இழுத்துட்டுவந்த வேலை. இப்படி முடியும்னு யாருக்குத் தெரியும்?"

அதைப் பரிசோதிக்க நீண்டநாட்களெல்லாம் நான் காத்திருக்க வில்லை. ஏஜென்சி என்னை பாரிஸிலும் மிலனிலும் ஒப்பந்தம் செய்திருந்தது. அதனால் பயண விசாவுக்கு

விண்ணப்பித்தேன். இரண்டொரு நாட்களில் எனக்கு ஒரு கடிதம் வந்திருந்தது. அதன் அனுப்புநர் முகவரியைப் பார்த்ததும் நான் நோய்மைக்கு ஆளாகிப்போனேன். அந்தக் கடிதம் குடியேற்ற அலுவலகத்திலிருந்து வந்திருந்தது. அதிலுள்ள வாசகங்கள், என்னை முறையாக அவர்கள் பார்க்கவிரும்புவதாகச் சொல்லின. அங்குபோவதிலிருந்துத் தப்பிப்பதற்கான அத்தனை சாத்தியங்களையும் யோசித்துப் பார்த்தேன். முடிவில், அங்கு போவதைத்தவிர, வேறு எதுவுமே சரியாகவரும் என்றுபடவில்லை. உடனடியாக நாடுகடத்தும் அதிகாரம் அல்லது சிறைக்கு அனுப்பிவிடும் அதிகாரம் அவர்களுக்கு இருப்பதை நானறிவேன். போய்வருகிறேன், லண்டன். போய்வருகிறேன், பாரிஸ். போய்வருகிறேன், மிலன். போய்வருகிறேன், மாடலிங். வணக்கம் ஒட்டகங்களே...

கடிதம் கைக்குக்கிடைத்த மறுநாள், பிரான்கியின் வீட்டிலிருந்து குடியேற்ற அலுவலகத்துக்குப் போனேன். பிரமாண்டமான அந்தப்பெரிய அரசாங்கக் கட்டிடம் முழுவதும் அலைந்துதிரிந்தேன். ஏதோ உச்சிக்கோபுரத்தின்மீது ஏறியிருப்பதுபோல உணர்ந்தேன். ஒருவழியாக அலுவலகத்தைக் கண்டுபிடித்து உள்ளேபோனால், தப்பிக்கமுடியாத துயரத்தைக்கொண்ட, முன்னெப்போதும் காணாத முகங்களை அங்கே கண்டேன். “உட்காரு இங்கே,” என்றது, கல்லில்செய்திருந்த ஒரு ஆண்முகம். தனியறையொன்றில் என்னை முற்றிலும் தனிமைப்படுத்துவதுபோல, உட்காரச்செய்து, கேள்விகளைக்கேட்கத் தொடங்கினர். “உன்பெயர் என்ன? திருமணத்துக்கு முன்பு, உன்பெயர் என்னவாக இருந்தது? நீ எங்கிருந்து வந்தாய்? இந்தக் கடவுச்சீட்டு உனக்கு எப்படிக் கிடைத்தது? அவன் பெயர் என்ன? இதற்கு நீ எவ்வளவு காசு கொடுத்தாய்?” ஒரு சின்னத்தவறை பதிலாகச் சொன்னாலும் அவர்கள் பழைய வாரிஸின் கையில் விலங்குபூட்டிவிடுவார்கள் என்பதை அறிந்தேயிருந்தேன். இதனிடையே குடியேற்ற அலுவலர்கள் நான்சொன்ன ஒவ்வொரு வார்த்தையையும் பதிவுசெய்துகொண்டே வந்தனர். அதனால் என் உள்ளுணர்வு, அவர்களிடம் அதிகமாக எதையும் சொல்லாதே என்று எச்சரித்திருந்தது. எனக்குக் கொஞ்சம் இடைவெளி தேவைப்பட்டபோதும், பதில்சொல்ல யோசிக்கும்போதும்

எனது இயற்கையான அறிவான, மொழியால் குழம்புவதுபோல பாவனைசெய்து நடித்தேன்.

குடியேற்ற அலுவலகம் என் கடவுச்சீட்டை வைத்துக்கொண்டது. கணவனை நேர்முகத்துக்கு அழைத்துக்கொண்டுவந்து, அதைத் திரும்பப் பெற்றுக்கொள்ளச் சொன்னது. இப்படியெல்லாம் கேட்கவேண்டிவரும் என்று நான் எதிர்பார்த்திருக்கவில்லை. முடிவில் எப்படியோ, அந்த அலுவலகத்திலிருந்து ஹெரால்ட் வீலரின் பெயரைச் சொல்லாமலேயே வந்துவிட்டேன். அரசாங்கம் அவனை அள்ளிக்கொண்டு போகுமுன் அந்தத் திருடனிடமிருந்து என் பணத்தைத் திரும்பப்பெற வேண்டும். அல்லது எனது இரண்டாயிரம் பவுண்ட்கள் ஒன்றுமில்லாமல் போய்விடும்.

குடியேற்ற அலுவலகத்திலிருந்து நேரே, பொய்ப்புளுகுமூட்டை அலுவலகத்துக்குத்தான் பீடுநடை போட்டுச் சென்றேன். இண்டர்காமில் அழைத்தேன். அவனது செயலாளர் பதிலளித்தபோது, ‘நான் வாரிஸ் டைரி, உடனடியாக திரு. வீலரை பார்க்கவேண்டும்’ என்றுசொன்னேன். ஆனால் எதிர்பாராதநிலையில், அங்கே வீலர் அப்போது இல்லை. அதனால் செயலாளர் கதவைத்திறக்க மறுத்துவிட்டாள். ஒவ்வொருநாளும் அவனது அலுவலகத்துக்குவந்து, தொலைபேசியில் கத்துவேன். விசுவாசமான செயலாளர் அந்தப் பெருச்சாளியைக் காப்பாற்றிவிடுவாள். தனியார் துப்பறியும் நிபுணர்போல, அந்தக் கட்டிடத்துக்கு வெளியே நாள்முழுவதும் ஒளிந்திருந்து, அவன் நடந்துவரும்போது பிடித்துவிடலாம் என்று காத்துக்கிடப்பேன். ஆசாமி காணாமலே போயிருந்தான்.

இதற்கிடையில் நான், திரு. ஓ‘ சல்லிவனை குடியேற்ற அலுவலக அதிகாரிகள் முன் நிறுத்துவதற்கான முயற்சிகளில் இறங்கினேன். அவனது விலாசம் தெற்கு லண்டனிலுள்ள கிராய்டனில் இருந்தது. அது, புலம் பெயர்ந்தவர்கள் நிறைந்திருக்கும் ஓரிடம். அதற்கடுத்து, சோமாலியர்கள் நிறையபேர் வசித்தார்கள். அங்கேபோவதற்கு ரயிலில் பயணம் செய்தேன். தொடர்ந்து, ரயில்போகாத நிலையில், மீதிதூரத்தை ஒரு வாடகை ஊர்தியில் கடந்தேன். தெருக்களின் வழியே தனியே நடந்துபோனேன். என்னை அத்தனை பேரும் பார்ப்பதுபோல ஓர் உணர்விருந்தது.

அது, அத்தனை மகிழ்வாக இருக்கவில்லை. அந்தவிலாசத்தைக் கண்டுபிடித்துவிட்டேன். அதுவொரு சிதிலமடைந்த வீடு. கதவைத் தட்டினேன். பதிலேதும் இல்லை. வீட்டின் பக்கவாட்டில் சுற்றிப்போனேன். சன்னலில் பார்வையைச் செலுத்தினால், எதுவுமே தெரியவில்லை. அவன் எங்கே இருப்பான் - பகலில் எங்கே போவான்? ஆச்சரியமாக இருந்தது. ஆங் - பப்புக்குப் போயிருக்கலாம். அங்கிருந்து நடந்து, அருகிலிருந்த பப் ஒன்றுக்கு வந்துவிட்டேன். உள்ளேபோனால், திரு. ஓ' சல்லிவன் அங்கே பாரில் உட்கார்ந்திருந்தான். "என்னை நினைவிருக்கா?" நான் கேட்டேன். அந்த முதியவன் என்னை மேலாகப் பார்த்தான். பின்பு உடனடியாக, தனது பார்வையை நேராக, பாரில் அடுக்கிவைக்கப்பட்டிருந்த பாட்டில்களின்மேல் நிறுத்திக்கொண்டான். வேகமாக யோசி, வாரிஸ். நான் அவனிடம் அந்தக்கெட்ட செய்தியைச் சொன்னேன். என்னுடன் குடியேற்ற அலுவலகத்துக்கு வரச்சொல்லிக் கெஞ்சினேன். அவன் ஒத்துக்கொள்ளமாட்டான் என்பது எனக்குத்தெரியும். "இந்தக் கதையக் கேளுங்க, மிஸ்டர். ஓ' சல்லிவன். குடியேற்ற அலுவலக அதிகாரிகள் என்னோட பாஸ்போர்ட்ட வாங்கிவெச்சுக்கிட்டாங்க. அவங்க உங்கக்கிட்டப் பேசணுமாம். எளிமையா பதில்சொல்ற மாதிரி ரெண்டுகேள்வியக் கேட்டுட்டு, அவங்க அதைத் திருப்பிக் குடுத்துருவாங்க. நாம கல்யாணம் பண்ணிக்கிட்டோம், நினைவிருக்குல்ல. என்னால அந்த வழக்கறிஞரப் பாக்க முடியல. அந்தாளு எங்கேயோ ஓடிப்போய்ட்டான். எனக்கு இப்ப உதவுறதுக்கு யாருமே இல்ல". நீண்டநேரமாக, பாருக்குப் பின்னாலிருந்த பாட்டில்களையே பார்த்துக்கொண்டிருந்தவன், ஒருமிடறு விஸ்கியை விழுங்கினான். அப்படியே தலையை சிலுப்பிக் கொண்டான். "பாருங்க, எனக்கு பாஸ்போர்ட் கிடைக்குறதுக்கு நீங்க உதவுனதுக்காக, இரண்டாயிரம் பவுண்ட் நான் கொடுத்துருக்கேன்!"

இந்த வாசகம்தான் அவன் கவனத்தைக் கலைத்தது. என்னைத் திரும்பிப் பார்த்தான். அவன் வாய் வியப்பில் திறந்துகொண்டது. "நீ எனக்குக் கொடுத்தது, நூத்தம்பது, அன்பே. என் வாழ்க்கையில் நான் ரெண்டாயிரம் பவுண்ட்ஸ் பாத்ததேயில்லை. இல்லாட்டி, நான் ஏன் கிராய்டன்ல அலைஞ்சுகிட்டுருக்கேன்."

"நீ என்னைக் கல்யாணம் செய்துக்கிறதுக்கு, நான் ஹெரால்ட் வீலர்ட்ட இரண்டாயிரம் பவுண்ட்ஸ் குடுத்தேன்!"

"அப்படியா? அவன் எனக்குக் குடுக்கலயே. அந்த முட்டாள்ட்ட ரெண்டாயிரம் பவுண்ட் குடுத்திருந்தேன்னா, அது உன்னோட பிரச்சனை - என்னோட பிரச்சனையில்ல." நான் அவனிடம் கெஞ்சினேன். உதவச்சொல்லி அழைத்தேன். அக்கறைக் காட்டுபவனாக அவன் இல்லை. குடியேற்ற அலுவலகத்துக்கு காரில் அழைத்துச்சென்று, திரும்ப அழைத்துவந்து வீட்டில் விடுவதாகவும், ரயிலில் பயணம் செய்யவேண்டாம் என்றும் உறுதியளித்தேன். பார் ஸ்டூலிலிருந்து அவன் நகர்பவனாகத் தெரியவில்லை.

அவனை எப்படி ஊக்குவிப்பது என்று யோசித்தேன். ஒரு பிடி கிடைத்தது. "பாருங்க, நான் உங்களுக்குப் பணம் தர்றேன். நிறையப் பணம் தர்றேன். குடியேற்ற அலுவலகத்துல வேலை முடிஞ்சதும், நாம பப்புக்குப் போறோம். என்ன வேணுமோ, எவ்வளவு வேணுமோ, அவ்வளவு குடிக்கலாம்." இந்தச் சலுகை அவனை சந்தேகமாகத் திரும்பிப்பார்க்க வைத்தது. புருவங்களை உயர்த்தியபடி என்னைத் திரும்பிப் பார்த்தான். இழுத்துப்போடு, வாரிஸ்! "விஸ்கி, நிறையநிறைய விஸ்கி, பார்ல வரிசையா இருக்குற எல்லா விஸ்கியும். சரியா? நாளைக்கு நான் வீட்டுக்கு வருவேன். ஒரு டாக்சி எடுத்துக்கிட்டு லண்டனுக்குப் போறோம். அங்கே கொஞ்ச நேரம்தான் ஆகும். ரெண்டுகேள்வி கேப்பாங்க. அப்பறம் அங்கேருந்து நேரா பாருக்குப் போறோம். ரைட்டா?" தலையாட்டியவன், பார்வையை அடுக்கிவைக்கப்பட்டிருந்த பாட்டில்களில் பதித்துக்கொண்டான்.

அடுத்தநாள் காலை, கிராய்டனுக்குத் திரும்பினேன். அந்த முதியவன் வீட்டுக் கதவைத் தட்டினால், உள்ளிருந்து பதிலேதும் இல்லை. பாழடைந்தத் தெருக்களின் வழியே பப்புக்குப் போனேன். அங்கே பார்-கீப்பர் மட்டுமே இருந்தான். வெள்ளை மேலாடை அணிந்திருந்த அவன், காபி குடித்தபடி, நாளிதழ் வாசித்துக்கொண்டிருந்தான். "இன்னிக்கு மிஸ்டர் ஓ' சல்லிவனைப் பாத்தீங்களா?"

அவன் தலையாட்டிக் கொண்டான். "இது, அவனுக்கு ரொம்ப சீக்கிரம், அன்பே." திரும்பி அவசரமாக நடந்து, அந்த

ஒழுக்கங்கெட்டு வீழ்ந்துகிடப்பவனின் வீட்டுக்கு ஓடினேன். கதவைத் தட்டினேன். இப்போதும் பதிலில்லை. அதனால், முன்வாசல் படிக்கட்டில் உட்கார்ந்தேன். மூத்திர நாற்றம் குடலைப் புரட்டியது. கையால் மூக்கை மூடிக்கொண்டேன். அங்கே அமர்ந்துகொண்டு அடுத்து என்ன செய்யலாம் என்று யோசித்துக் கொண்டிருந்தபோது, தாட்டியான இரண்டு ஆசாமிகள் அந்தப்பக்கமாக வந்தனர். அவர்கள் இருபதுகளில் இருந்தனர். சரியாக எனக்குமுன்னால் வந்துநின்றனர்.

"யார் நீ?" அவர்களில் ஒருவன் பன்றியை ஒத்தக்குரலில் உறுமினான். "எதுக்காக நீ இங்க உக்காந்துருக்க?" வயதானவன் போல குனிந்து என்னைப் பார்த்தான்.

"ஹோ, ஹை" நான் மகிழ்ச்சியுடன் கூவினேன். "உனக்குத் தெரியுமானு எனக்குத்தெரியல. ஆனால், நான் உன் அப்பாவ கல்யாணம் பண்ணீருக்கேன்."

இரண்டுபேருமே என்னை வெறித்துப் பார்த்தனர். இருவரில் பெரியவன்போல இருந்த ஒருவன் கத்தினான். "என்னது! எதப்பத்தி நீ பேசிக்கிட்டிருக்க ஓ... மகளே?"

"நான் முழுசா குழம்பிப் போயிருக்கேன்! எனக்கு, உங்க அப்பாவோட உதவி தேவைப்படுது. அந்தாளு நகரத்துல இருக்குற அலுவலகத்துக்கு வந்து, அவங்கக் கேக்குறக் கேள்விகளுக்கு பதில்சொல்லணும். அதுதான் நான்விரும்புறது. அவங்க என் பாஸ்போர்ட்ட எடுத்துக்கிட்டாங்க. அதை நான் திரும்பவாங்கணும். அதுனால தயவுசெய்து..."

"உம்மூஞ்சில மூத்திரம் பெய்ய, தே... பு... மகளே..."

"ஏய்... நிறுத்து! நான் அந்த கிழவன்கிட்ட என்கிட்டருந்த அத்தனைப் பணத்தையும் குடுத்துருக்கேன்." அந்த வீட்டின் கதவைக்காட்டிச் சொன்னேன். "அந்தாளு இல்லாம நான் போகமாட்டேன்." அந்தஆளின் மகன் வேறுதிட்டம் வைத்திருப்பான்போல. அவன் தன் சட்டையின் பின்புறத்திலிருந்து குண்டாந்தடியை வெளியில் எடுத்தான். அதைக் காற்றில் சுழற்றி, மண்டையை உடைத்துவிடுவதுபோல என்னை பயமுறுத்தினான்.

"ஏய்ய்ய், நாங்க உன்னைத் தூக்கிப்போட்டு ஓ... ப்போறோம். இங்கேவந்து பொய் சொல்லிக்கிட்டா உக்காந்துருக்க... தே... மகளே-" ஒருவன் சிரித்துக்கொண்டே பல்லைக் காட்டி இளித்தான். அவன் சிரிப்பதைப் பார்த்தேன். வாயில் சில பற்கள் தொலைந்திருந்தன. அது எனக்குப் போதுமானதாக இருந்தது. அவர்கள் இழப்பதற்கு எதையும் வைத்திருக்கவில்லை என்பதும் புரிந்துபோனது. கதவுக்கருகில் வைத்து என்னை யாருக்கும் தெரியாமல் அல்லது யாரும் பார்த்துவிடாத வண்ணம் அடித்தே கொன்றுவிடுவார்கள். நான் அங்கிருந்து தாவி, எடுத்தேன் ஓட்டம். அவர்கள் சிறிதுதூரம் வரை துரத்திக் கொண்டுவந்து, பீதியுறச்செய்து விரட்டியதில் திருப்திகொண்டவர்களாக நின்றுவிட்டனர்.

அன்றுநான் வீட்டுக்குத் திரும்பிவிட்டாலும் மீண்டும் கிராய்டனுக்குப் போக வேண்டும் என்று முடிவுசெய்திருந்தேன். அந்தக் கிழவனைக் கண்டுபிடிக்கும்வரை விடக்கூடாது என்பதில் திண்ணமாகவும் இருந்தேன். எனக்கு வேறுவழியில்லை. இந்தநிலையில், பிரான்கி வாடகையில்லாமல் தங்க என்னை அனுமதித்திருப்பதுடன் மட்டுமின்றி, எனக்கான உணவையும்கூட அவனே வாங்கித்தந்தான். அத்துடன் இல்லாமல், எனக்குத் தெரிந்த மற்ற நண்பர்கள் அத்தனை பேரிடமும் செலவுக்காக பணம் வாங்கியிருந்தேன். அந்தநிலை என்னைவிட்டுப் போகவேயில்லை. விடாமல் துரத்திக்கொண்டு வந்தது. என்னிடமிருந்த எல்லாப் பணத்தையும் வழக்கறிஞர் எனும் பெயரிலிருந்த அந்தக் குடியேற்றத்துறை ஏமாற்றுக்காரனிடம் கொடுத்துவிட்டிருந்தேன். கடவுச்சீட்டில்லாமல் என்னால் வேலைசெய்ய முடியாது. அதனால் இப்போது என்னிடம் இழப்பதற்கு எது இருக்கிறது? நான் கவனமாக இல்லாவிட்டால், என் பற்களில் சில பறிபோய்விடும். ஆனால் இந்தப் பொறுக்கிகளைக் காட்டிலும் நான் கொஞ்சமாவது நேர்த்தியாக இருக்கவேண்டும் என்று முடிவுசெய்தேன். அது ஒன்றும் பெரிய விஷயமில்லை.

மறுநாள் மதியம் நான் திரும்பப் போனேன். அந்தப்பகுதியில் சத்தமில்லாமல் அலைந்தேன். கிழவன்வீட்டு வாசலில் நிற்பதைமட்டும் தவிர்த்துவிட்டேன். அந்தப்பகுதியில் பூங்கா ஒன்று இருந்தது. அங்கேகிடந்த பெஞ்ச் ஒன்றில் அமர்ந்தேன்.

சில நிமிடங்களிலேயே அந்தப்பாதையில் ஓ' சல்லிவன் நடந்துவந்தான். அவன் சந்தோஷமான நிலையில் இருப்பதாக எனக்குப்பட்டது. டாக்சியில் பயணம்செய்ய உடனடியாக ஒத்துக்கொண்டு என்னுடன் ஏறிக்கொண்டான். நாங்கள் லண்டன்நோக்கிப் பயணப்பட்டோம். "ஆமா, நீ எனக்குப் பணம் குடுப்பேல்ல?" நான் தலையாட்டினேன். "அப்பறம் நாம குடிக்கிறதுக்காக நிறைய விஸ்கி வாங்குவேல்ல, சிறுமியே?"

"நம்ம வேலைமுடிஞ்சதும் உங்களுக்குத் தேவைப்படுற எல்லாத்தையும் வாங்கித்தர்றேன். ஆனா இந்தக் குடியேற்ற ஆசாமிகள்ட்ட நீங்க பேசும்போது, நார்மலா இருக்கணும். அவனுக எல்லாரும் சோரம்போனவளுக்குப் பெறந்தவனுக, தெரியுமா? அதுக்கப்பறம் நாம பப்புக்குப் போறோம்..."

நாங்கள் குடியேற்ற அலுவலகத்துக்குள் நுழைந்தபோது, அங்கிருந்த முகவர்களில் ஒருவன் திரு. ஓ' சல்லிவனை ஏற இறங்கப் பார்த்தான். அவன் முகம் கற்பாறைபோல இறுகியிருந்தது. "இதுதான் உன் கணவனா?"

"ஆமா."

"ஆகட்டும், திருமதி. ஓ' சல்லிவன். நாம இந்த விளையாட்டையெல்லாம் இத்துடன் நிறுத்திக்குவோம். என்ன நடந்தது?" எனக்கு வெட்கமாகப் போய்விட்டது. பொய்யுரைக்க, இனி வார்த்தைகள் இல்லை என்பதுபோலப்பட்டது. இதயத்தைத் திறந்து, அவர்களிடம் அத்தனையையும் சொல்லிவிட்டேன். எனது மாடலிங் தொழில் பற்றி, ஹெரால்ட் வீலர் பற்றி, நடந்துமுடிந்த எனது அந்தக் கல்யாணம் பற்றி. இவற்றில், வீலரைப் பற்றித் தெரிந்துகொள்வதில் மிகவும்ஆர்வமாக அவர்கள் இருந்தனர். அவனைப் பற்றித் தெரிந்த அத்தனைத் தகவல்களையும் விலாசம் உட்படச் சொல்லிவிட்டேன். "எங்க விசாரணைய முடிச்சுக்கிட்டு, கொஞ்சநாள்ல உங்க பாஸ்போர்ட் பத்தி தகவல் சொல்றோம்" அவ்வளவுதான். எங்களை விட்டுவிட்டார்கள்.

இப்போது நாங்கள் தெருவில் இருந்தோம். திரு. ஓ' சல்லிவன் பப்புக்குப்போக வேண்டும் என்று தடுமாறிக்கொண்டிருந்தான். "சரி, உனக்கு இப்ப பணம்வேணும்? இந்தா..." எனது

கைப்பையைத் திறந்தேன். அதிலிருந்த எனது கடைசிப் பணமான இருபது பவுண்ட்களையும் பொறுக்கியெடுத்து, அவன்கையில் கொடுத்தேன். "என் பார்வைலப்படாம ஓடியே போயிரு. அங்கே இங்கே நிக்கிறத இனிநான் பாக்கக்கூடாது."

"இவ்வளவுதானா?" திரு. ஓ' சல்லிவனின் பார்வையில் அதிர்ச்சி இருந்தது. அப்படியே என்னைப் பார்த்தான். "இவ்வளவுதான் என்கிட்டருக்குறது!" திரும்பி தெருவழியே நடக்க ஆரம்பித்தேன். "தேவடியா முண்டே!" அவன் இறைந்தான். இடுப்புவரைக் குனிந்து என்னவோ சைகை செய்தான். "வாடி, உன்னய ...குறேன், தேவடியாளே!" தெருவில் நடந்துபோனவர்கள் என்னை வேடிக்கைப் பார்த்தார்கள். நான் அவனுக்குப் பணம் கொடுத்தேன். பிறகெதற்கு என்னை அவன் தேவடியா என்கிறான் என்று, அநேகமாக ஆச்சரியத்துடன் பார்த்திருக்கக்கூடும்.

சிலநாட்களில், குடியேற்ற அலுவலகத்திலிருந்து எனக்கு அழைப்பு வந்திருந்தது. போனேன். அவர்கள் ஹெரால்ட் வீலர் குறித்து விசாரணை நடத்தினார்களாம். ஆனாலும் எதையும் கண்டறிய முடியவில்லையாம். அவனது செயலாளர், வீலர் இந்தியாவுக்குப் போய்விட்டதாகச் சொன்னாளாம். எப்போது அவன் திரும்புவானென்ற தகவல் தெரியவில்லையாம். இருந்தபோதும், இடைக்காலத்துக்கு, அவர்கள் எனக்கு தற்காலிகக் கடவுச்சீட்டு கொடுத்தார்கள். அது இரண்டு மாதத்துக்கு செல்லத்தக்கதாக இருந்தது. ஒட்டுமொத்தக் குழப்பத்திலிருந்து முதல்முறையாக ஒரு சிறு இடைவெளி. இந்த இரண்டுமாத காலத்தை பயனுள்ளதாக ஆக்கிக்கொள்ள முடிவெடுத்திருந்தேன்.

முதலில் இத்தாலிக்குப் போக முடிவெடுத்தேன். இத்தாலியின் முன்னாள் குடியேற்ற நாடுகளில் ஒன்றான சோமாலியாவில் வாழ்ந்தது, ஓரளவு அம்மொழியில் பேசத் தெரிந்திருந்தது. உண்மை, பெருமளவு இத்தாலிய வார்த்தைகள் அம்மாவின் நக்கலானப் பேச்சுகளின்வழியே நான் கேட்டறிந்ததுதான். ஆனால் அது சுலபமாக வந்தது. மிலனுக்குச் சென்றேன். அந்த ஊர் எனக்கு ரொம்பவும் பிடித்திருந்தது. பேஷன் ஷோக்களில் பங்கெடுத்தேன். அப்போதுதான் அங்கே இன்னொரு விளம்பரத் தோற்றப் பெண் மாடலான ஜூலியை

சந்தித்தேன். அவள் உயரமாக இருந்தாள். தோள்வரையில் வெட்டிவிட்ட தங்கநிற தலைமுடி. அட்டகாசமான உடம்பு. அவள் ஆடைகள் சம்பந்தமான வேலைகளை செய்துவந்தாள். மிலனில் நேரத்தை முறையாகச் செலவிடும் வாய்ப்பு கிடைத்தது. அங்கே காட்சிகளெல்லாம் முடிந்ததும், பாரிஸுக்கு சேர்ந்துபோய் இருவரும்சேர்ந்தே அதிர்ஷ்ட வாய்ப்புகளைத்தேட முடிவுசெய்தோம்.

இந்த இரண்டு மாதங்களுமே, புதிய இடங்களுக்கான பயணம், புதிய மனிதர்கள் சந்திப்பு, புதியவகை உணவுகளை உண்பது என, மிகமுக்கியமானவையாக அமைந்து போயின. இருந்தபோதும் என்னால் கொஞ்சமும் பணம்சேர்க்க முடியவில்லை. ஐரோப்பியப் பயணத்தில் இருந்தபோது, பணம்சேர்க்கும் முயற்சியில் இருந்தேன். பாரிஸில் எங்கள் வேலை முடிந்ததும், ஜுலியும் நானும் சேர்ந்தே லண்டன் திரும்பினோம்.

வந்ததும், நியூயார்க்கிலிருந்து வந்திருந்த ஏஜெண்ட் ஒருவனைச் சந்தித்தேன். புதியதிறமைகளைத் தேடும்பணியில் அவன் ஈடுபட்டிருந்தான். என்னை ஐக்கிய நாடுகளுக்கு வரச்சொல்லி வற்புறுத்தினான். வந்தால், மாடலிங்குக்கு நிறைய வாய்ப்புகளை தேடித்தரமுடியும் என்று உறுதிசொன்னான். உண்மையில், நானும்கூட அதைத்தான் விரும்பினேன். எல்லாவகையினருக்கும் வளமையான சந்தைவாய்ப்புகள் அங்கிருப்பதாக அனைவருமே ஒத்துக்கொள்வார்கள். குறிப்பாக, கறுப்பின மாடல்களுக்கு கூடுதல் வாய்ப்புகள் கிடைக்கலாம். எனது ஏஜென்சி, அதற்கான ஏற்பாடுகளில் இறங்கியது. நான் ஐக்கிய நாடுகளின் விசாவுக்காக விண்ணப்பித்தேன்.

அமெரிக்கத் தூதரகம் எனது விண்ணப்பத்தைப் பரிசீலித்தது. உடனடியாக, அது பிரிட்டிஷ் அரசாங்கத்தைத் தொடர்பு கொண்டது. அங்கிருந்து வந்திருந்தக் கடிதம், இன்னும் முப்பது நாட்களுக்குள் என்னை நாடுகடத்தி, சோமாலியாவுக்கு அனுப்பிவிட இருப்பதாக, செயல்முறை இறுதிச்செய்தியைச் சுமந்திருந்தது. நான் கண்ணீரும் புலம்பலுமாகிப் போனேன். தோழி ஜுலியிடம் உதவி கேட்டேன். அவள் தனது சகோதரனுடன் வேல்ஸில் தங்கியிருந்தாள்.

"நான் சிக்கல்ல மாட்டிருக்கேன் - பெரும்சிக்கல். எல்லாமே முடியப்போகுது, பெண்ணே. நான் சோமாலியாவுக்குத் திரும்பிப் போகப் போறேன்."

"அப்படியெல்லாம் ஆகாது, வாரிஸ். ஏன் இங்கேவந்து கொஞ்சநாள் தங்கிருந்து, நீ மனசை ஆத்திக்கிட்டுப் போகக்கூடாது?" அங்கேருந்து ரயில்ல ஏறு. லண்டன்லருந்து இதுவொண்ணும் ரொம்ப தூரமெல்லாம் இல்லை. இது ரொம்ப அழகான இடம். உனக்குக் கொஞ்சம் தேறுதலாவும் ஆறுதலாவும் இருக்க வாய்ப்பிருக்கு. மாற்றுவழி ஏதாச்சும் இருக்கானு யோசிக்கலாம். ஏதாவது சிக்கும்."

நான் அங்கே சென்றடைந்தபோது, ஜூலி ரயில் நிலையத்துக்கு வந்து, என்னை அழைத்துக்கொண்டாள். அவளது வீட்டுக்கு, மரகதப் பசும்போர்வைப் போர்த்திய வயல்களின் வழியே பயணப்பட்டோம். கூடத்தில் அமர்ந்து நாங்கள் பேசிக்கொண்டிருந்த போது, அவள் சகோதரன் நிகெல் வந்துசேர்ந்தான். குட்டையாக, மிகவும் வெளிறிப்போய் இருந்தான். நீண்ட சிவப்புத்தலைமுடியைக் கொண்டிருந்தவனின் விரல்முனைகளும் பற்களும் நிகோடின் கறைகளைக் கொண்டிருந்தன. எதிர்பார்த்ததைவிட வயதானவனாகத் தெரிந்தான். அநேகமாக, ஐம்பதுகளின் தொடக்கத்தில் அவன் இருக்கலாம். எங்களுக்காக தேநீர்போட்டுக் கொண்டுவந்தான். நான், கடவுச்சீட்டு எனும் பயங்கரக் கொடுங்கனவு பற்றியும் அது கொண்டுவந்துசேர்த்த சோகமுடிவையும் சொல்லிக் கொண்டிருக்கும் போது, அவன் அங்கே அமர்ந்து புகைபிடித்துக் கொண்டிருந்தான்.

தனது இருக்கையில் கைகளைக் கட்டிக்கொண்டு சாய்ந்துகிடந்த நிகெல், திடீரென்று பேசினான். "கவலைப்படாதே. நான் உனக்கு உதவறேன்."

பார்த்து முப்பது நிமிடங்களே ஆகியிருந்தநிலையில் அவனிடமிருந்து இப்படியொரு வாக்குமூலத்தை எதிர்ப்பார்க்கவில்லை. அது என்னை அதிர்ச்சியில் தள்ளியது. "அதை எப்படி நீங்க செய்யப் போறீங்க? எப்படி எனக்கு உங்களால உதவ முடியும்?"

“நான் உன்னைக் கல்யாணம் பண்ணிக்கப் போறேன்.”

நான் வேகமாகத் தலையாட்டி மறுத்தேன். “ஓ... நோ. இல்லை. அதையெல்லாம் தாண்டி வந்துட்டேன். அது என்னை மிகப்பெரிய சிக்கல்ல கொண்டுபோய் விட்டுருச்சு. அந்தத்தப்பை நான் மறுபடியும் செய்ய விரும்பல. போதும்டா சாமி. கல்யாணம்ங்ற கழிசடைத்தனத்தோட என்னால ஒத்துப்போக முடியல. நான் ஆப்பிரிக்காவுக்கே திரும்பிப் போகப் போறேன். அங்கே சந்தோஷம் இருக்கும். என் குடும்பம் அங்கேருக்கு. அங்கே எல்லாமே எனக்குத் தெரியும். இந்தப் பைத்தியக்கார நாட்டுல, என்னால எதையும் புரிஞ்சுக்க முடியல. எல்லாமே இங்கே பைத்தியக்காரத்தனமாவும் குழப்பமாவும் இருக்கு. நான் என் மண்ணுக்குப் போறேன்.”

நிகெல் தாவி எழுந்தான். அப்படியே தாண்டித்தாண்டி படியேறி மேலே போனான்.

அவன் திரும்பிவரும்போது, கையில் முகப்புப்படமாக எனது முகத்தைப் போட்டிருந்த தி சண்டே டைம்ஸ் பத்திரிகை இருந்தது. அது, ஓராண்டுக்கு முன்பு வெளியாகியிருந்த பத்திரிகை. ஜுலியை சந்திப்பதற்கெல்லாம் முன்பே வெளியானது. “அத வெச்சுக்கிட்டு நீங்க என்ன பண்றீங்க?”

“அத நான் பாதுகாத்து வெச்சுருக்கேன். ஏன்னா, எனக்குத் தெரியும் உன்னை ஒருநாள் சந்திப்பேன்” என்று. புகைப்படத்திலிருந்த என் கண்களைப் பார்த்து அவன் சொன்னான். “அன்னிக்கு நான் இந்தப் படத்தைப் பார்த்தேன். உன் கண்களில் கண்ணீர் இருந்தது. அது கன்னத்தின் வழியே வழிந்து ஓடியது. உன் முகத்தைப் பார்த்தபோது, நீ அழுவதை என்னால் உணரமுடிந்தது. என் உதவி உனக்குத் தேவை என்பதையும் அறிந்துகொண்டேன். பிறகு, அல்லாஹ் என்னிடம் சொன்னார் - உன்னைக் காப்பது என் கடமை என்று”.

என்ன மடத்தனம்? நான் கண்களை அகல விரித்துக்கொண்டு அவனையே பார்த்துக் கொண்டிருந்தேன். என் யோசனை வேறாக இருந்தது. யார் இந்தப் பைத்தியக்காரத் தாயோளி? அவனுக்குத்தான் உதவி தேவையாருக்கு. ஆனால், அந்தவாரத்தின் இறுதியில், ஜுலியும் நிகெல் இருவருமே சேர்ந்து, அவன்

எனக்கு உதவுவான் என்று உறுதியளித்தார்கள். ஏன் அதை மறுக்கவேண்டும் என்று கேட்டார்கள். சோமாலியாவில் எனக்கு என்ன எதிர்காலம் இருக்கின்றது? எனக்காக, அங்கே என்ன காத்துக்கொண்டிருக்கின்றது? எனது வெள்ளாடுகளும் ஒட்டகங்களுமா? என்மனதில் அலையடித்துக் கொண்டிருந்தக் கேள்விகளை நிகெலிடம் கேட்டேவிட்டேன். "இதுல உங்களுக்கு என்ன கிடைக்கும்? எதுக்காக என்னைக் கல்யாணம் பண்ணிக்கணும்னு நினைக்குறீங்க? எதுக்காக இந்தவிஷயத்துல நீங்க, வாலண்டியரராவந்து வண்டியில ஏறணும்?"

"நான் சொல்லிடுறேன் - உன்கிட்டருந்து நான் எதையும் எதிர்பார்க்கல. அல்லாஹ் என்னை உன்கிட்ட அனுப்பிருக்கார்." என்னைத் திருமணம் செய்துகொள்வது அத்தனை எளிதானக் காரியமல்ல என்பதையும், பதிவு அலுவலகத்திலுள்ள சிரமங்களையும் அவனுக்கு விளக்கிச் சொன்னேன். நான் ஏற்கனவே திருமணமானவள்.

"நல்லது, நீ அவனை விவாகரத்து செய்யலாம். அரசாங்க அலுவலர்க்கிட்ட நாம கல்யாணம் பண்ணிக்கத் திட்டமிட்டுருக்கோம்னு பேசலாம்." நிகெல் காரணங்களை அடுக்கினான். "அதனால அவங்க, உன்னை நாடுகடத்த மாட்டாங்க. நான் உன்னுடனே இருப்பேன். அதாவது, நானொரு பிரிட்டிஷ் குடிமகன். அவங்க மாட்டேன்னு சொல்ல முடியாது. நீ ரொம்ப கஷ்டப்படுற. உனக்கு உதவவே நான் இங்கேருக்கேன். என்னால என்னெல்லாம் செய்ய முடியுமோ அதையெல்லாம் செய்வேன்."

"நல்லது, ரொம்ப நன்றி..."

ஜுலி சொன்னாள். "வாரிஸ், அவன் உனக்கு உதவுவான், நல்லபடியாவே செய்வான். உனக்கொரு நல்ல வாய்ப்பு கிடைக்கலாம்ல்ல. இதுவரைக்கும் நீ என்ன பெற்றுருக்க?" தொடர்ந்து சிலநாட்களாக, அவர்களை கவனித்துக் கொண்டிருந்தேன். குறைந்தபட்சமாக, அவள் என் தோழி. அவன், அவளது சகோதரன். அவன் எங்கே வசிக்கிறான் என்பது எனக்குத் தெரிகிறது. அவனை நம்பமுடியும். அவள், சரியானவள். சரி ஒரு வாய்ப்பாக இதைப் பயன்படுத்திக் கொள்வோமே என்று முடிவெடுத்தேன்.

ஓ' சல்லிவனிடமிருந்து விவாகரத்துப் பெறுவதற்கு பேச்சுவார்த்தை நடத்த, நிகெல் என்னுடன் வருவதாகச் சொல்லியிருந்தான். எப்படி ஓ' சல்லிவனை சம்மதிக்க வைப்பது என்று ஒருதிட்டம் வகுத்தோம். அவனைப் பற்றி ஏற்கனவே முழுமுதலாகத் தெரிந்திருந்ததால் - முன்னமே காசைப் பற்றிப் பேசாவிட்டால் - அவன் எதற்கும் சம்மதிக்க மாட்டான் என்று குறிப்பிட்டேன். பெருமூச்சொன்றை வெளிவிட்டேன். அது பற்றி யோசிக்கும்போது, எனக்கு சோர்வாக இருந்தது. ஆனால் என் தோழியும் அவளது சகோதரனும் என்னை வற்புறுத்திக்கொண்டே இருந்தார்கள். அதுவே என்னை பெரும் நம்பிக்கைக்குள்ளாக்கி, ஒட்டுமொத்தத் திட்டத்தையும் உணர்வாகச் செய்யவைத்தது. "நாம போவோம்" என்றான் நிகெல், "நாளைக்கு நாம கிராய்டன் போறோம்."

மறுநாள் நாங்களிருவரும் அந்தக்கிழவன் குடியிருக்கும் பகுதிக்குப் போனோம். அவன் வீட்டுக்குப் போகும் வழியை, நான் நிகெலுக்குச் சொல்லிக்கொண்டே வந்தேன். "கவனமா இருக்கணும்." போகும்போது நிகெலை எச்சரித்தேன். "அந்த ஆசாமிக - கிழவனோட ரெண்டு மகனுக - பைத்தியக்காரப் பசங்க. அதான் காருலருந்து எறங்க பயம்மாருக்கு." நிகெல் சிரித்தான். "நான் கவலையோட சொல்றேன். அவனுக என்னய விரட்டிக்கிட்டு வந்தானுக. அடிக்க முயற்சிச்சானுக. - பைத்தியக்காரனுக. நான் உனக்கு சொல்றேன். நாம கவனமா இருந்துக்கணும்."

"கமான் வாரிஸ். நாம அந்த வயசானக் கிழவன்ட்ட நீ விவாகரத்து தரப்போறேனு சொல்றோம். அவ்வளவுதான். அவ்வளவேதான். அதுவொண்ணும் பெரிய விஷயமில்ல."

ஓ' சல்லிவனின் வீட்டுக்கு நாங்கள் போனபோது, அதுவொரு பின்மதிய வேளை. தெருவில், அவன் வீட்டுவாசலில் காரை நிறுத்தினோம். நிகெல் கீழிறங்கி, அந்தவீட்டின் கதவைத் தட்டியபோது, தொடர்ந்து நான் பார்வையை தெருவில் போட்டிருந்தேன். யாரும் பதில்சொல்லவில்லை. அது எனக்கு ஆச்சரியமளிக்கவில்லை. தெருமுனையிலுள்ள பப்புக்கு ஒரு தடவைப் போய்ப் பார்க்கலாம் என்று சொன்னேன்.

நிகெல் சொன்னான். "வா, வீட்டைச் சுத்திப்பாப்போம். சன்னல் வழியா பாப்போம். அவன் வீட்டுலருந்தா கண்டுபிடிச்சுடலாம்." என்னைப் போலல்லாமல் அவன் உயரமாக இருந்தான். அதனால், சன்னல் வழியாக அவனால் எளிதாக எட்டிப்பார்க்க முடிந்தது. பல சன்னல்களின் வழியே எட்டிப்பார்த்தவன் எதுவும் பலனளிக்காமல்போய், ஒரு சன்னலருகே நின்றுபார்த்துவிட்டு, என்னைக் குழப்பமான பாவனையுடன் பார்த்தான். "என்னமோ, தப்பா... நடந்துருக்குனு நெனைக்கிறேன்." நான் சொன்னேன்.

ஓ... பையா. உனக்கு இப்போதுதான் இந்தச் சித்திரம் தோன்றியிருக்கிறது. நான் ஒவ்வொருமுறையும் இதையே உணர்கிறேன். இந்த பயபீதியோட நான் என்ன செஞ்சுற முடியும்.

"என்ன சொல்றீங்க, 'ஏதோ தப்புனு'?"

"எனக்குத் தெரியல... ஆனா தோணுது... ஒருவேளை இந்த சன்னல்வழியா பாத்தா ஏதும் தெரியலாம்." சொல்லிக்கொண்டே தனது நீளமானக் கைகளை சன்னலுக்குள் நுழைத்து, அதைத் திறக்க முயற்சித்தான்.

அப்போது பக்கத்துவீட்டுப் பெண்ணொருத்தி வெளியில் வந்தாள். எங்களைப் பார்த்துவிட்டுச் சொன்னாள். "நீங்க திரு. ஓ' சல்லிவனைத் தேடிவந்துருக்கீங்களா? நாங்க அவரை சிலவாரங்களாப் பாக்கலை." அங்கேயே நின்றுகொண்ட அவள், ஆடைகளை மடித்தபடி, எங்களை கவனித்துக்கொண்டிருந்தாள். நிகெல் அந்த சன்னலில் ஒரு பிளவை உண்டாக்கினான். உடனே உள்ளேயிருந்து மோசமான வீச்சம் வெளியேறியது. நான் மூக்கையும் முகத்தையும் இரண்டு கைகளால் பொத்திக்கொண்டு ஓடிவந்துவிட்டேன். நிகெல் பார்வையை உள்ளே ஓடவிட்டான். பின்னர் கத்தினான். "அவன் செத்துட்டான் - அவன் தரைல கிடக்குறத என்னால பாக்க முடியுது."

பக்கத்துவீட்டுப் பெண்ணிடம் ஆம்புலன்சுக்கு சொல்லச் சொன்னோம். காரிலேறி அங்கிருந்துப் புறப்பட்டுவிட்டோம். நான் இப்படிச்சொல்வதை வெறுக்கிறேன், ஆனாலும், நான் ஆசுவாசமாக உணர்ந்தேன்.

திரு. ஓ' சல்லிவனின் நாற்றமெடுத்து அழுகியப் பிணத்தை, அவனது சமையலறையில் பார்த்த கொஞ்ச நாட்களிலேயே, நிகெலும் நானும் திருமணம் செய்துகொண்டோம். என்னை நாடுகடத்தும் நடவடிக்கையை பிரிட்டிஷ் அரசாங்கம் நிறுத்திக்கொண்டது. ஆனாலும், எங்கள் திருமணம் ஒரு ஒட்டுத்திருமணம் எனும் ரகசியத்தை குடியேற்ற அலுவலர்கள் கண்டறிந்திருந்தனர். உண்மையும் அதுதானே? எனக்குக் கடவுச்சீட்டு கிடைக்கும்வரையில் நிகெலுடன் நான் தங்கியிருப்பதற்கு உடன்பாடு செய்துகொண்டோம். அவனுடன் வேல்ஸில் இருப்பதுதான் எனக்கு நல்லதாக இருக்கும்.

முதலில் மொகாதிஷுவிலும், பின்னர் லண்டனிலும் வசித்த இந்த ஏழு ஆண்டுகளில், இயற்கையை நான் எந்தளவுக்கு அனுபவித்தேன் என்பது மறந்துபோய்விட்டது. சோமாலியப் பாலைவனத்திலிருந்து முற்றிலும் வேறுபட்டதாக, பசுமைப்படர்ந்த நாட்டுப்புறத்தில் பண்ணை விவசாய நிலங்களும் ஆறுகளும் சிதறிக்கிடந்தன. உயர உயரமானக் கட்டிடங்கள், சன்னல்களில்லாத படப்பிடிப்புத் தளங்களிலிருந்து விடுபட்டு, இயற்கைக் காட்சிகளைக் காண்பதில், நான் நிறைய நேரத்தை செலவிட்டேன். வேல்ஸிலிருந்த நாட்களில், என் நாடோடி நாட்களின் மகிழ்ச்சியை மீட்டெடுத்துக் கொண்டேன். ஓடினேன், நடந்தேன். காட்டுமலர்களைக் கொய்தேன். வெளிப்புறத்தில் சிறுநீர் கழித்தேன். புதர்களுக்கிடையில் யாராவது என் பின்புறத்தைப் பார்த்திருக்கக் கூடும்.

நிகெலுக்கும் எனக்கும் தனித்தனியேயான அறைகள் இருந்தன. நாங்கள் அறைவாசிகளாக வாழ்ந்தோம் - கணவன் மனைவியாக அல்ல. எங்களுக்குள் ஒரு ஒப்பந்தமும் போட்டுக் கொண்டிருந்தோம். அவனை நான் திருமணம் செய்துகொண்டால், எனக்குக் கடவுச்சீட்டு கிடைக்கும். அதே வேளையில் நான் பணம்பண்ணத் தொடங்கியதும் அவனுக்குக் கொஞ்சம் பொருளாதார ரீதியாக உதவுவது என்று. அதைத்தவிர, அவன் வேறுஎந்த பலாபலனையும் எதிர்பார்க்கவில்லை என அழுத்தமாகச் சொல்லியிருந்தான். நிகெல் அல்லாஹ்வின் அறிவுரையை ஏற்று, தேவையாயிருக்கும் மற்றொரு மனிதனுக்கு உதவும் சந்தோஷத்தை மட்டுமே விரும்பினான். ஒருநாள் காலை, நான் வழக்கத்தைவிட சற்றுமுன்னதாக ஆறுமணிக்கெல்லாம்

எழுந்துவிட்டேன். லண்டனில் நானொரு கேஸ்டிங்குக்காக ஓடவேண்டியிருந்தது. நான் கீழிறங்கிவந்து, காபி போட்டேன். நிகெல் தனது அறையில் தூங்கிக்கொண்டிருந்தான். எனது மஞ்சள் நிறக் கையுறைகளை அணிந்துகொண்டு தட்டுமுட்டுகளைக் கழுவிக்கொண்டிருந்தேன். அப்போது கதவு மணி அடித்தது.

சோப்பு நுரைத்துளிகள் சொட்டிச்சொட்டி விழவிழ, கதவைத் திறந்தேன். அங்கே இரண்டுபேர் நின்றிருந்தார்கள். அவர்கள் சாம்பல்வண்ண சூட் அணிந்திருந்தனர். கைகளில் ப்ரீப்கேஸ்கள். "திருமதி ரிச்சர்ட்ஸ்?"

"ஆமா."

"உங்கக் கணவர் இங்கே இருக்காரா?"

"இருக்கார், மேல மாடியில."

"வழிவிடுங்க ப்ளீஸ். இங்கே நாங்க அதிகாரப்பூர்வமா அரசாங்க விஷயம் பேச வந்துருக்கோம்." சுற்றும்முற்றும் பார்வையை ஓடவிட்டார்கள்.

"வாங்க, உள்ளே வாங்க. காபி சாப்பிடுறீங்களா அல்லது வேற ஏதாவது? உட்காருங்க. அவரை வரச்சொல்றேன்." அவர்கள் நிகெலின் வசதியான பெரிய கூடத்தில் இருந்த நாற்காலிகளில் உட்கார்ந்தார்கள். ஆனால் கையில் வைத்திருந்த ப்ரீப்கேஸ்களை மறந்தும்கூட அங்கிருந்த இடத்தில் வைக்கவில்லை. "டார்லிங்..." நான் இனிமையாக அழைத்தேன். "கீழே இறங்கிவாங்க. ப்ளீஸ். உங்களப் பாக்க சிலர் வந்துருக்காங்க."

இன்னும் அரைத்தூக்கத்தில் இருந்தான். அப்படியே இறங்கி வந்தான். தலைமுடி ஈட்டிகள்போல துருத்திக்கொண்டிருந்தன. "ஹலோ." அவர்களைப் பார்த்த மாத்திரத்திலேயே நிகெல் புரிந்துகொண்டான். "நான் உங்களுக்கு என்ன செய்யணும்?"

"நல்லது, நாங்க உங்கக்கிட்ட ரெண்டுகேள்விகள் கேக்கணும். முதலாவதாக, நீங்களும் உங்க மனைவியும் சேர்ந்துதான் வாழுறீங்களா என்பதை நாங்கள் உறுதி செய்யணும். நீங்க சேர்ந்துதான் வாழுறீங்களா?" நிகெலின் முகத்தில் துல்லியமான

சீற்றம் இருப்பதை நான் காணமுடிந்தது. அதைப்பார்க்க ரொம்ப சுவாரசியமாகவும் இருந்தது. சுவற்றில் சாய்ந்துநின்றுகொண்டு, அங்கே நடப்பதைக் கவனித்தேன். அவன் வெடித்தான். "நல்லது, இப்ப உங்களுக்கு என்னமாதிரியாப்படுது?"

அந்த இரண்டு ஏஜெண்ட்களுமே சற்றே பதற்றத்துடன் அறையைப் பார்த்தனர். "உம்ம்ம். ஆமா, சார். நாங்க உங்களை நம்பறோம். ஆனாலும் நாங்க இன்னும் வீட்டைச் சுத்திப்பாக்கணும். அது தேவையாருக்கு."

பேரிடரை முன்னக்கூட்டியே அறிவிக்கின்ற மாதிரியாக, நிகெலின் முகம் புயல்மேகம்போல கறுக்கத் தொடங்கியது. "பாருங்க, நீங்க என்வீட்டையெல்லாம் சுத்திப்பாக்க முடியாது. நீங்க யார் என்பது பத்தியெல்லாம் எனக்குக் கவலையில்லை. இவ என் மனைவி. நாங்க சேர்ந்துவாழறோம். நீங்க எப்படின்னு பாத்தீங்க. நீங்க எந்தவொரு அறிவிப்புமில்லாம வந்துருக்கீங்க. - நாங்க உங்களுக்காக வேறு ஆடைகள்கூட அணியல - அதனால் நீங்க என்வீட்டுலருந்து வெளியேறலாம்."

"மிஸ்டர். ரிச்சர்ட்ஸ், நீங்கக் கோபப்படவேண்டியதில்ல. சட்டப்படி நாங்க உங்க..."

"நீங்க என்னை சங்கடப்படுத்துறீங்க!" ஓடிருங்க பசங்களா... முடிஞ்சளவுக்குத் தப்பிச்சு ஓடிருங்க. மாறாக அவர்கள், பசைபோட்டு ஒட்டியதுபோல அமர்ந்திருந்தனர். முகத்தில் வியப்பும் திகைப்பும் மண்டிக்கிடந்தது. "கௌம்பிப் போயிருங்க, என்வீட்லருந்து. இனியொருதடவை என்வீட்டுக்கு வந்தீங்கன்னாலோ அல்லது போன்ல கூப்டீங்கன்னாலோ நான் என் துப்பாக்கிய எடுத்துருவேன். சுட்டுத்தள்ளிருவேன். நான், நான்... அவளுக்காக சாகவும் தயாராயிருக்கேன்" சொல்லிக்கொண்டே என்னைக் காட்டினான்.

நான் அதிர்ந்துபோனேன். யோசிக்கவும் செய்தேன். இந்தஆசாமி ஒரு பித்துப் பிடிச்ச கிறுக்கனாருக்கானே. நெசம்மாவே நம்மமேல பாசங்காட்டி வழியுறான். இது தப்பாச்சே. நாம பெருந்துயரத்துக்கு ஆளாயிருவோம். இங்கேருந்துகிட்டு நான் என்ன நரகத்தை ஆளப்போறேன்? சத்தமில்லாம ஆப்பிரிக்காவுக்குப் போயிறணும். அங்கேதான் நல்லாருக்க

முடியும்னு தோணுது. அதன்பின்பு ஒரு இரண்டு மாதங்கள் அங்கே இருந்தேன். அப்போது ஒருநாள், "நிகெல், நீயேன் உன்னை மாத்திக்கக் கூடாது. நல்ல ஷு போடலாம். கேர்ள்ஃபிரண்ட் வெச்சுக்கலாம். நான்வேணும்னா உனக்கு உதவட்டுமா?"

அவன் அதற்கு பதிலிறுத்தான். "கேர்ள்ஃபிரண்ட்? எனக்குக் கேர்ள்ஃபிரண்ட்டெல்லாம் தேவையில்ல. கடவுள் அருளால, எனக்குத்தான் ஒரு மனைவி இருக்காள்ல. அப்பறம் என்னத்துக்கு எனக்கு ஒரு கேர்ள்ஃபிரண்ட்?"

அவன் அப்படிச் சொன்னபோது, நான் வெறிகொண்டவளாகிப் போனேன். "உன்னோட நாறிப்போனத் தலைய கக்கூஸ்ல போடு. பைத்தியக்கார முண்டமே. ஆத்தோட அடிச்சுக்கிட்டுப் போக! நாசமாப் போறவனே எந்திரி. என் வாழ்க்கைலருந்து ஓடிப் போயிரு! நான் உன்னை விரும்பவெல்லாம் இல்ல! நீயும் நானும் ஒரு ஒப்பந்தம் போட்டுக்கிட்டுருக்கோம். - எனக்கு நீ உதவவிரும்புறதாச் சொல்லி - ஆனா என்னால நீ நினைக்கிற மாதிரியெல்லாம் இருக்கமுடியாது. உன்னை சந்தோஷப்படுத்துறதுக்காக விரும்புற மாதிரி நடிக்கமுடியாது." எனக்கும் நிகெலுக்கும் இடையில் ஒரு ஒப்பந்தம் இருந்த போதிலும் அதை அவன் மீறி, தன் விருப்பத்துக்குச் சொந்தமாக ஆக்கிக்கொண்டான். வீட்டுக்கு விசாரிக்க வந்திருந்த ஆட்களிடம் அவன் கத்திக்கூச்சல் போட்டபோது, அவன் பொய்யெல்லாம் சொல்லவில்லை. அவன் எண்ணத்தில் இருக்கும் அத்தனை வார்த்தைகளும் உண்மையானவை. நான் அவனைச் சார்ந்து இருக்கவேண்டியதால் குழப்பம் கூடிக்கொண்டே போனது. அவனை நான், நண்பனாகவே பாவித்தேன். அவனது உதவிக்கு நன்றிக்கடன்பட்டிருக்கின்றேன். காதல்காவியப் பாங்கில், அவனுடன் பிணைந்திருக்கும் விருப்பமெல்லாம் எனக்கில்லை. என்னை அவன் சொந்த மனைவிபோலவும் தனிப்பட்ட சொத்துபோலவும் எண்ணிக்கொண்டு நடிக்க ஆரம்பித்தபோது, கொன்று போட்டுவிடவேண்டும்போல இருந்தது. விரைவாக இங்கிருந்து கிளம்பிவிட வேண்டும் என்று முடிவுசெய்தேன். எவ்வளவு சீக்கிரம் முடியுமோ அவ்வளவு நல்லது.

ஆனால் கடவுச்சீட்டுக் குழப்பம் என்னை இழுத்துப் போட்டிருந்தது. நான் அவனைச் சார்ந்து இருப்பதாக, நிகெல் நினைத்துக் கொண்டிருந்தான். உணர்வுப்பூர்வமான அதிகாரத்தில் அவன் மேலும்மேலும் என்னிடம் எதையோ எதிர்பார்த்தான். அவன் என்னை முழுமையாக ஆட்டிப்படைக்க நினைத்தான். நான் எங்கே இருக்கிறேன், என்ன செய்கிறேன். என்னுடன் யார் இருக்கிறார்கள் என்பதை ஆராய ஆரம்பித்தான். நான் அவனை விரும்பவேண்டும் என்று தொடர்ந்து வற்புறுத்திவந்தான். ஏராளமாக என்னிடம் கெஞ்சினான். ஏராளமாக என்னை அருவருப்படைய வைத்தான். வேலைவிஷயமாக லண்டனுக்கோ அல்லது நண்பர்களைச் சந்திக்கச் சென்றுவிடுவேன். நிகெலிட மிருந்து விலகிச்செல்லும் வாய்ப்புகளை எதிர்பார்த்தேன். இல்லாதுபோனால் பைத்தியமாகிப் போய்விடுவேன்.

அந்தப் பித்துப்பிடித்த மனிதனுடன் நான் இருப்பதில், எனது நல்லறிவு கரைந்து கொண்டிருப்பதை என்னால் அறியமுடிந்தது. எனது கடவுச்சீட்டுக்காகக் காத்திருந்துக் காத்திருந்து சோர்வும் கூடிக்கொண்டே போனது. - எனது சுதந்திரத்துக்கான நுழைவுச் சீட்டு - ஒருநாள் லண்டனுக்குப் போவதற்காக, நடைமேடையில் காத்திருந்தபோது, வந்துகொண்டிருக்கும் ரயிலின் முன்னே பாய்ந்து, என்னைக் காவுகொடுத்துவிட எண்ணினேன். அடுத்த சிலநிமிடங்களில், அதன் கர்ஜனையை நான் கேட்டேன். குளிர்ந்த காற்று என் முகத்தில்பட்டு, தலைமுடியை அழகாகக் கலைத்தது. ஆயிரக்கணக்கான டன் எடை கொண்ட இந்த எஃகு, எனது எலும்புகளை அரைத்துத் தேய்த்துவிடுவதுபோல உணர்ந்தேன். அந்தமருட்சி எனது அத்தனைக் கவலைகளையும் வலுப்படுத்தியது. ஆனாலும் நான் இறுதியாக என்னைக் கேட்டுக்கொண்டேன்: இந்தமனிதனுக்காக எதற்காக நான் என் வாழ்க்கையை வீணடித்துக்கொள்ள வேண்டும்?

ஓராண்டு வரைக்கும் காத்திருந்த பின்னால், நிகெல் குடியேற்ற அலுவலகம் போனான். அத்தனைப்பேரையும் அசத்தும்படியானக் காட்சியொன்றை அரங்கேற்றிக் கூப்பாடு போட்டிருக்கின்றான். “என் மனைவி சர்வதேச அளவிலான விளம்பரத் தோற்றப் பெண் - ஒரு மாடல். அவள் தனது வாழ்க்கையைத் தொடர்ந்து நடத்துவதற்கு தற்காலிகக் கடவுச்சீட்டாவது வேண்டியிருக்கிறது. அப்போதுதான் அவள் பயணம் மேற்கொள்ள முடியும்.”

அங்கிருந்த மேஜையில் நான் விளம்பரங்களுக்காகத் தோன்றிய படங்களை அதிரடியாகத் தூக்கிப்போட்டிருக்கிறான். "நானொரு நாற்றமெடுத்த பிரிட்டிஷ் குடிமகன். என் மனைவியை அரசாங்கம் இப்படி நடத்துவது நன்றாகயில்லை. நான் திகைத்துப் போயிருக்கிறேன். இதை என் நாடு என்று சொல்லிக்கொள்ள வெட்கப்படுகிறேன். இப்பவே எனக்கு ஒரு முடிவு தேவை!" அவனது அதிரடி வருகைத்தரவுக்குப் பின்னால், எனது சோமாலிய கடவுச்சீட்டை அரசாங்கம் பறித்துவைத்துக்கொண்டது. தற்காலிக பயண ஆவணம் ஒன்றை அனுப்பிவைத்தது. அந்த ஆவணத்தின் அடிப்படையில் நான் நாட்டைவிட்டுப் போகலாம். ஆனால், தொடர்ந்து புதுப்பித்துக்கொண்டே இருக்கவேண்டும். அதனுள்ளே இந்தவார்த்தைகள் முத்திரையாகக் குத்தப்பட்டிருந்தன: சோமாலியா தவிர, மற்றெல்லா நாடுகளுக்கும் பயணம்செய்ய செல்லத்தக்கது. அந்தவார்த்தைகள் என்னை சோர்வுறச் செய்தன. சோமாலியாவில் அப்போது போர் நடந்துகொண்டிருந்தது. ஒரு நாட்டில் போர் நடந்துகொண்டிருக்கும்போது, தனது பராமரிப்பில் இருக்கும் நான் அங்கே பயணம்செல்வதை இங்கிலாந்து விரும்பவில்லை. ஒரு பிரிட்டிஷ்வாசியாக அரசாங்கம் எனக்குப்பொறுப்பேற்கிறது. "சோமாலியா தவிர, மற்றெல்லா நாடுகளுக்கும் பயணம்செய்ய செல்லத்தக்கது." அந்தவார்த்தைகளை வாசிக்கும்போது, வேதனையாக இருந்தது. "கடவுளே, நான் என்ன செய்வேன்? என்சொந்த நாட்டுக்கு நான் போக முடியாதா?" இப்போதுநான், முற்றிலுமான ஒரு வேற்றுக்கிரகவாசிபோல உணர்ந்தேன்.

'அடுத்து என்ன செய்யப் போகிறாய்?' என்று யாரும் என்னிடம் கேட்கும்போது, நான் எல்லாவற்றையும் மறந்துவிடுகிறேன். எனது சோமாலியா கடவுச்சீட்டை மட்டும் என்னிடம் கொடுத்துவிடுங்கள், போதும் என்று இறைஞ்சத் தயாராக இருந்தேன். ஆனால் யாரும் அதுகுறித்து என்னிடம் பேசவேயில்லை. மேலும் அது, இப்போது திரும்பிப் போவது மிகவும் தாமதமும்கூட. என்னால் திரும்பப் போகமுடியாத நிலையும் உருவாகிவிட்டது. நான் பயணம்செல்ல, இனி ஒரேஒரு திசைதான் இருக்கின்றது. அது, முன்னோக்கியப் பாதை. அமெரிக்க விசாவுக்கு விண்ணப்பித்தேன். நியூயார்க் போவதற்கு, விமானப் பயணச் சீட்டையும் பதிவுசெய்தேன் - தனியாக.

14

நியூயார்க்குக்கு தானும் வருவதாகச் சொல்லி, நிகெல் வம்பு செய்துக்கொண்டே இருந்தான். அவன் இதற்குமுன்னே அங்கே போனவனில்லை. ஆனால், அந்த நகரத்தைப் பற்றித் தெரிந்து வைத்திருந்தான்: "அது முழுமோசமானப் பைத்தியக்கார ஊரு. அப்பறம் வாரிஸ் - நீ, நீ என்ன செய்றேனு உனக்கே தெரியலை. எங்கே போறேனும் உனக்குத் தெரியல. நான் உன்னோட இல்லைனா, நீ எல்லாத்தையும் இழந்துருவே. அங்கே நீ தனியா இருக்குறது, உனக்குப் பாதுகாப்பில்ல - நான் உன்னைப் பாதுகாக்கப் போறேன்." ஆமாம். நிகெலிடமிருந்து என்னைப் பாதுகாக்கப் போவது யார்? அவனது நேர்த்தியானத் தனிக்கூறு என்பது, விவாதத்திற்குரியது. விலக்கமுடியா, மாறாநியதியாக, ஒரு பைத்தியக்காரக் கிளிபோல, சொன்னதையே திருப்பித்திருப்பிச் சொல்வதாக இருந்தது. அடுத்து, திரும்ப, மேலும், மறுபடியும், இன்னும்... நீங்கள் என்ன சொல்கிறீர்கள் என்பது, அவனுக்கு ஒரு பொருளே இல்லை. அவன் பேச்சிலேயேதான் நிற்பான். அவனிடம் மெய்யறிவு என்பதேயில்லை. ஆனால் இந்தமுறை அவனுக்கு நான் வாய்ப்பளிக்கப் போவதில்லை. இந்தப் பயணத்தை என் எதிர்காலத்துக்கான மிகப்பெரிய வாய்ப்பாகக் கருதுகிறேன். இது, எனது வாழ்க்கைக்கானது மட்டுமல்ல, ஒரு புதிய தொடக்கமும்கூட. பிரிட்டனிலிருந்து போகிறேன். நிகெலிடமிருந்து போகிறேன். ஒட்டுமொத்த உறவுநோய்மையிலிருந்து போகப் போகிறேன்.

1991 ஆம் ஆண்டு ஐக்கிய நாடுகளுக்குத் தனியாக வந்தேன். நியூயார்க்கிலுள்ள ஏஜென்சியை எனக்கு அறிமுகப்படுத்திய

ஏற்பாட்டாளன், தனது நண்பன் வீட்டில் தங்கிக் கொண்டு, தனது வீட்டை எனக்குக் கொடுத்துவிட்டான். அந்த வீடு ஒரு கிராமத்தில் இருந்தாலும், மன்ஹாட்டன் நகரத்தின் இதயப் பகுதியில் இருப்பதுபோல, எல்லாவகையிலும் செயல்படத் தூண்டியது. அதன் எளிமை எனக்குப் பிடித்திருந்தது.

நான் அங்கே இருந்தபோது, ஏராளமான வேலைகளை ஏஜென்சி எனக்கு வரிசை கட்டி உருவாக்கிக் கொடுத்தது. உடனடியாக ஓட ஆரம்பித்தேன். முன்னெப்போதும் இல்லாதவகையிலான ஓட்டம். அதுபோல முன்னெப்போதும் இல்லாத அளவிலான பணம் பண்ணினேன். வந்துசேர்ந்த முதல்வாரத்தில் எல்லாநாட்களும் வேலைசெய்தேன். நான்காண்டு காலம் வேலைதேடியப் போராட்டத்துக்குப் பின்பு, இப்போது எந்தவொரு பிரச்சனையுமில்லை.

எல்லாமே நல்லபடியாகப் போய்க்கொண்டிருந்தது, ஒருநாள் பிற்பகலில், படப்பிடிப்பில் இருந்தேன். இடைவேளையின்போது, எனது ஏஜென்சியை அழைத்து, அடுத்த நாளின் பணிகள் குறித்து உறுதிசெய்துகொள்ள முயன்றேன். எனது ஏற்பாட்டாளன் சொன்னான், “உங்கள் கணவர் பேசினார். அவர் வந்துகொண்டிருக்கிறாராம். இன்றிரவு, உஙகளை அவர், நீங்கள் தங்கியிருக்கும் இடத்தில் சந்திப்பார்.”

“என் கணவர் - நான் எங்கே தங்கியிருக்கேனு நீங்க விலாசம் குடுத்தீங்களா?”

“ஆம்மா. நீங்க கோபத்துல புறப்பட்டு வந்துட்டீங்களாம், அவருதான் சொன்னாரு. நீங்க அவரை மறந்துட்டீங்களாம். உங்கக்கணவர் ரொம்பவே அறிவாளி. நல்லா பேசுனாரு. அவரு சொன்னாரு, ‘நீங்க நல்லா இருக்கீங்களானு பாத்துட்டுப் போகத்தான் வர்றாராம். ஏன்னா, நீங்க நியூயார்க்குக்கு முதல்முறையா வந்துருக்கீங்களாம்.”‘ நான் ஒலிவாங்கியை சத்தத்துடன் அதனிடத்தில் அறைந்தேன். மூச்சுவிடுவதைக் கடினமாக உணர்ந்தேன். அங்கேயே நின்றிருந்தேன். நம்பமுடியவில்லை. ஆமாம். நம்பித்தான் ஆக வேண்டும். ஆனால் இந்தமுறை, அவன் ரொம்பவே அதிகமாக நடந்து கொண்டிருக்கிறான். ஏஜென்சியிலுள்ள இந்த அறியாத ஆசாமியை நான் திட்டவில்லை. அவனுக்கு, நிகெல் என்

உண்மையான கணவன் இல்லை என்பதுகுறித்துத் தெரிய, எந்தவொரு திட்டமும் இருக்கவாய்ப்பில்லை. அவனிடம் இதை எப்படி விளக்கிக்கொண்டிருக்க முடியும்? பாரேன், நாங்க கல்யாணம் பண்ணிக்கிட்டோம். எல்லாம் சரிதான். ஆனா, நான் அவனைக் கல்யாணம் கட்டிக்கிட்டது பாஸ்போர்ட்டுக்காகத்தான். ஏன்னா, சட்ட விரோதமாக நானொரு வேற்றுக்கிரகவாசியாக இருந்தேன். அரசாங்கம் என்னை சோமாலியாவுக்கு நாடுகடத்த இருந்தது. போதுமா? இப்போ, அதுக்கான நிகழ்ச்சித் திட்டம். நாளைக்கு - இதில் வடுத்தப்படத்தக்க விஷயம் என்னவென்றால், நான் அவனை சட்டபூர்வமாக மணந்திருக்கின்றேன்.

வேலையை முடித்துவிட்டு, நான் தங்கியிருந்த இடத்துக்கு மாலை வந்துசேர்ந்தேன். முன்னமே எச்சரிக்கப்பட்டிருந்ததால், என்மனம் தயாராக இருந்தது. நிகெல் வந்து சேர்ந்தான். கதவைத் தட்டினான். உள்ளே அனுமதித்தேன். மேல்சட்டையை அவன் கழற்றுமுன்பே, உணர்ச்சியற்றக் குரலில் ஒரு சவம்போல, "வா, புறப்படுவோம். டின்னருக்கு உன்னை வெளிலக் கூட்டிட்டுப் போறேன்." பொதுவெளியில் நல்லதொரு இடத்தில் அமர்ந்ததும், நான் அவனிடம் சொன்னேன்: "உன்னை என்னால் நிறுத்த முடியாது. உன்னை என்னால் நிறுத்த முடியாது. நீ என்னை ரொம்ப கஷ்டப்படுத்தற! நீ என்னை சுத்திச் சுத்தி வந்தா, என்னால வேலை செய்ய முடியாது. என்னால யோசிக்க முடியாது. என்னோட வேலையெல்லாம் குலைஞ்சு போயிருது. படபடப்பாயிருது. நீ போயிருறதைத்தான் நான் விரும்பறேன்." அவனிடம் சொல்லும் அந்த வாசகங்கள் எத்தனைக் கோரமானவை என்பதை நானறிவேன். அதேவேளையில் அவனைக் காயப்படுத்துவதில் எனக்கு மகிழ்ச்சி இல்லை. ஆனாலும் இதுதான் என்கடைசி ஆயுதம். நான் கொடுமையாக, துன்புறுத்துகின்ற, நாகரிகமற்றவளாக இருக்கக்கூடுமோ? இருந்துவிட்டுப்போகிறேன். அந்த ஆயுதத்தைத்தான் இறுதியில் நான், அவனைநோக்கி வீசினேன்.

அவன் சோர்ந்து பரிதாபமாகத் தெரிந்தான். அது என்னைக் குற்றவுணர்வுக்குள் தள்ளியது. "சரி, நீ உன்னோட பகுதியைச் சொல்லிட்ட. நான் இனி வரமாட்டேன். நாளைக் காலைல முதல் பிளைட் பிடிச்சு ஊருக்குப் போயிர்றேன்."

"நல்லது! போயிரு! இந்தக் குடியிருப்புப் பக்கம், நானுன்னைப் பாக்க விரும்பல. நான் ஸ்டூடியோலருந்து திரும்புறப்ப, நீ இங்கே இருக்கக்கூடாது. இங்கே நான் வேலைக்கு வந்துருக்கேன். விடுமுறையைக் கழிக்கிறதுக்கில்லை. உன்னோட பைத்தியக்காரத்தனத்துக்கு செலவிட என்கிட்ட நேரமில்ல." ஆனால் அடுத்தநாள் மாலை, நான் வீட்டுக்குத் திரும்பியபோது, அவன் புறப்பட்டுப் போயிருக்கவில்லை. அங்கே அமர்ந்து கொண்டு சன்னல்வழியாக, இருட்டுக் குடியிருப்பை - அக்கறையற்று, மந்தமாக, தனிமையாக, துயர்மிகுந்து - எல்லாமே ஒன்றாக - வெறித்துக் கொண்டிருந்தான். நான் ஆத்திரத்தில் கத்தத்தொடங்கியதும், மறுநாள் கிளம்பிவிடுவதாக ஒத்துக்கொண்டான். இப்படியே நாட்கள் நகர்ந்தன. இறுதியில், அவன் ஒருவழியாகக் கிளம்பி, வேல்ஸுக்குப் போய்விட்டான். நன்றி கடவுளே, கடைசியாக எனக்குக் கொஞ்சம் நிம்மதி கிடைத்திருக்கிறது. நியூயார்க்கில் எனது தங்கல், வேலை தொடர்ந்ததால் நீடித்துக்கொண்டேயிருந்தது. என்றபோதும் நிகெல் என்னை நீண்டகாலம் நிம்மதியாக இருக்கவிடவில்லை. அதற்குப்பின்னால், அவன் இரண்டுமூன்றுமுறை நியூயார்க்குக்கு வந்துபோனான். ஒவ்வொரு முறையும் அவன் அறிவிக்காமலேயே வந்தான்.

நிகெலுடன் அபத்தநிலை நீடித்தபோதிலும், என் வாழ்வின் ஒவ்வொன்றும் நியூயார்க்கில் சொர்க்கமாக மாறிக் கொண்டிருந்தது. மனிதர்களை சந்திப்பதற்காக நிறையநேரம் ஒதுக்க முடிந்தது. என்வாழ்க்கை ராக்கெட்போல சீறி ஏறுமுகமாக மேலேபோனது. பெனிட்டன் மற்றும் லெவிஸ் நிறுவனங்களுக்காக வேலை செய்தேன். பொமிலேட்டோ நகைகளுக்கானத் தொடர்வர்த்தக விளம்பரங்களில், ஆப்பிரிக்க வெள்ளை ஆடைகள் அணிந்து தோன்றினேன். ரெவ்லானின் ஒப்பனைப் பொருட்களுக்கு விளம்பரங்கள் செய்தேன். அடுத்து, அவர்களின் புதியவாசனைத் திரவியமான அஜீக்கு, குறியீடுசுட்டும் பிரதிநிதியாக நடித்தேன். அதன்வர்த்தக விளம்பரம் இவ்வாறாக இருந்தது: "ஆப்பிரிக்காவின் இதயத்திலிருந்து வீசும் வாசம் ஒவ்வொரு பெண்ணின் இதயத்தையும் கொள்ளைக் கொள்ள வருகின்றது." இந்த அயல்நிறுவனங்களெல்லாம் திணைப்புறப்பண்பைக் கொண்ட எனது ஆப்பிரிக்கத் தோற்றத்தை நேர்த்தியாகப் பயன்படுத்திக்

கொண்டன. இதே தோற்றம், வாய்ப்புகள் கிடைக்கப்பெறாமல் லண்டனிலிருந்து வெளியேற வைத்தது. அகாடமி விருதுகளுக்காக, ரெவ்லான் ஒரு சிறப்பு வர்த்தகக் காட்சியை ஏற்பாடு செய்தது. அதில் என்னுடன் சிண்டி கிராஃபோர்ட், கிளாடியா ஷிஃப்பர் மற்றும் லாரன் ஹட்டன் ஆகியோர் பங்கேற்றனர். நிகழ்ச்சியின்போது, ஒரே கேள்வியை எங்கள் எல்லோரிடமும் கேட்டனர்: ஒருபெண் எப்போது புரட்சிகரமாக மாறுகிறாள்? வாழ்வின் புதுமைவாய்ந்த மெய்யியல்போடு எனது பதில் வந்துவிழுந்தது. "சோமாலியாவிலிருந்து வந்த ஒரு பழங்குடி, ரெவ்லான் மாடலாக ஆகும்போது."

பின்னர், ஆயில் ஆஃப் ஓலேவின் விளம்பரங்களில் எப்போதும் தோன்றும் முதல் கறுப்பின மாடலாக ஆனேன். ராபர்ட் பால்மர் மற்றும் மீட் லோப்க்காக இசை வீடியோக்களில் நடித்தேன். இந்த ஒளிநிழல்கள் என்மீது பனிமழைப் பொழிந்தன. விரைவிலேயே பேஷன் இதழ்களான எல்லி, அல்லூரே, கிளாமர், இத்தாலியன் வோக், பிரஞ்ச் வோக் ஆகியவற்றில் இடம் பிடித்தேன். அதேநேரத்தில், புதுமைவுணர்வூட்டுகின்ற மிகப் பெரியத் தொழில் புகைப்படக்காரரான ரிச்சர்ட்ஸ் அவெடன் போன்றவர்களுடனும் பணி புரிந்தேன். உண்மையைச் சொல்லப் போனால் அவர், தான் படமெடுக்கும் மாடல்களைக் காட்டிலும் அதிகப் புகழ்பெற்றவராக இருந்தார். எனக்கு ரிச்சர்டை மிகவும் பிடிக்கும். உணர்வுப்பூர்வமான, இயல்பாய்க் குறும்பு நிறைந்த, விந்தை மனிதராக இருந்தார். பல பத்தாண்டுகளாக அவர் இந்தத்தொழிலில் இருந்துவந்தாலும், ஒவ்வொரு ஷாட்டுக்கும் பின்னால் என்னிடம், "வாரிஸ், இதப்பத்தி நீ என்ன நினைக்கிற?" என்று கருத்துகேட்பார். போதுமான கவனத்தை ஈர்ப்பவராக, தொழிலில் அக்கறைக் கொண்டவராக இருந்தார். என் மதிப்புக்குரிய டெரன்ஸ் டோனாவன் என்ற மனிதரைப்போல, ரிச்சர்ட்ஸ் எனது புகைப்படக்காரர்களில் முதலாவது இடத்தைப் பிடித்துக்கொண்டார்.

பல ஆண்டுகளின் அனுபவத்தால், முக்கியமானப் புகைப்படக் காரர்களின் பட்டியலை என்னால் வளர்த்தெடுத்துக்கொள்ள முடிந்தது. அதனால், தினந்தோறும் படங்களை எடுக்கும் வேலை செவ்வனே நடந்துவந்தது. காட்சியளிப்பதில் அதிக அனுபவம் கிடைத்ததும், தரத்தில் கூடுதலாக வித்தியாசத்தைக்

கொண்டுவரத் தொடங்கினேன். குறைந்தபட்சம் அந்தப்படங்களில் என் எண்ணத்தின் பிரதிபலிப்பு இருக்கும்படி பார்த்துக் கொண்டேன். தொழில்ரீதியான ஒரு சிறந்த புகைப்படக்கலைஞன், விளம்பரத் தோற்றப் பெண் - மாடலின் - மீது, முன்னமே கட்டமைக்கப்பட்டிருக்கும் சித்திரத்தை வெளிப்படுத்துவதற்கு பதிலாக, உள்ளிருக்கும் தனித்துவத்தை வெளியில் கொண்டுவந்துவிடும் திறமைமிக்கவனாக இருப்பான். அதை மேம்படுத்துபவனாகவும் இருப்பான். அந்த ஏற்பின் ஒரு பகுதியாகத்தான் தொடர்ந்து எனக்கு வாய்ப்புகள் கிடைத்துவந்தன. நான் யார் என ஏற்றுக்கொள்ளப்பட்டேன். அதுவேதான், பிறபெண்களிலிருந்து வேறுபட்டு, மாடலிங் தொழிலில் எப்படித் தொடர்ந்து வேலைசெய்வது என்பது குறித்தத் திறமையைக் கொடுத்தது. எங்கெங்குநோக்கினும் பால்வண்ண உடம்புடன், ஆறடி உயரத்தில், முழங்கால்வரைத் தொங்கும் பட்டுப்போன்ற தலைமுடியுடன் வலம்வருபவர்களுக்கிடையில், இத்தொழிலில் விதிவிலக்காக, ஒரு கறுப்புப் பெண்ணாக நானிருந்தேன். அதே வேளையில், லைட்டிங், ஒப்பனை மற்றும் நீண்ட தலைமுடியைப் பயன்படுத்தி, நானில்லாத நானாகத் தோற்றமளிக்கும் என்னைப் படமெடுக்கும் புகைப்படக்காரர்களுடனும் பணிபுரிந்தேன். அதை என்னால் உளமார ஏற்க முடியவில்லை. அப்படங்களின் இறுதிச் சித்திரம் என்னைக் கவரவில்லை. உங்களுக்கு சிண்டி கிராஃபோர்ட் தேவையாக இருந்தால், சிண்டி கிராஃபோர்டையே நிச்சயமாகப் பயன்படுத்துங்கள். அதை விட்டுவிட்டு, ஒரு கறுப்புப்பெண்ணுக்கு நீண்டகூந்தலை ஒட்டி, வெளிச்சக்கற்றைகளைப் பாய்ச்சி, அவளை விநோதப் பொருளாக்கி, கறுப்பு சிண்டி கிராஃபோர்டாகத் தோற்றமளிக்கச் செய்யாதீர்கள். பெண்மையின் இயற்கை அழகை ஆராதிக்கும், அந்த அழகை வெளிக்கொண்டுவர யத்தனிக்கும் புகைப்படக்காரர்களுடன் வேலைசெய்வதை நான் ரொம்பவே விரும்பினேன். என் பணியைப் பொறுத்தவரையில் அவர்களுக்கு சந்தேகம் இருக்கவில்லை. நான் திறமைகளையும் முயற்சிகளையும் மதித்துவந்தேன்.

புகழ் சேரச்சேர, பொறுப்புகளும் கூடிக்கொண்டே போயின. எனது காலமுறை அட்டவணை கேஸ்டிங்குகளாலும், ஷோக்களாலும், ஷுட்டிங்குகளாலும் நிறைந்து வழிந்தது.

ஆனாலும் கையில் கட்டியிருக்கும் கடிகாரத்துக்கு ஒவ்வாது, அட்டவணையைக் கடைபிடிக்க முடியாமல் திணறினேன். பிரச்சனைகளுக்குத் தீர்வாக, நேரம்போதவில்லை என்று சொல்வது எளிதுதான். மன்ஹாட்டனின் வானத்தை எட்டும் கட்டிடங்களுக்கு இடையில் நீளும் எனது நிழலை கண்காணிப்பது சற்றுசிரமம்தான். ஒப்புக்கொண்டு நேரத்துக்குச் செல்லமுடியாமல் பற்பலக் குழப்பங்களுக்கு ஆளானேன். எழுத, வாசிக்கத் தெரியாத அந்த அசாதாரண சிரமம் என்னை, தவறான முகவரிகளுக்குக் கொண்டு சேர்க்கிறது என்பதையும் நானறிவேன். ஏஜென்சி ஒரு முகவரியை எழுதி என்னிடம் கொடுக்கும்போது, அதைத் தவறாகவே வாசிப்பவளாக இருக்கின்றேன். அவர்கள் ஒரு முகவரியை 725 பிராட்வே என்று கொடுத்திருந்தால், நான் அதனை 527 பிராட்வே என்றே வாசித்துவிடுகிறேன். இதனால் எத்தனை ஆச்சரியங்கள் நடந்துவிடுகின்றன. இதுபோல எனக்கு லண்டனிலும்கூட நடந்திருக்கின்றது. ஆயினும்கூட நியூயார்க்கில் நான் அதிகமாக வேலை செய்துவந்தேன். இது எனக்கொரு தொடரும் பிரச்சனையாக இருப்பதை நான் உணர ஆரம்பித்தேன்.

நிறைய அனுபவங்களை, நிறைய நம்பிக்கைகளை வாழ்க்கை கற்றுக்கொடுத்துக் கொண்டே இருந்தது. எனது விருப்பமான விளம்பரத் தோற்றப் பெண் - மாடலிங் - அற்புதமாக வெளிப்பட்டுக் கொண்டிருந்தாள். வடிவமைப்பாளர்கள் ஆண்டுக்கு இரண்டு முறை, தங்கள் பொருட்களின் விற்பனை மேம்பாட்டுக்கானப் போக்குகளைக் காட்சிகளாக நடத்துவார்கள். பேஷன்ஷோக்கள் மிலனில் தொடங்கி, இரண்டு வாரங்கள்வரை நடக்கும். அடுத்து, பாரிஸில் நடக்கும். தொடர்ந்து லண்டன். பிறகு நியூயார்க் என்று ஒருசுற்று போய்க்கொண்டே இருக்கும். எனது நாடோடி நாட்களின் அனுபவம், இந்த வாழ்க்கைக்கு என்னை எளிதில் தகவமைத்துக் கொள்ளச் செய்தது. எளிமையான பயணங்கள், வேலைமுடிந்ததும் அடுத்த நகர்வு, வாழ்க்கை என்ன கொடுக்கிறதோ அதை ஏற்றுக்கொள்ளும் பக்குவம். பெரும்பாலும் என்னை இவையே வடிவப்படுத்தின.

காட்சிகள் தொடங்கும் குறிப்பிட்ட காலஎல்லையில், மிலனில் எங்குநோக்கினும் பெண்களும் சிறுமிகளுமாகக் குவிந்திருப்பார்கள். அவர்கள் ஒவ்வொருவருக்குள்ளும் மாடல்பெண்ணாக உருவாகிவிட வேண்டும் என்ற

தீ கனலாக, கனவாக எரிந்து கொண்டிருக்கும். திடீரென நகரம் முற்றிலுமாக உருமாறிப்போனதுபோல, பெண்கள் எறும்புகளாய் ஊர்ந்துகொண்டிருப்பார்கள். அவர்களை நாம் எங்கும் பார்க்கலாம். தெருமுனையில், பேருந்து நிறுத்தங்களில், காபி ஷாப்களில் என்று மாடல்களாகவே இருப்பார்கள். ஓ, அதோ ஒன்று. ஆங்... இதோ மற்றொன்று. ஆமாமா... அங்கே பார் பிறிதொன்று. அவர்களின் பார்வையில் தவறேதும் இருப்பதில்லை. சிலர் மிகவும் நட்போடு பார்ப்பார்கள். சிலர் ஒருவரையொருவர் 'ஹாய்'யுடன் சந்தித்துக் கொள்வார்கள். 'உம்ம்ம். ஹூம்ம்'. சிலருக்கு முன்னமே சிலரைத் தெரியும். சிலர் முற்றிலும் வேறுபட்டவர்களாக இருப்பார்கள். அங்கே முதல்தடவை மட்டுமே எல்லோரும் தனி. சிலர் பயத்தில் தவிப்பார்கள். சாகலாம்போலவும் தோன்றும். சிலர் அந்த இடத்துடன் ஒன்றிப் போவார்கள். சிலரால் அது முடியாது. அங்கே எல்லாவகைமைகளும் எல்லாவிதங்களும் ஒன்றுகூடும். யாரோ அங்கே பொறாமை இல்லை என்று சொல்கிறார்கள். நல்லது. அப்படியே இல்லாமல் இருக்கட்டும். ஆனால் அது எல்லாமே பொய். அங்கே பொறாமை நிரம்பிவழியவே செய்கிறது.

ஏஜென்சிதான் உங்களுக்கான நிரலை வடிவமைக்கும். பின்னர் மாடல்கள் மிலனைச் சுற்றி கேஸ்டிங்குக்காக ஓடவேண்டும். ஷோவில், தங்களுக்கான இடத்தைப் பெற முயற்சிக்க வேண்டும். இதையெல்லாம் நாம் உணரும்போது, மாடல் என்பது கவர்ச்சியான ஒன்றல்ல என்பது புரிபடும். கடினமானது. ஒரேநாளில் உங்களுக்கு ஏழு, பத்து அல்லது பதினோரு நிகழ்வுகள் அமைந்துவிடும். அது மிக, மிகக்கடினமான வேலை. ஏனென்றால் நீங்கள் நாள்முழுவதும் ஓடிக்கொண்டே இருக்க வேண்டும். அமர்ந்து உணவு உண்பதற்குக்கூட நேரமிருக்காது. நீங்கள் ஒரு நிகழ்வுக்குப் போய்த் திரும்பும்போது, அடுத்த இரண்டு நிகழ்வுகள் தாமதமாகியிருக்கும். ஒருவழியாக, நீங்கள் அடுத்த கேஸ்டிங் செய்துகொண்டிருக்கும்போது, உங்களுக்குப் பின்னால் முப்பதுபேர் கேஸ்டிங் செய்வதற்காக வரிசைகட்டிக் காத்துக்கொண்டிருப்பார்கள். அவர்கள் ஒவ்வொருவரும் நீங்கள்செல்வதற்கு முன்னால் தனித்தனியாகப் போகவேண்டியவர்கள். முறை வரும்போது, துறைரீதியாக நீங்கள் எடுத்துக்கொண்ட படங்கள் நிரம்பிய உங்கள்

புத்தகத்தைக் காட்டவேண்டும். வாடிக்கையாளர் உங்களை விரும்பினால், நடக்கச் சொல்லிக் கேட்டுக்கொள்வார். அவருக்கு உண்மையிலேயே உங்கள் நடை பிடித்திருந்தால், வேறு சிலவற்றை செய்துகாட்டச் சொல்லுவார். பிறகு அவ்வளவுதான். "ரொம்ப நன்றி. அடுத்து!"

அவர்கள் எதிர்பார்த்ததுபோல செய்தீர்களா... இல்லையா... என்பதெல்லாம் உங்களுக்குத் தெரிய வாய்ப்பில்லை. அதைப் பற்றி நீங்கள் கவலைப்பட்டுக் கொண்டிருக்கவும் முடியாது. ஏனென்றால் நீங்கள், அடுத்த ஓரிடத்தில் ஏதாவது செய்து கொண்டிருப்பீர்கள். அவர்களுக்கு உங்கள் திறமைமேல் அபிமானம் இருந்தால், ஏஜென்சியைத் தொடர்புகொண்டு, பயன்படுத்திக் கொள்வார்கள். இதனிடையே, வேலையில் மூழ்குவதற்குமுன் வேலைகுறித்துக் கொஞ்சம் தெரிந்து கொள்ள வேண்டும். அல்லது விரும்பியவேலை கிடைக்க வில்லையே என்று மனம் நொந்துவிடக்கூடாது. அதுபோல பிடித்தமான நிறுவனம், உங்களைப் புறக்கணித்ததை எண்ணி வேதனைப்பட்டுக் கொண்டிருக்கவும் வேண்டியதில்லை. அதுபற்றி நீங்கள், ஓ, அது எனக்குக் கிடைக்குமா? நான் அதைப் பெற்றுவிடுவேனா? ஏன் எனக்கு அது கிடைக்கல? என்று யோசித்தால், நிச்சயமாக நீங்கள் பைத்தியமாகிவிடும் சாத்தியங்கள் நிறையவே இருக்கின்றன. இதையெல்லாம்விட்டுவிட்டு, அடுத்தத் திட்டங்களில் இறங்கிவிட வேண்டும். அது உங்களைச் சங்கடப்படுத்தினால், நீங்கள் துண்டுதுண்டுகளாக உடைந்துபோவீர்கள். இந்தச் சூழ்நிலைகளில் நிகழ்கின்ற கேஸ்டிங்குகள் பெரும்பாலும் தோல்வியிலேயே முடியும். தொடக்கத்தில் நானும் கவலைப்பட்டிருக்கிறேன். நல்லாத்தானே செஞ்சோம், ஏன் அது எனக்குக் கிடைக்கல? நாசமாப் போக, அதை நான் எவ்வளவு நேசிச்சேன் தெரியுமா? பின்னர் நான், என் வாழ்க்கையை 'நடந்துபோச்சு' எனும் பொன்மொழியுடன் அல்லது மேற்கோளுடன் வாழக் கற்றுக்கொண்டேன். நல்லது, ஆனாலும் அது அத்தனை எளிதானதல்ல. அவர்களுக்கு உன்னைப் பிடிக்கவில்லை. அவ்வளவுதான். அது உனது தவறே அல்ல. ஏழு அடி உயரத்தில், நீண்ட தலைமுடியுடன், எண்பது பவுண்ட் கனத்தில் யாரையேனும் கண்டுவிட்டால்

அல்லது தேடிக்கொண்டிருந்ததால், அவர்களுக்கு வாரிஸ் மீது விருப்பமிருக்காது. போய்க்கொண்டே இரு, பெண்ணே.

ஒரு வாடிக்கையாளர் உங்களைப் பதிவுசெய்துகொண்டால், நீங்கள் அங்கே போய், காட்சியின்போது அணிந்து கொள்ள வேண்டிய ஆடைகளுக்கு அளவு கொடுத்துவிட்டு வரவேண்டும். அதுவொரு பக்கமாகப் போய்க்கொண்டே இருக்கும். ஆனால், ஷோவில் நமக்கான இடம் கிடைத்திருக்காது. அவர்கள் கலந்துகொள்வோரின் எண்ணிக்கையைக் குறைத்திருப்பார்கள் அல்லது நம்மை வடிகட்டியிருப்பார்கள். அதை எண்ணியெண்ணித் தூக்கம் வராது. நேரத்திற்கு எதையும் சாப்பிட முடியாது. அந்தக் கவலையிலேயே சோர்ந்து, மெலிந்து விடுவோம். ஆனால் ஒரு விளம்பரத் தோற்றப் பெண்ணின் வாழ்க்கையென்பது அவளது தோற்றத்தில்தான் இருக்கின்றது. தோற்றத்தைத் தக்கவைத்துக்கொள்ள தினம்தினம் போராட வேண்டியிருக்கும். ஏனென்றால் அங்கே சிறப்பாகத் தெரிந்தால்தான் வாய்ப்பு. 'நான் ஏன் இதைச் செய்கிறேன்? நான் எதற்கு இங்கே நிற்கிறேன்?' என்ற கவனம் இருந்துகொண்டே இருக்க வேண்டும். இருந்தால், அற்புதங்கள் நிகழ்வதைக் காணலாம்.

பேஷன் ஷோக்கள் தொடங்கிவிட்ட பின்பும்கூட, சில வேளைகளில் நீங்கள் கேஸ்டிங்குகள் செய்யவேண்டி வரலாம். ஏனென்றால், ஒட்டுமொத்தச் செயல்பாடும் முடிவுக்குவர இரண்டுவார காலமாகும். ஷோவுக்காக ஒதுக்கப்பட்ட அந்த நாளில், நிகழ்ச்சி தொடங்குவதற்கு ஐந்தாறு மணிநேரம் முன்னதாக, நீங்கள் அங்கே இருந்தாக வேண்டும். எல்லா பெண்களும் கட்டுசெட்டான முழு அலங்காரத்துடன் இருப்பார்கள். பின்பு அங்கே உட்கார்ந்தே இருக்கவேண்டும். அப்புறம் தலையலங்காரம் தொடங்கும். பின்னர், 'எப்போதடா ஷோ ஆரம்பிக்கும்?' என்று காத்துக்கொண்டிருக்க வேண்டும். அடுத்து, நீங்கள் கலந்துகொள்ள வேண்டிய முதல்நிகழ்வுக்கான ஆடையை அணிந்து கொள்ள வேண்டும். அதன்பின்பு நின்று கொண்டேதான் இருக்கவேண்டும். ஏனென்றால், நீங்கள் உட்காரும்போது ஆடைகளில் சுருக்கம் விழுந்துவிடும்! நிகழ்ச்சி தொடங்கும் தருணத்தில் அந்தஇடத்தில் பெருங்குழப்பம் ஒன்று அரங்கேறும். முற்றிலும் பைத்தியக்காரத்தனமாக

நடந்துகொள்வார்கள். “ஹோஹ்! நீ எங்கேருக்க? என்ன செஞ்சுக்கிட்டுருக்க? வாரிஸ் எங்கேருக்க? நவோமி நீ எங்கேருக்க? இங்கே வாங்க. எல்லாரும் முன்னாடி வாங்க- சீக்கிரமா வாங்க. உன்னோட எண் ஒன்பது. நீதான் அடுத்து.” முன்பின் தெரியாத அத்தனைப்பேருக்கும் முன்னால், ஆடைகளை உலுக்கிக்கொண்டு நடக்கவேண்டும். “இதோ... இதோ... நான் வந்துட்டேன். கொஞ்சம் நிறுத்துங்க.” எல்லோரும் எல்லோரையும் தள்ளிக்கொண்டு ஓடுவார்கள். “இங்கே நின்னுக்கிட்டு என்ன செய்றே? என் வழிலருந்து விலகு - நான் போகணும்!”

அதன்பின்புதான் இருக்கின்றது, உச்சம். அந்தக் கடினமானப் பணியை குறுகிய நேரக்கூறுக்குள் செய்துகாட்ட வேண்டும். நீதான் அடுத்து. மேடைக்குப் பக்கவாட்டில் நிற்கிறாய். பிறகு பெருமுழக்கம். பூம்! ஓடுபாதையில் நீ நடைபயில வேண்டும். விளக்குகள் ஒளிவெள்ளம் பாய்ச்சும். இசை வெடிக்கும். எல்லோரும் உன்னையே பார்த்துக் கொண்டிருப்பார்கள். நீ உனது அத்தனை வித்தைகளையும் எண்ணங்களையும் காட்டியபடி, சரிவான மரச்சட்டத்தில் ஒயிலாக இறங்கி நடக்கவேண்டும்.

நான் அதற்காகவே இருக்கிறேன் - நீங்கள் எல்லோரும் என்னை கவனியுங்கள்!

தலையலங்காரமும் ஒப்பனையும் இத்தொழிலிலிருக்கும் மிகச்சிறந்த வல்லுநர்களால் செய்யப்பட்டிருக்கின்றது. நீ அணிந்திருக்கும் ஆடைகள் கனவிலும் உன்னால் விலைகொடுத்து வாங்க முடியாத விலைமதிப்புள்ளவை. இவையெல்லாமே இக்கணத்தில் உன்னுடையவை. உனக்குத் தெரியுமா, நீ பல லட்சம் புள்ளிகளுடையவள். இந்தக்கூட்டம் உன்னையே பார்த்துக் கொண்டிருக்கின்றது. ஓடுபாதையிலிருந்து விலகியதும், நீ அங்கே காத்திருக்க வேண்டியதில்லை. இந்தத் தயாரிப்புகள் எல்லாமே, அந்த ஒட்டுமொத்தக் காட்சியின் இருபது முதல் முப்பது நிமிடங்களுக்கு மட்டுமே. அந்தவகையில் நாளொன்றுக்கு மூன்று, நான்கு, ஐந்து காட்சிகளில் கலந்து கொள்ளலாம். ஒன்றுமுடிந்ததும் மற்றொன்றுக்கு ஓடிக் கொண்டிருக்கலாம். நாட்களுடன் நீயும் கிழிபடுவாய்.

இரண்டுவாரகாலப் பைத்தியக்காரத்தனம் மிலனில் முடிவடைந்ததும், திட்டவரைவாளர்கள், ஒப்பனைக் கலைஞர்கள், தலையலங்கார நிபுணர்கள், மாடல்கள் அத்தனை பேரும் ஒருகூட்டமாக நாடோடிக் குழுபோல பாரிஸ் நோக்கி நகருவோம். மறுபடியும் இந்த ஒட்டுமொத்த நடவடிக்கையும் லண்டனுக்கும் நியூயார்க்குக்கும் போகுமுன் அங்கே நடக்கும். இந்தச்சுழற்சி முடிவடைந்ததும் நீங்கள் கடுமையான சோர்விலிருப்பீர்கள். நியூயார்க்கில் வேலைமுடிந்ததும் கொஞ்ச அவகாசம் கிடைக்கும். அப்போது நீங்கள், தொலைபேசித் தொடர்பற்ற சிறுதீவுகளுக்குச் சென்று ஓய்வெடுக்க முயற்சிக்கலாம். அதைவிட்டுவிட்டு இன்னும் வேலைசெய்யப் போகிறேன் என்று போனால், தாராளமாக நீங்கள் பைத்தியமாகிக் கொள்ளலாம். அதிலிருந்து தப்பவே முடியாது.

மாடலிங் ஒரு - நகையாட்டம் - கேளிக்கையாக இருந்த போதிலும் - நான் அதன் மயக்கும் அழகை, மாயக் கவர்ச்சியை, பகட்டை, வசீகரத்தை ஏற்றுக்கொண்டபோதிலும்- அதன் கொடூரமான மறுபக்கம் பெண்களை சூறையாடிவிடுகிறது. குறிப்பாக, இளம்பெண்களை. அதிலும் துணையில்லாதவர்களை பாழ்படுத்தி விடுகின்றது. வேலைத் தொடர்பாக நான் அலங்கார நிபுணர்களை அல்லது புகைப்படக்காரர்களை சந்திக்கும்போது, அவர்கள் ஆச்சரியத்திலோ அல்லது பயத்திலோ கூக்குரலிடுவதைக் கண்டிருக்கிறேன். "கடவுளே! என்னாச்சு உன் பாதங்களுக்கு! இந்த அகோரமான கறுப்புத் தழும்புகள் கால் முழுசும் எப்படி வந்துச்சு?" என்னால் என்ன சொல்ல முடியும்? சோமாலியப் பாலைவனத்தில் நான் நடந்து திரிந்தபோது, நூற்றுக்கணக்கான முற்களும் பாறைகளும் குத்திக் காயம்பட்டத் தழும்புகளைப் பற்றி அவர்கள் பேசுகிறார்கள். அவையெல்லாம் என் குழந்தைப் பருவத்தை நினைவூட்டுபவை. செருப்பில்லாத வெற்றுக்கால்களுடன் பதினான்கு ஆண்டுகள் நடந்ததன் அடையாளங்கள். பாரிஸிலுள்ள இந்த வடிவமைப்பாளருக்கு இதை நான் எப்படி விளக்குவேன்?

கேஸ்டிங்கின்போது அவர்கள் குட்டைப் பாவாடை அணியச் சொன்னால், உடனே நான் கூசிப்போவேன். நடந்துவந்து ஒற்றைக்காலில் நின்றுகொள்வேன். ஓரிடத்தில் என்னை நிறுத்திச் சுழற்றுவேன். எனக்கிருக்கும் கப்பைக்கால் பிரச்சனையை

அவர்கள் கண்டுபிடித்துவிடாதபடிக்கு ஏதாவது செய்வேன். கப்பைக்கால் பிரச்சனை எங்களைப் போன்ற நாடோடி பழங்குடி இனக்குழு குடும்பத்துக் குழந்தைகளுக்கு முறையான ஊட்டச்சத்து இல்லாததால் ஏற்படுகின்றது. இந்தக் கப்பைக்கால் - உடல்சார்ந்த நோய்மைப் - பிரச்சனையால் நான் பல வேலைகளை இழந்திருக்கின்றேன். அதை என்னால் சரிசெய்ய முடியவில்லை.

அடிக்கடி இந்த அவமானம் நேர்ந்ததால், மிகவும் காயப்பட்டுப் போனேன். கால்களை ஏதாவது செய்யமுடியுமா என்று தெரிந்து கொள்வதற்கு டாக்டரைத் தேடிப் போனேன். "என் கால்களை ஒடைச்சுருங்க!" என வேண்டினேன். "இந்தத் துயரத்தை இனிமேலும் என்னால தாங்கமுடியாது." ஆனால் கடவுள் நன்றியுள்ளவர். டாக்டர் எனக்கு வயதாகிவிட்டது என்றார். எலும்புகள் ஏற்கனவே இறுகிப்போயிருப்பதாகச் சொன்னார். அப்படிச்செய்தால் ஏதும் பயனில்லை என்றும் சொன்னார். எனக்கு வயதாகிவிட்டதா? கால்களை நினைக்கும்போது நெக்குருகிப்போனேன். அவை எனது கால்கள். நான் யார், எங்கிருந்து வந்தேன் என்பதற்கான விடைத்தீர்வாக அமைந்தவை. எனது உடம்பு நன்றாக இருப்பது தெரியவந்தபோது, என் கால்களை நான் விரும்ப ஆரம்பித்தேன். அந்தக் கால்களை உடைத்துக்கொண்டிருந்தால், ஒரு ஐந்துநிமிடங்களில் அது முடிந்துபோயிருக்கும். இன்றுநான் என்மீது கோபமாக, மிகக்கோபமாக இருந்தேன். எதற்காக எனது கால்களை நான் உடைத்துக்கொள்ள வேண்டும் - சில ஆசாமிகளின் ஆடைகள் அழகாகத் தெரிவதற்காகவா? இப்போது நான், இந்தக் கால்களை எண்ணிப் பெருமிதம் கொள்கிறேன். ஏனென்றால் இந்தக் கால்களுக்கு வரலாறு இருக்கின்றது. என் வாழ்க்கைச் சரித்திரத்தின் ஒருபகுதி அவை. இந்தக் கப்பைக்கால்கள்தான் ஆயிரக்கணக்கான மைல்தூரத்தை, பாலைவனத்தின் வழியே என்னைச் சுமந்து கடந்தவை. மெதுவான நடை, அலையலையான நடை என்பது, ஒரு ஆப்பிரிக்கப் பெண்ணின் நடை. அது எனது பாரம்பரியத்தைப் பேசுகின்றது.

மாடலிங் போன்ற பேஷன் தொழிலில் இருக்கும் மற்றொரு பிரச்சனை, மற்றெல்லாத் தொழில்களிலும் இருப்பதுபோலான மகிழ்ச்சிதராத மனிதர்களின் பங்களிப்புதான். சில முடிவுகளை

எடுப்பதில், இதுபோன்ற மனிதர்களின் தலையீடு இருப்பதால், தொழிலில் ஈடுபட்டிருக்கும் கலைஞர்கள் பெரிதும் மன உலைச்சலுக்கு ஆளாக நேரிடுவதுண்டு. பிரபல பேஷன் பத்திரிகையொன்றின் கலை இயக்குநருடன் நான் பணிபுரிந்த அப்படியொரு தருணத்தை என்னால் நினைவுகூரமுடியும். அந்தப் பெண்ணின் நாய்த்தனமான செயல்பாடுகளால் அதுவொரு கசப்பான அனுபவமாக மாறி, போட்டோ ஷுட் எடுக்கும் நிகழ்ச்சி, சுடுகாட்டில் பிணம் எரிக்கும் சடங்குபோலான உணர்வை உண்டாக்கிவிட்டிருந்தது. அப்போது நாங்கள் கரீபியனில் இருந்தோம். ஷுட்டிங் அந்த அழகிய சிறிய தீவில் நடந்தது. அந்த இடம் சொர்க்கம் போலிருந்தது. நாங்கள் எல்லோரும் அந்த சுகானுபவத்தில் நேரத்தைக் கழித்துக்கொண்டிருந்தோம். வேலைசெய்வதற்கு நாங்கள் பணம்பெற்றிருந்த போதிலும், அந்த இடத்திலிருக்கும் பலர் விடுமுறைக் கொண்டாட்ட மனநிலையில் இருந்தனர். ஆனால் அந்தப்பெண் அப்படியிருக்கவில்லை. அந்தத் தீவுக்கு வந்திறங்கியதிலிருந்து அவள் என்பின்னாலேயே அலைந்து கொண்டிருந்தாள். "வாரிஸ், நீ எல்லாரோடையும் சேர்ந்து செயல்படும் தேவை உண்மையிலேயே இருக்குது. நீ இன்னும் மேல வரவேண்டியிருக்கு. நீ நகறு. நீ ரொம்ப சோம்பேறியா இருக்க. என்னால உன்னைய மாதிரி ஆளுகளோட சேர்ந்து வேலை பாக்க முடியாது." அவள் சொல்வதைப் புரிந்துகொள்ள முடியாத அளவுக்கு நான் அறிவற்றவளாக இருக்கிறேன் என்றும் வேலைசெய்ய மறுப்பு சொல்கிறேன் என்றும் நியூயார்க்கிலுள்ள ஏஜென்சியை அழைத்து புகாரைத் தட்டிவிட்டாள். அதைக்கேட்டு அவர்கள் திகைத்துப் போனார்கள். நான் அப்படியெல்லாம் இல்லையென்பது அவர்களுக்குத் தெரியும்.

மற்றவர்களின் மனதை நொறுக்குமளவுக்கு ஒரு துயரார்ந்த மாச்செறிவுமிக்கப் பெண்ணாக அந்தக்கலை இயக்குநர் இருந்தாள். வெளிப்படையாகவே எதிர்ச்செயலாற்றும் பண்பழிந்தப் பெண்ணாகவும் தெரிந்தாள். அவளுக்கென்று ஒருஆண் இல்லை. நண்பர்கள் இல்லை. விரும்புவதற்கென்று அல்லது காதல்கொள்ள யாருமில்லை. வாழ்க்கை, அன்பு, பேரார்வம் எல்லாவற்றையுமே அவள் இந்தத்தொழிலில் ஊற்றிவிட்டிருக்கின்றாள். ஏனென்றால், அவளுக்கென்று போவதற்கு போக்கிடம் எதுவுமில்லை. அதனால் அவள்,

தனக்குள் பொங்கிக்கொண்டிருந்த அத்தனை வெக்கையையும் என்மீது கொட்டிவிட்டாள். இந்தமாதிரி அவள் நடந்துகொள்வது என்னிடம்தான் முதல் இல்லை என்றும் அல்லது நான்தான் கடைசியில்லை என்றும் நிச்சயமாக எனக்குத் தெரியும். இதற்கடுத்த சிலநாட்களில் அவள்மீதிருந்த பரிவுணர்ச்சியை நான் தொலைத்துவிட்டேன். இந்த விஷயத்துக்காக நான் இரண்டு காரியங்களைச் செய்ய முடியும். ஒன்று, அவள் முகத்தில் பளாரென்று அறைய முடியும். அல்லாதுபோனால் அவளைப் பார்த்து, மென்மையாகப் புன்னகைத்து ஒன்றுமில்லை என்று சொல்வது. இப்போது நான், இப்படியாக நினைத்தேன்: ஒன்றுமில்லை என்று சொல்வதே சிறந்தது.

கலை இயக்குநர் போன்ற பொறுப்புமிக்கப் பதவியில் இந்தப் பெண்ணைப் போன்றவர்கள் இருப்பது, சோகமயமானது. இந்தப்பதவி, தொழிலுக்குப் புதிதாக வரும் சிறுமிகளைக் கையாளக் கூடியது. முயற்சிசெய்து, மாடலிங்கில் தங்களை நிலைநிறுத்திக் கொள்ள சிலவேளைகளில் குழந்தைகளைக் காட்டிலும் சற்றே பெரியவர்களான சிறுமிகள் ஒக்லஹாமாவிலிருந்து அல்லது ஜார்ஜியாவிலிருந்து அல்லது வடக்கு டகோடாவிலிருந்து பறந்து நியூயார்க்குக்கு அல்லது பிரான்சுக்கு அல்லது இத்தாலிக்குத் தனியாக வருகின்றனர். அவர்களுக்கு அந்தநாட்டைப் பற்றியும் தெரியாது. மொழியும் தெரியாது. வயதுக்கு உரிய வெகுளித்தனத்துடன் இருப்பார்கள். அதை சாதகமாக்கிக் கொண்டு, அவர்களிடம் பண்பற்று எதிர்செயலாற்றுவது வழக்கத்தில் இருந்தது. தங்களுக்கு இழைக்கப்படும் மறுத்தொழிப்பை அல்லது புறந்தள்ளலை அவர்களால் புரிந்துகொள்ள முடியாது. அந்தளவுக்கு அனுபவம் இருப்பதில்லை. அதுகுறித்த ஞானமும் போதாது. தவறு தங்களிடமில்லை என்பதை உணர்ந்து, எதிர்கொள்ளும் உள்திறமும் இருக்காது. பலர் மனமுடைந்து, கசந்து, மூட்டைமுடிச்சைத் தூக்கிக்கொண்டு வந்தவழியிலேயே விம்மியபடித் திரும்பிவிடுவார்கள்.

சூழ்ச்சித்திறனுடைய ஏமாற்றுக்காரக் கலைஞர்களும்கூட இந்தத் தொழிலில் சுற்றிச் சுற்றி வருவார்கள். பல இளம்சிறுமிகள் தங்களை மாடல்களாக ஆக்கிக்கொள்ள பேரவாவுடன் வந்துசேருகிறார்கள். அவர்கள் எதையும் யோசிக்காமல்,

ஏஜென்சிகள் பின்னும் தந்திர வலைக்குள் விழுந்துவிடுகிறார்கள். மாடல்களின் பணியை நெறிப்படுத்துவதாகச் சொல்லி ஏமாற்றி, சிறுமிகளின் கனவுகளை - எதிர்காலத்தை - கட்டணமாக வசூலித்து விடுகின்றனர். இந்தமாதிரியான ஏமாற்றுக்கு, நானே ஒரு வாழும் உதாரணம். ஹெரால்ட் வீலர் அப்படித்தான் என்னை ஏமாற்றினான். அது என்னை மிகவும் பாதித்தது. மாடலிங் என்பது பணம் பண்ணும் ஒருதொழில். பணம்கொடுக்கும் ஒரு தொழிலாக இல்லை. ஒருநபர் மாடலிங் ஆகவிரும்பினால், அவரிடம் ஏஜென்சிகளுக்குச் சென்றுவருவதற்கானப் பேருந்துக் கட்டணம் இருந்தால் போதுமானது. அவள் யெல்லோ பேஜஸ்களைப் புரட்டி, அவர்களை அழைத்து, சந்திப்புக்கான நேரத்தைக் குறித்துக் கொண்டாலே போதும். ஒருவேளை ஏஜென்சிகள் சந்திப்புக்கானக் கட்டணம் குறித்துப் பேசினால் - அவள் அங்கிருந்து ஓட்டமெடுத்துவிட வேண்டும். முறையாகச் செயல்படும் ஒரு ஏஜென்சி, சரியான பார்வையையும் நோக்கத்தையும் கொண்டிருக்கும். அவர்கள் நேரத்துக்காகத்தான் காத்திருப்பார்கள். எல்லாவற்றையும் சேர்த்து புத்தகம்போட அவளுக்கு உதவுவார்கள். பின்பு, அவளது நிகழ்ச்சிக்கான அட்டவணையைத் தயாரித்து, கேஸ்டிங்குகளுக்கு வழிகாட்டுவார்கள். அவள் வேலை செய்துகொண்டிருக்கலாம்.

மாடலிங்கில் ஈடுபட்டிருக்கும்போது, சிலவேளைகளில் மகிழ்ச்சியற்ற நிலையும் உருவாகிவிடுவதுண்டு. எல்லா ஒப்பந்த விதிகளும் அத்தனைச் சிறப்பாக அமைந்துவிடுவதில்லை. அப்படியொரு திட்டத்தை நான் ஒப்புக்கொண்டிருந்தேன். என்னுடன் இணைந்து பணிபுரிய ஒரு காளையும் வருகின்றது என்பது, நியூயார்க்கிலிருந்து லாஸ்ஏஞ்செல்க்கு நான் பறந்துவரும்வரையில் எனக்குத் தெரியாது. பின்னர் என்னை, அங்கிருந்து ஒரு ஹெலிகாப்டர் பாலைவனத்துக்குள் இட்டுச்சென்றது. அந்தக்காளையைப் பற்றி நான் எதையும் அறிந்திருக்கவில்லை.

கலிபோர்னியா பாலைவனத்தில் நாங்கள் முற்றிலுமாகத் தனித்துவிடப்பட்டோம்.

நான், படப்பிடிப்புக் குழு, மற்றும் நீண்ட கூரியக் கொம்புகளைக் கொண்ட பெருஉருவிலான கறுப்புநிறக் காளை. சின்னதாய்

ஒரு முன்னோட்டக் காட்சி என்றார்கள். தலையலங்காரம், ஒப்பனை எல்லாமே எனக்கு செய்யப்பட்டது. செய்துமுடித்ததும், புகைப்படக்காரர் என்னை வெளியில் அழைத்துவந்து, அந்த விலங்கிடம் விட்டார். “அந்த சாத்தானுக்கு ஒரு வணக்கம் சொல்.”

“ஹ~ஊஊஊ. ஹல்லோ, சாத்தான்.” எனக்கு அவனைப் பிடித்திருந்தது. அவன் மிக அழகாக இருந்தான். நம்பமுடியாத இயல்முரணியாக அவன் காட்சி தந்தான். “ஆனால் அவன் பாதுகாப்பானவனா?”

“ஆமா. நிச்சயமா. இதுதான் அவனோட சொந்தக்காரர்.” சாத்தானின் கழுத்திலிருந்தக் கயிறைப் பிடித்துக்கொண்டிருந்த ஒரு ஆளை போட்டோகிராஃபர் காட்டினார். “என்ன செய்யணும்னு அவனுக்குத் தெரியும்.” புகைப்படக்காரர் காட்சியை எனக்கு விளக்கினார். மதுபாட்டிலின் லேபிளில் அந்தக்காட்சி இடம்பெறும். நான் அந்தக்காளையின் முதுகில் இருப்பேன், நிர்வாணமாக. இந்தக்காட்சி விளக்கச் செய்தி, மிகவும் அதிர்ச்சியாக இருந்தது. வந்துசேரும்வரை, உண்மையிலேயே இதுகுறித்து அவர்கள் என்னிடம் எதுவும் கூறியிருக்கவில்லை. இப்படித் தோன்றுவது குறித்து என்னிடம் திட்டமும் ஏதுமில்லை. ஆயினும், மற்றவர்களின் முன்னால் பிரச்சனை செய்ய நான் விரும்பவில்லை. அதனால் திடப்படுத்திக்கொண்டு கடந்துபோனேன்.

காளை குறித்தக் கவலை எனக்குள் பரவியது. பாலைவனத்தின் வெக்கையை அவனால் சகிக்க முடியவில்லை. அவன் மூக்கு ஒழுகியது. கால்கள் கட்டப்பட்ட நிலையிலிருந்ததால், அவனால் நகர முடியவில்லை. ஆனாலும் அந்தப்பெரிய விலங்கு பௌவியமாக நின்றிருந்தது. காளையின் முதுகில் ஏறச்சொல்லி, புகைப்படக்காரர் தனது கைகளை ஆட்டி நடித்துக் காட்டினார். “அதுமேல படு” அங்கிருந்தே கையாட்டி உத்தரவிட்டார். காளைமேல நல்ல விரிச்சுப் படு. உடம்போட முன்பகுதி காளைமேல விரியணும். “உன்கால்கள் ரெண்டையும் நல்லா விரி.” காட்சி எடுக்கப்பட்ட முழுநேரமும் நான் அழகாகவும், இயல்பாகவும், விளையாட்டாகவும், அதேவேளையில் கிளர்ச்சியூட்டக் கூடியவகையில் தெரிய முயற்சிசெய்தேன்.

அப்போது இப்படியாக எண்ணிக்கொண்டேன்: ஒருவேளை இது என்னைக் குப்புறத் தள்ளினால், நான் செத்தே விடுவேன். நிர்வாணமான என் அடிவயிற்றுக்குக் கீழே, காளையின் முதுகிலிருந்த மென்முடிகள் எதுவோ செய்வதை திடீரென்று உணர்ந்தேன். மொஜாவி பாலைவனத்தின் ஈக்கள் கூட்டம் திட்டுப்போல பறந்துவந்து, மென்னொலியுடன் கடந்துபோனது.

"எல்லாம் சரியாருக்கா?"

"ய்யா... யா." சற்றே அழுத்தமாகக் குரல் எழுப்பினேன். பயந்து போயிருப்பதைக் காட்டாமல், நடித்தேன். ஒரு கிழட்டுக் காளையைப் பார்த்து பயந்துவிட்டாள். வாரிஸ் டைரி ஒருகோழை என்று யாரும் சொல்லிவிடுவதை நான் விரும்பவில்லை. "ய்யா. அடுத்துப் போகலாம். காளை முதுகுல ஏற, யாராச்சும் எனக்கு உதவுங்க." குழு என்னை மேலேற்றிவிட்டது. என்மீதுள்ள தூசியைத் துடைத்தது. மறுபடியும் துவங்கினோம். உண்மையிலேயே அந்தக்காளையால் பாலைவன வெக்கையில் நிற்க முடியவில்லை. என்னை இரண்டுமுறை உதறி, கீழே விழுத்தாட்டியிருந்தது. மூன்றாவதுமுறை அது உதறிவிட்டு நான் கீழேவிழுந்ததில், என் கணுக்கால் சுளுக்கிக்கொண்டது. உடனே அது வீங்க ஆரம்பித்தது. வலி உயிரெடுத்தது. "ஷாட் நல்லா வந்துருக்கா?" கீழே விழுந்து கிடந்த நான் கத்தினேன்.

"இன்னும் ஒருரோல் எடுத்தோம்ன்னா அதிஅற்புதமா வரலாம்..."

நல்லவேளையாக, அந்தக்காளையுடன் நான் நடித்தக் காட்சி வெளியாகவில்லை. சில காரணங்களால் அதை பயன்படுத்தவில்லை. கிழமனிதர்கள் சுற்றிலும் அமர்ந்துகொண்டு மதுவருந்தியபடி எனது புட்டங்களைப் பார்ப்பதை, நான் சோகமாக உணருவதாக எண்ணிக்கொண்டேன். காட்சி வெளியாகாததில் மகிழ்ந்துபோனேன். இந்த அனுபவத்துக்குப் பின்பு, நிர்வாணப் படங்களில் நடிப்பதில்லை என்று முடிவு செய்துவிட்டேன். இயல்பிலேயே எனக்கு இந்தக்காட்சிகளில் விருப்பமில்லை. சுற்றிநிற்கும் மனிதர்களுக்கு முன்னால் அலங்கோலமாகவும் கையறுநிலையில் நிற்பதுபோலவும் வடுப்படத்தக்க உணர்வுகளைச் சுமக்கவேண்டிருந்தது. அதைக்காட்டிலும் பணம் பெரிதில்லை. இடைவேளைக்காகக்

பாலைவனப் பூ | 291

காத்திருப்பேன். ஓடோடிச்சென்று என் உடம்பில் துண்டைச் சுற்றிக்கொள்வேன்.

காளையுடன் நடித்த மோசமான அனுபவத்தைத் தவிர, எனது நீண்டநேரத்தை விளம்பரத் தோற்றப் பெண்ணாக, மாடலிங்கில் செலவிட்டிருந்தேன். அந்தத்தொழிலை நான் நேசித்தேன். யார் கேட்டாலும், அதை என் வாழ்க்கையின் மிக முக்கியமானக் கேளிக்கைப் பயணம் என்றே சொல்வேன். வெறுமனே தோன்றிவிட்டு, காசு வாங்கிக் கொண்டுபோய்விடும் எண்ணமெல்லாம் என்னிடம் இருக்கவில்லை. டெரன்ஸ் டோனாவன் பாத்துக்கு அழைத்துச்சென்று, கேமராவின் முன் நிறுத்தியதிலிருந்து என் உடல் தோற்றத்தைக் காட்டுவதற்காக நான் பணம் வாங்கியதில்லை. என்வாழ்வின் ஏதாவது ஒரு அம்சத்தை அதில் வெளிப்படுத்தியே வந்திருக்கின்றேன். அப்படி செய்யமுடியும் என்று நான் நம்பியிருக்கவில்லை. ஆனால் என்னால் அதை செய்ய முடிந்தது. ஒட்டு மொத்தத் தொழிலையும் ஒரு சாதாரண விளையாட்டாகக் கொள்ளாமல், அதனை மன மகிழ்ச்சியோடு செய்துவந்தேன். இந்தத்தொழிலில் வெற்றிபெறுவதற்கான சந்தர்ப்பத்தை பெற்றதற்கு நன்றியுள்ளவளாகவே இருக்கின்றேன். ஏனென்றால் எந்தப் பெண்ணுக்கும் இப்படியொரு வாய்ப்பு கிடைக்கவில்லை. இருந்தும் பலபெண்களுக்கு, அவர்கள் கடுமையாக உழைத்தும், அது பலநேரங்களில் பலனளிக்காமல் போய்விடுகின்றது.

நான் சிறுமியாக, சித்தப்பா முஹம்மத் சாமா பராஹ் வீட்டில் வேலைசெய்த போது, விளம்பரத் தோற்றப் பெண்ணாக ஆகவேண்டும் என்ற கனவில் திளைத்திருந்ததை நினைவுபடுத்திக் கொள்கிறேன். அன்றொரு இரவில், இமானிடம் எப்படி அதைத் தொடங்க வேண்டும் என்று கேட்க முடிவுசெய்து, தைரியமாகக் கேட்டேவிட்டேன். பத்து ஆண்டுகள் கழித்து, நியூயார்க் ஸ்டுடியோவில், ரெவ்லான் ஷூட்டிங்கில் வேலை செய்து கொண்டிருந்தபோது, ஒப்பனைக் கலைஞர் உள்ளே வந்து, பக்கத்துத் தளத்தில், இமான் தனது புதிய பொருட்களுக்கானப் படப்பிடிப்பில் இருப்பதாகச் சொன்னாள். நான் ஆர்வமாக வெளியில்வந்து, அவளைக் காணச்சென்றேன். "ஓ, நீ புதிய பொருட்களை அறிமுகப்படுத்திக்கிட்டு வர்றதப்பாக்குறேன். ஏன் என்னை, ஒரு சோமாலியப் பெண்ணை உன் ஒப்பனைச்

சாதனங்களுக்கான விளம்பரத்தில் பயன்படுத்திக்கொள்ளக் கூடாது?"

தற்காப்பானப் பார்வையில் அவள் என்னைப் பார்த்தாள். பிறகுமெல்ல, முணுமுணுத்தாள். "என்னால, நீ வாங்குற பெரும் தொகை குடுக்க முடியாது."

அவளிடம் சோமாலிய மொழியில் சொன்னேன். "உனக்கு இதை நான், இலவசமாசெஞ்சுக் குடுக்குறேன்." அவளுக்கு தேநீர் கொண்டுவந்துக் கொடுத்த அதே பணிப்பெண் சிறுமிதான், நான் என்பதை அவள் உணர்ந்து கொள்ளாதது விந்தைதான்.

இதில் ஓர் உண்மை என்னவென்றால், விளம்பரத் தோற்றப் பெண்ணாக, மாடலிங் செய்ய வேண்டும் என்ற ஆவல் இருந்தாலும், நான் வாய்ப்புகளுக்காக யாரையும் தேடிச் செல்லவில்லை. வாய்ப்புகள் என்னைத் தேடிவந்தன. அதனாலேயே என்னவோ, அதில் நான் அதிக அக்கறை எடுத்துக்கொள்ளவில்லை. ஒரு சூப்பர் மாடலாகவோ அல்லது நட்சத்திரமாகவோ இருப்பதில், சிலிர்ப்பும் புளகாங்கித உணர்வும் கிடைப்பதில் பொய்யில்லை. இந்தமாடல்களெல்லாம் எப்படி இத்தனைப் புகழ் பெறுகிறார்கள் என்பதை என்னால் புரிந்துகொள்ளவே முடியவில்லை. இந்தபேஷன் தொழிலின் ஒவ்வொரு காட்சியையும் நான் தொடர்ந்து கவனித்துக்கொண்டே வருகிறேன். பத்திரிகைகளும் தொலைக்காட்சித் தொடர்களும் சூப்பர் மாடல்களை மூர்க்கமாக வெறிகொண்டு துரத்தியபடி, காட்சிப்படுத்திக்கொண்டே இருக்கின்றன. எனக்கு அது ஆச்சரியமாக இருக்கின்றது.

இதெல்லாம் என்ன?

மிகவும் எளிதானது, ஏனென்றால் நாங்கள் விளம்பரத் தோற்றப் பெண்கள், மாடல்கள். மக்களில் சிலர், எங்களை தேவதைகளாகக் கொண்டாடுகிறார்கள். சிலர் எங்களை முட்டாள்களாக நடத்துகின்றனர். முட்டாள்தனமானச் செயல்பாடுகளில் நானே பலதடவை ஈடுபட்டிருக்கின்றேன். என்னுடைய முகத்துடன் நான் வாழ்ந்தால், நிச்சயம் ஒரு முட்டாளாகத்தான் இருக்க முடியும். லேசாகத் தளுக்கித் திரிந்தால் மக்கள், "நீ ஒரு மாடலா? ஓ... மோசம்... மோசம். மூளையே இருக்காதா? நீங்க என்ன

செய்றீங்க? சும்மா நிக்கிறீங்க. கேமராவ அழகாப் பாக்குறீங்க" என்கிறார்கள்.

ஆமாம், நான் எல்லாவகையான விளம்பரத் தோற்றப் பெண்களையும் பார்த்திருக்கின்றேன். அதில் சிலர் அத்தனைப் பிரகாசமானவர்களாக இல்லை. ஆனால் பெரும்பாலானோர் புத்திசாலிகளாகவும், உலகியல்தெரிந்து அதற்கொப்ப நடந்து கொள்கின்றவர்களாகவும், நிறைய பயணங்களை மேற்கொண்டவர்களாகவும், மற்றவர்களைக் காட்டிலும், பலவிஷயங்களில் அறிவுப்பூர்வமான முடிவுகளை எடுப்பவர்களாகவும் இருக்கிறார்கள். அவர்களுக்கு, தங்களை எப்படிக் கையாண்டு கொள்ளவேண்டும் என்பதும் தொழிலை எவ்வாறு கையாண்டுகொள்ள வேண்டும் என்பதும் தெரிந்திருக்கின்றது. முழுவதுமான தொழிற்வல்லுநர்களாகச் செயல்படுகின்றனர். நான் சந்தித்த கலை இயக்குநர் போன்ற எதிர்செயலாற்றும் பெண்களால், உண்மையில் அழகான மற்றும் அறிவுப்பூர்வமானப் பெண்களைக் கையாளுவதில் சிக்கல் இருப்பதாக உணருகிறேன். இது போன்ற தருணங்களில் எங்களை எங்களிடத்திலேயேவிட்டு, எங்களுடன் மனம் திறந்து பேச வேண்டும் என்று கருதுகிறேன்.

மாடலிங்களுக்கும் விளம்பர நிறுவனங்களுக்குமிடையிலுள்ள அடிப்படைப் பிரச்சனைகள் எளிதில் புரிந்துகொள்ளமுடியாத, குழப்பமானச் சிக்கல்களைக் கொண்டிருப்பதை நான் அறிந்துகொண்டேன். உலகத்தின் மிகமுக்கியமான முன்னுரிமைகளாக இருப்பது இயற்கை, நல்லெண்ணம், குடும்பம் மற்றும் நட்புதான். என் வாழ்க்கையை இவ்வாறாகத்தான் அமைத்துக் கொண்டிருக்கின்றேன். நான் சொல்வதெல்லாம் இதுதான். "இதை வாங்குங்கள், ஏனென்றால் இது அழகானது." எனது திறமையை பெரிய புன்னகையுடன் நான் விற்பனை செய்கிறேன். நான் நம்பிக்கையற்றவளாக அல்லது குற்றம் காண்பவளாக இருந்தால், "நான் ஏன் இதைச் செய்ய வேண்டும்? உலகத்தைப் பாழ்படுத்துவதற்கு நான் உதவுகிறேன் என்றாகிவிடும் அல்லவா?" அவரவர் பணியைச் செய்வதற்கு அவரவர் ஏதோ சில காரணங்களைக் கொண்டிருக்கிறார்கள் என்றே நம்புகிறேன். என்னிடமிருக்கும் நல்லவை, நான் செய்யும் நல்லவை, நான் சந்தித்த நல்ல

மனிதர்களின் வழியாக, நான் கண்ட அழகான இடங்களின் வழியாக, நான்பெற்ற பலவிதமானக் கலாச்சாரங்களின் அடிப்படையில் என்னை உலகத்துக்கு ஏதாவது செய்யச் சொல்கின்றது. அது அழிவை ஆதரிப்பதில்லை. மறுக்கிறது. வறுமைத் தாக்கிய ஒரு சோமாலியப் பெண்ணாக இல்லாமல், இப்போது நான் ஏதாவது செய்யக்கூடிய நிலையில் இருக்கின்றேன்.

ஒரு நட்சத்திரமாகவோ அல்லது பிரபலமாகவோ இருப்பதைக் காட்டிலும் நான் விளம்பரத் தோற்றப் பெண்ணாக இருப்பதிலேயே பெருவிருப்பம் கொண்டிருந்தேன். ஏனென்றால், உலகத்தின் பிரதிநிதியாக என்னை உணர்ந்தேன். இந்த பூமிப்பந்தின் குறிப்பிடத்தகுந்த இடங்களுக்கு என்னால் பயணம்செய்ய முடிந்தது. வேலைசெய்வதற்காகப் போன பலதருணங்கள் அழகானத் தீவுகளாக அமைந்துபோயின. வாய்ப்புக் கிடைக்கும் போதெல்லாம் கடற்கரைக்கு ஓடிவிடுவேன். இயற்கையுடன் இயைந்திருப்பதை வெகுவாக நேசித்தேன். அவை அற்புதத் தருணங்கள். மீண்டும் சுட்டெரிக்கும் சூரியனுக்குத் திரும்பினேன். மரங்களின்மீது ஊர்ந்து ஏறினேன். அவற்றின் மீது அமைதியாக உட்கார்ந்து கொண்டு, பறவைகளின் பாடல்களைக் கேட்டேன். ஆஹாஹாஹா. கண்களை மூடிக்கொள்வேன். மலர்களின் சுகந்தத்தை நுகர்வேன். முகத்தில் சூரியனின் வெம்மையை வாங்கிக்கொண்டு, பறவைகளின் பாடல்களைக் கேட்டபடி, ஆப்பிரிக்காவில் இருப்பதுபோல பாவனை செய்துகொள்வேன். சோமாலியாவில் நான்பெற்ற மன அமைதியையும் சாந்த உணர்வுகளையும் மீட்டெடுக்க முனைவேன். என் தாய்மண்ணில் இருப்பதைப்போல உணர்வேன்.

15

போட்டோ ஷூட்கள், பேஷன் ஷோக்கள் எனும் நீண்ட பயணத்துக்குப் பிறகு, **1995** ஆம் ஆண்டில், சற்றே ஓய்வெடுப்பதற்காக டிரினிடாட்டுக்குப் போயிருந்தேன். அது, கிறிஸ்தவர்கள் விமரிசையாகக் கொண்டாடும் கார்னிவல் காலம். ஒப்பனைகளுடன் ஆட்டம்பாட்டம், விருந்து, களியாட்டம் என்று வாழ்க்கையை மக்கள் அனுபவித்துக் கொண்டிருந்தார்கள். நான் அவற்றிலிருந்து தப்பி, எனக்குத் தெரிந்த ஒரு குடும்பத்துடன் தங்கியிருந்தேன். ஓரிரு நாட்கள் போயிருக்கும். ஒரு ஆள் அந்த வீட்டுக்கு வந்து, கதவைத் தட்டினான். அந்தக் குடும்பத்தின் தலைவியான மூத்தப் பெண்ணை மோனிகா ஆன்ட்டி என்று நாங்கள் அழைப்போம். அவர்போய்க் கதவைத் திறந்தார். அதுவொரு பின்மதிய வேளை. சூரியன் வெளியில் சுட்டெரித்துக் கொண்டிருந்தான். நாங்கள் அமர்ந்திருந்த உள்ளறை குளுமையாகவும், நிழலாகவும் இருந்தது. வாசலுக்குவெளியே நின்றிருந்த அந்தஆள், பின்புறத்திலிருந்த வெளிச்சத்தில் நிழலுருவாகத் தெரிந்தான். அவனைப் பார்க்க முடியவில்லை. ஆனால் அவன் சொல்வதைக் கேட்க முடிந்தது, அவன், வாரிஸ் என்ற பெயருள்ள யாரையோ தேடிவந்திருக்கின்றான். மோனிகா ஆன்ட்டி, "வாரிஸ் உனக்கு போன் வந்துருக்காம்" என்று அழைத்தார்.

"போன் அழைப்பா? எங்கே இருக்கிறது போன்?"

"நீ இவரோடப் போ. அவரு உன்னைக் கூட்டிட்டுப் போவாரு."

நான் அவனுடன், அவனிடத்துக்குப் போனேன். அவன், மோனிகா ஆன்ட்டியின் பக்கத்துவீட்டுக்காரன். நாலைந்து

வீடுகள் தள்ளி வசித்தான். அந்தப் பகுதியிலேயே அவன் வீட்டில்தான் தொலைபேசி இருந்தது. நாங்கள் கூடம்வழியே நடந்து, தொலைபேசி இருந்த இடத்துக்குப் போனோம். ஒரு கொக்கியில் ஒலிவாங்கி தொங்கிக்கொண்டிருந்தது. "ஹலோ?" லண்டனிலுள்ள எனது ஏஜென்ட்.

"ஓ, ஹலோ, வாரிஸ். உங்களைத் தொந்தரவு செய்றதுக்கு மன்னிக்கணும். எங்களை பிபிசிலருந்து தொடர்புகொண்டாங்க. ரொம்ப அவசரம். நீங்க அவங்க தொடர்புக்கு வரணும்னாங்க. ஒரு ஆவணப்படம் எடுக்குறது குறித்து, உங்கக்கூட பேசணுமாம்."

"ஆவணப்படமா... எதைப் பத்தி?"

"சூப்பர்மாடலா இருக்குற உங்களப்பத்திதான். நீங்க எங்கேருந்து வந்தீங்க. இந்தப் புதிய வாழ்க்கையை நீங்க எப்படி உணர்றீங்கங்றதப் பத்திதான்?"

"அதுவொண்ணும் கதையில்லையே. நான் என்னசொல்ல வர்றேன்னா, இதை விட நல்லதா, அவங்களால எதையும் தேட முடியாதா?"

"நல்லது, நீங்க அவங்கக்கூட அதைப்பத்திப் பேசுங்க. எந்த நேரத்துல உங்களக் கூப்டச்சொல்லி, அவர்களிடம் நான் சொல்ல?"

"பாருங்க, நான் யார்ட்டயும் பேசவிரும்பல."

"ஆனா அவங்க உங்கக்கிட்ட முறையா பேசணும்ங்றாங்க."

"ஹே, எதுன்னாலும் சரி. நான் லண்டனுக்கு வந்ததுக்கப்பறம் பேசுறேன்னு அவங்கட்ட சொல்லிருங்க. இங்கேருந்து கௌம்பி நான் நியூயார்க் போயிருவேன். அங்கேருந்துதான் லண்டன். லண்டன் வந்ததும் கூப்டுறதாச் சொல்லுங்க."

"நல்லது. நான் அவங்கக்கிட்ட அப்படியே சொல்லிர்றேன்."

மறுநாள் நான் நகரத்துக்குள் சுற்றித் திரிந்துகொண்டிருந்தபோது, அந்தஆள் மறுபடியும் மோனிகா ஆன்ட்டி வீட்டுக்குவந்து, வாரிஸ்க்கு இன்னொரு தொலைபேசி அழைப்பு வந்திருப்பதாகச்

சொல்லியிருக்கிறான். நான் அந்தச் செய்தியை முற்றிலுமாகப் புறக்கணித்துவிட்டேன். மீண்டும், மறுநாள் மற்றொரு அழைப்பு. இந்தமுறை நான் அந்த மனிதருடன் போனேன். ஏனென்றால் எதிர்முனையிலிருப்பவர்கள் என்னை அழைத்து வரச்சொல்லி அவரைத் தொந்தரவுசெய்வதாக நான் எண்ணினேன். பாவம் அவர் ஆடைகளை அணிந்துகொண்டு, என்னை அழைக்க ஒவ்வொருமுறையும் ஓடிவருவதாகக் கருதினேன். இந்தமுறையும் ஏஜென்சியிலிருந்துதான் அழைப்பு. "ய்யா, என்னாது?"

"ஆமா, வாரிஸ். பிபிசிலருந்து மறுபடியும் தொடர்பு கொண்டாங்க. அவங்க ரொம்ப அவசரமா உங்கக்கிட்ட பேசணும்ங்றாங்க. நாளைக்கு அவங்க, உங்களை இதே நேரத்துல கூப்டுவாங்க."

"பாருங்க, இது என்னோட ஓய்வுநேரம். தெரியுதா? என்னால யார்ட்டயும் பேச முடியாது. நான் இதுலருந்து தப்பிக்கணும்னுதான் இங்கே வந்தேன். என்னைய தனியா விடுங்க. பாவம், இந்த மனிதரை தொந்தரவு செய்யாதீங்க."

"அவங்க உங்கக்கிட்ட ரெண்டுகேள்விகள மட்டும் கேக்க விரும்புறாங்களாம்."

நான் பெருமூச்சொன்றை வெளியேற்றினேன். "கடவுள்தான் காப்பாத்தணும். சரி, நாளைக்கு இந்த நம்பருக்கு கூப்டச் சொல்லுங்க." மறுநாள் நான் பிபிசிக்காக படங்களைத் தயாரிக்கும் இயக்குநர் ஜெர்ரி போமெராயுடன் பேசினேன். அவர், என் வாழ்க்கையைப் பற்றி கேள்விகள் கேட்டார்.

நான் மிகச் சுருக்கமாக பதிலளித்தேன். "முதலாவதா, இதைப் பத்தியெல்லாம் பேச விரும்பல. இப்போ விடுமுறைல இருக்கேன். நாம இன்னொரு தடவை பேசமுடியாதா?"

"மன்னிக்கணும். நாங்க ஒரு முடிவெடுக்க, எனக்குக் கொஞ்சம் தகவல் தேவைப்படுது." வேறுவழியில்லாமல், டிரினிடாட்டிலுள்ள யாரோ ஒரு அறிமுகமில்லாத நபரின் வீட்டின் கூடத்திலிருந்து கொண்டு, லண்டனிலுள்ள அறிமுகமில்லாத யாரோ ஒருவரிடம் நான், என் வாழ்க்கையைச்

சொல்லிக் கொண்டிருந்தேன். "ஆகட்டும், அற்புதம். வாரிஸ், நாங்க மறுபடியும் வருவோம்."

இரண்டு நாட்கள் போயிருக்கும். அந்தநபர் மீண்டும் மோனிகா ஆன்ட்டியை சந்திக்க வந்தார். "வாரிஸ்க்கு போன் வந்துருக்கு." அசட்டையாக அந்த நபரைப் பார்த்துத் தோள் குலுக்கினேன். தலையை ஆட்டிக்கொண்டேன். அவருடன் சேர்ந்து தெருவில் நடந்தேன். பிபிசியிலிருந்து ஜெர்ரி காத்திருந்தார். "ஆமா, வாரிஸ். அதுவொரு அரை மணி நேர எபிசோடா இருக்கும்.

"என் வாழ்க்கையை மாற்றிய அந்தநாள்"னு பேரு."

இதற்கிடையே, ஏஜென்சியிலிருந்து எனக்கு முதல் அழைப்பு வந்ததிலிருந்து, பிபிசியிலிருந்து இரண்டாவது அழைப்பு வந்தக் காலத்துக்கிடையில், ஆவணப்படத் தொழில் குறித்து நான் யோசித்து வைத்திருந்தேன். "நல்லது, கொஞ்சம் கவனியுங்க, ஜெர்ரி - நான் உங்களோட ஒரு டீல் போட்டுக்க விரும்பறேன். என்னைய சோமாலியாவுக்கு அழைச்சுப் போகணும். அங்கே, எங்க அம்மாவைத் தேடுறதுக்கு உதவுனா, நான் இதை உங்களுக்கு செஞ்சுதர்றேன்." அந்த மனிதர் ஒத்துக்கொண்டார். ஆப்பிரிக்காவுக்கு என்னுடைய திரும்புதல், கதைக்கு மிக நல்ல முடிவாக இருக்கும் எனக் கருதியிருக்கலாம். லண்டனுக்குத் திரும்பியதும் தன்னை அழைக்கச் சொல்லி ஜெர்ரி சொன்னார். 'அதன் பிறகுதான் நாமெல்லாம் சேர்ந்து உட்கார்ந்து முழுத் திட்டத்தையும் வடிவமைக்க முடியும்' என்றார்.

மொகாதிஷுவிலிருந்து கிளம்பிவந்தபின்பு, வீட்டுக்கு திரும்புவது பிபிசியுடன் தான் என்னுடைய முதல்வாய்ப்பாக அமைகிறது. அதற்குமுன்பு, கடவுச்சீட்டு சிக்கல். சோமாலியாவில் இனக்குழு சண்டை. குடும்பம் எங்கிருக்கிறது என்று கண்டுபிடிக்க முடியாத இயலாமை ஆகிய பிரச்சனைகள் இருந்தன. இப்போது நான், மொகாதிஷுக்கு விமானத்தில் பறந்துபோய் இறங்கியதும், விமான நிலையத்துக்கே அம்மாவை அழைத்துவந்து காட்டிவிடுவார்கள் என்பதெல்லாம் நடக்காத காரியம்தான். பிபிசி என்னை அழைத்துச் செல்வதாக சொன்ன நிமிடத்திலிருந்து, இதுவரையில் நான் அதைப் பற்றி வேறு எதுவும் யோசிக்கவில்லை. ஜெர்ரியுடனும் அவரது உதவியாளர் கோல்ம் உடனும் எண்ணற்ற சந்திப்புகளை நடத்தி,

திட்டத்தை வடிவமைப்பதிலும் எனது வாழ்க்கைக் கதையை விரிவாக்குவதிலுமே நேரம் கழிகின்றது.

முறையான படமாக்கத்தை லண்டனில் தொடங்கினோம். சித்தப்பா முஹம்மத் சாமா பராஹ் வீட்டுக்கு, நான் வந்ததிலிருந்து நடமாடிய அத்தனை இடங்களுக்கும் சென்று திரும்பினோம். சோமாலிய தூதரின் இல்லத்துக்குள் சென்றுவர பிபிசி அனுமதி வாங்கியிருந்தது. என்னை மால்கம் பேர்சைல்ட் கண்டெடுத்த ஆல் சோல் சர்ச் ஸ்கூலை அவர்கள் படமெடுத்தனர். பின்னர் பேர்சைல்டிடம் நேர்காணல் செய்தனர். முன்பின் அறியாத ஒரு பணிப்பெண்ணைப் படமெடுக்க அத்தனை விருப்பம் காட்டியது ஏன் என்று கேட்டனர். டெரன்ஸ் டோனாவனுடன் போட்டோ ஷூட் நடத்துவதைப் படமெடுத்துக் கொண்டனர். லண்டன் மாடலிங் ஏஜென்சியின் இயக்குநர் எனது நல்ல தோழி சாராஹ் டௌகாசை நேர்காணல் செய்தனர்.

அதே சூட்டுடன் ஒட்டுமொத்தத் திட்டமும் வேறொரு தளத்துக்கு திரும்பியது. பிபிசி எனக்கு முக்கியத்துவம் கொடுத்து, துடுக்குப்பெண்ணாக சோல் டிரெய்ன் எனும் மற்றொரு நிகழ்ச்சியை நடத்த அனுமதித்தது. அந்தநிகழ்ச்சி, கறுப்பு இசையை தனிச் சிறப்பாகக் கொண்டது. இதுபோலானதொரு நிகழ்ச்சியை நான் செய்ததில்லை. முழுவதும் பரபரப்பான வேலையது. நிகழ்ச்சிக்காக, நாங்கள் லாஸ்ஏஞ்செல்ஸுக்குப் போகும் போது, எனக்குக் கடுமையான ஜலதோஷம் பிடித்துக்கொண்டது. பேசக்கூட முடியவில்லை. முழுநேரமும் லண்டனிலிருந்து லாஸ் ஏஞ்செல்ஸ் வரும்வரை என் மூக்கு ஒழுகிக்கொண்டே இருந்தது. பிரதியை வாசித்தபடியிருந்தேன். ஷோவுக்கு தயாராகும் போது, வண்டியில் பயணம்செய்யும்போது, தொடர்ந்து எனது நிழல்களால் படமெடுக்கப்பட்டுக் கொண்டேயிருந்தேன்: பிபிசி குழு அதை செய்துகொண்டேயிருந்தது. ஸ்டூடியோவுக்குள் போனதும் எங்கள் வெறி பன்மடங்காக ஆகிப்போனது. பிபிசி ஆவணப்படக் குழு, சோல் டிரெய்ன் குழு என்னைப் படமெடுப்பதைப் படமெடுத்தது. எப்போதும் நான் நடித்துக் கொண்டேயிருந்தாலும், வேறு எந்த ஆவணப்படமும் என்னை ஆவணப்படுத்தவில்லை. அது ஒன்றுமட்டும்தான் என்னைப்பற்றிய ஆவணம். சோல் ட்ரெய்ன் வரலாற்றில்

நான் மட்டுமே மிகமோசமானத் தொகுப்பாளினியாக இருந்திருப்பேன். ஆனால் டான் கொர்னிலியஸ் மற்றும் அவரது குழு என்னைப் பொறுமையுடன் கையாண்டது. காலையில் பத்துமணிக்கு வேலையை ஆரம்பித்தோம். அது இரவு ஒன்பதுமணி வரைக்கும் தொடர்ந்தது. அதுதான் அவர்களின் மிக நீண்டநாளாக இருந்திருக்கும் என்று கருதுகிறேன். வாசிப்பதில் எனக்கிருந்த சிக்கல், ஜேம்ஸ்பாண்ட் படத்திற்கு முதல்முயற்சி எடுத்தபோது இருந்ததுபோலவே, இன்னும் தொடர்ந்தபடி இருந்தது. என் திறமை இந்தளவுக்கு மேம்பட்டிருந்தபோதும், வாசிப்பதற்கு இன்னும் போராட்டமாகத்தான் இருக்கின்றது. பேசவேண்டியதை எழுதப்பட்ட அட்டைகளை இரண்டு குழுக்களுக்கும், எண்ணற்ற ஆட்டக்காரர்களுக்கும், சர்வதேச அளவில் புகழ்பெற்ற பாடகர்களுக்கும் மத்தியில் கண் கூசச் செய்யும் ஒளிவெள்ளத்தில் வாசிப்பது, எனக்கு சவாலாகவே இருந்தது. அவர்கள் கூக்குரலிடுகிறார்கள். "இருபத்தாறாவது டேக்... *கட்!*" "எழுபத்தாறாவது டேக்... *கட்!*" இசை அலறத் தொடங்குகிறது. ஆட்டக்காரர்கள் ஆடத்தொடங்குகிறார்கள். படம் பிடிக்கப்படுவதை அத்தனைபேருமே கவனித்துக் கொண்டிருக்கிறார்கள். நான் எனது வரிகளை குளறுகிறேன். "டேக் தொண்ணூத்தாறு... *கட்!*" ஆட்டக்காரர்கள் அப்படியே நிலையாய் நிற்கிறார்கள். கைகால்களை தளர்த்திக்கொண்டு, என்னைப் பரிதாபமாகப் பார்க்கிறார்கள். "யார் இந்தமுட்டாள் சிறுக்கி? கடவுளே... இவளை எங்கேருந்து புடிச்சிட்டு வந்தாங்க? நாங்க வீட்டுக்குப் போகவேண்டாமா? கௌம்புறோம்."

தொகுப்பாளினி பணிகளில் என் மனதுக்கு நெருக்கமானப் பாடகியான டோன்னா சம்மரை வரவேற்பதும் ஒன்றாக இருந்தது. அதைநான் மிகப்பெரிய கௌரவமாக கருதினேன். "கனவான்களே... சீமாட்டிகளே... உங்கள் கைகளைத் தட்டி இசையின் ஆன்மா டோன்னா சம்மருக்கு வரவேற்பு கொடுங்கள்!"

"*கட்!*"

"எதுக்கு இங்கே *கட்?*"

"நீங்க அவங்களுக்கான அடைமொழிய சொல்லல. எழுதிவெச்சுருக்குற அட்டையப் பார்த்து படிங்க, வாரிஸ்!"

“ஊஊஊஊ... ஓ....க! அந்த எழவெடுத்த அட்டையத் தூக்கிப் பிடிங்க. பிடிக்கிறீங்களா? என்னால அதைப் பாக்க முடியல. அதை கீழே இறக்க வேணாம். நேரா தூக்கிப் பிடிங்க. - விளக்கு வெளிச்சம் என் கண்ணுக்கு நேரா வருது. என்னால பாக்க முடியல.”

டான் கொர்னிலியஸ் என்னை ஒரு மூலைக்கு அழைத்துப் போனார். பின்னர் பக்குவமாகச் சொன்னார், “ஆழமா பெருமூச்சு ஒண்ணு விட்டுக்குங்க. இப்பச் சொல்லுங்க உங்களுக்கு என்னமாதிரிப்படுது?” எழுதப்பட்டிருக்கும் வாசகங்களைச் சுட்டிக் காட்டி, இது எனக்கானதாக இல்லை. இந்தமுறையில் எழுதப்பட்டதை என்னால் பார்த்துப் பேசமுடியாது என்று விளக்கினேன்.

“எப்படி செய்யணும்னு நீங்க விரும்புறீங்க? அதுபடி செய்ங்க. எடுத்துசெய்ங்க. அவ்வளவுதானே.” ஆச்சரியப்படும் வகையில், அவர்கள் பொறுமையும் அமைதியுமாக இருந்தனர். டானும் அவரது குழுவினரும் என்னை எதையும் எடுத்துச் செய்துகொள்ள அனுமதித்தனர். நான் ஒவ்வொன்றையும் குழப்பிவைத்தேன். அவர்கள் மறுபடியும், நான் முதலிலிருந்து செய்ய உதவுவார்கள். இதில் மிகச்சிறந்த அனுபவம் என்னவென்றால் அவர்களுடன் நான்செய்த பணிக்கு, டோன்னா சம்மர் அவளது மிகச்சிறந்த பாடல்களைக் கொண்ட சிடியில், தனது கையெழுத்திட்டு எனக்குக் கொடுத்ததுதான்.

பின்னர் பிபிசியும் நானும் அங்கிருந்து நியூயார்க்கிற்குப் பயணமானோம். நான் வேலைசெய்யும் இடங்களுக்கெல்லாம் அவர்கள் பின்தொடர்ந்தபடி இருந்தார்கள். மழையில் நனைந்தபடி படமெடுத்தால், அதையும் அவர்கள் தொடர்வார்கள். மன்ஹாட்டன் தெருக்களில் கறுப்பு உள்ளாடையும் மழைக்கோட்டும் அணிந்து குடைபிடித்து நடப்பதைப் படமெடுப்பார்கள். பின்னொரு நாளிரவில், ஹார்லெமிலுள்ள ஒரு குடியிருப்பில், நானும் இன்னும் சிலதோழிகளும் சேர்ந்து சமைப்பதை அந்த கேமராக்காரர் அமைதியாக உட்கார்ந்து படமெடுத்துக் கொண்டிருந்தார். அத்தனை இன்பமான நேரமாக, அது இருந்தது. அங்கே அவர் உட்கார்ந்திருந்ததை நாங்கள் மறந்துபோயிருந்தோம்.

அடுத்த கட்டமாக எனது தேவைக்காக, ஒட்டுமொத்தக் குழுவும் லண்டனில் ஒன்று சேர்ந்து ஆப்பிரிக்காவுக்குப் பறந்து, வீட்டிலிருந்து நான் கிளம்பிவந்துவிட்ட பின்பு, மீண்டும் என் குடும்பம் ஒன்றுசேரும் காட்சிக்காக, தயாராக இருந்தது. நாங்கள் லண்டனிலும் லாஸ் ஏஞ்செல்ஸிலும் நியூயார்க்கிலும் படம் பண்ணிக்கொண்டிருக்கும் போது, பிபிசியின் ஊழியர்கள் ஆப்பிரிக்காவில் என் அம்மாவை தளராத ஊக்கத்துடன் தேடிக்கொண்டிருந்தார்கள். என் குடும்பத்தைத் தேடுவதற்காக வரைபடத்தில், நாங்கள் வழக்கமாக எந்தெந்தப் பகுதிகளின்வழியே பயணம் செய்வோம் என்பதை வரைந்துகாட்ட முனைந்தேன். அடுத்து, பழங்குடியினரைப் பற்றியும், அவர்களின் பழக்க வழக்கங்களைப் பற்றியும், எங்கள் குடும்பத்தின் குலமரபையும் குடிவழிமுறைகளையும் சொல்லியிருந்தேன். என்னவென்றால் அது அவர்களுக்குக் குழப்பமாக இருந்தது. குறிப்பாக, மேலைநாட்டினருக்கு. கடந்த மூன்றுமாதங்களாக பிபிசி இடைவிடாது தேடிக்கொண்டுதான் இருந்தது. ஆனால் வெற்றிதான் கிடைக்கவில்லை.

பிபிசி அம்மாவைக் கண்டுபிடிக்கும்வரை, நான் நியூயார்க்கிலிருந்து கொண்டு பணிபுரிவது. அம்மாவைக் கண்டுபிடித்ததும் லண்டனுக்குப் பறந்து, அங்கே நாங்கள் எல்லோரும் ஒன்றுசேர்ந்து, ஆப்பிரிக்கா போய் எனது கதையின் இறுதிப்பகுதியைப் படமெடுக்கலாம் என்பதுதான் திட்டமாக இருந்தது. அம்மாவை பிபிசி தேடத் தொடங்கியக் கொஞ்ச நாட்களிலேயே, ஜெர்ரி ஒருநாள் அழைத்துச் சொன்னார், "உங்க அம்மாவைக் கண்டுபிடிச்சுட்டோம்."

"ஓ, அற்புதம்!"

"நாங்க கண்டுபுடிச்சிட்டோம்னுதான் நினைக்கிறோம்."

"என்ன சொல்றீங்க, 'நினைக்கிறோம்னு'?"

"அதாவது, நாங்க ஒரு பெண்ணைத் தேடிப்பிடிச்சுருக்கோம். அவங்கக்கிட்ட விசாரிச்சப்ப அந்தம்மாவுக்கு வாரிஸ்ங்ற பேர்ல மகள் இருக்காங்களாம். அவங்களும் லண்டன்லதான் இருக்காங்களாம். ஆனால் அந்தம்மாவோட பேச்சு தெளிவற்றதா இருக்கு. துல்லியமா இல்ல. சோமாலியால இருக்குற நம்ம

ஆளுகளுக்கு அடுத்து என்ன செய்றதுனு புரியல. ஒருவேளை அந்தம்மா சொல்றதுபடி பாத்தா, அது வேற வாரிஸா இருக்கலாம். அடுத்தடுத்து கேள்விகேட்டுட்டு, அந்தம்மா இல்லைனு பிபிசி கைவிட்டுவிட்டது." திடீரென்று பாலைவனம் உயிர்பெற்று எல்லா பெண்களும் எனது அம்மாவாக உலாவருவதாகவும், அவர்களுக்கெல்லாம் மகள் வாரிஸ் என்ற பெயரில் இருப்பதாகவும், அவள் லண்டனில் வசிப்பதாகவும் உணர்ந்தேன். குறிப்பாக, என் பெயரில் வேறுயாரும் இருப்பதாக நான் கருதவில்லை.

அங்கே என்ன நடக்கின்றது என்பதை நான் அவர்களுக்கு விளக்கினேன். "பாருங்க, அங்கேருக்குற மக்களெல்லாம் ரொம்ப ஏழைகள். நம்பிக்கை இழந்தவங்களா இருக்காங்க. ஆமா. நாங்க அவளோட குடும்பம்னு சொன்னா, நீங்க அந்த சின்ன கிராமத்துக்கு வருவீங்க. படம் பண்ணுவீங்க. அவங்களுக்குக் கொஞ்சம் பணம் கிடைக்கும். கொஞ்சம் தீனி கிடைக்கும்னு நம்பறாங்க. அதனாலேயே அங்கேருக்குற பெண்கள் என்னோட அம்மா மாதிரி, போலியா நடிக்கிறாங்க. அதன்மூலம் ஏதாவது கிடைக்காதானு எதிர்பாக்குறாங்க. இதெல்லாம் எப்படிக் கிடைக்கும்னு அவங்க எதிர்பார்க்குறாங்கனு எனக்குத் தெரியல. ஆனா அவங்க, முயற்சி பண்றாங்க."

துரதிர்ஷ்டவசமாக, அம்மாவின் புகைப்படம் எதுவும் என்னிடம் இல்லை. ஆனால் ஜெர்ரி வேறொரு நுட்பமானத் திட்டத்தைத் தெரிவித்தார். "நாம் வேறுவிதமான வகையில் ஒண்ணுசெய்வோம். உங்களப்பத்தி உங்கம்மாவுக்கு மட்டுமே தெரிஞ்ச ரகசியத்தை கைக்கொள்வோம்."

"அட்டகாசம். எங்கம்மா எப்பவுமே என்னை பட்டப்பெயர் சொல்லிதான் கூப்டுவாங்க. அவ்தோஹோல். அப்படின்னா சின்னவாய்."

"அவங்களுக்கு இப்ப ஞாபகம் இருக்குமா?"

"நிச்சயமா."

அதன்பின்பு, அவ்தோஹோல் ரகசிய வார்த்தையாக மாறியது. தேடுதலில் ஈடுபட்ட பிபிசி, முதலில் அந்தப்பெண்களிடம்

இரண்டுகேள்விகளைக் கேட்டபின், பட்டப் பெயர் குறித்து விசாரிக்க, அவர்கள் அப்படியே விழுந்துவிடுவார்கள். பை-பை.ஆனால் இறுதியில் ஒருநாள் அவர்கள், என்னை அழைத்தார்கள். "நாங்க கண்டுபிடிச்சுட்டோம்னுதான் நெனைக்கிறோம். அவங்களுக்கு பட்டப்பெயர் நினைவிலில்லை. ஆனா, 'தன்னோட மகள் லண்டன்ல ஒரு தூதர் வீட்ல வேலைசெய்றா'னு சொல்றாங்க. மக பேரு வாரிஸ்னும் சொல்றாங்க."

அடுத்தநாள், நியூயார்க்கிலிருந்து வெளியேறும் விமானத்தில் தாவிக்குதித்து ஏறிவிட்டேன். லண்டன்போய்ச் சேர்ந்தபோது, பிபிசி தயாரிப்புக்காக மேலும்சில நாட்கள் தேவையாக இருந்தது. எதியோப்பியாவின் அடிஸ்அபாபாவுக்கு விமானம் பிடித்தோம். பின்னர், அங்கிருந்து சிறுவிமானம் ஒன்று எங்களை எதியோப்பியா - சோமாலியா எல்லைக்கு எடுத்துச்சென்றது. அந்தப்பயணம் மிகவும் ஆபத்தானது. போர் நடந்து கொண்டிருப்பதால் நாங்கள் சோமாலியாவுக்குள் போகமுடியாது. அதனால் எங்கள் குடும்பம் எங்களைச் சந்திக்க, எல்லைப்பகுதிக்கு வந்துகொண்டிருந்தது. நாங்கள் தரையிறங்கியிருந்த இடம் பாலைவனத்தின் நடுப்பகுதி. அங்கே விமானம் இறங்குவதற்கான ஓடுபாதையெல்லாம் இல்லை. வெறும் பாறைகளும் முட்புதர்களுமாக இருந்தது.

பிபிசி பயணம் புறப்படுவதற்குத் தயாராகிக் கொண்டிருந்தபோது, நான் ஒரு ஹோட்டலில் தங்கியிருந்தேன். அப்போது நிகெல் என்னைப் பார்க்க வந்தான். எனது முன்னெச்சரிக்கை சூழலால், அவனிடம் மென்மையாகவே நடந்துகொண்டேன். இந்த முறை வேல்ஸிலுள்ள வீட்டின்மீது அவன் பெற்றிருந்த அடமானக் கடனிலிருந்து மீட்க பணம் கொடுத்தேன். அவனுக்கு இன்னும் ஒரு வேலையும் இல்லை. அதை அவன் தேடவும் முயற்சிக்கவில்லை. மறுத்தான். எனக்குத் தெரிந்த சிலரிடம் சொல்லி என்னால் அவனுக்கு வேலை வாங்கிக்கொடுக்க முடியும். ஆனால் மூன்றே வாரத்தில் 'மறுபடியும் இந்தப்பக்கம் வந்துறாதே' என்று அவர்கள் அவனைத் துரத்திவிடுவார்கள். ஆவணப்படம் எடுப்பதைத் தெரிந்துகொண்டது முதல் தன்னையும் ஆப்பிரிக்காவுக்கு அழைத்துச்செல்லக்

கோரிக்கொண்டே இருந்தான். “நானும் உன்னோட வர்றேன். நீ சரியா இருக்கியானு நான் உறுதி செய்யணும்.”

“வேண்டாம். நீ வரவேண்டாம். அம்மாகிட்ட எப்படி விவரிச்சு சொல்ல முடியும்? நீ யார் எனக்கு?”

“நான் உன் புருஷன்மா!”

“அப்படியெல்லாம் இல்லை. நீ அப்படியெல்லாம் இல்ல! மறந்துரு. சரியா? சுத்தமா அந்த நெனைப்பையே மறந்துரு.” ஒன்றுமட்டும் நிச்சயம். என் அம்மாவிடம் அறிமுகம் செய்துவைக்குமளவுக்கு வகையான மனிதன் இல்லை, அவன். நிச்சயமாக, அவன் என் கணவன் இல்லை.

பிபிசியுடன் இணைந்து பணியாற்ற, தொடக்க முயற்சிகளில் நானிருக்கும்போது, தன்னையும் அதனுடன் இணைத்துக் கொள்ளச் சொல்லி வலியுறுத்திக்கொண்டே இருந்தான். ஒருநாள் ஜெர்ரி அவனால் கடுப்பாகிவிட்டார். வழக்கமாக, நாங்கள் இரவு உணவுக்காக ஒன்றுகூடுவோம். அன்று ஜெர்ரி என்னை அழைத்து, “இன்றிரவு அவன் உங்களுடன் வரக்கூடாது. தயவுசெய்து அவனை விட்டுவிட்டு வாருங்கள்” என்று சொல்லியே விட்டார்.

நான் லண்டனுக்குத் திரும்பியபோது, நிகெல் ஹோட்டலுக்கு வந்து, ஆப்பிரிக்கக் குழுவில் தன்னையும் இணைத்துக்கொள்ளச் சொல்லி, பழையபடி ஆரம்பித்தான். நான் அவனை அழைத்துச்செல்ல மறுத்தபோது, எனது கடவுச்சீட்டைத் திருடிக்கொண்டு போய்விட்டான். இன்னும் சிலநாட்களில், நாங்கள் நாட்டைவிட்டுப் புறப்படவிருப்பது அவனுக்குத் தெரியும். நான்சொன்ன எதற்கும் அவன் இணங்கமறுத்தான். அதைத் திரும்பக் கொடுக்க அடம்பிடித்தான். இறுதிக்கட்ட பரபரப்பினூடே நான் ஜெர்ரியை சந்தித்து, “நீங்கள் நம்பப் போவதில்லை. அவன் எனது பாஸ்போர்ட்டை தூக்கிக்கொண்டு போய்விட்டான். திரும்பத்தர மறுக்கிறான்” என்றேன்.

ஜெர்ரி தனது தலையை கைகளில் ஏந்திக்கொண்டார். கண்களை மூடிக்கொண்டார். “கடவுளே, நான் உண்மையாக இதனால் மனம்சோர்ந்து போயிருக்கின்றேன். வாரிஸ், இந்தக் கழிசடையுடன் டீல் செய்வதற்கு நான் வருத்தப்படுகிறேன்.

நான் ரொம்ப ரொம்பப்பட்டுட்டேன்". ஜெர்ரியும் அவரது குழுவைச் சேர்ந்தவர்களும் நிகெலிடம் எதையெதையோ எடுத்துச்சொல்லி, கடவுச்சீட்டை திரும்பவாங்க முயற்சித்தார்கள். "பாரு, ஒரு வளர்ந்த ஆளுமாதிரி - ஒரு மனுஷன் மாதிரி நடந்துக்க. இந்தத்திட்டத்தோட கடைசிப் பகுதியில நாங்க இருக்கோம். நீ இந்தமாதிரி எங்களுக்குத் துன்பம் இழைக்கக் கூடாது. நாங்க இந்தக்கதைய ஆப்பிரிக்கால முடிச்சாகணும். அப்படின்னா, வாரிஸ நாங்க அங்கே கூட்டிட்டுப் போகணும். கடவுள் புண்ணியமாப்போகும். தயவுசெய்," ஆனால் நிகெல் இதையெல்லாம் கண்டுகொள்பவனாக இல்லை. அவன் எனது கடவுச்சீட்டுடன் வேல்ஸ்க்குப் போய்விட்டான்.

நான் வேல்ஸ்க்கு ஒரு பயணம் மேற்கொண்டேன். அவனிடம் கெஞ்சினேன். மீண்டும் மீண்டும். ஆனாலும் அவன் அதைக் கொடுக்க மறுத்துவிட்டான். ஆப்பிரிக்காவுக்கு அழைத்துப்போனால் கொடுப்பதாகச் சொன்னான். எனக்கு நம்பிக்கை அற்றுப் போய்க்கொண்டிருந்தது. பதினைந்து ஆண்டுகளாக, அம்மாவைப் பார்க்கும் வாய்ப்புக்காக ஏங்கிக்கிடந்தேன். இந்த நிகெலால் ஒட்டுமொத்த அனுபவமும் அழிந்துபோகின்றது. சந்தேகமேயில்லை. அவனால் எல்லாம் போய்விடும். அவனை நான் அழைத்துச் செல்லாத பட்சத்தில் அம்மாவைப் பார்ப்பது என்பது இயலாததாகிவிடும். ஏனென்றால் கடவுச்சீட்டில்லாமல் பயணம்செய்ய முடியாது. "நிகெல், நீ எங்களைப் பின்தொடர முடியாது. எங்க எல்லாத்துக்கும் தலைவலியா ஆகிட்டுவர்ற. உனக்குத் தெரியமாட்டேங்குது - பதினஞ்சு வருஷத்துக்கு அப்பறம் என் அம்மாவைப் பாக்குறதுக்கான வாய்ப்பு இது!"

நாங்கள் ஆப்பிரிக்காவுக்குப் போவதில், அவன் கசந்து போயிருந்தான். அதற்கு என்னசெய்ய முடியும். "நீ தேவையில்லாத வேலைகள செஞ்சுக்கிட்டுருக்க." அவன் அழுதான். இறுதியில், நான் அவனை சமாதானப்படுத்தினேன். கடவுச்சீட்டைக் கொடுத்தால், இந்தவேலை முடிந்ததும் - நாம் இருவர் மட்டும் - வேறொருநாளில் ஆப்பிரிக்காவுக்கு போகலாம் என்று உறுதியளித்தேன். அதுவொரு மலிந்த தந்திரம்தான். அதனால் பெருமையடைய முடியாது. அந்த உறுதிமொழியை என்னால் பேண முடியாது என்று எனக்கு

நன்றாகவே தெரியும். நிகெல் போன்ற ஆட்களிடம் இப்படித்தான் தரமான, நேர்மையான மனிதர்களால் நடந்துகொள்ள முடியும். என்ன செய்வது?

இரட்டை எஞ்ஜின்களைக்கொண்ட சிறியரக விமானம் எதியோப்பியாவிலுள்ள கலாடியில் தரையிறங்கியது. அதுவொரு சிறியகிராமம். உள்நாட்டில் நடக்கும் சண்டையிலிருந்துத் தப்பிய சோமாலிய அகதிகள் எல்லையைக் கடக்கும் இடமாக அது இருந்தது. பாறைகளால் மூடுண்ட பாலைவன மண் செந்நிறத்தில் இருந்தது. விமானம் பந்து போல தாவிக்குதித்து ஓடிநின்றது. பல மைல் நீளத்துக்கு புழுதி பறந்தது. ஒட்டு மொத்த கிராமமும் எங்களை நோக்கி ஓடிவந்துகொண்டிருந்தது. அவர்கள் இதற்குமுன்பு இப்படியொன்றைக் கண்டதில்லை. பிபிசி படக்குழுவும் நானும் விமானத்திலிருந்து வெளியே வந்தோம். எங்களைச் சுற்றிக்கொண்ட மக்களிடம் நான் சோமாலிய மொழியில் பேச முயற்சித்தேன். அவர்களிடம் சொல்லவந்ததைச் சொல்வதற்கே போராட வேண்டியிருந்தது. அவர்களில் கொஞ்சம்பேர் எதியோப்பியர்களாக இருந்தனர். இன்னும்கொஞ்சம் பேர் சோமாலியர்கள். ஆனால் அவர்கள் வித்தியாசமானப் பேச்சுவழக்கைக் கொண்டிருந்தனர். சில நிமிடங்களிலேயே என்னைக் கட்டுப்படுத்திக்கொள்ள முடியவில்லை.

சூடானக் காற்றின் வாசத்தை, மண்ணின் வாசத்தை நுகர்ந்தேன். அது நான் தொலைத்துவிட்டக் குழந்தைப் பருவத்தை மீட்டெடுத்தது. ஒவ்வொரு சின்னச்சின்ன நினைவும் வெள்ளம்போல என்னைப் பின்தொடர்ந்து வந்தது. நான் ஓடத்தொடங்கினேன். படக்குழு என்னைப் பார்த்துக் கத்தியது. "வாரிஸ், நீங்க எங்கே போறீங்க?"

"போய்ட்டேருங்க... எங்கப் போகணும்னு தோணுதோ, அங்கெல்லாம் போய்ட்டேருங்க. நான் திரும்பி வருவேன்." ஓடினேன். தரையைத் தொட்டேன். பூமியை விரல்களால் தேய்த்தேன். மரங்களைத் தொட்டேன். அவை, தூசியும்தும்புமாகக் காய்ந்துகிடந்தன. நானறிவேன், இன்னும் கொஞ்சக் காலத்தில் மழைவந்துவிடும். அப்போது, இவையெல்லாமே மலர்ந்துவிடும். நுரையீரல்கள்

நிரம்பக் காற்றை உறிஞ்சினேன். அதில் என் குழந்தைப் பருவநினைவுகளின் வாசனை மணத்தது. எனக்குவீடாக இருந்த பாலைவனத் தாவரங்களையும் செம்மணலையும் விட்டுவிட்டு, வெளியே நான் இத்தனை ஆண்டுகளைக் கழித்திருக்கின்றேன். ஓ, கடவுளே, இதுதான் என் இடமாக இருந்தது. தாய்மண்ணுக்குத் திரும்பிய சந்தோஷத்தில் வாய்விட்டு அழுதேன். ஒரு மரத்தின் அடியில் அமர்ந்தேன். சொந்தமண்ணுக்குத் திரும்பிவிட்டேன் என்ற மகிழ்ச்சி, இத்தனைக் காலமும் இந்த மண்ணை இழந்துவிட்டிருக்கிறேன் என்ற சோகமும் ஒருசேர என்னைப் பொங்க வைத்தது. என்னைச் சுற்றிப்பார்த்தேன். எப்படி இந்தமண்ணை விட்டுவிட்டு என்னால் இத்தனை காலமும் இருக்க முடிந்தது என்பது ஆச்சரியத்தைக் கொடுத்தது. இதற்குமுன்பு திறக்காத கதவு ஒன்று திறந்துகொண்டது போலிருந்தது. இன்று பயமின்றி திறந்துகொண்டன. நான் மறந்துபோன பலவற்றை அக்கதவுகள் வெளியே தூக்கிப்போட்டன. அந்த கிராமத்துக்குள் நான் நடந்துபோனபோது, எல்லோரும் என்னைச் சுற்றிக்கொண்டார்கள். என் கைகளைப்பிடித்துக் குலுக்கினார்கள். "சகோதரியே வருக."

என்ன எதிர்பார்த்துப் போனோமோ அது, அங்கே இல்லை என்பதைப் பின்பு கண்டுகொண்டோம். எனது அம்மா என்று அறியப்பட்ட அந்தப்பெண், என் அம்மா இல்லை. என் குடும்பத்தை எப்படிக் கண்டுபிடிப்பது என்று எங்களில் யாருக்கும் தெரியவில்லை. பிபிசியிலிருந்து இந்தக் கடும் பணியைச் செய்தவர்கள் மனம்நொந்து போனார்கள். இரண்டாவது முறையாக வந்துதேடுவதற்கு, அவர்களின் செலவுத் திட்டத்தில் பணமில்லை. ஜெர்ரி சோர்ந்துபோய் சொன்னார், "ஓ, இல்லை. இந்தப் பகுதியில்லாம, இதுக்கு ஒருமுடிவு கிடைக்காது. இந்தப் பகுதியில்லாம ஒட்டுமொத்தப் படத்துக்கும் இது உண்மைக் கதையாவும் இருக்க முடியாது. எல்லாம் வீணாயிருச்சு. நாம இனி என்னசெய்யப் போறோம்?"

கிராமம் முழுவதும் சலித்து எடுத்தோம். என் குடும்பத்தைப் பற்றிக் கேள்விப்பட்டிருக்கிறீர்களா அல்லது அவர்களைப் பற்றி ஏதும் தெரியுமா என்று ஒவ்வொருவரிடமும் கேட்டோம். எங்களுக்கு உதவ அந்த மக்கள் மிகவும் ஆவலாக இருந்தனர்.

நாங்கள் தேடுவது வாய்வழியாகவே, அந்தப்பகுதி முழுவதும் மிக வேகமாகப் பரவியது. அந்த நாளின் பிற்பகுதியில், ஒரு வயதான ஆள் என்னை நோக்கிவந்தார். “என்னை உனக்கு ஞாபகம் இருக்கா?”

“இல்லியே.”

“போகட்டும். நான் இஸ்மாயில். நான் உன் அப்பாவின் அதே இனத்தைச் சேர்ந்தவன்தான். அவனுக்கு மிக நெருங்கிய நண்பன், நான்.” அதன்பின்பு அவர் யார் என்பது எனக்கு நினைவுக்கு வந்தது. அவரை அடையாளம் கண்டுகொள்ள முடியாமல் போனதை வெட்கமாக உணர்ந்தேன். சிறுமியாக இருந்தபோதிலிருந்து அவரை நான் பார்த்ததில்லை. “உங்க குடும்பம் எங்கேருக்குனு எனக்குத் தெரியும்னு நினைக்கிறேன். உங்க அம்மாவ என்னாலக் கண்டுபிடிக்க முடியும். ஆனா அங்கே போறதுக்கு, வண்டிக்கு கேஸ் வேணும். அதுக்குப் பணம் தேவைப்படுது.” நேரடியாகவே நான் இப்படியாக யோசித்தேன். ஓ, இல்லை. இந்த ஆசாமியை எந்தளவுக்கு நம்பமுடியும்? இந்த மக்கள் எல்லோருமே ஏமாற்ற முயற்சிக்கிறாங்களா? ஒருவேளை இந்த ஆசாமியிடம் கொஞ்சம் பணம் குடுத்தா, அவம்பாட்டுலப் போய்படுத்துக்கிட்டான்னா? அதுக்கப்பறம் அவனை பாக்கவே முடியாது. அவர் நகர்ந்துபோனார். “என்கிட்ட ஒரு டிரக் இருக்கு. ஆனா அது போதுமான...”

இஸ்மாயில் ஒரு இழுவை வண்டியைக் காட்டினார். அதுபோலான வண்டியை நீங்கள் ஆப்பிரிக்காவிலோ அல்லது அமெரிக்காவின் குப்பைக் கிடங்கிலோகூட எங்கும் பார்க்கவே முடியாது. பயணிகள் அமரும் பக்கத்தில் நிழல்தரும் கூரைப்பகுதியெல்லாம் நொறுங்கி உதிர்ந்திருந்தது. ஓட்டுநர் இருக்கையில் பெரும்பகுதி காணாமல் போயிருந்தது. அதில் பயணம்செய்தால், பாலைவனத்தின் மணலும் ஈக்கள் கூட்டமும் பறந்து வந்து வாகனமோட்டும் அவர்முகத்தில் ஒட்டிக்கொள்ளும். சக்கரங்கள் பாறைகளின் மீது ஏறி, ஓடியோடி நெளிந்து வளைந்துகிடந்தன. வண்டியின் கட்டுமானம் கொல்லன் பட்டறையில் வேலைமுடியாமல் கிடக்கும் வாகனம்போல இருந்தது. நான் தலையாட்டினேன். “ஒரு நிமிஷம் இருங்க. நான் அவங்கக்கிட்டப் பேசிட்டு வர்றேன்.”

ஜெர்ரியைத் தேடிச்சென்று சொன்னேன். "என் குடும்பம் எங்கே இருக்குனு தெரியும்னு இவர் சொல்றாரு. அங்கேபோய் அவங்களப் பாக்கறதுக்கு வண்டிக்கு கேஸ்போட பணம் வேணும்ங்றாரு."

"நல்லது, அந்த மனிதரை எந்தளவுக்கு நாம நம்ப முடியும்?"

"நீங்க சொல்றது சரிதான். ஆனா இதை, ஒருவாய்ப்பா நாம எடுத்துக்குவோம். வேறவழியில்லைல." அவர்கள் ஒத்துக்கொண்டார்கள். இஸ்மாயிலுக்குப் பணம் கொடுத்தார்கள். அந்த மனிதர் தனது வாகனத்தில் தாவி ஏறியேறினார். உடனடியாக வண்டியைக் கிளம்பினார். அந்த இடம் தூசிமேகமானது. இஸ்மாயிலையே பார்த்துக் கொண்டிருக்கும் ஜெர்ரியின் முகத்தைப் பார்த்தேன். அவர் முகத்தில் கனத்த சோர்வு இருந்தது. மெதுவானக் குரலில் சொன்னார். "ரொம்பக்காசு வீணாகிப் போயிருச்சு."

அவரது புட்டத்தில் தட்டினேன். "கவலப்படாதீங்க. எங்கம்மாவ நாம கண்டுபிடிக்கப்போறோம். - நான் சத்தியம் பண்றேன். இன்னைலருந்து மூணேநாள்தான்." எனது முன்னறிவிப்பு, குழுவினரின் மனதிலிருந்த இறுக்கத்தை சற்றே இளக்கியது. விமானம் எங்களை திரும்ப அழைத்துச்செல்ல வருவதற்குள், எட்டுநாட்கள் மட்டுமே நாங்கள் இங்கே இருக்கமுடியும். விமானிகளிடம், "ஊ... ஆ... இன்னும் நாங்கத் தயாராகல. அடுத்தவாரம் வாங்க" என்றெல்லாம் சொல்லமுடியாது. நாங்கள் திரும்பச் செல்வதற்கானப் பயணச்சீட்டு அடிஸ்அபாபாவிலிருந்து லண்டனுக்குப் போடப்பட்டிருந்தது. வேலைமுடிகிறதோ... இல்லையோ... திரும்பியாகவேண்டும். அம்மாவுடனோ அல்லது அம்மா இல்லாமலேயோ.

கிராமத்தினருடன் தங்கியிருந்தது எனக்கு ஒத்துக்கொண்டது. அவர்களின் குடிசைகளில்தான் தங்கினேன். அவர்களின் உணவைத்தான் பகிர்ந்துகொண்டேன். ஆனால் இந்த இங்கிலிஸ் ஆசாமிகளுக்கு அது ஒத்துக்கொள்ளவில்லை. தூங்குவதற்கு உடைந்த சன்னல்களைக்கொண்ட கட்டிடமொன்றை அவர்கள் பயன்படுத்திக்கொண்டார்கள். அங்கே அவர்களின் வேலையில்லாமல் தூங்கும் பைகளை உருட்டிவிட்டார்கள். வரும்போதே அவர்கள் சில புத்தகங்களையும் வெளிச்சம்

பாய்ச்சும் விளக்குகளையும் கொண்டுவந்திருந்தார்கள். ஆனாலும் அவர்கள் இரவெல்லாம் தூங்கவில்லை. கொசுக்கள் அவர்களைத் தூங்கவிடாமல் பைத்தியம் பிடித்தவர்களாக்கி வைத்தன. உணவு கிடைக்காமல் பரிதவித்துப் போனவர்கள் டப்பாக்களில் அடைக்கப்பட்ட காய்ந்த உணவுகளை உண்டு உயிர் வாழ்ந்தார்கள். உணவுக்காக அலைபாய்வதாக புகார் சொன்னார்கள். அங்கே உண்பதற்கு வேறு எதுவும் கிடைக்கவில்லை.

ஒரு மதியத்தில், சோமாலியன் ஒருவன், குழுவினருக்கு விருந்து கொடுக்க விரும்பி, ஓர் அழகிய ஆட்டுக்குட்டியைக் கொண்டுவந்தான். அவர்களெல்லோரும் அந்த ஆட்டுக்குட்டியைக் கொஞ்சினர். அதை உரித்துத்தந்தவன் பெருமையாக, "உங்களுக்கான உணவு" என்றான். குழுவினர் அதிர்ந்துபோனார்கள். ஆனால் எதுவும் சொல்லவில்லை. நான் ஒரு பானை வாங்கி, தீ மூட்டி, ஆட்டுக்கறியுடன் அரிசி கலந்து சமைக்க ஆரம்பித்தேன். அந்த சோமாலியன் அங்கிருந்துக் கிளம்பியதும், குழுவினர் சொன்னார்கள். "இதை நாங்க சாப்புடுவோம்னு நீங்க நினைக்காதீங்க. நீங்க சாப்புடுவீங்களா?"

"ஆமா. நிச்சயமா. ஏன் கூடாது?"

'ஓ, மறந்துருங்க அதை. வாரிஸ்."

"நல்லது, ஆனா ஏன் எதுவும் சொல்ல மாட்டீங்றீங்க?" அந்த மனிதன் மிகவும் பண்பட்டவனாக நடந்துகொள்ள முயற்சித்து அதைக் கொண்டுவந்து கொடுத்தான்.

ஆனால் அதைக் கொஞ்சியபின்னால், உண்பதற்கு மனம் வரவில்லை என்று விளக்கினார்கள். அவர்கள் அதைத்தொடக்கூட இல்லை.

அம்மாவைக் கண்டுபிடித்துவிட முடியும் என்ற, எனது மூன்றுநாள் கெடு எந்தவொரு பலனுமில்லாமல் முடிந்துவிட்டது. அன்று ஜெர்ரி ரொம்பவே ஆவலுடன் இருந்தார். மறுபடியும் நான், அம்மாவைக் கண்டுபிடித்துவிட முடியும் என்று நம்பிக்கையளிக்க முயன்றேன். ஆனால் அவர்கள் என்னை கேலியாகப் பார்த்தனர். "இங்கே பாருங்க, நான் உங்களுக்கு

உறுதியளிக்கிறேன், நாளைக்கு சாயங்காலம் ஆறுமணிக்கு எங்கம்மா இங்கே இருப்பாங்க." எனக்கே தெரியவில்லை, எந்த நம்பிக்கையில் அப்படிச்சொன்னேன் என்று. ஏதோ சொல்லத்தோன்றியது. அதனால் சொல்லிவிட்டேன்.

நான்சொன்ன புது வருவதுரைத்தல் கேட்டு, ஜெர்ரியும் அவரது குழுவினரும் விலாநோகச் சிரித்தார்கள். "என்னது? எப்படி அது உங்களுக்குத் தெரிஞ்சது? ஓ, அது வாரிஸ்க்கு மட்டும்தான் தெரியும்! அவங்க எல்லாத்துக்கும் ஜோசியம் சொல்ல ஆரம்பிச்சுட்டாங்க. அவங்களுக்கு மட்டும் அது தெரியுது! மழைவரும்னு சொல்லுவோம்ல்ல அதுமாதிரி!" மழைவருவதற்கான வாசத்தை நானறிவேன். அதை அவர்களிடம் சொன்னால் விழுந்துவிழுந்து சிரிப்பார்கள். அதைப்போலவே இப்போதும் சிரித்தார்கள்.

"இப்ப மழை விழுதா... இல்லையா?" நான்கேட்டேன்.

"ஓ, கமான் வாரிஸ். நீங்க அதிர்ஷ்டக்காரர்."

"அதிர்ஷ்டத்துல இது நடக்குறதில்லை. நான் என்னுடைய தனித்துவத்தைத் திரும்பப் பெற்றுவிட்டேன் - இந்த இடத்தைப்பத்தி எனக்குத் தெரியும். இங்கே நாங்க எங்க இயல்புணர்வோட வாழப்பெற்றிருக்கிறோம், என் நண்பர்களே!" அவர்கள் ஒருவரையொருவர் பார்த்துக்கொண்டனர். "சரி, என்னை நம்பவேணாம். ஆறுமணிக்குப் பாருங்க."

அடுத்தநாள் மாலை, வயதான மூத்தப் பெண்மணி ஒருவருடன் நான் பேசிக் கொண்டிருந்தேன். ஜெர்ரி, தனது கை கடியாரத்தைப் பார்த்தார். ஆறாக, பத்துநிமிடம் இருந்தது. திடீரென்று, "நீங்க அதை நம்பமாட்டீங்க, வாரிஸ்!" என்றார்.

"எதை?"

"உங்க அம்மா - உங்க அம்மா இங்கே இருக்காங்கனு நான் நம்புறேன்." நான் எழுந்துநின்றேன். சிரித்தேன். "ஆனா, அது நிச்சயமில்ல. அந்த ஆள் திரும்பிட்டான். அவன் தன்னோட ஒரு பெண்ணை அழைச்சுட்டு வந்துருக்கான். அது, உங்க அம்மானு அவன் சொல்றான். வந்து பாருங்க."

பாலைவனப் பூ | 313

அந்தச் செய்தி காட்டுத்தீ போல கிராமம் முழுவதும் பரவியது. நாங்கள் நடத்திய தேடுதல், மிகப்பெரிய காரியத்தை சாதித்திருக்கிறது. அது எத்தனை நீளமானது என்பது கடவுளுக்குத்தான் தெரியும். எல்லோருக்கும் என்ன நடக்கின்றது என்று பார்க்கும் ஆசை இருந்தது. அது வாரிஸின் அம்மா தானா? இல்லை, இன்னும் ஒரு ஏமாற்றுப் பேர்வழியா? இப்போது, ஏறத்தாழ இருட்டியிருந்தது. எங்களைச் சுற்றிக் கூட்டம் கூடிவிட்டது. நான் மெதுவாகவே நடந்தேன். ஜெர்ரி என்னை ஒரு சந்துவழியாக அழைத்துப் போனார். அங்கே சற்றுத்தொலைவில், கொல்லன் பட்டறையில்கூட கண்டெடுக்க முடியாத அந்த இழுவை வண்டி நின்றிருந்தது. அதிலிருந்து ஒருபெண் இறங்கினாள். என்னால் அவளது முகத்தைப் பார்க்க முடியவில்லை. ஆனால், அவள் தனது தலையைச்சுற்றி தலைப்பால் மூடியிருந்தவிதத்தைப் பார்த்ததும், அது அம்மாதான் என்று என்னால் உடனடியாக சொல்ல முடிந்தது. நான் அம்மாவிடம் ஓடினேன். வாரிக்கட்டிக் கொண்டேன். "அம்மா!"

"இந்த ஓட்டை வண்டில மைல்கணக்குல எவ்வளதூரம் வந்துருக்கோம். அல்லாஹ். படுபயங்கரமான பயணம் இது. இரண்டு முழுபகல். இரண்டு முழுஇரவு இந்தவண்டி ஓடிவந்துருக்கு. எல்லாம் இதுக்காக."

நான் ஜெர்ரியை நோக்கினேன். சிரித்தேன். "இதுதான் அம்மா!"

இரண்டு நாட்கள் எங்களைத் தனியாக விடச்சொல்லி, ஜெர்ரியிடம் கேட்டுக்கொண்டேன். அவர் பெருந்தன்மைக்காரர். ஒத்துக்கொண்டார். அம்மாவுடன் எனது சோமாலிய மொழியில் பேசுவது, இப்போது தடுமாற்றமாக இருந்தது. நான் பேசும்மொழி, பரிதாபமாக இருப்பதை உணர்ந்தேன். கடினம் என்பதைவிட நான் மொழியிலிருந்து அந்நியப்பட்டுப் போயிருந்தேன். முதலில் நாங்கள், அன்றாட சின்னச்சின்ன விஷயங்களைப் பேசிப் பகிர்ந்துகொண்டோம். அம்மாவைப் பார்த்துவிட்ட மகிழ்ச்சி எங்களிருவரிடையேயும் ஊடாடியது. அம்மாவுக்கு நெருக்கமாக அமர்ந்துகொண்டபோது, மனதுக்குள் சந்தோஷம் களியாடியது. அம்மாவும் அவரை அழைத்துவந்த இஸ்மாயிலும் இரண்டு முழுநாட்கள் இரவும் பகலுமாகப் பயணம் செய்திருக்கிறார்கள். அம்மா ஊக்கமிழந்து

சோர்வடைந்திருப்பதை என்னால் உணரமுடிந்தது. இந்தப் பதினைந்து ஆண்டுகளில் அவர் மிகவும் வயதாகிப்போயிருந்தார். பாலைவனத்தில் ஓய்வில்லாத கடும் உழைப்பு அவரை அவ்வாறாக ஆக்கியிருந்தது.

பாபா அம்மாவுடன் இல்லை. அம்மாவைத் தேடிக்கொண்டு இஸ்மாயில் வாகனத்துடன் சென்றபோது, பாபா தண்ணீர் தேடும் பயணத்தில் வெளியே இருந்திருக்கிறார். 'உன் அப்பாவும் ரொம்ப வயசானவரா ஆயிட்டாரு' என்றார், அம்மா. பாபா மழைக்கான மேகங்களைத் தேடிப் பயணம்செய்வது இன்னும் தொடர்கிறது. ஆனால் அவருக்குக் கண்பார்வை மங்கி, கண்ணாடி தேவையாக இருக்கிறதாம். அம்மா இஸ்மாயிலுடன் கிளம்பும்போது, பாபா தண்ணீர்த்தேடிக் கிளம்பி எட்டுநாட்கள் ஆகியிருந்ததாம். தண்ணீரைத் தேடிக்கண்டுபிடிக்காமல் பாபா விடமாட்டார் என்றார், அம்மா. பாபாவைப் பற்றி நான் பின்னோக்கி யோசித்தேன். இப்போது எவ்வளவு மாற்றம் அவரிடம் இருக்கும். நான் வீட்டைவிட்டுக் கிளம்பியபோது, அவரில்லாமல் பயணப்படும் எங்கள் குடும்பத்தை எளிதாகத் தேடிக்கண்டுபிடித்துவிடும் ஆற்றல் அவரிடமிருந்தது. நிலவு இல்லாத கறுத்த இரவுகளில்கூட அவரால் தேடிப்பிடித்துவிட முடியும்.

சின்னத்தம்பி அலியும் அம்மாவுடன் வந்திருந்தான். அவனுடன் ஓர் ஒன்றுவிட்டத் தம்பியும் வந்திருந்தான். இஸ்மாயில், அம்மாவை அழைத்துச்செல்லப் போயிருந்தபோது. ஒன்றுவிட்டதம்பி அம்மாவைப் பார்க்க வந்திருந்தானாம். எந்தவகையிலும் அலி இப்போது எனது சின்னத்தம்பியாகத் தெரியவில்லை. அறடி நாலங்குல உயரத்தில் என்னைவிடக் கோபுரமாக வளர்ந்திருந்தான். அவன் இன்னும் வளருவான் போலிருக்கிறது. நான் அவனை அணைத்துப் பிடித்துக் கொண்டேன். அவன் கத்தினான். "என்னய விடு! நான் இப்போ சின்னப்பையன் இல்ல. எனக்குக் கல்யாணம் ஆகிருச்சு."

"கல்யாணமா? உனக்கு என்ன வயசாகுது?"

"எனக்குத் தெரியாது. ஆனா கல்யாணத்துக்கான வயசு ஆகிருச்சுனு தெரியும்."

"நல்லது. எனக்கு அதப்பத்திக் கவலையில்ல. இப்பவும் நீ எனக்கு சின்னத்தம்பிதான். வா இங்கே", அவனை மீண்டும் வாரியணைத்து அவன் தலையைத் தடவிக் கொடுத்தேன். அதைப்பார்த்து ஒன்றுவிட்டத்தம்பி சிரித்தான். "உனக்கும் நான் குண்டி கழுவி விட்டுருக்கேன்டா!" - அவனது குடும்பம் எங்களைப் பார்க்கவரும்போது, அவனை என் கால்களில் அமர்த்தி, மலம் கழிய வைத்திருக்கிறேன்.

"அப்படியா? நல்லது. வா, இப்பவந்து செய் பாப்போம்." அவன் என்னைக் கேலி செய்து, இடித்துத் தள்ளிக்கொண்டு, சுற்றிவந்து ஆடிக்காட்டினான்.

"ஓ. அத இப்ப செய்ய முடியாது!" நான் இறைந்தேன். "அத இப்ப செய்ய முடியாது. அடிபடுவே ராஸ்கல்." ஒன்றுவிட்டத் தம்பிக்குக்கூட இன்னும் கொஞ்ச நாட்களில் திருமணம் என்றார்கள். "உனக்குக் கல்யாணம் ஆகனும்ன்னா, தம்பி, என்கிட்ட விளையாட்டுக் காட்டாதே. என்கிட்ட வம்பு பண்ணுன, அவ்வளவுதான்!"

அன்றிரவு, கலாடியில் எங்களைப் பார்த்துக்கொண்ட ஒரு குடும்பத்தின் குடிசைக்குள் அம்மா படுத்துக்கொண்டார். நான் வெளியில் - பழைய நினைவுகளுடன் அலியுடன் படுத்துக் கொண்டேன். அந்த இரவில் அப்படிப் படுத்துக்கிடந்தபோது, என்னால் பழைய அமைதியையும் மகிழ்ச்சியையும் உணர முடிந்தது. நட்சத்திரங்களைப் பார்த்தபடி பழைய கதைகளைப் பேசிக்கொண்டோம்: "பாபாவோட புதுப்பொண்டாட்டிய கயித்துலக் கட்டி, மரத்துலத் தொங்க விட்டோமே அது உனக்கு ஞாபகமிருக்கா?" வயிறு வலிக்க வலிக்க இருவரும் சிரித்துப் புரண்டோம்.

அலி, முதலில் கொஞ்சம் வெட்கப்பட்டு ஒதுங்கிநின்றாலும் பின்பு சகஜமாகிப் போனான். "உனக்குத் தெரியுமா? நெசமாவே நான் உன்னை இழந்துட்டேன். நீ ரொம்ப நாள் எங்களை விட்டுப்போயிட்ட. இப்ப நீ ஒரு பொம்பளையாவும் நான் ஒரு ஆம்பளையாவும் வளந்துட்டதை நினைக்கும்போது ஆச்சரியமாருக்கு." என் குடும்பத்துடன் நான் இணைந்து விட்டதை அற்புதமாகவே உணர்ந்தேன். பேசி, சிரித்து,

விவாதித்து என் மொழிபேசி, எங்கள் குடும்பத்தின் சின்னச்சின்ன அசைவுகளையும் பகிர்ந்துகொண்டோம்.

அந்தக் கிராமத்திலுள்ள மக்கள் அத்தனைபேருமே எங்களைப் பெருந்தன்மையுடன் நடத்தினார்கள். ஒவ்வொரு நாளும் உணவுக்காகவும் இரவு விருந்துக்காகவும் வேறுவேறு இல்லங்களிலிருந்து அழைக்கப்பட்டோம். எல்லோரும் எங்களைக் கொண்டாடினார்கள். அவர்களுடன் இருக்க விரும்பினார்கள். எங்கள் கதையைக் கேட்க ஆவல் கொண்டார்கள். “எங்கவீட்டுக்கு வாங்களேன். என் பிள்ளையப் பாக்கலாம். எங்கவீட்டுல வயசானவங்க இருக்காங்க. அவங்க உங்களை பாக்க விரும்பறாங்க.” அவர்கள் எங்களைப் பாசத்தில் இழுத்துச்சென்றார்கள். மற்றவர்களை அறிமுகப்படுத்தினார்கள். இதுஎல்லாமே நானொரு விளம்பரத் தோற்றப் பெண்ணாக, அதன் உச்சத்தில் இருப்பதால் அல்ல என்பதை நான் நன்கறிவேன். ஏனென்றால், அது என்னவென்று அவர்களுக்குத் தெரியவே தெரியாது. அவர்களின் இந்தக் கொண்டாட்டம் என்பது, நான் அவர்களில் ஒருத்தி - ஒரு நாடோடி - நான் வீடு திரும்பியிருக்கிறேன்.

வாழ்தலுக்காக, நான் என்ன செய்துகொண்டிருக்கிறேன் என்பதை அம்மாவால் புரிந்துகொள்ள முடியவில்லை. அதை விளக்கிச்சொல்லவும் எனக்குத் தெரியவில்லை. “இப்ப மறுபடியும் என்னசெய்யப் போற? மாடலிங்க்ன்னா என்ன? அங்கே நீ என்ன செய்ற? அப்படின்னா என்ன?” பாலைவனத்தைக் கடந்துசென்ற ஒருவர் மூலம், தி சன்டே டைம்ஸ் லண்டன் பதிப்பில், என் படத்தை முகப்பாகப் போட்ட பிரதியை வரவழைத்துக் கொடுத்தோம். அதைப்பார்த்து சோமாலிய மக்கள் ரொம்பவே பரவசப்பட்டார்கள். சோமாலியப் பெண்ணொருத்தியின் படம்போட்ட ஆங்கில நாளிதழ் அவர்களை நெக்குருகச் செய்துவிட்டது. அம்மா அதைப் பார்த்துக்கொண்டே இருந்தார். “இது வாரிஸ்! ஓ, என் மகள்!” என்றார். அதை எடுத்துக்கொண்டு கிராமத்திலுள்ள அத்தனைபேரிடமும் காட்டிக் காட்டி மகிழ்ந்துபோனார்.

அந்த இரவுக்குப் பின்னால், அம்மாவிடமிருந்த கொஞ்சநஞ்சக் கூச்சமும் ஓடிவிட்டது. மிகவிரைவிலேயே

தன்னை வெம்மைப்படுத்திக் கொண்டார். வழக்கமான ஆளுமை அவரை வந்தடைந்திருந்தது. என்னிடம் கேட்டார், "இப்படியெல்லாம் நீ செய்யக் கூடாது, வாரிஸ்! அச்சச்சோ. வா, இப்பவே வந்துரு!"

அடுத்ததாக, 'என் சகோதரன் இது அதெல்லாம் என்ன?' என்று கேள்விகள் கேட்கத் தொடங்கிவிட்டான். அவனை நான் பேசவிடாமல் நச்சினேன். "நீ உன் வாய மூடு அலி. இன்னும் நீ சின்னப்பையன். புறக்கணிக்கப்பட்ட ஒரு குத்துச்செடி. நீண்டகாலமா நீங்களெல்லாம் இங்கே வாழ்ந்துட்டீங்க. நீ என்ன பேசுறேன்னு உனக்கே தெரியாது."

"ஓ. அப்படியா? நீங்க புகழடைஞ்சுட்டீங்க. அதனால் நீங்க வீட்டுக்கு வந்துட்டீங்க. வந்து உங்கக் கழிசடை மேலைக் கலாச்சாரத்தை இங்கே பொறுத்துறீங்க? நீங்க மேலை நாட்டுல வாழ்றதால உங்களுக்கு எல்லாமே தெரிஞ்சுருச்சு. அப்படிதானே?"

நாங்கள் முன்னும் பின்னுமாக பலமணிநேரம் விவாதத்தில் இருந்தோம். அவர்களின் உணர்வுகளை நான் காயப்படுத்த விரும்பவில்லை. ஆயினும் அவர்களிடம் நான் சில விஷயங்களைப் பற்றிப் பேசவில்லையென்றால், வேறு யார் அதை அங்கே பேசப் போகிறார்கள்? நிச்சயமாக, எனக்கு எல்லாம் தெரியாதுதான். ஆனால் நான் பலவற்றைப் பார்த்து வந்திருக்கின்றேன். பலவற்றைக் கற்று வந்திருக்கின்றேன். இந்தப் புதரில் என்னால் மீண்டும் வாழ முடியுமா என்று எனக்குத் தெரியாது. நான் மாடுகளையும் ஒட்டகங்களையும் மட்டும் பேசவில்லை. மற்ற விஷயங்களைப் பற்றியும் என்னால் சொல்ல முடியும்.

"என்ன முடியும்?"

"இதென்ன... எல்லா மரங்களையும் வெட்டிவீசி, சுற்றுச்சூழலை அழிச்சிர்றீங்க. மரங்கள் சின்னதா இருக்கும்போதே, அது வளர்றதுக்கான வாய்ப்பு குடுக்காம வெட்டி எடுத்துர்றீங்க. அது செடியா இருக்கும்போதே, இந்த விலங்குகள் அடைக்கிறதுக்காக ஒடிச்சுக்கிட்டுவந்து கொட்டம் கட்டிர்றீங்க."

அருகில் நின்றிருந்த வெள்ளாட்டைக் காட்டினேன். "இது சரியானது இல்லை."

"என்ன சொல்ற நீ?"

"புரியலியா?... இங்கேருந்த மரங்களையெல்லாம் நாம வெட்டிட்டதால இப்போ பாலைவனமா ஆகிருச்சு."

"இந்த இடம் பாலைவனமாக் கெடக்குதுன்னா, அதுக்குக் காரணம் மழை இல்லாதது, வாரிஸ். வடக்கே மழை பெய்யுது. அதனால் அங்கே மரங்கள் இருக்குது."

"அதுனாலத்தான் அங்கே மழை பெய்யுது! அங்கே மழை பெய்யுதுன்னா அங்கே காடு இருக்குதுன்னு அர்த்தம். ஒவ்வொருநாளும் எதாவது ஒரு கொப்பை ஒடிச்சுக்கிட்டே இருந்தா, எப்படி இங்கே காடு உருவாகும்." அவர்களால் இந்த புதுமைவாய்ந்த எண்ணங்களைப் புரிந்துகொள்ள முடியவில்லை. ஆனால் அவர்கள், ஒரு விஷயத்தில் விவாதிக்க மாட்டேன் என்பதை மட்டும் நன்றாகவே அறிந்துவைத்திருந்தார்கள்.

அம்மாதான் அதை ஆரம்பித்தார். "ஏன் நீ கல்யாணம் செஞ்சுக்கல?" இந்தக் கேள்வி என்னுள் பல ஆண்டுகளாகத் திறந்த காயமாய் இருந்துகொண்டிருக்கின்றது. அதை நான் செய்துகொண்டால், என்மீதான மதிப்பு, என் வீட்டிலும் குடும்பத்திலும் அதிகரிக்கும் என்பதை நானறிவேன். அதை என் தந்தை மிகஅழகாக அர்த்தப்படுத்தியிருந்தார். என் வாழ்க்கையை ஒரு முதியவரிடம் ஒப்படைக்கச் செய்வதன்மூலம், ஒரு பயங்கர வாய்ப்பை வழங்கியிருந்தார். நான் நேசித்ததை, நான் விரும்பியதை, எனக்குத் தெரிந்ததையெல்லாம் விட்டுவிட்டு அந்தவாய்ப்புதான் என்னை ஓடச்செய்தது. என் சுதந்திரத்துக்காக நான்கொடுத்த விலை என்பது ரொம்பவே அதிகம். அதேவேளையில் என் குழந்தையை நான் இதுமாதிரியான வலிநிறைந்த முடிவுகளை எடுக்கக் கட்டாயப்படுத்த மாட்டேன் என்கிற நம்பிக்கையை எனக்குக் கொடுத்திருக்கின்றது.

"அம்மா, எதுக்குநான் கல்யாணம் பண்ணிக்கணும்? கட்டாயமா நான் கல்யாணம் கட்டித்தான் ஆகணுமா? என்னோட

வெற்றிகளை நீங்கப் பாக்கவேணாமா - நான் வலிமையா இருக்கிறதை, சுதந்திரமா இருக்கிறதை? அதாவதும்மா, நான் கல்யாணம் பண்ணிக்கலைன்னா, இன்னும் எனக்கானவனை நான் கண்டுபிடிக்கலன்னுதானே அர்த்தம்? எப்ப நான் அவனைக் கண்டுபிடிக்கிறேனோ, அப்போ அதுக்கான நேரம்."

"எனக்குப் பேரப்பிள்ளைகள் வேணும்."

இப்போது அவர்கள் அத்தனைபேரும் என்னைச் சூழ்ந்து கொண்டார்கள். ஒன்று விட்ட சகோதரனும் சேர்ந்துகொண்டான். "இப்பவே நீ ரொம்ப வயசாய்ட்ட. யார் உன்னக் கல்யாணம் செஞ்சுக்குவா?" இருபத்தெட்டு வயதானவளை யார் திருமணம் செய்துகொள்வார்கள் எனும் கவலையை அவன் தலையாட்டித் தெரிவித்தான்.

நான் கைகளை வீசினேன். "கட்டாயப்படுத்துறதால யாரைக் கல்யாணம் பண்ணிக்க முடியும்? நீங்க எதுக்காக கல்யாணம் பண்ணிக்கப் போறீங்க?" அலியையும் ஒன்றுவிட்ட சகோதரனையும் சுட்டிக்காட்டி, "நான்சொல்றேன், உங்களை யாரோ கட்டாயப்படுத்தி கல்யாணம் செஞ்சு வைக்கிறாங்க."

"இல்லை... இல்லை..."

"பாத்தீங்களா, உங்களை யாரும் கட்டாயப்படுத்தலங்கிறீங்க. நீங்க பையங்க. ஆனா பொண்ணா, நான் அவங்க சொல்றத கேட்கணும். நீ என்கிட்ட சொன்னாலும்கூட. ஆம்பளைக்கு ஒரு நீதி. பொம்பளைக்கு ஒரு நீதி. இது என்ன கழிசடைத்தனம்? இந்த எண்ணம் எங்கருந்து வந்தது."

"ஓ, வாயை மூடு வாரிஸ்!" என் சகோதரன் கரகரத்துக் கத்தியழுதான்.

"நீயும் வாயை மூடு!"

இரண்டு நாட்கள் கழிந்ததும், ஜெர்ரி படமெடுப்பதைத் தொடங்கலாம் என்றார். அம்மாவுடன் நான் இருக்கும் பல காட்சிகளை அவர் தொடர்ந்து எடுத்தார். அம்மா இதற்கு முன்னால் கேமராவைப் பார்த்தது இல்லை. அதை அவர் வெறுத்தார். "என்முகத்துக்கு நேரா இருக்குற அதை

எடுக்கச் சொல்லு. அதை நான் விரும்பல" கேமராக்காரரை அம்மா அடித்துவிட்டார். "வாரிஸ் - அவனிடம் சொல்லி, என்முகத்துக்கு நேராருந்து எடுத்துறச் சொல்லு. அம்மாவை நான் சமாதானப்படுத்தினேன். "அவன் என்னைப் பாக்குறானா? இல்லை உன்னைப் பாக்குறானா?"

"அதுவழியா, அவரு நம்ம ரெண்டுபேத்தையும் பாக்குறாரும்மா"

"நல்லது. அவன்கிட்ட சொல்லு, நான் அவனைப் பாக்க மாட்டேன்னு. நான் சொல்றதை அவன் கேக்கமாட்டான்போல. அப்படிதானே?" நான் நடவடிக்கைகளை அம்மாவுக்கு எடுத்துச் சொல்ல முயன்றேன். அது பலன்தராது என்பதும் எனக்குத் தெரியும்.

"அம்மா, சரி. நீங்க சொல்ற எல்லாத்தையும் அவங்கக் கேப்பாங்க." நான் சிரித்துக்கொண்டே சொன்னேன். அந்தக் கேமராக்காரர் என்னிடம், 'ஏன் சிரிக்கிறீர்கள்?' என்று கேட்டார். "கொஞ்சம் முட்டாள்தனம். கொஞ்சம் அறியாமை. கொஞ்சம் ஒவ்வாமை..." நான் பதிலிறுத்தேன்.

படக்குழு, மற்றொரு நாளைச் செலவிட்டு, என்னை பாலைவனத்தில் தனியாக நடக்கவைத்துப் படமெடுத்தது. ஒருசிறுவன் தனது ஒட்டகத்துக்கு ஒரு கிணற்றடியில் தண்ணீர் காட்டிக்கொண்டிருப்பதைக் கண்டேன். அவனிடம், 'ஒட்டகத்துக்கு நான் தண்ணீ காட்டட்டுமா?' என்று கேட்டேன். ஒரு வாளித்தண்ணீரை அள்ளிக்கொண்டுவந்து ஒட்டகத்தின் வாயருகே வைத்தேன். குழு ஆவலுடன் படமெடுத்தது. அதைச் செய்யும்போது, கண்ணீர் திரண்டு வருவதை என்னால் கட்டுப்படுத்த முடியவில்லை.

புறப்படுவதற்கு முதல்நாள், ஒரு பெண் என் விரல்களுக்கு மருதாணி வைத்துவிட்டாள். என் கைகளைக் கேமராவுக்குக் காட்டினேன். ஒவ்வொரு விரலுக்கும் குல்லாய் போட்டதுபோல, அது இருந்தது. என்னை ஒரு அரசிபோல உணர்ந்தேன். எனது மக்களின் அழகுச் சடங்குகளில் இதுவொன்று. இந்த வகைமையைப் பொதுவாக மணப்பெண்ணுக்குச் செய்வார்கள். அந்த இரவை நாங்கள் கொண்டாடினோம். கிராமத்திலிருந்த அத்தனைபேரும் ஆடினார்கள். கைதட்டினார்கள். பாடினார்கள்.

மழைப்பொழுதின்போது, நாங்கள் ஆடிப்பாடும் எனது குழந்தைப்பருவத்து நினைவுகளை அது, மீட்டெடுத்தது. கட்டுக்கடங்காத சுதந்திரத்தையும் மகிழ்ச்சியையும் அது கொட்டியது.

அடுத்தநாள் காலையில் விமானத்துக்குத் தயாராக, நான் சீக்கிரமே எழுந்துவிட்டேன். அம்மாவுடன் காலை உணவை உண்டேன். என்னுடன் வந்து இங்கிலாந்திலோ அல்லது ஐக்கிய நாடுகளிலோ வசிக்க விருப்பமிருந்தால் வரச்சொல்லி அழைத்தேன்.

“அங்கே நான் வந்து என்ன பண்ணுவேன்?”

“அது எனக்கு மகிழ்ச்சிம்மா. நீங்க அங்கே வந்து எதையும் செய்யணும்னு எதிர்பாக்கல. நீங்க போதுமான அளவுக்கும் உங்க காலத்துல செஞ்சுட்டீங்க. இப்ப நீங்க ஓய்வெடுக்க வேண்டிய நேரம். நான் உங்களைப் பாதுகாக்கணும்னு விரும்பறேன்.”

“இல்லை. என்னால அதுமுடியாது. முதல்ல, உங்க அப்பாவுக்கு வயசாயிட்டே போகுது. அவருக்கு என்னோட தேவை இருக்கும். அவருகூட இருக்கவேண்டிய தேவையும் இருக்கு. இரண்டாவதா, என் குழந்தைகளை கவனிச்சுக்க வேண்டியிருக்கு.”

“என்ன சொல்றீங்க, குழந்தைகளா? நாங்கதான் எல்லாரும் வளர்ந்துட்டோம்ல!”

“ஆமா, உங்க அப்பாவோட குழந்தைகள். ஞாபகம் இருக்கா ஒரு சின்னப்புள்ளைய அவர் கட்டிக்கிட்டு வந்தாரே?”

“ஆம்மா.”

“ஆமா. அவளுக்கு அஞ்சு புள்ளைங்க. ஆனா அவ எந்தப் பொறுப்பையும் ஏத்துக்கல. நம்ம வாழ்க்கை அவளுக்கு ரொம்ப கஷ்டமா இருந்துருக்கும்னு நான் நினைக்கிறேன். அல்லது உங்கப்பாவ அவளாலக் கையாள முடியாமப் போயிருக்கும். ஏதோ... அவ ஓடிப்போய்ட்டா - காணலை.”

“அம்மா... உங்களுக்கு ரொம்பத் துணிச்சல்ம்மா. உங்களுக்கு வயசாகிட்டுருக்குற இந்தநேரத்தல இதையெல்லாம் சுமக்குறீங்க. இது சாதாரணம் இல்ல. உங்களால குழந்தைகளை வெச்சுக்கிட்டு கஷ்டமான வேலைகள செய்ய முடியாது.”

"அப்படியில்ல. உங்க அப்பா ரொம்ப தளர்ந்துட்டே வர்றாரு. அவருக்கு நான் தேவையாருக்கேன். அப்பறம், என்னால் சும்மா உக்காந்துருக்க முடியாது. நான் சும்மா உக்காந்தேன்னா, எனக்கு வயசாகிப் போயிரும். இந்த வயசுக்குப் பின்னாலயும் என்னால உக்கார முடியாது. அப்படிநான் உக்காந்தேன்னா பைத்தியமாகிப் போயிருவேன். நான் இயங்கிக்கிட்டே இருக்கணும். வேண்டாம். எனக்கு ஏதாவதுசெய்ய விரும்புனீன்னா ஆப்பிரிக்கால, சோமாலியால எனக்கொரு இடத்தை வாங்கிக் குடு. நான் சோர்வடையுறப்போ அங்கே போய் இருந்துக்குறேன். இது என் வீடு. நான் உனக்காக திரும்பிவருவேன்..."

அம்மா சிரித்துக்கொண்டே எனக்குக் கையசைத்தார்.

விமானத்தில் ஏறி அமர்ந்ததும், நான் உடைந்துபோனேன். அம்மாவை இனி எப்போது அல்லது இனிமேல் பார்ப்பேனா என்பது எனக்குத் தெரியவில்லை, சன்னலின் வழியே கதறியபடி, அந்தக் கிராமத்தைப் பார்த்தேன். பின்பு பாலைவனத்தை. அப்படியே நழுவிப் போனேன். படக்குழு, முனைப்புருவக் காட்சியாய், என் முகத்தை மிக அருகில் படமெடுத்தது.

16

1995 ஆம் ஆண்டின் முன் வசந்தகாலத்தில், பிபிசிக்கான ஆவணப்படத்தை முடித்துக் கொடுத்துவிட்டேன். அதற்கு அவர்கள், நியூயார்க்கில் ஒரு நாடோடி எனத் தலைப்பிட்டிருந்தார்கள். உண்மையிலேயே, இத்தனை ஆண்டுகளுக்குப் பின்பும் நான் நாடோடியாகத் தான் இருந்துவந்தேன். இதுவரையில், எனக்குச் சொந்தமாக ஒரு இடம், வீடு கிடையாது. வேலை வேலை என்று தொடர்ந்து ஓடிக்கொண்டேயிருந்தேன்: நியூயார்க், லண்டன், பாரிஸ், மிலன் எனப் பயணம் தொடர்ந்துகொண்டேயிருந்தது. அங்கெல்லாம் நண்பர்களின் வீடுகளிலும் விடுதிகளிலும் தங்கிக்கொண்டேன். எனக்கென்றிருந்த என் சொந்தப் பொருட்களும் - சில புகைப்படங்கள், கொஞ்சம் புத்தகங்கள் மற்றும் சிடிக்கள் - வேல்ஸிலுள்ள நிகெலின் வீட்டில் மாட்டிக் கொண்டிருக்கின்றன. எனது வேலையின் பெரும்பகுதி நியூயார்க்கிலேயே இருந்துவந்தது. மற்றெந்த இடத்தைக் காட்டிலும் நியூயார்க்கில்தான் அதிகமாகத் தங்கியிருந்தேன். ஒரு கட்டத்தில் நான் தங்கியிருந்த முதல் அடுக்குமாடிக் குடியிருப்புக்கு வாடகை கொடுத்துவந்தேன். சோஹோவிலுள்ள ஒரு ஸ்டூடியோ அது. பின்னர், ஒரு கிராமத்திலுள்ள வீட்டுக்கு இடம்பெயர்ந்தேன். அங்கிருந்து, வெஸ்ட் பிராட்வேயில் ஒரு வீட்டிற்கு மாறினேன். இந்த இடங்கள் யாவுமே எனது விருப்பத்துக்கு உட்பட்டவையல்ல. பிராட்வேயில், நான் தங்கியிருந்த இடம் பைத்தியம் பிடிக்கவைத்துவிடும் - நானும் பைத்தியமாகியிருந்தேன். எந்தநேரத்திலும் அங்கே வாகனங்கள் ஓடிக்கொண்டே இருந்தன. என்வீட்டுக்கு உள்ளே அவை ஓடிவருவதாக உணர்ந்தேன். ஒரு தீயணைப்பு

நிலைய அலுவலகம் அந்தத் தெருவின் முடுக்கில் இருந்தது. இரவுமுழுவதும் தீயணைப்பு வாகனங்களின் புறப்பாடும் திரும்புதலும் வீச்சொலியாய்க் கேட்டபடியிருந்தது. ஒருவேளை ஓய்வெடுக்க முடியாது. பத்துமாத சோதனைக்கு அப்புறம் அந்த வீட்டைக் காலிசெய்துவிட்டேன். மறுபடியும் நாடோடி வாழ்க்கைக்குத் திரும்பினேன்.

அது என் மனதில் ஓடிக்கொண்டேயிருந்தது. அப்போது பாரிஸில் ஷோக்கள் நடந்துகொண்டிருந்தன. அதில் கலந்துகொண்டேன். அங்கிருந்து லண்டனுக்குப் போகாமல் தவிர்த்துவிட்டு, நேரே நான் நியூயார்க்குக்கு வந்துவிட்டேன். இதுதான் ஒரு சொந்த இடத்தை வாங்குவதற்கான நேரம் என்று மனதுக்குப்பட்டது. அதற்கான முயற்சியில் இறங்கும்போது, எனது நெருங்கிய நண்பனான ஜார்ஜின் கிராமத்துவீட்டில் தங்கியிருந்தேன். அங்கு தங்கியிருந்தபோது, ஜார்ஜின் மற்றொரு தோழி லூசிக்கு பிறந்தநாள் வந்தது. அதை அவள், நகரத்தில் கொண்டாட விரும்பினாள். ஆனால் ஜார்ஜ் தான் மிகவும் சோர்வாக இருப்பதாகவும் நாளை அதிகாலையிலேயே அவனுக்கு வேலையிருப்பதால் சீக்கிரமே எழுந்திருக்க வேண்டியிருப்பதாகச் சொல்லிவிட்டான். அப்போதே முன்னிரவாகியிருந்தது. அதனால் நான் லூசியுடன் சேர்ந்துசெல்லும் வாய்ப்பு உருவானது. விருப்பத்துடன் சென்றேன்.

வீட்டைவிட்டுக் கிளம்பியபோது, எங்குசெல்வது என்ற திட்டமெல்லாம் எங்களிடம் இல்லை. எட்டாவது நிழற்சாலையைக் கடந்தபோது, அங்கே நின்றேன். நான் குடியிருந்த பழைய அடுக்ககக் கட்டிடத்தை அவளிடம் சுட்டிக்காட்டினேன். "நான் அங்கே இருந்துருக்கேன். ஜாஸ் மியூசிக் நடக்கும். ரொம்ப நல்லா இசைப்பாங்க. ஆனா நான் போனதில்லை" என்றேன். அங்கே நின்றிருந்தபோது, கதவுகளின்வழியே வழிந்து வந்த இசையைக் கேட்டோம். "ஹே, வா உள்ளே போவோம். உனக்கும் பிடிக்கும்ல்ல?"

"இல்லை. நான் நெல்ஸ் போகத்தான் விரும்புறேன்."

"வாப்பா, உள்ளே போவோம். கொஞ்சநேரத்துல வந்துறலாம். அவங்க இசைக்கிற இசைய நான் நெசம்மாவே விரும்புறேன் - எனக்கு இப்போ ஆடணும்போல இருக்கு."

தயக்கத்துடன், லூசி உள்ளேவர சம்மதித்தாள். படிகளின்வழியே கீழிறங்கி அந்த சிறிய கிளப்புக்குள் போனோம். எதிரே இசைக்குழு இருந்தது. நான் மேடை ஏறி அங்கேயே நின்றேன். அங்கே நான் பார்த்த முதல் நபர் டிரம் இசைக்கும் கலைஞர். அவரைச்சுற்றி ஒளிவெள்ளம் இருந்தது. அறையின் மற்ற இடமெல்லாம் இருட்டு. அவர் டிரம் இசைத்துக் கொண்டிருந்தார். நான் அவரையே பார்த்துக் கொண்டிருந்தேன். அவர் எழுபதுகளின் ஆப்ரோ பங்கி வகையில் தன்னை வெளிப்படுத்திக் கொண்டிருந்தார். லூசி என்னைப் பிடித்து இழுத்தபோதுதான் நான் என்னை உணர்ந்தேன். அவளிடம், “பொறு பொறுப்பா. நாம இங்கே இருக்குறோம். உட்காரு. ஏதாவது குடிப்போம். கொஞ்ச நேரம் நாம இங்கே இருந்துட்டுப் போவோமே.” இசைக்குழு உண்மையிலேயே அசரடித்துக் கொண்டிருந்தது. நான் பித்துப்பிடித்த நிலையில் ஆடத்தொடங்கினேன். சற்றுநேரத்தில் லூசியும் என்னுடன் சேர்ந்துகொண்டாள். விரைவிலேயே அங்கிருந்தவர்களில் பலர் எங்களுடன் இணைந்துகொண்டனர். சற்றே அடக்கமானவர்கள், கூச்ச சுபாவமுள்ளவர்கள் அங்கேயே இருந்துகொண்டு, எங்கள் ஆட்டத்தை ரசித்தனர். பின்னர் அவர்களும் ஒவ்வொருவராக எங்களுடன் இணைந்து ஆடினர்.

வேட்கையும் தாகமுமாக இருந்தது. ஏதோ ஒரு பானத்தை நான் அருந்தினேன். பார்வையாளர்களில் எனக்குப் பக்கத்தில் ஒரு பெண் நின்றிருந்தாள். அவளிடம், “இது அட்டகாசமான இசை. இதை இசைக்கும் குழு எது, தெரியுமா?” என்று கேட்டேன்.

“எனக்குத் தெரியாது. ஆனால் அவர்கள் எல்லோரும் எந்தக் குழுவையும் சாராத தன்னிச்சையானவர்கள். என் கணவரும்கூட சாக்ஸபோன் கலைஞர்தான்” என்றாள்.

“ஊஊஊஹூ... அந்த டிரம் வாசிச்சாரே அவர் யாரு?”

அவள் மெதுவாகச் சிரித்துக்கொண்டாள். “மன்னிக்கணும். எனக்குத் தெரியாது.” சில நிமிடங்களில் அந்தக்குழு இடைவேளை விட்டது. டிரம்மை இசைத்த அந்தக் கலைஞர் எங்களைக் கடந்துபோனபோது, அந்தப்பெண் அவர் கையைப்பிடித்து இழுத்து நிறுத்தினாள். “எக்ஸ்கியூஸ் மீ. என்னுடையத் தோழி உங்களை சந்திக்க விரும்புறா.”

"ஓ, அப்படியா? எதுக்கு?"

"இவதான்" - என்னை அவள் முன்னோக்கித் தள்ளிவிட்டாள். உடனே நான் அதை சங்கடமாக உணர்ந்தேன். என்ன சொல்லுவதென்று எனக்குத் தெரியவில்லை.

பேசாதுநின்ற சிலநிமிட உறைதலுக்குப்பின், "ஹாய்," என்றேன். என்ன வாரிஸ் சொதப்புற. ஆடு. உன்னாட்டத்தை ஆடு. "எனக்கு இசைன்னா பிடிக்கும்."

"நன்றி."

"உங்க பேரு என்ன?"

"டானா," சுற்றிலும் பார்த்துக்கொண்டு வெட்கமாகத்தான் சொன்னார்.

"ஓ." திரும்பி தன்பாதையில் அவர் நடக்க ஆரம்பித்தார். சுகநரகம்! ஆனால் நான் அவரை விடவில்லை. தொடர்ந்து போனேன். அவர் தனது குழுவினருடன் உட்கார்ந்திருந்த இடத்தைத் தேடிப்போய், ஒரு நாற்காலியை இழுத்துப் போட்டுக்கொண்டு அவருக்கு அருகிலேயே உட்கார்ந்தேன். அந்த இசைக்கலைஞர் சுற்றிப்பார்த்தபடியிருந்தார். என்னைக்கண்டதும், துள்ளினார். நான் துணிந்து கத்தினேன். "உங்கக்கூட நான் கொஞ்சம் பேசமுடியாதா?" டானா குழப்பமாக என்னைப் பார்த்தார். பின்பு வெடித்துச்சிரிக்க ஆரம்பித்தார். மேஜையில் தாளம் போட்டபடி என்னைப் பார்த்தார்.

"உன் பெயர் என்ன?" என்று கேட்டபடி அவர் நிமிர்ந்து உட்கார்ந்தார்.

"அது இப்பப் பிரச்சனையில்ல" வழக்கம்போல ஒரு சேவலாக நான் கொக்கரித்தேன். சற்றே கோபமாக இருந்தேன். பின்னர், நாங்கள் பல்வேறு விஷயங்களை, அடுத்து அவர் இசைக்கப்போகும்வரைப் பேசிக்கொண்டேயிருந்தோம். "நீ கிளம்பறியா? யார்கூட நீ வந்துருக்க?" அவர்தான் கேட்டார்.

"என்தோழிகூட. அவ கூட்டத்துல அங்கே இருக்கா." அடுத்த இடைவேளையின் போது, இன்னும் இரண்டுசெட் இசைதான் இருக்கின்றது. அது முடிந்ததும் வேண்டுமானால் நாம் வேறு

எங்காவது போகலாம் என்றார். அவர் திரும்பிவந்தபின்பு, நாங்கள் பேசினோம். பேசினோம். பேசினோம். உலகத்திலுள்ள அத்தனை விஷயங்களையும் பேசினோம். இறுதியில் நான் சொன்னேன். "இங்கே ஒரே புகைமூட்டமா இருக்கு. என்னால சுவாசிக்க முடியல. நாம எங்கயாவது வெளில போகலாமே?"

"ஆகட்டும். நாம வெளிலேபோய் படிக்கட்டுல உக்காந்துக்கலாம்." நாங்கள் படிக்கட்டின் உயரத்துக்கு வந்ததும் அவர் நின்றுவிட்டார். "நான் உன்கிட்ட ஒண்ணு கேக்கலாமா? உன்னை ஒருமுறை இறுக்கிக் கட்டிக்கவா?"

நான் அவரைப் பார்த்தேன். உலகத்திலேயே மிகவும் இயற்கையாகக் கோரும் கோரலாக அந்தக்கேள்வி இருந்தது. எனக்கு அந்தக்கேள்வி பிடித்திருந்தது. அதனால் நானே அவரை இறுக்கமாகக் கட்டி அணைத்துக்கொண்டேன் - எனக்குத் தெரிந்ததுபோல, லண்டனை நான் அறிந்திருப்பதுபோல, ஒரு விளம்பரத் தோற்றப் பெண்ணாக நான் கற்றிருக்கும் வித்தையைப்போல, அவரை நான் அறிந்துகொண்டிருந்தேன். கூச்சத்துடன் நடந்துகொள்ளும் ஆப்ரோபங்கி வகையிலான அந்தமனிதரை நான் அறிந்திருந்தேன். அப்போதே மிகவும் பின்னிரவாகியிருந்தது. வேறு எங்கும் போகமுடியாது. அதனால், நாளை என்னை அழைக்கச்சொல்லி ஜார்ஜின் அழைப்பு எண்ணைக் கொடுத்தேன். "காலைல ஒரு வேலையிருக்கு. அதனால் சரியா மூணுமணிக்குக் கூப்டணும். சரியா?" நான் சொன்னதை அவர் செய்கிறாரா என்று பார்ப்பதற்காக அப்படிச் சொன்னேன்.

பின்னர் ஒருநாள் அவர் என்னிடம் சொன்னார். ஹார்லேமிலுள்ள வீட்டுக்குச் செல்வதற்காக, ரயில்நிலையத்துக்கு சுரங்கப்பாதை வழியாகப்போய், மேலே ஏறும்போது, மிகப்பெரிய விளம்பரப் பலகையைக் கண்டாராம். அதிலிருந்த என்முகம் அவரைப் பார்த்துக்கொண்டிருந்ததாம். அதற்குமுன்னால் அப்படத்தைப் பார்த்திருக்கவில்லையாம். அதனால் நான் ஒரு விளம்பரத் தோற்றப்பெண் என்பதை அவர் அறிந்திருக்கவில்லை.

அடுத்தநாள் தொலைபேசி அழைத்தபோது. மணி மூன்று இருபது. நான் ஆவலுடன் ஒலிவாங்கியை எடுத்தேன். "நீங்க லேட்."

“மன்னிச்சுக்கோ. டின்னருக்கு நாம சந்திக்கலாமா?” நாங்கள் அந்தக்கிராமத்திலுள்ள சிற்றுண்டிச்சாலையில் சந்தித்துக் கொண்டோம். மறுபடியும் பேசினோம். பேசினோம். பேசினோம். இப்போது நான் அவரை அறிந்துகொண்டேன். இயற்கையிலேயே அமைதியாக இருக்கும் ஒருவரை எப்படி நான் விரும்பாமல் இருக்கமுடியும். நான் அதை எண்ணி சிரிக்க ஆரம்பித்தேன். டானா என்னைப் பார்த்தார். “இப்ப என்னாச்சுன்னு நீ சிரிக்கிற?”

“எனக்குப் பைத்தியம் பிடிச்சுருச்சுனு நீங்க நினைக்கப் போறீங்க.”

“நல்லாப்போச்சுப் போ. இப்பத்தான் நான் அப்படி நெனைக்கணுமாக்கும். நீ எப்பவோ பைத்தியம்னு நான் முடிவு பண்ணிட்டேன்.”

“உங்கக் குழந்தையை சுமக்கணும்னு நான் ஆசைப்படறேன்.” எனது குழந்தையின் எதிர்காலத் தந்தை என்று, நான் சொன்னதும் அவர் பார்வையில் ஏதோ ஓர் இனம் புரியாத பரிதவிப்பு இருந்தது. என்னை பார்த்தப் பார்வை, இந்தப்பெண் உண்மையிலேயே பைத்தியமாகத்தான் இருக்கிறாளோ என்பது போலவும், கொஞ்சமெல்லாம் இல்லை. முழுப்பைத்தியமாக இருக்கின்றாளோ என்பது போலவே இருந்தது. “நீங்க அதை ரொம்பவே விநோதமா எடுத்துக்கிட்டீங்கனு நான் நெனைக்கிறேன். உங்கக்கிட்ட என் விருப்பத்தைச் சொல்லணும்னு தோணுச்சு. சொன்னேன். அவ்வளவுதான். பிடிக்கலைன்னா அதைவிட்டுருவோம். அப்படியே மறந்துருவோம்.”

அவர் என்னைப் பார்த்துக்கொண்டே அமைதியாக உட்கார்ந்திருந்தார். அதிர்ந்து போயிருப்பதை என்னால் உணர முடிந்தது. அதில் ஆச்சரியம் ஏதுமில்லை. அவர் பெயரில் கடைசிப்பெயர்கூட எனக்குத் தெரியாது. பின்னாளில், ஒருமுறை அவர் என்னிடம் சொன்னார். இவளை நாம மறுபடியும் பார்த்துறக்கூடாது. அவளைவிட்டு நாம ஒதுங்கிறணும். எதிர்ப்பாலினப் பைத்தியக்காரியா இருக்காளே என்று நினைத்தாராம்.

இரவு உணவுக்குப்பின் டானா என்னை வீடுவரையில்வந்து விட்டுவிட்டுப் போனார். வழியெங்கும் அமைதியாக நடந்துவந்தார். மறுநாள் முழுவதும் நான் நானாக என்னை உணரவில்லை. வெளிப்படையாக சிலவிஷயங்களை நான் பேசியதாக, நானே நம்பவில்லை. அப்போது அது எனக்கு மிகவும் சாதாரண விஷயமாகத் தெரிந்தது. "இன்னிக்கு மழை விழப்போகுது" என்று சொல்வேனே, அதுபோலத்தான் இருந்தது. அவரிடமிருந்து எந்தவொரு அழைப்பும் ஒருவாரமாக வரவில்லை. அதில் எனக்கு ஆச்சரியமாக இல்லை. இறுதியில் நானே விட்டுக்கொடுத்து அவரை அழைத்தேன். "எங்கே இருக்க?"

"என் ஃபிரண்ட் வீட்லதான். நாம சந்திக்கிறத நீங்க விரும்புறீங்களா?"

"கடவுளே, நிச்சயமா. சரி. சாப்புட வெளிலப் போகலாமா?"

"ஐ லவ் யூ."

"நானும்கூட... உன்னை நேசிக்கிறேன்." நான் முழுவதுமாக அதிர்ச்சியிலும் பயத்திலும் உறைந்துபோயிருந்தேன். அதில் தொலைபேசியைத் தவறவிட்டேன். எப்படி நான் அத்தனை எளிதாக, அதைச் சொல்லிவிட்டேன். ஆயினும் நான், என் நல்ல மனநிலையில் உறுதியாகத்தான் அதைச்சொன்னேன். குழந்தைகளைப் பற்றியப் - அது போலான வேறெந்த - பேச்சுகள் எதுவுமில்லை. இப்போது நான், 'நான் உங்களை நேசிக்கிறேன்' என்று சொல்லப்போகின்றேன். ஓ, வாரிஸ், என்னாச்சு உனக்கு? எப்போதும், யாராவது ஒருநபர் என்னை அணுகி விருப்பம் தெரிவித்தால், எடுப்பேன் ஓட்டம். நான் காணாமல் போய்விடுவேன். இப்போது இங்கே, எனக்கு வெறுமனே தெரிந்த இந்த மனிதரை நான் விரட்டிக் கொண்டிருக்கின்றேன். அன்றிரவு நான், டானாவைச் சந்தித்தேன். அப்போது, பச்சைநிற ஸ்வெட்டரையும் ஆப்ரோ வனஅலங்கார வகையில் தலைமுடியையும் பின்னியிருந்தேன். பின்னர் அவர் ஒருமுறை சொன்னார். அந்தப்பச்சை நிற ஸ்வெட்டரையும் ஆப்ரோ வனதலைமுடி அலங்காரத்தையும் கண்டதும் அந்த இரவில் தன்னை மாற்றிக்கொண்டாராம். நானும் விளக்கினேன். ஒருபொருளை நான் விரும்பினால், அதைப்பெற

எல்லாவகையிலும் முயலுவேன் - சில காரணங்களால் - முதல் முறையாக என் வாழ்க்கையில் - நான் ஒரு ஆண்மகனை விரும்பினேன். ஏன் அதை விரும்பினேன் என்று எனக்கு விவரித்துச் சொல்லத் தெரியவில்லை. ஆனால் என்னை அவன் முழுமையாக அறிந்திருக்கவேண்டும் என்று மட்டும் எண்ணியிருந்தேன்.

டானாவும் நானும் சந்தித்து உணவு உட்கொண்டோம். பின்னர் மீண்டும் பேசினோம். பேசினோம். பேசினோம். உலகத்திலுள்ள அத்தனை விஷயங்களையும் பேசினோம். இரண்டு வாரங்களுக்கு பின்னர், நான் அவருடைய ஹார்லேம் வீட்டில் அவருடன் தங்கினேன். அடுத்த ஆறுமாதங்களில் நாங்கள் திருமணம் செய்துகொள்ள முடிவெடுத்திருந்தோம்.

ஓராண்டாக நாங்கள் இருவரும் சேர்ந்திருந்த ஒருநாளில், எதிர்பாராத வேளையில் டானா, "நீ கர்ப்பமா இருக்குறேனு நினைக்கிறேன்" என்றார்.

நான் கூச்சலிட்டேன். "அடக்கடவுளே. நீங்க என்ன பேச்சு பேசுறீங்க?"

"வா, நாம ஒரு பார்மசிக்குப் போய் வருவோம்." நான் எதிர்ப்புக் காட்டினேன். ஆனால் டானா விடவில்லை. பார்மசிக்குப் போனோம். வீட்டிலேயே சூல் பரிசோதனை செய்துகொள்ளும் சோதனைக் காகிதங்களை வாங்கினோம். அது நேர்மறையான முடிவைக் கொடுத்தது. "இந்தக் கழிசடைக் காகிதங்களை நம்பவேண்டாம். நீங்க நம்புறீங்களா?" அந்தக் காகிதங்கள் அடங்கிய சிறிய அட்டைப்பெட்டியை காட்டினேன்.

அவர் அந்தப்பெட்டியை தன்பக்கம் இழுத்தார். அதிலிருந்து ஒரு காகிதத்தை உருவினார். "மறுபடியும் செய்யவேணாம்." முன்னைப்போலவே அதுவும் நேர்மறையானதாகவே காட்டியது. நான பெரும்நோய்மையாக அந்த நேரத்தை உணர்ந்தேன். ஏற்கனவே அது மாதவிலக்கு நேரம். ஆனால் இந்தநேரம் மிகவும் வித்தியாசமானதாக இருந்தது. நான் வழக்கம்போலவே கஷ்டப்பட்டேன். இந்தமுறை கூடுதலாக வலி இருந்தது. அதனால் நான் கருத்தரித்திருக்க வாய்ப்பில்லை என்று கருதினேன். ஏதோ சில மாறுபட்டநிலை, எனக்குள் நிகழ்வதாக

அதைக் கருதியிருந்தேன் - நான் செத்துவிடுவேனோ என்ற நினைப்பு இருந்துகொண்டே இருந்தது. மருத்துவரை சந்தித்து, எனது நிலையை விவரித்தேன். அவர் ரத்தப் பரிசோதனை செய்தார். அதற்கான முடிவைத் தெரிந்துகொள்ள கொடுமையான மூன்று நாட்களை முழுதாகக் கடத்தவேண்டியிருந்தது. "ஹலோ, என்ன இங்கே நடக்குது? நான் கொடிய நோய்கள் சிலவற்றை கண்டுபிடிச்சுருக்கேன். அதை உங்கக்கிட்ட சொல்ல முடியாது!"

இறுதியில் ஒருநாள், மதியவாக்கில் வீட்டுக்குத் திரும்பினேன். டானா, "ஊஊ...ய்யா. டாக்டர் பேசுனாரு" என்றார்.

எனக்குத் தொண்டையை அடைத்தது, "ஓ. கடவுளே, அவர் என்ன சொன்னார்?"

"அவர் உன்கிட்டப் பேசணும்னு சொன்னாரு."

"நீங்க அவர்கிட்ட எதுவும் கேட்டுக்கலையா?"

"பாருப்பா, அவரு உன்னைய நாளைக்கு பதினோரு மணி இல்லாட்டி, பன்னெண்டு மணிக்குள்ளக் கூப்புடுறதா சொன்னாரு."

எனது வாழ்க்கையின் மிகநீண்ட இரவாக அது அமைந்தது. எதிர்காலம் என்னவாக இருக்கும் என்பதை யோசித்துக்கொண்டே கிடந்தேன். அடுத்தநாள் தொலைபேசி அலறியபோது, ஓடிச்சென்று அதை வாரியெடுத்தேன். டாக்டர் சொன்னார். "உங்களுக்கு ஒருசேதி இருக்கிறது. நீங்க தனியா இல்லை." அவ்வளவுதான். வேறெதுவும் இல்லை. என் உடம்பெல்லாம் முள்பூத்தது.

"ஓ, அப்படின்னா?"

"நீங்க கர்ப்பமா இருக்கீங்க. நீ இப்போ இரண்டு மாதக் கர்ப்பம்." அந்த வார்த்தைகளைக்கேட்ட நொடியிலேயே நான், நிலவுக்கும் மேலே பறந்தேன். டானா அகமகிழ்ந்து போயிருந்தார். அவருக்கும் தந்தை ஆகவேண்டுமென்ற விருப்பம் இருந்துவந்தது. ஆனால் உடனடியாக, பிறக்கப்போகும் அந்தக் குழந்தை பையனாகத்தான் இருக்கும் என்பதை இருவருமே

உணர்ந்தோம். ஆனால் எனது அக்கறை முழுவதும் குழந்தையின் ஆரோக்கியத்திலேயே இருந்தது. அதைக்கண்டறிய தாய்மை மருத்துவரை சந்தித்தோம். அல்ட்ரா சவுண்ட் எடுக்கும்போது, குழந்தை என்ன இனம் என்பதை தெரிவிக்கவேண்டாம் என்று சொல்லிவிட்டேன்.

"குழந்தை ஆரோக்கியமாக இருக்கின்றதா?"

அவள் சொன்னாள். "ரொம்ப ஆரோக்கியமாக, எல்லாமே சரியாக இருக்கிறது." இந்த வார்த்தைகளைத்தான் கேட்கவேண்டுமென்று காத்திருந்தேன்.

டானாவுடனான எனது திருமணத்துக்குப் பெரிய இடையூறாக இருப்பது, நிச்சயமாக நிகெல்தான். நான் நான்கு மாதக் கர்ப்பமாக இருந்தபோது, வேல்ஸுக்குச் சென்று, அவனுடன் பேசி எல்லாவற்றையும் ஒருமுடிவுக்குக் கொண்டுவந்துவிடும் தீர்மானத்தில் இருந்தோம். அந்தநேரத்தில் நான் லண்டன் வந்துசேர்ந்தபோது, குமட்டலும் வாந்தியும் என்னைப் பீடித்திருந்தது. கடுமையான ஜலதோஷமும்கூட. நண்பரொருவரின் வீட்டில் தங்கியிருந்தோம். இரண்டொரு நாட்களில் அதிலிருந்து மீண்டதும், நிகெலை அழைத்துப்பேச ஒருவித நடுக்கம் இருந்தது. ஆனாலும் நான் அழைத்துப் பேசினேன். தனக்கு ஜலதோஷம் என்று கூறிவிட்டான். அதனால் அந்தச் சந்திப்பைத் தள்ளிப்போட்டோம்.

டானாவும் நானும் லண்டனில் தங்கியிருந்தோம். நிகெல் உடல்நிலை சரியாகி, அவனைச் சந்திக்கப்போவதற்கு ஒருவாரத்துக்கும் மேலே ஆனது. நான் அவனை அழைத்து, ரயில்பயண விவரங்களையும், எங்களை அங்கிருந்து வீட்டுக்கு அழைத்துப் போகச் சொல்லியும் கேட்டேன். "நான் இதை உனக்குத் தகவலாத்தான் சொல்றேன். என்கூட டானாவும் வர்றாரு. நான் எந்தவொரு பிரச்சனையையும் விரும்பல. சரியா?"

"நான் அவனைப் பாக்கவே விரும்பல. இப்ப நான் உனக்குச் சொல்றேன். இது எனக்கும் உனக்கும் இடையிலானப் பிரச்சனை."

"நிகெல்"

“எனக்குக் கவலையில்லை. அவனால இதுக்கு எதுவும் செய்ய முடியாது.”

“அவரால் செய்ய முடியுறது இப்போ நிறையவே இருக்குது. அவர் எனது எதிர்காலக் கணவர். அவரைத்தான் நான் கல்யாணம் பண்ணிக்கப் போறேன். சரியா? இங்கே நான் என்னவெல்லாம் செய்யப் போறேனோ அப்ப, அவர் என்கூடத்தான் இருப்பார்.”

“நான் அவனைப் பார்க்க விரும்பல. அவ்வளவுதான்.” அதனால், நான் வேல்ஸுக்குத் தனியாக வருவேன் என்று எதிர்பார்த்திருப்பான்போல. நான் இறங்கிய போது, அவன் வாகனங்கள் நிறுத்துமிடத்திலிருந்த ஒரு தூணில் சாய்ந்தபடி வழக்கம் போல சிகரெட் புகைத்துக் கொண்டிருந்தான். கடந்தமுறை பார்த்தபோது இருந்ததைவிட மிகவும் மோசமாக இருந்தான். தலைமுடி முன்னைக்காட்டிலும் நீளமாக இருந்தது. கண்களுக்குக் கீழே கருவளையங்கள் அடர்ந்திருந்தன.

நான் டானா பக்கமாய்த் திரும்பி, “ஓகே. அதோ அவன் அங்கேருக்கான். இப்போ நீங்க அமைதியாருக்கணும்” என்றேன்.

நாங்கள் அவனைநோக்கி நடந்தோம். நான் வாயைத்திறந்து பேசுவதற்கு முன்பே நிகெல், “நான் உன்கிட்ட சொன்னேன், இவனை நான் பாக்கவிரும்பலனு. நான் உன்கிட்ட சொன்னேன். ரொம்பத் துல்லியமாவே சொன்னேன். நான் உன்னை மட்டுமே பாக்க விரும்புறேன்.”

டானா கையிலிருந்த பைகளையெல்லாம் கீழே வைத்தார். “பாரு, நீ அவளை இப்படியெல்லாம் பேசக்கூடாது. என்னைப் பத்தியும் பேசக்கூடாது. நீ எதுக்காக, அவளைத் தனியே பாக்கணும்? இங்கே என்ன பிரச்னையிருக்கு? இனியொருமுறை அப்படி சொன்னே, உன் புட்டத்தை மிதிச்சே உடைச்சுருவேன்!”

நிகெல் இதைக்கேட்டதும் முன்னைக்காட்டிலும் வெளிறிப்போனான். “நல்லது… என் கார்ல போதுமான இடம் இல்ல.”

“உன்னோட ஈத்தரக்கார்ல நாங்க வரலை. நாம ஒரு டாக்சி எடுத்துக்குவோம். இப்பவே இதை முடிச்சுக்கணும்.”

நிகெல் வேகவேகமாக தனது காருக்குப் போனான். நாங்கள் அழைத்ததை அவன் கேட்கவேயில்லை. "இல்லையில்லை. என்னாலயெல்லாம் நீங்க விரும்புறது மாதிரி நடந்துக்க முடியாது." காருக்குள் தாவியேறினான். எஞ்சினை உசுப்பினான். எங்களைக் கடந்துபோகும் அவனைப்பார்த்தபடி, டானாவும் நானும் எங்கள் பைகளுக்கு அருகிலேயே நின்றிருந்தோம். அதிர்ஷ்டவசமாக, ரயில்நிலையத்துக்கு அருகிலேயே தங்கும் உணவு விடுதியொன்று இருந்தது. இந்தச்சூழ்நிலை உருவாக்கிய சோர்வு இருவருக்குமே இருந்தது. ஆனாலும் கவலைகளிலிருந்து மீளமுடியும். நாங்கள் வெளியில் சென்று, இந்திய உணவுக்கு ஆடர் செய்தோம். ஆனாலும் மகிழ்ச்சியாக இருக்கமுடியவில்லை. அங்கே வெறுமனே வாட்டங்கொண்டு அறைக்குப்போகும்வரையில் உட்கார்ந்தே இருந்தோம்.

அடுத்தநாள் காலையில் நிகெலை அழைத்தேன். "நான் என்னோட பொருட்களை மட்டும் எடுத்துக்க விரும்பறேன். சரியா? இதுக்கு நீ ஒத்துக்கலைன்னா, பரவால்ல விடு. மறந்துருவோம். என்பொருள்களை மட்டும் எனக்குத் தந்துரு." எதுவும் சரிப்பட்டு வரவில்லை. இப்போது டானாவும் நானும் தங்கும் உணவுவிடுதியிலிருந்து சற்றே வசதியான ஹோட்டலுக்கு மாறிக்கொண்டோம். நிகெலுடன் இந்த மூர்க்க நடவடிக்கை எந்தளவுக்கு இழுத்துக்கொண்டுபோகும் என்று கடவுளுக்குத்தான் தெரியும். வேறு இடத்துக்குப் போனதும், நான் அவனை மீண்டும் அழைத்தேன். "பாரு, ஏன் இந்தமாதிரி நடந்துக்குறே? எதுக்காக இதைச்செய்ற? எத்தனை வருஷத்துக்குத்தான் இது போகும்? ஏழு வருஷம்? எட்டு வருஷம். இப்ப வா?"

"சரி, இப்ப நீ என்னைப் பாக்க விரும்புற? சரி. ஆனா நீ மட்டும்தான். நான் உன்னைமட்டும்தான் ஹோட்டல்லருந்து கூப்ட்டுக்குவேன். ஆனா அவன் வெளில வந்தான்னு வெச்சுக்க. அவ்வளதான். நான் ஓட்டிட்டுப்போயிருவேன்." என்னால் வேறு எதுவும் செய்ய முடியவில்லை. பெருமூச்சொன்றை விட்டேன். அதிலிருந்து மீள வேறு வழியும் இல்லைபோலத்தோன்றியது. ஒத்துக்கொண்டேன்.

தொலைபேசியிலிருந்து கடந்து, டானாவிடம் நிலைமையைச் சொன்னேன். "தயவுபண்ணி என்னை அங்கே தனியாப்போக

அனுமதிங்க. அவனோட நான் பேசி முடிச்சுர்றேன். எனக்காக இதை நீங்க செய்ங்க."

"அது வேலைக்கு ஆகும்னு நீ நெனைச்சா, சரிதான். ஆனா அவன் உன்னைத் தொட்டான். அவ்வளவுதான் அவன் கதை. இப்ப நான்சொல்றேன். இந்தக் கழிசடையெல்லாம்வேணாம். அதை நீ செய்ணும்னு நினைச்சா, நான் தடுக்கமாட்டேன்." டானாவிடம் பக்கத்திலுள்ள ஹோட்டலில் இருக்கும்படியும், தேவைப்பட்டால் அழைப்பதாகச் சொன்னேன்.

நிகெல் என்னை, அவன் வாடகைக்கு எடுத்திருக்கும் குடிலுக்கு அழைத்துப் போனான். உள்ளேபோனதும் தேநீர் தயாரித்துக் கொண்டுவந்தான். "பாரு நிகெல். அவரு தான் நான் கல்யாணம் பண்ணிக்கப்போறவரு. அவரோட குழந்தைய நான் சுமந்துகிட்டுருக்கேன். உன்னோட கற்பனை உலகமும், அதுல நான் உன்னோட மதிப்புவாய்ந்த மனைவியும்ங்ற முட்டாள்தனமும், நாம சேர்ந்து வாழப்போறம்ங்ற மடத்தனமும் இனியும் இருக்கப்போறதில்லை. எல்லாம் முடிஞ்சுபோச்சு. சரியா? புரிஞ்சுக்கிட்டியா? நாம இப்ப அதைப்பத்திதான் பேசப் போறோம். எனக்கு டைவோர்ஸ் வேணும், இப்பவே இந்த வாரமே. இந்தக் குப்பைகளை நேர்பண்ணி முடிச்சுக்காம, நாங்க நியூயார்க் போகப் போறதில்ல."

"சரி. முதல்ல நான் உன்னை டைவோர்ஸ் பண்ணப் போறதில்லை, நீ எனக்குக் கடன்பட்டுருக்குற மொத்தப் பணத்தையும் குடுக்குறவரைக்கும்."

"என்னது நான் கடன்பட்டுருக்கேனா? எவ்வளவு? இத்தனை வருஷமா யார் உழைச்சு உனக்கு பணம் குடுத்துட்டுவந்தது?"

"அதெல்லாம் நீ சாப்பிட்டதுக்கே செலவாயிருச்சு."

"அப்படியா? நான் எப்போ இங்கேருந்தேன். சரி. நீ பணத்தாசைப் பிடிச்சு பேயா அலைறபோல. சரி, அது எவ்வளவு பணம்?"

"குறைந்தபட்சம் அதுவொரு நாற்பதாயிரம் பவுண்ட்."

"ஹா! அந்தளவு பணத்துக்கு நான் எங்கே போவேன்? அவ்வளவு பணம் என்கிட்டக் கிடையாது."

“எனக்குக் கவலையில்லை. எனக்குக் கவலையில்லை. எனக்குக் கவலையில்லை. இது எப்படித் தெரியுமா? நீ பணம் குடுக்காதவரைக்கும் நானும் உனக்கு டைவோர்ஸ் குடுக்கமாட்டேன். வேறு எதுவும்கூட. நீ பணத்தைக் கொண்டுவந்து குடுக்குறவரைக்கும் என்கிட்டருந்து விடுபடவும் போறதில்லை. என்னோட வீட்ட நான் உனக்காகத்தான் வித்தேன்.”

“அடமானம் வெச்சத மீட்க முடியாம நீ வித்தே. நான் உனக்கு பணம் குடுத்துக் குடுத்து நொந்து போய்ட்டேன். நீயொரு வேலைக்குப் போனேன்னா, இந்தமாதிரியெல்லாம் ஆகியிருக்காது. ஆனா நீ எதுவும் செய்யலை.”

“என்னாது? என்னவேலை செய்யச்சொல்ற? என்னமாதிரியான வேலை எனக்குக் கெடைக்கும் - மெக்டொனல்ட்ஸ்ல வேலை செய்யச் சொல்றியா?”

“கடனை அடைக்கணும்ன்னா எந்தமாதிரியான வேலைன்னா என்ன?”

“நான் செய்றதுக்கான சிறந்தவேலை அது இல்ல.”

“நீ எப்ப எதையும் உருப்படியா செஞ்சுருக்க?”

“நானொரு சுற்றுச்சூழலியல்வாதி.”

“ஆமா, சரிதான். நான் ஒருவேலை தேடிக்குடுத்தேன். அவங்க உன்னை மூட்டைக்கட்டி இந்தப்பக்கமே வரக்கூடாதுனு விரட்டியடிச்சுட்டாங்க. உன்னைக் கண்டிக்கிறதுக்குனு உன்பக்கத்துல யாருமில்லை. இந்தக் கழிசடையோட நான் மாறடிக்க வேண்டியிருக்கு. உனக்கு ஒத்த பென்னிகூட நான் குடுக்கமாட்டேன். அந்த பாஸ்போர்ட்ட நீயே வெச்சுக்க. அதைவெச்சு உன் இதை துடைச்சுக்க. இனிமே உன்கிட்ட பேசுறதுக்கு எதுவுமில்லைனு நல்லா தெரிஞ்சுபோச்சு. நாம செஞ்சுக்கிட்டது உண்மைக் கல்யாணம் இல்லை. அது சட்டப்படியானதும் இல்லை. ஏன்னா, எப்பவுமே நாம நெருக்கமா இருந்தது இல்லை.”

"அது உண்மையில்லை. சட்டம் அதை எப்படி பாக்கும்னு உனக்குத் தெரியல. நீ என்னைக் கல்யாணம் பண்ணீருக்க. நான் உன்னை விடப்போறதில்லை, வாரிஸ். உன்னோட குழந்தை, நீ சோரம்போய் பெத்தபிள்ளையா அதோட காலம் முழுசும் இருக்கப்போகுது."

நான் அப்படியே உட்கார்ந்துவிட்டேன். இதுபோலானதோர் கஷ்டத்தை நான் அனுபவித்ததில்லை. அச்சந்தருகின்ற அந்த முரணான சூழலை நான் எண்ணிப்பார்த்தேன். அவனைத் திருமணம்செய்ய முடிவுசெய்ததே, அவன் அல்லாஹ்வின் எண்ணம் என்று சொன்னதால்தான். அவனது சகோதரி எனக்கு நல்லதோழி. ஏதாவது பிரச்சனையென்றால், அவள் தலையிடுவாள் என்றும் நம்பியிருந்தேன். இப்போது அவள் இங்கே இல்லை. "நான் டைவோர்ஸ் வாங்குறேன், நிகெல். நீ சம்மதிச்சாலும் சம்மதிக்காட்டாலும். இதப்பத்தி இனிமே பேச நமக்குள்ள எதுவும் இல்லை."

அவன் என்னை மிகவும் கண்ணியமாகப் பார்த்தான். பின்னர் அமைதியாகச் சொன்னான். "நீ எனக்குக் கிடைக்கலைன்னா, எனக்குனு எதுவுமே இல்லை. நான் உன்னைக் கொன்றுருவேன். அப்பறம் என்னை அழிச்சுக்குவேன்."

நான் உறைந்துபோனேன். அங்கிருந்து நகருவதற்கு முடிவு செய்து முயற்சித்தேன். அச்சுறுத்தலாய் அவனைத் திட்ட ஆரம்பித்தேன். "என்னை அழைச்சுக்கிட்டுப் போக, டானா வந்துக்கிட்டுருக்காரு. நானாக இருக்குறதால உன்னை எதுவும் செய்ய முயற்சி பண்ணல." அங்கிருந்து உடனடியாக வெளியேற முடிவுசெய்தேன். ஏனென்றால் இந்தமுறை அவன் உண்மையிலேயே வேறொரு எல்லையில் நின்றுகொண்டு பேசினான். தரையில் வைத்திருந்த எனது பையை எடுக்கக் குனிந்தேன். என் பின்பக்கமாக ஒட்டிக்கொண்டு நின்றிருந்த அவன், என்னை உந்தித்தள்ளிவிட்டான். தடுமாறிய நான் அங்கிருந்த ஸ்டீரியோவில் முகம் உரச கீழே விழுந்தேன். பின்பு மரத்தரையில் உருண்டு மல்லாந்தேன். ஓரிரு நிமிடங்கள்தான். கத்திக்கொண்டு அங்கிருந்து நகர முற்பட்டேன். கடவுளே, என் குழந்தை! என் குழந்தைக்கு ஏதாவது ஆகிவிடுமோ என்ற அச்சம் எனக்குள் இருந்தது. அதனால் மெதுவாக எழுந்தேன்.

“தேவ்டியா சிறுக்கி, இன்னுமா நீ நல்லாருக்க?” அவன் இறைந்தான்.

“ஆமா. நான் நல்லாத்தான் இருக்கேன்.” அமைதியாகச் சொன்னேன். தனியாக இங்கேவந்ததை எனது முட்டதாள்தனம் என்று இப்போது உணர்ந்தேன். இங்கிருந்து முழுமையாக வெளியேற வேண்டும். “இட்ஸ் ஓகே. நான் நல்லாத்தான் இருக்கேன்.” நான் எழுந்துநிற்க உதவுவதுபோல நின்றிருந்தான். சிதறிக்கிடந்தப் பொருட்களை பொறுக்குவதுபோல நடித்தான். எனது மேலாடையை சரிசெய்துகொண்டேன்.

“நான் உன்னைக் கூட்டிட்டுப்போய் விட்டுருறேன். ஏறு கார்ல.” அவன் மீண்டும் கோபத்தின் உச்சத்துக்குப் போயிருந்தான். அவன் காரோட்டிக் கொண்டிருக்கும்போது, இவ்வாறாக நான் யோசித்தேன்: அவன் இந்தக் குழந்தையை வெறுக்கிறான். இந்தக் குழந்தை இறந்தாலொழிய அவனை எதுவும் சந்தோஷப்படுத்தாது. ஒருவேளை காரை தாறுமாறாக ஓட்டிச்சென்று, செங்குத்தான மலையிலிருந்து உருட்டிவிட்டுவிடுவானோ? காரின் சீட்பெல்டை அணிந்து கொண்டேன். இதற்கிடையே அவன் கத்தினான். கூச்சலிட்டான். அவனால் என்னென்ன பெயர்களில் கேவலமாகப் பேசமுடியுமோ அத்தனைப் பெயர்களையும் கொண்டு என்னை ஏசினான். நான் அங்கே வெறுமனே இறுகிப்போய் உட்கார்ந்திருந்தேன். பார்வையை நேராக வைத்துக்கொண்டேன். ஒரு வார்த்தைப் பேசவும் அச்சமாக இருந்தது. பேசினால், என்னைத் தாக்கிவிடுவானோ என்று பயந்து போயிருந்தேன். உணர்ச்சியற்று மரத்துப்போயிருந்தேன். என் கவலையெல்லாம் என் மீதானதாக இல்லை. குழந்தையை கவனமாகக் காத்துக்கொள்ள வேண்டும். நான் ஒரு போராளிதான். கர்ப்பமாக இல்லாதிருந்தால், இந்நேரம் அவனது விலா எலும்புகளை எண்ணியிருப்பேன்.

ஹோட்டலை வந்தடைந்தபோது அவன் ஆங்காரமாகக் கூச்சலிட்டான். “அவ்வளவுதான். நீ அங்கப்போய் எதுவும் நடந்ததாக் காட்டிக்கக் கூடாது. சும்மாத்தான் உக்காந்துருக்கணும் - நான் உன்ன என்னசெஞ்சேனோ அத சொல்லக்கூடாது!” காரை நிறுத்திய அதேநொடியில், அவன் என்னைக் குறுக்காக நெருங்கி, கதவைத்திறந்து வெளியில் தள்ளிவிட்டான். எனது

ஒரு கால் காருக்குள்ளேயே இருந்தது. நான் குறுக்காகத் தரையில் விழுந்துகிடந்தேன். காரிலிருந்து என்னை வெளியே எடுத்துக்கொள்ளப் போராடினேன். தட்டுத்தடுமாறி எழுந்து அறையை நோக்கி ஓடினேன்.

அப்போது டானா கதவைத் திறந்தார். கண்ணீர் என் முகத்தில் ஆறாய் ஓடிக் கொண்டிருந்தது. "என்ன நடந்துச்சு? அவன் உன்னை ஏதும் செஞ்சானா?"

எனக்கு எல்லாம் தெளிவாகத் தெரிந்தது. டானாவிடம் நான் உண்மையைச் சொன்னால், அவர் நிகெலைக் கொன்றுபோட்டு விடுவார். பின்பு அவர், சிறைக்குப் போக நேரிடும். நான் என் குழந்தையை தனியாக வளர்க்க வேண்டிவரும். "ஒன்றுமில்லை. வழக்கம்போல அவன் கெட்டவார்த்தைகளில் திட்டினான். என்னோட பொருட்களை கொடுக்க மாட்டேன்னுட்டான்" நான் மூக்கை உறிஞ்சினேன்.

"அவ்வளவுதானே? வாரிஸ், அந்தக் கழிசடைய மற. இதுக்கு அழறது மதிப்பில்லை." டானாவும் நானும் அடுத்துக்கிடைத்த விமானத்தில் நியூயார்க் வந்துவிட்டோம்.

இப்போது திரும்பிப் பார்க்கும்போது, இறுதியில் அவன் அந்தமாதிரியாக நடந்து கொண்டது ரொம்பவே அதிகமாகப்பட்டாலும், பிரிட்டனில் நான் தனியாக இருந்தபோது, எனக்கு நிறையவே அவன் உதவியிருக்கிறான். எனக்காக பல இடங்களில் சண்டை போட்டிருக்கிறான்.

எட்டுமாதக் கர்ப்பத்தில் இருந்தபோது, ஆப்பிரிக்கப் புகைப்படக்காரர் ஒருவர், நான் கருத்தரித்திருப்பதுக் கேள்விப்பட்டு என்னைப் படமெடுக்க விரும்பினார். அவர் பணிபுரியும் ஸ்பெயினுக்கு வரச்சொல்லிக் கேட்டுக்கொண்டார். அந்தக்கட்டத்தில் நான் அதைப் பெருமையாக உணர்ந்தேன். பயணம்செய்ய பயப்படவில்லை. ஆறுமாதத்துக்கு அப்புறம் பறக்கக்கூடாது என்பதெல்லாம் எனக்குத்தெரியும். தொளதொளப்பான ஸ்வெட்டரை அணிந்துகொண்டு விமானத்தில் ஏறிவிட்டேன். அவர் மிக அற்புதமான படங்களை மேரி கிளெய்ர்க்காக எடுத்தார்.

ஆனால் ஒன்றுக்குமேற்பட்டத் தடவைகள், நான் கர்ப்பத்துடன் பறக்க நேரிட்டது. குழந்தைபிறக்க இருபதுநாட்கள் இருக்கும்போது, அவன் பிறந்தபின்பு பார்த்துக்கொள்வதற்காக, டானாவின் குடும்பம் இருந்த ஓமாஹாவுக்குப் போகவிரும்பி, நெப்ரஸ்காவுக்குப் பறந்தேன். அங்கிருந்து, ஓமாஹா. டானாவுக்கு தொடர்நிகழ்ச்சிகள் கிளப்களில் இருந்தன. அதனால் அடுத்தவாரம் வருவதாகத் திட்டமிட்டிருந்தார். இங்கே வந்துசேர்ந்த சிலநாட்களில் என் வயிற்றைப் பார்த்துப்பார்த்து மகிழ்ந்தேன். இரவுக்கு முன்னால் சாப்பிடும் உணவு செரிமானம் ஆகாமல் போவதையெண்ணி வியந்தேன். இது சில நாட்களாகத் தொடர்ந்தும் அதை நான் யாரிடமும் சொல்லவில்லை. ஆனால் அடுத்தநாள் காலையில் எனக்கு உண்மையாகவே வயிறு வலித்தது. அது வயிறு வலிப்பதுபோல இல்லை. ஒருவேளை அது குழந்தை பிறப்பதற்கான வலியாக இருக்குமோ?

வேலைசெய்துகொண்டிருந்த டானாவின் அம்மாவை அழைத்துச் சொன்னேன். "பாருங்களேன், ஏதோ சொல்லத் தெரியாத விசித்திரமான வலி இருக்குது. அந்தவலி வந்துவந்து போகுது. அது நேத்து முழுசும் இருந்துச்சு. ராத்திரியும் இருந்துச்சு. ஆனா இப்ப ரொம்பவும் அதிகமாகுது. நான் என்ன சாப்புட்டேன்னு எனக்குத்தெரியல. ஆனா விநோதமாப்படுது."

"கடவுள் புண்ணியம், வாரிஸ்! உனக்கு வலி வந்துருச்சு!"

ஓ! உண்மையாகவே நான் மகிழ்ந்துபோனேன். ஏனென்றால் குழந்தை பெற்றுக் கொள்ளத் தயாராகவே இருந்தேன். நியூயார்க்கிலிருந்த டானாவைத் தொடர்புகொண்டு,

"எனக்குக் குழந்தை பிறக்கப் போகுதுன்னு நினைக்கிறேன்!" என்றேன்.

"வேண்டாம், வேண்டாம்! நான் வர்றவரைக்கும் நீ பெத்துக்காதே. நிறுத்திவை! குழந்தையை நிறுத்திவை! நான் வந்துக்கிட்டுருக்கேன். இதோ பிளைட் ஏறிட்டேன்."

"நீங்க எப்ப எழவு வரப்போறீங்க? நிறுத்தி வைக்கணுமாம்ல்ல! அதை நான் எப்படி செய்றது? குழந்தை பிறக்குறதை நிறுத்தணுமாம்!" கடவுளே, என்ன மனிதர்கள் இவர்கள்!

ஆனால் என் முதல் குழந்தை பிறக்கும்போது, டானா இங்கே இருக்கவேண்டும் என்று நான் விரும்பினேன். குழந்தை பிறப்பதை அவர் பார்க்கவில்லையென்றால் நான் துவண்டுவிடுவேன். அவருடைய அம்மாவிடம் நான்பேசியதும், மருத்துவமனைக்கு போன்செய்து, அங்கிருந்து ஒரு செவிலிப் பெண்ணை வரவழைத்து என்னைப் பரிசோதிக்கச் செய்தார். வந்த அந்த செவிலிப்பெண், குழந்தைபிறக்க வேண்டுமென்றால், நான் கட்டாயம் நடக்கவேண்டும் என்று சொல்லியிருந்தாள். இப்போது குழந்தைபிறக்க வேண்டாமென்றால் நான் அதை மறுதலிக்க வேண்டும். அதனால் நான் முற்றிலும் செயலற்று இருந்தேன்.

அன்று மாலைவரையில் டானா வந்துசேரவில்லை. இந்தமுறை வலி தொடர்ந்து மூன்றுநாட்களாக இருந்தது. டானாவின் அப்பா அவரை அழைத்துவர விமான நிலையத்துக்குச் சென்றிருந்தார். எனக்கு மூச்சுத்திணறல் கடுமையானது. "ஓ, ஓ, ஓ, ஈஈஈஈ, ஹா! அய்யோ. கடவுளே!"

"பொறுத்துக்க வாரிஸ், பொறுத்துக்க!" டானாவின் அம்மா ஆறுதல் சொன்னார். மருத்துவமனைக்குப் போகும்நேரம் நெருங்கிவிட்டதாக நாங்கள் முடிவுசெய்தோம். ஆனால் எங்களால் போகமுடியவில்லை. காரை டானாவின் அப்பா கொண்டு போயிருந்தார். நான் கத்த ஆரம்பித்த பின்பும், அவர்கள் வீடு திரும்பவில்லை. "காரைக் கொண்டு வாங்க. நாங்க ஆஸ்பத்திரி போகணும்!"

மருத்துவமனைக்கு பத்துமணிவாக்கில் வந்தோம். அடுத்தநாள் காலை பத்துமணி வரைக்கும் நான் வலியுடனே இருந்தேன். "மரத்தில் மேலும்கீழுமாக ஊஞ்சலாட வேண்டும்போலிருந்தது!" கத்தினேன். கூச்சலிட்டேன். இது விலங்குகளின் கலப்படமற்ற இயல்புணர்ச்சி. ஒரு குரங்கின் இயல்பு. ஏனென்றால் விலங்குகள் அப்படித்தான் செய்யும். அவை சுற்றிச்சுற்றிவரும். அப்படியே உட்காரும். குந்தும். ஓடும். குழந்தை பிறக்கும்வரை ஊஞ்சலாடும். அவை சும்மாக்கிடப்பது இல்லை. அந்த நாளிலிருந்து டானா என்னை குரங்கு என்றே அழைத்துவருகிறார். அது இன்றும் தொடர்கிறது. அவர் உச்சக் குரலில் கத்தினார். "ஆஆஆ, மரத்தில் ஊஞ்சல்போல ஆடவேண்டும்!"

நாங்கள் பிரசவ அறைக்குள் இருந்தபோது, தந்தை பதவியை எதிர்நோக்கியிருந்த அவர், "நல்லா மூச்சுவிடு, செல்லம், ஆழமா மூச்சுவிடு" என்று ஊக்குவித்தார்.

"ஆமா... இப்ப ஓ...ழு. ஓடிப்போயிரு. நான் உன்னைக் கொன்னுருவேன். தாயோளி" அவரைச் சுட்டுக்கொல்ல விரும்பினேன். நான் செத்துவிட வேண்டும். சாகுமுன் அவரைச் சுட்டுக்கொன்றுவிட வேண்டும்.

முடிவில், அன்று மதியம் அந்தத்தருணம் வந்தது. எனக்கு அறுவைச் சிகிச்சை செய்த அந்த லண்டன் டாக்டருக்கு நான் ரொம்பவும் நன்றிக்கடன்பட்டிருக்கிறேன். அந்தத் தையல் இன்னும் இருந்திருந்தால், இந்தப் பிரசவத்தை நான் கற்பனையில்கூட எண்ணிப்பார்த்திருக்க முடியாது. அதன்பிறகு, ஒன்பதுமாதக் காத்திருப்பு, மூன்று நாட்கள் வேதனையையடுத்து, அவனைப் பார்ப்பதற்கு மகிழ்ச்சியாக இருந்தது - அந்த சிறிய சிறிய பொருளை. அவன் ரொம்பவே அழகாக இருந்தான். பட்டுப்போன்ற கறுப்பு முடி. சின்ன, சின்னவாய். நீண்ட பாதங்கள், விரல்கள். இருபது அங்குல உயரமாக இருந்தவன், எடையில் ஆறுபவுண்ட்டுகளும் பதிமூன்று அவுன்ஸ் மட்டுமே இருந்தான். என் மகன் பிறந்ததுமே உடனடியாகச் சொன்னான் "ஆ". அறையை ஆவலாகச் சுற்றிச் சுற்றிப் பார்த்தான். இதெல்லாம் எனக்குத் தெரியும், அப்பறம்? இதென்ன? இது வெளிச்சம்? ஒன்பதுமாத காலம் இருட்டறையில் இருந்தவன், ஒவ்வொன்றையும் ஆழ்ந்து உணர்ந்தான்.

குழந்தை பிறந்தவுடனேயே அதைக்கொண்டுவந்து என் மார்பின்மீது, கழிவு இரத்தம் அனைத்துடனும் அப்படியே போடச்சொல்லி, அங்கிருந்தப் பணியாளர்களிடம் நான் சொல்லிவைத்திருந்தேன். அவர்களும் அப்படியே செய்தார்கள். குழந்தையைப் பார்த்ததும் அத்தனைநாள் பட்ட துயரமும் பஞ்சாய்ப் பறந்துவிடும் என்று ஒவ்வொரு தாயும் சொல்வது உண்மைதான் என்பதை அப்போது உணர்ந்தேன். குழந்தையை நெஞ்சில் தவழவிட்டதும் சட்டென்று வலியெல்லாம் மறந்துபோய்விட்டது. அந்தநொடியில் அங்கே வலியிருக்கவில்லை. மகிழ்ச்சிமட்டுமே நிரவிக்கிடந்தது.

நான் குழந்தைக்கு அலீக் என்று பெயரிட்டேன். சோமாலிய மொழியில் வலுவான சிங்கம் என்றுபொருள். தனது சிறிய வாயைக் கோணுவது, அவனது கொழுகொழுக் கன்னங்கள், சுருள்சுருளானக் கருமுடியெல்லாம், அவன் இப்போது சிங்கம் என்பதைக் காட்டிலும் ஒரு தேவகுமாரனாகத் தெரிந்தான். அவனது பெரிய, ஆனால் மென்மையான முன்நெற்றி அப்படியே என்னைப்போல இருந்தது. நான் அவனுடன் பேச்சுக்கொடுக்கும் போதெல்லாம் அவன் தனது சிறியவாயை ஒரு சிட்டுக்குருவிபோல, குவித்து மடித்து பாடத்தயாராவான். பிறந்தநொடியிலிருந்தே எல்லையில்லாத் துடிப்புடன் இருந்தான். எல்லாவற்றையும் அமைதியாகப் பார்த்தான். அவனது புதிய உலகை உள்வாங்கினான்.

நான் சிறுமியாக இருந்தபோது, விலங்குகளை மேய்த்துவிட்டு, வீடுதிரும்பி அவற்றைக் கொட்டடத்தில் அடைத்துத் தீனிபோட்டு ஓய்ந்ததும், ஓடோடிவந்து அம்மா மடியில் படுத்துக்கொள்வேன். அம்மா என் தலையை வருடிக்கொடுப்பார். அது எனக்கு அத்தனை அமைதியையும் பாதுகாப்பையும் தரும். நான் இப்போது அதை, அலீக்குக்குக் கொடுக்கிறேன். நான் அப்படிச் செய்யும்போது, அதை அவன் விரும்பினான். அவன் தலையை வருடிக்கொடுக்கும் போதெல்லாம் என் கைகளுக்குள் ஆழ்ந்தத் தூக்கத்திற்குள் போய்விடுவான்.

அவன் பிறந்தநாளிலிருந்து, என் வாழ்க்கைமுறை மாறிவிட்டது. அவனிடமிருந்து மகிழ்ச்சியைப் பெறுவது ஒன்றுமட்டுமே எனக்கு, இப்போது சந்தோஷத்தைத் தருவதாக இருந்தது. நானாக வலிந்து இழுத்துப்போட்டுக்கொண்ட குறைகளையும் கவலைகளையும் அவனுக்கு முன்னால் ஒன்றும் இல்லை என்பதாக உணர்ந்தேன். வாழ்க்கை - வாழ்க்கையின் பரிசு - என்ன என்பதை என் மகன் பிறந்து அதை உயிரோட்டமாக்கினான்.

17

எங்கள் கலாச்சாரத்தில் ஒரு பெண் தாயான பின்புதான், அவளுக்கான மதிப்பு முழுமையாக அடையாளப்படுத்தப் படுகின்றது. இன்னொரு உயிரை உலகத்துக்குக் கொண்டு வருபவளாக அவள் இருக்கின்றாள். வாழ்வுக்கானப் பரிசை தனது பங்களிப்பாக பூமிக்குக் கொடுக்கிறாள். அலீக் பிறந்தபின்பு நான், நான்கூட ஒரு அம்மாவாக, ஒரு பெண் அடைய வேண்டிய அடையாள நிலைக்கு வந்தேன். பெண்மை எனும் சக்கரத்தின் தொடக்கம் அறியாப் பருவமான எனது ஐந்துவயதில், தொடங்கியது. எனது பிறப்புறுப்பில் விருத்தசேதனம் செய்தார்கள். அப்போது தொடங்கியச் சுற்றின் இறுதிப்புள்ளி, எனது முப்பது வயதில் பிள்ளைப்பேறுடன் முடிந்திருக்கின்றது, நான் ஒரு தாயாக அடையாளப்படுத்தப் பட்டிருக்கின்றேன். பெண்ணாகப் பிறந்ததனால், ஒரு சோமாலியப் பெண் சுமக்கவேண்டிய சுமக்கமுடியாத சுமைகளை என்னால் புரிந்துகொள்ள முடியும். அதை அவர்கள் வலியுடன் சுமக்கிறார்கள். மேலைநாட்டில் ஒருபெண்ணாக, நான்செய்த வேலைகளில் பெரிய போராட்டங்களை சந்தித்திருக்கின்றேன். சிலநாட்கள் என்னால் எதுவும் செய்ய முடியாமலேயே போயிருக்கின்றன: மெக்டொனால்ட்ஸில் தரையைச் சுத்தம் செய்யும் பணியின்போது, மாதவிடாய்க் காலத்தின் வலியால்துடித்து, செத்துவிடுவோமா என்றெல்லாம் எண்ணியிருக்கிறேன். அத்தனைக் கடுமையானது, அந்தவலி. எனது பெண்ணுறுப்பைக் கசாப்பாய்க் கொத்தியெடுத்து, மூடப்பட்டத் தையல்களை அறுவை சிகிச்சை மூலமாக சீர்செய்து திறந்தபின்புதான் என்னால், உருப்படியாக சிறுநீர் கழிக்கவே முடிந்தது. ஒன்பதுமாத கால கர்ப்பத்தின்போது

வாத்துநடைபோட்டு, சுரங்கப்பாதையின் வழியே படிகளில் இறங்கி, ஹாலேமுக்கான சாலையின் படிகளில் ஏறி, சந்தையில் உணவுப் பொருட்களை வாங்கியபோதும், மூன்றுநாட்கள் மருத்துவமனையில் வலியால் துடித்தபோதும் டாக்டர்களின் முன்னிலையிலேயே பிரசவ அறைக்குள்ளேயே நிச்சயமாக செத்துவிடுவோமோ என்ற அச்சம் இருந்துகொண்டே இருந்தது.

நான் அதிர்ஷ்டக்காரிதான். அது உண்மையாகியிருந்தது. புதர்கள் மண்டிய பாலைவனத்தில் தனது ஆடுகளுக்காகத் தண்ணீர்த்தேடி, பல ஆயிரம் மைல்கள் நடந்துநடந்து கால்கள் தேய்ந்துபோனவள், மாதவிடாய்க் காலத்தின் வலியின்போது, வெற்றுக்கால்களுடன் நேராக நிற்கக்கூட முடியாது. குழந்தை பிறந்ததும், ஊசிநூல் கொண்டு அவளது பிறப்புறுப்பை துணிதைப்பதுபோல தைத்து, கணவனுக்காக அவளது புழை துவாரத்தை இறுக்கமாக்கி வைப்பது அல்லது தனது பதினோரு குழந்தைகளும் பட்டினியால் வாடிவிடாமலிருக்க, உணவுதேடி ஒரு ஒன்பது மாத கர்ப்பிணித்தாய் அலைந்துதிரிவது அல்லது இறுக்கமாகத் தைத்துவைப்பட்ட புழைகுறித்த கவலையில்லாது, என்னவானாலும் பரவாயில்லை, முதல்குழந்தையைப் பெற்றெடுக்க வேண்டும் என்று நிர்பந்திப்பது அல்லது என் அம்மாவைப்போல - பாலைவனத்துக்குள் தனியாகச்சென்று தனக்குத் தானே பிரசவம் பார்த்துக்கொள்வது. எதிர்பாராதவிதமாக அல்லது நல்லவேளையாக, இந்தக் கேள்விகளுக்கெல்லாம் நான் பதிலை தெரிந்துவைத்திருக்கின்றேன். பலர் ரத்தப்போக்கில் தனியே கிடந்து செத்து மடிந்திருக்கிறார்கள். அவர்கள் ஒருவேளை அதிர்ஷ்டக்காரர்களாக இருந்தால், அவர்களின் உடல்களை வல்லூறுகளும் கழுதைப்புலிகளும் கொத்தித் தின்பதற்கு முன்பு கண்டெடுத்துவிட முடியும்.

நான் வளர்ந்ததும், நிறைய தெரிந்துகொண்டதும், நான் தனியாள் இல்லை என்று அறிந்துகொண்டேன். கொள்ளைநோயாக விருத்தசேதனம் செய்து ஒரு உறைபோட்டு அதை மூடிவிட்டதுபோல, உலகம் முழுவதும் பல லட்சம் சிறுமிகளும் பெண்களும் பிரச்சனைக்கு ஆளாகியிருக்கிறார்கள். அறியாமை எனும் சடங்குகளால் ஆப்பிரிக்க கண்டத்தில் வசிக்கும் பலபெண்கள், தங்கள் வலியுடனேயேதான்

வாழ்கிறார்கள். பாலைவனத்தில் இருக்கும் - என் அம்மா போன்ற - பணமில்லாத, அதிகாரம் ஏதுமில்லாத அந்தப் பெண்களுக்கு யார்வந்து உதவப்போகிறார்கள்? குரலற்ற அந்தச் சிறுமிகளுக்காக, பெண்களுக்காக, யாரோ சிலர் பேசித்தானே ஆகவேண்டும். அவர்களில் ஒருத்தியாக, நானும் ஒரு நாடோடிப் பழங்குடி இனப்பெண்ணாக இருப்பதால், அவர்களுக்கு உதவுவது என்மேல் முன்னமே கட்டமைக்கப்பட்ட ஊழாக நான் நினைக்கிறேன்.

எனது வாழ்வில் ஏன் இத்தனை சம்பவங்கள். அவையெல்லாம் சுத்தமான தற்செயல் வாய்ப்புகளால் நிகழ்ந்தவைதான் என்று நான் விளக்க முடியாது. தற்செயல் நிகழ்வுகள் என்பதில் எனக்கு நம்பிக்கை கிடையாது. நமது வாழ்க்கையைவிட உயர்ந்த வேறொன்று என்னவோ இருக்கின்றது. வீட்டைவிட்டு ஓடிவந்தபோது, கடவுள் என்னை சிங்கத்திடமிருந்து காப்பாற்றினார். அந்த அற்புதத் தருணத்திலிருந்து, கடவுள் எனக்கானத் திட்டத்தை வகுத்திருக்கின்றார் என்பதை நான் உணர்ந்தே வந்திருக்கின்றேன். அதனால்தான் என்னைக் காப்பாற்றியிருக்கிறார். அதுதான் காரணமென்றால், அந்தக் காரணம் என்ன?

கொஞ்ச காலத்துக்குப் பின்பு, பேஷன் பத்திரிகையான மேரி கிளெய்ர் இதழின் பெண் எழுத்தாளர் ஒருவர், எனது நேர்காணலுக்கு நேரம் குறித்திருந்தார். எங்கள் சந்திப்புக்கு முன்னால், அந்தக் கட்டுரையில் நான் என்னசொல்ல விரும்புகிறேன் என்று ஏராளமானத் தரவுகளைக் கொடுத்தேன். அந்த எழுத்தாளர் லாரா ஜிவ்-வை ஒரு மதிய உணவுவேளையின்போது சந்தித்தேன். அவள்முகம் எனக்குப் பிடித்திருந்தது. சரியான ஆள் என்றும் கணித்தேன். அவளிடம் சொன்னேன். “பாருங்க, நீங்க என்னமாதிரியானக் கதையை என்னிடமிருந்து விரும்புறீங்கனு எனக்குத் தெரியல. ஆனா பேஷன் பத்திரிகைகள் எல்லாமே மாடல்பெண்ணின் உள்ளீடுகளை பலலட்சம் தடவை எழுதித்தள்ளிருச்சு. நான்சொல்ற கதையை அச்சேத்துவீங்கன்னா, உங்களுக்கு ஒரு உண்மைக் கதையைச் சொல்றேன்.”

"ஓ? ரொம்ப சந்தோஷம். என்னால முடிஞ்ச அளவுக்கு செய்துர்றேன்," டேப் ரெக்கார்டரை இயக்கினாள். சிறுமியாக இருந்தபோது எனக்கு நடந்த விருத்தசேதனக் கதையை நான் அவளுக்குச் சொன்னேன். நேர்காணலில் பாதிகூட போயிருக்காது, அவள் திடீரென்று அழத்தொடங்கினாள். டேப் ரெக்கார்டரை அணைத்துவிட்டாள்.

"ஹேய், என்னாச்சு?"

"அம்மாடி, இவ்வளவு பயங்கரமாருக்கே... இது அறுவருப்பாவும் வெறுப்பாவும் இருக்கு. இன்னைக்கும் இப்படி நடந்துக்கிட்டுருக்குங்றதை என்னால கனவுலயும் நெனச்சுப்பாக்க முடியாது."

"இப்போ நீங்க அங்கே போங்க. மேற்குலக மக்களுக்கு இது எதுவுமே தெரியாது. அதுதான் விஷயம். இந்தக் கதையை உங்களோட கொண்டாடப்படுற, கவர்ச்சி நிறைந்த, பகட்டான புத்தகத்துல போடமுடியுமா?"

"நான் உத்தரவாதமாச் சொல்றேன். என்னால முடிஞ்சதை நான் வெளிலக் கொண்டுவர முயற்சிக்கிறேன். இறுதிமுடிவு என்னோட பாஸ் கைலதான் இருக்கு."

நேர்காணல் நடந்துமுடிந்த மறுநாள், அப்படிப் பேசியிருக்கக் கூடாதோ, சுய அறிவிழந்து செய்துவிட்டோமோ என்ற தடுமாற்றம், லேசாக எனக்குள் இருந்தது. எல்லோருக்கும் நான் என்ன தொழில் செய்கிறேன் என்பது வெளிப்படையாகத் தெரியும். நான் பேசியிருப்பது, என்னிடமுள்ள மிகமுக்கியமான ரகசியம். எனது நெருங்கிய நண்பர்களுக்குக்கூடத் தெரியாது, எனது சிறுவயதில் எனக்கு என்ன நடந்தது என்று. அது சோமாலியாவில் நெடுங்காலமாகக் கடைபிடிக்கப்பட்டுவரும் ஒரு தனிப்பட்டக் கலாச்சாரம். அதை நான், என்னால் முடிந்த அளவுக்கு எப்போதும் பேசுவதுபோல, மிக எளிதாக வெளிப்படுத்திவிட்டேன். பல லட்சம் முகமறியாதவர்களின் அந்தரங்கத்தை நான் இப்போது பேசியிருக்கிறேன். ஆனாலும் இறுதிமுடிவாக, நான் நினைத்துக் கொண்டேன்: விடு, பாப்போம். அது என்ன செய்துவிடும். எனது கௌரவத்தைக் காவு வாங்குமா?

வேண்டுமானால், எடுத்துக்கொள்ளட்டும். எனது கௌரவத்தை ஆடைகளைக் கழற்றுவதுபோல கழற்றிக்கொள்ளட்டும். நான் அதனைக் கழற்றிப்போட்டுவிட்டு, அது இல்லாமலேயே இருந்துகொள்கிறேன். ஆனால், மற்ற சோமாலியர்களின் மறுமொழி என்னவாக இருக்கும் என்பதுகுறித்து நான் கொஞ்சம் கவலைப்பட்டேன். அவர்கள் இப்படிச் சொல்வார்கள் என்று கற்பனை செய்துகொண்டேன். "என்ன தைரியமிருந்தா, நீ நம்ம முன்னோர் பழக்க வழக்கங்களை விமரிசனம் பண்ணீருப்ப!" எதியோப்பியாவில் என் குடும்பத்தைக் காணும்போது, அவர்கள் எதிரொலித்ததுபோல, "நீ மேலைநாட்டுக்குப் போய்ட்டதால, உனக்கு எல்லாம் தெரிஞ்சுருச்சுனு நினைக்கிறியா?"

எனக்கு நடந்த விருத்தசேதனம் குறித்து, இரண்டு காரணங்களுக்காக நான், அதைப்பற்றிப் பேசவேண்டிய தேவைகளைக் கொண்டிருந்தேன். முதலாவதாக, அது என்னை மிகவும் ஆழமாகப் பாதித்திருந்தது. உடல்ரீதியானக் கோளாறுகளைத் தாண்டி, நான் அதனுடன் இன்னமும் போராடிக் கொண்டிருக்கின்றேன். இப்போதும் நான் பாலியல் இன்பத்தை அறியாதவளாகவே இருக்கின்றேன். அது எனக்கு மறுக்கப்பட்டிருக்கின்றது.

நான் முழுமையற்றவள் என்பதாக உணருகிறேன். என்னிடம் ஏதோ குறைபாடு, ஒச்சம் இருக்கின்றது. அதை என்னால் சீர்படுத்திக்கொள்ள முடியாது என்பதை நான் உணரும் போது, என் உணர்வுகளெல்லாம், உணர்ச்சியற்றுப் போய்விடுகின்றன. டானாவை சந்தித்தபின்பு, அவருடன் காதலில் விழுந்தேன். ஒரு ஆண்மகனுடன் உடல்ரீதியாகக் கலக்கும் பாலியல் சந்தோஷத்தை அனுபவமாகப் பெறவிரும்பினேன். இப்போது நீங்கள் என்னிடம், "நீ பாலியல் இன்பத்தை சுகித்திருக்கிறாயா?" என்றுகேட்டால், மரபார்ந்த ரீதியில் நான் சுகித்திருக்கவில்லை என்றே சொல்வேன். டானாவை வெகுவாக நேசிப்பதால், எளிமையாக உடல்ரீதியாக அவருடன் நெருக்கமாக இருக்கிறேன்.

என்வாழ்வின் எல்லா தருணங்களிலும், எனக்குச் செய்யப்பட்ட விருத்தசேதனம் குறித்து, காரணங்களை அறிய முயற்சிசெய்து கொண்டே இருக்கின்றேன். ஒருவேளை அதற்குத்தகுந்த காரணத்தை நான் பெற்றுவிட்டால், அவர்கள் எனக்கு

விருத்தசேதனம் செய்தது சரிதான் என்பதை ஒத்துக்கொள்வேன். ஆனால் அப்படியேதும் இருப்பதாக நான் நினைக்கவில்லை. நீண்டகாலமாக, அதற்கானக் காரணம் தேடி அலைந்தும், எதுவும் கிடைக்காததால், நான் கோபமாகியிருக்கிறேன். அதனாலேயே என் ரகசியம் பற்றிப் பேசவேண்டியத் தேவை உருவானது. ஏனென்றால் அதை என் வாழ்க்கை முழுவதும் உள்ளீடாகப் பொத்திப்பொத்திக் கொண்டுவந்திருக்கிறேன். என் குடும்பம் என்று எதுவும் என்னைச் சுற்றியில்லை. அம்மா இல்லை. சகோதரிகள் இல்லை. எனது துயரங்களைப் பகிர்ந்துகொள்ள எனக்கென்று யாருமில்லை. பாதிக்கப்பட்டவர் என்ற சொல்லை, நான் வெறுக்கிறேன். ஏனென்றால் அச்சொல்லுக்குப் பொருள் உதவியற்றவர், நாதியற்றவர் என்று ஒலிக்கின்றது. அந்த நாடோடிப் பெண் என் பிறப்புறுப்பைக் கொத்திக் குதறினாளே, அதுதான் துல்லியமாக இப்போது நான். என்றபோதும், ஒரு வளர்ந்த பெண்ணாக, நான் ஒரு பாதிக்கப்பட்டவர் என்ற சொல்லாக இருக்கவிரும்பவில்லை. ஏதேனும் காரியத்தில் நான் இறங்கவேண்டும். மேரி கிளெய்ர் பத்திரிகையை வாசித்ததன் மூலமாக, விருத்தசேதனப் பாதிப்புக்கு உள்ளானப் பெண்களில் யாராவது ஒருவர் வாய்த்திறந்தால் போதும் என்று விரும்புகிறேன். ஏனென்றால், என் தேசத்திலுள்ள எல்லாப் பெண்களும் வாய்மூடி மௌனிகளாக இருக்கின்றனர்.

என் ரகசியத்தை அறிந்துகொண்ட மக்கள், என்னைத் தெருவில் பார்க்க நேரும் போது, விநோதமாகப் பார்ப்பார்கள் என்றே தோன்றியது. அதைப்பற்றி நான் கவலைப்படுவதில்லை என்று முடிவுசெய்திருந்தேன். இரண்டாவதாக, இந்த நேர்காணலுக்கு ஒத்துக்கொண்டது, இந்த நடைமுறை இன்னும் தொடர்ந்து கொண்டிருக்கின்றது என்ற விழிப்புணர்வு மக்களிடையே ஏற்பட வேண்டுமென்பதற்காகத்தான். இதை நான், எனக்காகச் செய்துகொள்ளவில்லை. இந்தக் கொடூர நடைமுறைக்கு உட்படுத்தப்படும் உலகத்திலுள்ள அத்தனை சிறுமிகளுக்காகவும்தான் செய்தேன். நூற்றுக்கணக்கில் இல்லை, ஆயிரக்கணக்கில் இல்லை, லட்சக்கணக்கான சிறுமிகள் இந்தக் கொடுமையுடன் வாழ்ந்து கொண்டிருக்கிறார்கள். அதனால் இறந்து கொண்டும் இருக்கிறார்கள். விருத்தசேதனத்தால், ஏற்கனவே சேதம் செய்யப்பட்டுவிட்ட நிலையில், அதை நான் சீர்படுத்திக்கொண்டது, ரொம்பவும் தாமதமான ஒன்று. ஆனால்

மற்ற ஒருசிலரை அதிலிருந்து நான் காப்பாற்ற ஒருவேளை என்னால் முடியும் இல்லையா?

எனது நேர்காணல், “பெண் விருத்தசேதனத் துன்பியல்” எனும் தலைப்பில் வெளியானது. அதற்கான மறுமொழிகள் மிகவும் தத்ரூபமாக இருந்தன. லாரா, மிக அருமையானப் பணியைச் செய்திருந்தாள். மேரி கிளெய்ர் தன்பங்குக்கு, மிக தைரியமாக அதை வெளியிட்டிருந்தது. பத்திரிகைக்கும், ஈகுவாலிடி நவ் என்ற பெண்கள் உரிமைக்காகப் போராடும் நிறுவனம் ஒன்றுக்கும், நேர்காணலுக்கு ஆதரவாகக் கடிதங்கள் வந்து குவிந்தன. கதையை லாராவிடம் நான் சொன்னபோது, அவள் எப்படி அதிர்ந்தாலோ, அதுபோல வாசகர்களும் அதிர்ந்துபோயிருப்பது வெளிப்படையாகத் தெரிந்தது.

மார்ச் மாத மேரி கிளெய்ர் இதழில் வெளியாகியிருந்த பெண்கள் விருத்தசேதனம் குறித்த பயங்கரமானக் கட்டுரை ஒன்றை வாசித்தேன். அதை என் நினைவுகளிலிருந்து அகற்ற முடியவில்லை. அதை நம்புவதற்கு மிகவும் கடினமாக இருந்தது. மனிதத் தன்மையற்ற கொடூரமான இந்தச் செய்கையை ஆணோ, பெண்ணோ, யாரோ, மறக்கவோ அல்லது கடந்துபோய்விடவோ முடியாது. பாலினத்தைக் கடவுள் நண்பனாகவும் தோழனாகவும்தான் படைத்திருக்கின்றார். ஆண்கள் ‘தங்கள் மனைவியை நேசிக்க வேண்டும்’ என்று பைபிள் கூறுகிறது. கலாச்சாரத்தின் அடிப்படையில் நடத்தப்படும் இதுபோன்ற செய்கைகளின்போது கடவுள் இருக்கின்றாரா என்பது தெரியவருவதில்லை. மனிதர்களும் உதவுவதில்லை. அதேவேளையில், அந்தவலியை, கோளாறுகளை உண்டாக்கி, பெண்ணை மரணத்துக்கு இட்டுச்செல்வது தவறான ஒன்று. எப்படி அவர்கள் தங்கள் மனைவிக்கு, மகள்களுக்கு, சகோதரிகளுக்கு இந்தக்கொடூரம் தொடர்வதை அனுமதிக்கின்றனர்? நிச்சயமாக, அவர்கள் தங்கள் பெண்களை பலவழிகளில் அழிக்கின்றனர் என்பதை கட்டாயம் அறிய வேண்டும்.

கடவுள் நமக்கு உதவுவார். நிச்சயமாக, நாம் ஏதாவது செய்யவேண்டும். நான் அதைப்பற்றி யோசித்துக்கொண்டுதான் படுக்கைக்குப் போகின்றேன். அதைப்பற்றி யோசித்துக்

கொண்டுதான் கண் விழிக்கின்றேன். நாள்முழுவதும் அதையெண்ணி அழுகின்றேன். வேர்ல்டு விஷன் அல்லது வேறு ஏதாவது ஒரு நிறுவனம் போன்றவற்றால் இந்தமக்கள் அறிவூட்டப்படவேண்டும். இதனால் திருமணங்கள் மற்றும் உறவுமுறை ஆணுக்கும் பெண்ணுக்கும் எப்படி வலுப்பெறும் என்பதைப் புகட்டவேண்டும். பெண்கள் சில காரணங்களுக்காகவே, குறிப்பிட்ட உறுப்புகளுடன் பிறக்கின்றனர். ஆண்களுக்கு இருப்பதைபோலவே!

மற்றொன்று:

வாரிஸ் டைரி குறித்தக் கட்டுரையை, இப்போதுதான் வாசித்து முடித்தேன். இது போன்ற சித்ரவதைகளும் உறுப்புச் சிதைப்புகளும் இன்னும் சிறுமிகள்மீது நிகழ்த்தப்படுவது, என்னை வேதனைக்கு உள்ளாக்கியிருக்கிறது. மனிதத்தன்மையற்ற இதுபோன்ற செயல்கள், இன்றும்தொடர்வதை நம்புவதும் கடினமான ஒன்றாகவும் இருக்கின்றது. தங்கள் வாழ்நாள் முழுவதும் இந்தத் துயரத்தை பெண்கள் சுமந்து கொண்டிருப்பது, நம்புதற்கரிய பிரச்சனையாக இருக்கின்றது. மரபார்ந்ததோ அல்லதோ உலகளவில் பெண்கள் மீது நிகழ்த்தப்படும் இதுபோன்ற கொடுமைகள் முடிவுக்கு வரவேண்டும். ஒரு ஆணுடைய உறுப்பை அறுத்து, மீண்டும் தைத்தால், இதுபோன்ற நடைமுறைகள் நின்று விடும் என்று நான் உத்தரவாதம் தருகிறேன். ஒருபெண் வலியிலும் தீராதவேதனையிலும் இருக்கும்போது, எப்படியொருவன் உடல்ரீதியாகப் பெண்ணுடன் இணையமுடியும்? இந்தக் கட்டுரை என் கண்களில் கண்ணீரை வரவழைத்துவிட்டது. மேல்தகவலுக்கு உதவிகேட்டு, ஈகுவாலிடி நவ் நிறுவனத்துக்கு எழுதப்போகிறேன்.

என் முகவரிக்கு வந்த பிறிதொரு கடிதம்:

ஏராளமானத் துயரக் கதைகள் சொல்லப்பட்டு வந்திருக்கின்றன. எதிர்காலத்தில் இன்னும் பலகதைகள் சொல்லப்படலாம். ஆனால் வாரிஸ், ஒட்டுமொத்தக் கலாச்சாரத்தையும், தங்கள் குழந்தைகளுக்கு என்ன செய்கிறோம் என்ற பயங்கரத்தை உணராத மக்களைப் பற்றியும் இனி எந்தக் கதையும் வரப்போவதில்லை. இதைத்தாண்டி ஒரு கொடுமை உலகத்தில் இல்லை. இதைப்படித்ததும் அழுதுவிட்டேன். ஆழ்ந்தத்

துயரத்துக்கும் உள்ளானேன். இதுபோன்ற கொடூரங்களை மாற்ற விரும்புகின்றேன். ஆனால் தனித்த ஒருவனால் என்ன செய்ய முடியும் என்று எனக்குத் தோன்றவில்லை.

கடிதங்களின் வழியேயான ஆதரவு கிடைத்ததும் சற்று ஆறுதலடைந்தேன். என்னை விமர்சித்து இரண்டு எதிர்வினைகள் மட்டும் வந்துசேர்ந்தன. அதில் எனக்கொன்றும் ஆச்சரியமில்லை. அவை சோமாலியாவிலிருந்து வந்தவை.

அதைத்தொடர்ந்து நிறைய நேர்காணல்கள் கொடுத்தேன். பள்ளிக்கூடங்களில் உரையாடினேன். சமூக நிறுவனங்களில் கருத்துரைத்தேன். எங்கெல்லாம் அதைக் கொண்டுசெல்ல முடியுமோ, அங்கெல்லாம் எடுத்துச்சென்று பிரச்சாரம் செய்தேன்.

இதைத்தொடர்ந்து, இன்னொரு ஊழ்வினையும் என்னை உறுத்துவந்து ஊட்டியது. ஒரு பெண் ஒப்பனைக் கலைஞர் ஐரோப்பாவிலிருந்து நியூயார்க்குக்கு பறந்தபோது, மேரி கிளெய்ர் இதழொன்றை வாங்கியிருக்கிறாள். எனது நேர்காணலை வாசித்திருக்கிறாள். விமானத்தில் பறக்கும்போது, தனது முதலாளியிடம் அதைக் காட்டியிருக்கிறாள். “நீங்க இதைக்கட்டாயம் வாசிக்கணும்.” அவளது முதலாளி, பார்பரா வால்டர்ஸ். பின்னாளில் பார்பரா என்னிடம், ‘அந்தக் கட்டுரையை என்னால் முழுமையாக வாசிக்க முடியவில்லை ரொம்பவும் தொந்தரவு செய்தது’ என்று சொன்னாள். அதுவே அவளை இதை மேலும் எடுத்துச்செல்ல வேண்டும் என்று தூண்டியிருக்கிறது. எனது கதையை மையமாக வைத்து, 20/20 நிகழ்ச்சியாகத் தயாரித்து, பெண் விருத்தசேதன விழிப்புணர்வை பார்வையாளர்களுக்கு ஊட்ட முடிவுசெய்தாள். ஈதெல் பாஸ் வெய்ன்ட்ராவ்ப் தயாரித்த, ‘ஏ ஹீலிங் டு ஜர்னி’ பல விருதுகளை பெற்றது.

பார்பரா என்னை நேர்காணல் செய்துகொண்டிருக்கும்போது, நான் அழவேண்டும் என்று கோரப்பட்டது. நான் பாதுகாப்பற்ற நிலையை உணர்ந்தேன். கட்டுரைக்கான ஒரு கதையைச் சொல்லும்போது, எனக்கும் வாசகருக்குமான இடைவெளி இருந்தது. நான் லாராவுடன் மட்டுமே பேசினேன். நாங்கள் இருவருமே பெண்கள். அதுவும் ஒரு உணவகத்தில் சந்தித்துக் கொண்டோம். ஆனால், 20/20க்காகப் படம் எடுக்கும்போது,

கேமரா என் முகத்தை மிக அருகில் படம் எடுக்கும் என்பதை நான் அறிவேன். அப்போது நான், என் வாழ்க்கை முழுவதும் காத்துவந்த ரகசியத்தை வெளிப்படுத்த வேண்டும். அப்போது ஏதோ ஒன்று என்னை வெட்டித்திறந்து, என் ஆன்மாவை வெளிக்காட்ட வைத்தது.

'ஏ ஹீலிங் டு ஜர்னி' 1997 ஆம் ஆண்டு கோடையில் வெளியானது. கொஞ்ச நாட்களிலேயே ஏஜென்சியிலிருந்து எனக்கொரு அழைப்புவந்தது. ஐக்கிய நாடுகளிலிருந்து தொடர்பு கொண்டதாகச் சொன்னார்கள். அவர்கள் 20/20 தொகுப்பைப் பார்த்தார்களாம்.

நிகழ்ச்சிகள் வேறொரு தளத்துக்கு நகர்த்திக்கொண்டுபோயின. ஐக்கிய நாடுகள் சபையின் மக்கள்தொகை நடவடிக்கைக்கானப் பிரிவு, பெண் விருத்தசேதனத் தடுப்பு நடவடிக்கையில் இணைந்துகொள்ள எனக்கு அழைப்புவிடுத்தது. உலக சுகாதார நிறுவனத்துடன் இணைந்து பணியாற்றும்போது, அவர்கள் உண்மையிலேயே அச்சமூட்டும் அளவிலானப் புள்ளிவிவரங்களைத் திரட்டிவைத்திருந்தனர். அப் புள்ளிவிவரங்கள் பிரச்சனையின் முழுத்தோற்றத்தைப் பரப்பிக்காட்டின. அதன் எண்ணிக்கையைப் பார்த்தபோது, அது எனதுபிரச்சனை மட்டுமல்ல என்பது தெளிவாகத் தெரிந்தது. பெண் விருத்தசேதனம் அல்லது பெண் பிறப்புறுப்பு சிதைப்புபோல பலவிஷயங்கள், ஆப்பிரிக்காவிலுள்ள இருபத்தெட்டு நாடுகளில் பெருவாரியாக நடந்துவருகின்றன. சிறுமிகளும் பெண்களுமாக இதுவரை 13 கோடி பேரிடம் இக்கொடும் நடவடிக்கை கைக்கொள்ளப்பட்டிருப்பதாக ஐக்கிய நாடுகள் சபையின் மக்கள்தொகை நடவடிக்கைக்கானப் பிரிவு மதிப்பீடு செய்திருந்தது. குறைந்தபட்சம் 20 லட்சம் சிறுமிகள் ஒவ்வொரு ஆண்டும் அடுத்தடுத்து பாதிக்கப்பட்டவர்களாக கூடிக்கொண்டே இருக்கின்றனர். அதாவது நாளொன்றுக்கு 6 ஆயிரம் சிறுமிகள். வழக்கமாக, இந்த அறுவைச் சிகிச்சைகள் எல்லாமே, நாகரிக முதிர்ச்சியற்ற சூழ் நிலையில் மருத்துவச்சிகளாலும், கிராமத்துப் பெண்களாலும் நடத்தப்படுகின்றன. அவர்கள் மயக்க மருந்தை பயன்படுத்துவதில்லை. சிறுமிகளின் உறுப்பைச் சிதைப்பதற்கு கையில் அப்போதைக்கு என்னவிதமானக்

கருவிகள் கிடைக்கின்றனவோ அதைக்கொண்டு நடத்துகின்றனர். ரேசர் பிளேடுகள், கத்திகள், கத்தரிக்கோல், உடைந்த கண்ணாடிச் சில்லு, கூர்மையானக் கற்கள் - சில வட்டாரங்களில் அவர்கள் பற்களால் கடித்தும் சிதைத்துவிடுகின்றனர். இந்தக் கடும்செயல்பாடுகள் பூகோள நிலப்பரப்பினாலும், கலாச்சார நடவடிக்கைகளாலும் செயலமுத்தம் பெறுகின்றன. குறைந்தபட்ச சேதாரமாக, பெண்புழையின் முகப்பை வெட்டியெடுத்துவிடுகிறார்கள். இதனால் அந்தச்சிறுமி, தனது காலம்முழுவதும் பாலியல் இன்பத்தை அடைய முடியாமல் தடுக்கப்படுகிறாள். சோமாலியாவிலுள்ள 80 சதவீதப்பெண்கள் புணர்ச்சி செய்து இன்பம்பெறுவது தடுக்கப்பட்டுவிடுகிறது. புணர்ச்சிசெய்வதைத் தடுக்கும் இந்த உறுப்புச்சிதைப்புக்குப் பின்பு அதிர்ச்சி, தொற்று, மூத்திர ஒழுக்குக் குழாய் சிதைப்பு, ஆறாத வடுக்கள், தசைப்பிசிவு, குருதி நஞ்சாதல், ஹெச்ஐவி, ஹெபாடிடிஸ் பி, நீண்ட காலப் பிரச்சனைகளாக சிறுநீர்ப் பையில் மற்றும் இடுப்புப் பகுதியில் திரும்பத்திரும்பத் தொற்று என்று மாறி, மலட்டுத்தன்மையை, கட்டிகளை உருவாக்கிவிடுகின்றன. கருவாயின் உட்பகுதியில் கழலைகள், நரம்புகள் கட்டிகளாதல், சிறுநீர்க் கழித்தலில் சிரமம், மாதவிடாயின்போது பெருகும் ரத்தம் வயிற்றில் தங்கிவிடுதல், உறைந்துபோதல், சோர்வு, மரணம் என்று நீண்டுவிடுகின்றது.

இந்த ஆண்டு இருபது லட்சத்துக்கும் அதிகமான சிறுமிகள், எனக்கு நேர்ந்தது போலானக் கொடுமைக்கு உள்ளாக இருக்கின்றார் என்று நினைக்கும் போது, என் இதயம் உடைந்து நொறுங்குகின்றது. இது என்னை ஒவ்வொருநாளும் உணரவைத்து, சித்ரவதையைக் கூட்டுகின்றது. அவர்களிடமிருந்து எடுத்துக்கொள்ளப்பட்டதைத் திரும்பப்பெற முடியாத, என்னைப்போன்ற சீற்றங்கொள்ளும் பெண்களை உருவாக்குகின்றது.

உண்மையிலேயே, சிதைவுக்கு உள்ளாகும் சிறுமிகளின் எண்ணிக்கை குறைவதற்குப் பதிலாக, அதிகரித்துக்கொண்டே போகின்றது. ஐரோப்பாவுக்கும் அமெரிக்காவுக்கும் இடம்பெயர்ந்து செல்லும் பெரும்எண்ணக்கையிலான ஆப்பிரிக்கர்கள், தங்களுடன் பெண் உறுப்புச் சிதைப்பு நடைமுறையையும் எடுத்துச்செல்கின்றனர். நோய்க்கட்டுப்பாடு

மற்றும் தடுப்புக்கான மத்தியக் கூட்டமைப்பு, நியூயார்க் மாநிலத்தைச் சேர்ந்த 27,000 பெண்கள் இந்த நடைமுறையைக் கைக்கொண்டிருக்கிறார்கள், மேலும் கைக்கொண்டு வருகிறார்கள் என்று மதிப்பிட்டிருக்கின்றது. இந்தக் காரணத்துக்காகவே, பல மாநிலங்கள் பெண் உறுப்புச் சிதைப்பு சட்டவிரோதமானது என்று விதிகளை இயற்றியிருக்கின்றன. குழந்தைகளை இந்தக் கொடுமையிலிருந்து மீட்க, தனிச்சட்டங்கள் தேவை என்று சட்ட வல்லுநர்கள் விரும்புகின்றனர். ஏனென்றால், இந்தக் குடும்பத்திலுள்ளவர்கள் தங்கள் மகள்களுக்கு இழைக்கும் இந்தக் கொடுமைகளை மதஉரிமையின் அடிப்படையில் செய்வதாக வாதாடுகின்றனர். உறுப்புச் சிதைப்புக் கொடுமையை நடத்துவதற்காக, பல ஆப்பிரிக்க சமூகக் குடும்பங்கள், போதுமான பணத்தைக் கொஞ்சம் கொஞ்சமாகச் சேமித்து, சிதைப்பு செய்யும் நாடோடிப் பெண்போல யாரையாவது அழைத்துவந்து, ஆப்பிரிக்க நடைமுறையை அமெரிக்காவில் அமல் செய்துவிடுகின்றனர். நாடோடிப் பெண்போல யாரும் கிடைக்காத பட்சத்தில், இந்த நடைமுறைச் சடங்கை தங்கள் கைகளிலேயே எடுத்துக்கொள்கின்றனர். நியூயார்க் நகரத் தந்தையொருவர், மகளின் மரண ஓலம் அடுத்தவர்களுக்குக் கேட்டுவிடக்கூடாது என்று ஸ்டீரியோவின் சத்தத்தை அதிகப்படுத்திவைத்த கொடுமையும் நடந்திருக்கின்றது. பின்பு அந்தத் தந்தை கறிவெட்டும் கத்தியால் மகளின் பெண்ணுறுப்பைச் சிதைத்திருக்கின்றார்.

மிகுந்த பெருமிதத்துடன், ஐநா எனக்களித்த சிறப்புத் தூதுவர் பொறுப்பை ஏற்றுக் கொண்டேன். எனக்குக் கிடைத்த உயர்ந்தபட்ச அங்கீகாரம், அது. பெண்களுக்காகப் பாடுபடும் ஐநாவின் மக்கள் நடவடிக்கைக்கான நிதியத்தின் செயல் இயக்குநர் டாக்டர். நபீஸ் சாதிக் போன்றவர்களுடன் சேர்ந்து பணிபுரியும் ஒருபெண் எனும் கௌரவம் எனக்கிருந்தது. பெண் உறுப்புச் சிதைப்புக்கெதிரான நடவடிக்கைகளில் ஈடுபட்டு முன்னணியில் இருக்கும் ஒருபெண், அவர். 1994 ஆம் ஆண்டு கெய்ரோவில் நடந்த மக்கள்தொகை மற்றும் மேம்பாட்டு சர்வதேச மாநாட்டில் இந்தப் பிரச்சனையைப் பேசி, உலகின் கவனத்துக்கு எடுத்துச்சென்றவர். என் கதையைச் சொல்ல மீண்டும் ஆப்பிரிக்காவுக்கு பயணம் மேற்கொண்டு, ஐநாவுக்கு எனது ஆதரவைத் தெரிவிப்பதாக இருக்கிறேன்.

நாலாயிரம் ஆண்டுகாலமாக ஆப்பிரிக்கக் கலாச்சாரத்தில், பெண்களின் பிறப்பு உறுப்பு சிதைப்பு ஒரு அங்கமாகவே இருந்து வந்திருக்கின்றது. குரான் இப்படிச் செய்யச் சொல்கிறது என்று பலர் நம்பிக்கைக் கொண்டிருக்கிறார்கள். உலகத்திலுள்ள அத்தனை முஸ்லிம் நாடுகளிலுமே இந்த வழக்கம் மேற்கொள்ளப்பட்டு வருகின்றது. என்றபோதும், அது இப்போது பிரச்சனையில்லை. ஆனால் குரானோ அல்லது பைபிளோ கடவுள் பெயரால் பெண்களுக்கு ‘அதை வெட்டிவிட வேண்டும்’ என்று எங்கும் குறிப்பிடவில்லை. இந்த வழக்கம் மிகஎளிதாக, ஆண்களால் நடத்தப்படுகின்றது. அவர்கள்தான் இந்தக் கோரிக்கையை வலுவாக ஆதரிக்கிறார்கள். அவர்களின் அறியாமை, சுயநலம் ஆகியவை அவர்களையே ஆட்டிப்படைக்கிறது. அவர்கள் பெண்களின் பாலின விருப்பத்துக்கு தாங்கள்தான் உரிமையாளர்கள் என்று உறுதிபடுத்திக்கொள்ள விரும்புகிறார்கள். தங்கள் மனைவிகளும் விருத்தசேதனம் செய்துகொள்ளவேண்டும் என்று ஆண்கள் விரும்புகிறார்கள். வற்புறுத்துகிறார்கள். தாய்மார்களும் தங்கள் மகள் மீது இந்தக் கொடுமையைத் திணிப்பவர்களாகவே இருக்கிறார்கள். மகள்கள், தங்களுக்குக் கணவர்களை வைத்துக்கொள்வார்களோ என்ற அச்சம் தாய்மார்களுக்கு இருந்துவருகிறது. விருத்தசேதனம் செய்துகொள்ளாத பெண் மோசமானவள், மாசுற்றவள், காமவேட்கை கொண்டு திரிபவள், திருமணம் செய்துகொள்ளத் தகுதியற்றவள், லாயக்கில்லாதவள் என்று முத்திரைகள் குத்தப்பட்டுவிடுகிறார்கள். நான் வளர்ந்துவந்த நாடோடிக் கலாச்சாரத்தில், திருமணமாகாதப் பெண் என்றசொல்லுக்கு இடமேயில்லை. ஆனால் தாய்மார்கள், தங்கள் மகள்களுக்கு சிறப்பான வாழ்க்கைச் சாத்தியங்கள் உருவாக வேண்டும் என்று எண்ணுகிறார்கள். மேலைநாடுகளில் குழந்தைகளைப் பள்ளிக்கூடத்துக்கு அனுப்பி வைப்பதுபோல, ஆப்பிரிக்கத் தாய்மார்கள் இந்தநடைமுறையைக் கைக்கொள்கிறார்கள். அறியாமையாலும் மூடத்தனமிக்க நம்பிக்கைகளாலும் ஆண்டுதோறும் பல லட்சம் சிறுமிகள், பிறப்பு உறுப்பு சிதைவுக்கு உள்ளாக்கப்படுவதற்கு தகுந்த காரணங்கள் ஏதுமில்லை. உடல்ரீதியான வலி, மனரீதியான வேதனை, சோதனைகள், உயிரிழப்புப் போன்ற காரணங்களே போதும், இதைத் தடுத்து நிறுத்துவதற்கு.

மட்டுமீறிய வன்செயலான பெண்கள் பிறப்பு உறுப்பு சிதைப்பைத் தடுக்கும் என் வேலைக்கு, ஐநாவின் சிறப்புத்தூதர் அந்தஸ்து மிகவும் பயனுள்ளதாக இருந்தது. இந்த வாய்ப்புக் கிடைக்கும் என்று நான் கனவிலும் நினைத்திருக்கவில்லை. எனது குடும்பத்திலிருந்தும், சக நாடோடிகளிலிருந்தும் நான் என்னை வேறுபட்டவளாகக் கருதிக் கொண்டிருந்தாலும், அப்படியே வளர்ந்திருந்தாலும், எதிர்காலத்தில் உலகப் பிரச்சனைகளைத் தீர்த்துவைக்கும் உயரிய அமைப்பொன்றில், தூதராகப் பணிபுரிவேன் என்று நினைத்திருக்கவில்லை. தனிப்பட்ட முறையில் ஒரு தாய் என்னசெய்வாரோ, அதனை சர்வதேச அளவில், ஐக்கிய நாடுகள் சபையின் மக்கள்தொகை நடவடிக்கைக்கானப் பிரிவு செய்கின்றது. நான் பெற்றிருந்த அனுபவங்களும், கொண்டிருந்த எதிர்காலத் திட்டங்களும்தான் ஐநாவுடனான எனது எதிர்காலச் செயல்பாடுகளுக்கு பயனுள்ளதாக இருந்தன. என் இளமைப்பருவத்தில், நண்பர்கள் தொடர்ந்து என்னை அம்மா என்றே குறிப்பிட்டு வந்தார்கள். அவர்களுக்கு நான் எப்போதும் அம்மாவாக இருக்க விரும்புவதாக நையாண்டி செய்வார்கள். அப்படித்தான் நான் நடந்துகொண்டேன்.

அதே நண்பர்களில் ஒருசிலர், ஆப்பிரிக்காவுக்கு நான்போகும்போது, மதவெறி பிடித்த வெறியனால் கொல்லப்படலாம் என்ற கருத்தையும் சொன்னார்கள். புனித நம்பிக்கை எனும்பெயரில், மத அடிப்படைவாதிகள் செய்யும்குற்றத்துக்கு எதிராக, நான் பேசிவருகிறேன். நான் செய்யும் பணி ஆபத்தானதுதான் என்பதை நானறிவேன். நான் பயந்து போயிருக்கிறேன் என்பதையும் ஒத்துக்கொள்கிறேன். குறிப்பாக நான், கவலைப்படுவது, எனக்கென்று ஒரு குழந்தை இருக்கின்றான். அவனைப்பேணி வளர்க்கவேண்டும். ஆனால் எனது நம்பிக்கை, என்னை வலுவாக இருக்கச்சொல்லி ஊக்கப்படுத்துகின்றது. கடவுள் இந்தப்பாதையில் போகச் சொல்லி, ஏதோ காரணத்துடன் அனுமதித்திருக்கிறார். நான் என்ன பணியை மேற்கொள்ள வேண்டும் என்று, அவர்தான் முடிவுசெய்கிறார். இது, எனது குறிக்கோள். பணித்திட்டம். நான் பிறப்பதற்கு வெகுநாட்கள் முன்னமே கடவுள் எனது இறப்புநாளையும் தேர்வுசெய்திருப்பார் என்று நம்புகிறேன். என்னால் எதையும் மாற்றமுடியாது.

இதற்கிடையில், என்னவெல்லாம் செய்யமுடியுமென்று நான் நினைத்திருந்தேனோ, அதைச் செய்துமுடிப்பதற்குக் கிடைத்த வாய்ப்பு இது என்று எடுத்துக் கொள்கிறேன்.

18

பெண் பிறப்பு உறுப்புச் சிதைப்பு வழக்கத்தைக் கண்டித்தும், அதைத் தடுப்பதற்கான வழிமுறைகளில் இறங்கியதும், எனது கலாச்சாரத்தை நான் சரியாக உணர்ந்து கொள்ளவில்லை என்று சிலர் பேச ஆரம்பித்தனர். அவர்கள் தவறாக எண்ணிக்கொண்டிருக்கிறார்கள். ஒவ்வொருநாளும் கடவுளுக்கு நன்றி சொல்கிறேன், ஆப்பிரிக்காவிலிருந்து வந்தவள் என்பதற்காக. சோமாலியாக இருப்பதில், மிகவும் பெருமைக் கொள்கிறேன். ஆப்பிரிக்கா எனது நாடு என்பதில் அகமகிழ்கிறேன். நான் வேறு எந்தக் கலாச்சாரத்தையும் தேர்வுசெய்திருப்பேனோ என்ற எண்ணம் எல்லோரிடமும் இருக்கின்றது. இல்லை. எல்லாக் கலாச்சாரங்களையும் நான் கவனமாக - ஆப்பிரிக்க மனவோட்டத்துடன் ஆழ்ந்து பார்ப்பேன். அவ்வளவுதான். அதைத் 'தருக்கு' என்று அழைப்பீர்கள் என்று கருதுகிறேன்.

விருத்தசேதனப் பிரச்சனையைத் தாண்டி, நான் மற்றெந்த விஷயங்களையும் எனது வளர்ச்சியின் வழியில் பகிர்ந்து கொள்ளப் போவதில்லை. நியூயார்க்கில் வாழும் போது, ஏறக்குறைய எல்லோருமே, குடும்ப மதிப்பீடு பற்றிப் பேசுகிறார்கள். ஆனால் மதிப்பீடுகொண்ட மிகச்சிலரையே என்னால் பார்க்க முடிந்தது. குடும்பங்கள் ஒன்று சேர்ந்து, நாம் பாடுவதுபோலவோ, கைதட்டுவதுபோலவோ, சிரிப்பதுபோலவோ நான் காணவில்லை. இங்கே மக்கள் ஒருவரிலிருந்து ஒருவர் விலகியே இருக்கிறார்கள். சேர்ந்துவாழும் கூட்டுவாழ்க்கை உணர்வெண்ணம் அங்கே இல்லை.

ஆப்பிரிக்காவில் பிறந்து வளர்வதால், மற்றொரு பெரும்பயன் உண்டு. அது, நாங்கள் இயற்கையின் அங்கமாகவும், வாழ்வின் தூய்மையாகவும் இருக்கமுடிகிறது. எனக்குத் தெரியும் வாழ்க்கை என்பது, செயற்கையாக மற்றவர்களின் வாழ்க்கையை தொலைக்காட்சியைப் பார்த்து, மாற்றுப்பொருளாகக் கொள்வதில் இல்லை. நான் அங்கே அந்தநிழலில் வாழவில்லை. ஆனால், அதுதான் அங்கே உண்மை வாழ்க்கை. தொடக்கத்திலிருந்தே நான் வாழ்தலுக்கான இயலறிவுத்திறம் உத்வேகம் கொண்டவளாகவே இருந்தேன். மகிழ்ச்சியையும் வலியையும் ஒரேநேரத்தில் கற்றுக்கொண்டேன். நீங்கள் அனுபவித்திருக்கும் மகிழ்ச்சியை நான் அறிந்ததில்லை. ஏனென்றால் என்னிடம் எதுவுமில்லை. அதனாலேயே நான் மகிழ்வாக இருக்கின்றேன். எனது வாழ்வின் பொக்கிஷமான நேரமாக நான் கருதுவது, எனது குடும்பமும் நானும் ஒன்றுசேருவதுதான். உணவுஉண்டபின், நாங்களெல்லாம் சுற்றியமர்ந்து, தீமூட்டி, ஒவ்வொரு சிறிய விஷயத்துக்கும் சிரித்துமகிழ்ந்த அந்த மாலைப்பொழுதுகளை நினைத்துப் பார்க்கிறேன். மழை தொடங்கியதும், எங்கள் வாழ்க்கை மறுபிறப்பெடுக்கும். நாங்கள் கொண்டாடுவோம்.

சோமாலியாவில் நான் வளர்ந்தபொழுது, வாழ்வின் ஒவ்வொரு சிறிய அம்சத்தையும் உணர்ந்திருந்தேன். நாங்கள் மழையை உணர்ந்து கொண்டாடினோம். ஏனென்றால், எங்களிடம் தண்ணீர் இருந்தது. தண்ணீரைப் பற்றிய அக்கறை நியூயார்க்கில் யாருக்கேனும் உண்டா? குழாயைத் திருகியதும் உங்களுக்கு அது ஓடிவருகிறது. நீங்கள் சமையலறையில் ஏதோ செய்கிறீர்கள். உங்களுக்குத் தேவைப்படும்போதெல்லாம் அது கிடைக்கிறது. திறப்பைத் திருகினால் - பூம் - தண்ணீர் கொட்டும். அது உங்களிடம் இல்லாதபோது அதன்மதிப்பு உங்களுக்குத் தெரியவரும். எங்களிடம் எதுவும் இல்லாததால், நாங்கள் எல்லாவற்றையும் உணர்ந்து மதிக்கின்றோம்.

எங்கள் குடும்பம் ஒவ்வொருநாளும் போதுமான உணவுக்குப் போராடியே வந்தது. மூட்டை நிறைய அரிசி வாங்கிவிட்டால், அது எங்களுக்கு மிகப்பெரியக் கொண்டாட்டம். இந்த நாட்டில், எப்படியோ, உணவின் மதிப்பும் வகைமையும் மூன்றாம் உலக நாடுகளிலிருந்து வந்தவர்களுக்கு மலைப்பையும்

திகைப்பையும் உண்டாக்கும். இன்னும் பரிதாபமாக, பல அமெரிக்கர்களுக்கு சோறில்லாத நிலையே இருக்கின்றது. உலகத்தின் ஒரு பக்கத்தில் எல்லோருக்கும் உணவு கிடைப்பதில் பெரும் போராட்டம் நடந்துகொண்டிருக்கிறது. அதே உலகத்தின் இன்னொரு பக்கத்தில், உடல்எடையைக் குறைப்பதற்கு காசுகட்டிக்கொண்டு இருக்கிறார்கள். எடைகுறைக்கும் வர்த்தக விளம்பரங்களைத் தொலைக்காட்சியில் பார்க்கும்போதெல்லாம் நான் கத்துவேன். "எடையைக் குறைக்கவேண்டுமென்றால், நீங்கள் ஆப்பிரிக்காவுக்குப் போங்கள்! அங்கேபோய் எப்படி...? மக்களுக்கு உதவ ஓடியாடும்போது உங்கள் எடை தானாகவே குறைந்துவிடும். இப்படி எப்போதாவது நீங்கள் யோசித்திருக்கிறீர்களா? அப்படிச்செய்தால், நீங்கள் நல்லபடியாகவும் வித்தியாசமாகவும் உணருவீர்கள். இந்த இரண்டையும் நீங்கள் ஒரேநேரத்தில் பெறுவீர்கள். நான் உறுதியாகச் சொல்கிறேன். அங்கிருந்து திரும்பிவரும்போது, நீங்கள் நிறையவே கற்றுவந்திருப்பீர்கள். உங்கள் எண்ணம் மிகத்தெளிவாக இருக்கும், நீங்கள் புறம்படும்போது இருந்ததைவிட!"

இன்று, ஒவ்வொரு பொருளின் மதிப்பையும் நான் பேணுகிறேன். ஒவ்வொரு நாளும் அழகான வீடுகளை வைத்திருக்கும், சில வேளைகளில் பல வீடுகளை வைத்திருக்கும், கார்கள், படகுகள், நகைகளை வைத்திருக்கும் மனிதர்களை சந்தித்தபடியே இருக்கின்றேன். அவர்கள் மேலும் மேலும் செல்வத்தைப் பெருக்கவேண்டும் என எண்ணிக் கொண்டேயிருக்கிறார்கள். அது அவர்களுக்கு சந்தோஷத்தையும் மகிழ்ச்சியையும் தரும் என்று நம்புகிறார்கள். ஆனால், என்னை சந்தோஷப்படுத்த வைரமோதிரம் எனக்குத் தேவையில்லை. மக்கள் மிக எளிதாகச் சொல்கிறார்கள், இப்போதெல்லாம் எதை நீ வாங்க விரும்பினாலும் உடனே அதை வாங்கிவிடலாம் என்று. ஆனால் எனக்கு எதுவுமே தேவையில்லை. வாழ்க்கையில் மிகவும் மதிப்புள்ள ஒரு சொத்து - வாழ்க்கையைத் தவிர - ஆரோக்கியம்தான். ஆனால் மக்கள், மதிப்புமிகுந்த ஆரோக்கியத்தை உப்புக்குப் பெறாத சின்னச்சின்ன விஷயங்களுக்குக் கவலைப்பட்டு, தாங்களே அழித்துக் கொள்கிறார்கள் - "அய்யோ, அந்த பில் வந்துருமோ, இன்னொரு பில்லா, எல்லாத் திசைகளிலிருந்தும் கட்டணம் கட்டச்சொல்லி

தாக்கீதுகள் வந்தபடியே இருக்கின்றன... இதையெல்லாம் நான் எப்படிக் கட்டுவேன்?" அமெரிக்கா உலகின் பணக்கார நாடுதான். ஆனால் ஒவ்வொருவரும் தங்களை ஏழையாக உணருகிறார்கள்.

பணத்தில் நொடித்துப் போவதைப்போல, எல்லோரும் நேரத்தைக் கட்டுப்படுத்த முடியாமல் நேர நொடித்தலுக்கும் ஆளாகின்றார்கள். யாருக்குமே அங்கே நேரமிருப்பதில்லை. அதைக் கடைப்பிடிப்பதும் இல்லை. "வழியவிட்டு விலகி நில்லுங்க. எனக்கு அவசரம்!" தெருக்கள் முழுவதும் மக்கள் இங்கும் அங்கும் ஓடியபடியே இருக்கின்றார்கள். எங்கே போகின்றார்கள் என்பது கடவுளுக்குத்தான் தெரியும்.

வாழ்க்கையை எளிமையாகவும் வேகமாகவும் வாழ நான் கற்றுக் கொண்டதற்கு மிகவும் நன்றிக்கடன் பட்டிருக்கின்றேன். ஒருவேளை நான் ஆப்பிரிக்காவில் வளர்ந்திருக்காவிட்டால், வாழ்க்கையை எப்படி எளிமையாக வாழவேண்டும் என்று அறிந்திருக்கவே முடியாது. சோமாலியாவில் கற்றுக்கொண்ட என் குழந்தைமைக்கால அனுபவங்கள் எனது ஆளுமையை எப்போதும் செழுமைப்படுத்தி, வடிவமைத்துக் கொண்டேயிருந்தன. அற்ப விஷயங்களான வெற்றி மற்றும் புகழிலிருந்து விலகியிருக்கச் செய்தன. அடிக்கடி என்னிடம் கேட்கப்படும் ஒரு கேள்வி. "புகழடைந்திருப்பதை எப்படி உணருகிறீர்கள்?" நான் சிரித்துக்கொள்வேன். அவர்கள் குறிப்பிடும் புகழ், அப்படியென்றால் என்ன? எனக்கு அதைப் பற்றித் தெரியாது. இவையெல்லாமே, நான் ஆப்பிரிக்க வழி முறையில் சிந்திப்பது. அது ஒருபோதும் என்னை மாற்றாது.

மேற்குலகில் வாழுவதிலிருக்கும் மிக முக்கியமான பயன் என்பது, அமைதி. அந்த ஆசிர்வாதத்தை எத்தனை மக்கள் உணர்ந்து கொண்டிருக்கிறார்கள் என்பது, எனக்குத் தெரியவில்லை. உண்மைதான். அங்கே குற்றங்கள் இருக்கின்றன. ஆனால் போர் தரும் தீங்கு, துயரங்களைப்போல உங்களைச் சுற்றி அத்தனைப் பெரிதாக எதுவுமிருக்காது. இங்கே நான், எனது இருப்பிடத்தைப் பெற்றதற்கு நன்றியுடையவளாக இருக்கின்றேன். இந்தச் சூழல் எனது குழந்தைக்குப் பாதுகாப்பைத் தந்திருக்கின்றது. ஏனென்றால், சோமாலியாவில் 1991 ஆம் ஆண்டில் செய்த் பார்ரேயை வெளியேற்றியதிலிருந்து

தொடர்ந்து சண்டைகள் நடந்தவண்ணமே இருக்கின்றன. எதிர் இனக்குழு, தங்கள் கட்டுப்பாட்டில் எல்லாவற்றையும் எடுத்துக் கொண்டிருக்கின்றது. எத்தனைப் பேர் கொல்லப்பட்டார்கள் என்று யாருக்குமே தெரியாது. இத்தாலியக் காலனியாக இருந்தபோது கட்டப்பட்ட அழகிய வெள்ளை நகரமான மொகாதிஷு அழிக்கப்பட்டுவிட்டது. கிட்டத்தட்ட எல்லா கட்டிடங்களுமே இடையறாத ஏழாண்டுகால யுத்தத்தில், ஏதாவது ஒரு காயப்பட்ட அடையாளத்தைப் பெற்றுக் கொண்டிருக்கின்றன. பல கட்டிடங்கள் தங்கள் மீது புகுந்த குண்டுகள் உருவாக்கியத் துளைகளையும் அதன் எச்சத்தையும் கொண்டிருக்கின்றன. நீண்டகாலமாக, நகரத்தில் ஒழுங்கு இருப்பதாகத் தெரியவில்லை - அரசாங்கம் இல்லை. காவல்துறை இல்லை. பள்ளிக்கூடங்கள் இல்லை.

அந்தச் சண்டையிலிருந்து என் குடும்பமும் தப்பமுடியவில்லை என்பது எனக்குத் தெரியவந்தபோது மிகவும் சோர்வுக்கு உள்ளானேன். என் அம்மாவின் சகோதரர், அப்படியே அம்மாவைப் போலிருப்பவர், எப்போதும் வேடிக்கையாகப் பேசும் உல்தே அப் மாமா, மொகாதிஷுவில் தன் வீட்டில் சன்னலருகே நின்றிருக்கிறார். அவர் வீட்டின் மீது குண்டுமழை பொழிந்ததில், கொல்லப்பட்டுவிட்டாராம். ஒட்டுமொத்தக் கட்டிடமுமே துப்பாக்கிக் குண்டுகள் துளைத்த துளைகளாக இருக்கின்றதாம். சன்னல் வழியாக வந்த ஒருகுண்டு அவர் உயிரைப் பறித்திருக்கிறது.

இப்போது நாடோடி மக்களும் பாதிப்புக்கு உள்ளாகி யிருக்கிறார்கள். எத்தியோப்பியாவில் என் சின்னத் தம்பியைப் பார்த்தபோது, அவன்மீதும் தாக்குதல் நடத்தப்பட்டதாகச் சொன்னான். சாவிலிருந்து அவன் மயிரிழையில் உயிர்த் தப்பியிருக்கின்றான். தனது ஒட்டகங்களுடன் தனியே மேய்ச்சலுக்குப் போயிருந்த போது, ஆக்கிரமிப்பாளர்கள் பதுங்கியிருந்து, அவன்கையில் சுட்டு வழிப்பறி செய்திருக்கிறார்கள். அலி கீழே விழுந்து இறந்துவிட்டதைப்போல நடித்திருக்கின்றான். ஆக்கிரமிப்பாளர்கள் அவனது ஒட்டகங்களை ஓட்டிக்கொண்டு போய்விட்டார்கள்.

எத்தியோப்பியாவில் அம்மாவைப் பார்த்தபோது, அவர் தன் நெஞ்சில் தோட்டாவை இன்னும் சுமந்து கொண்டிருப்பதாகச் சொன்னார். இரு குழுக்களுக்கிடையில் நடந்த சண்டையின் போது, அச்சம்பவம் நேர்ந்திருக்கின்றது. என் சகோதரி அம்மாவை அழைத்துக்கொண்டுபோய், சவூதியிலுள்ள மருத்துவமனையில் காட்டியிருக்கிறாள். அம்மாவுக்கு மிகவும் வயதாகிவிட்டதால், அறுவை சிகிக்சைக்கு உடம்பு தாங்காது என்றும் அந்த அறுவை சிகிச்சையில் உயிருக்கு ஆபத்து நேரலாம் என்றும் சொல்லிவிட்டார்களாம். நான் கிளம்பிவந்த அந்தநேரத்தில், நான் பார்க்கும்போது, அம்மா ஒருவலுவான ஒட்டகம் போலத் தென்பட்டார். எப்போதுமே அம்மா கடினமான ஒருவர்தான். கேலி செய்து வெடித்துச் சிரிப்பார். குண்டடிபட்டதைக்கூட அவர் அப்படித்தான் பேசிச் சிரித்தார். இன்னும் அந்தக்குண்டு உள்ளேதான் இருக்கின்றதா என்று அம்மாவிடம் கேட்டதற்கு, “ஆமா, ஆமா, உள்ளேதான் அது இன்னும் இருக்கு. அதுபத்தி எனக்குக் கவலையில்லை. ஒருவேளை அது உருகிக் கீழே போயிருக்கும்” என்று வெடித்துச் சிரித்தார்.

விருத்தசேதன வழக்கம்போலவேதான், இந்தப் பழங்குடிகளின் உள்நாட்டுப் போரும். ஆண்களின் தன்முனைப்பு, சுயநலம் மற்றும் வலியத் தீங்குசெய்யும் பகைமை அதற்கானக் காரணங்களாக இருக்கின்றன. அதைச் சொல்வதற்கே அருவருப்பாக இருக்கின்றது. ஆனால் அதுதான் உண்மை. இரண்டு நடவடிக்கைகளுமே அவர்களை அடியாழத்திலிருந்து ஆட்டிப்படைக்கிறது. அதனால் அவர்களின் பிராந்திய எல்லை - உடமையும் பெண்களும் கலாச்சார ரீதியாகவும் சட்டப்பூர்வமாகவும் வீழ்த்தப்படுகின்றனர். அநேகமாக, அவர்களின் விரைகளை வெட்டிவிட்டால், எனது தேசம் சொர்க்கமாக மாறிவிடும். ஆண்கள் அமைதியாகி விடுவார்கள். உலகத்துடன் கூர்உணர்வுடன் கலந்துவிடுவார்கள். அந்த ஆணிவேரை உறுதியாகப் பிடுங்கியெறிந்தால், அங்கே போருக்கு இடமில்லை. கொலைகள் இல்லை. திருட்டு இல்லை. கற்பழிப்பு இல்லை. அவர்களின் அந்தர பாகங்களைக் கொய்து ஓடவிட்டால், அவர்களுக்கு ரத்த சேதாரம் ஏற்பட்டு மரணத்துக்கு ஆளாகும் பயம்வரும். முதல்முறையாக அவர்கள், தங்கள்

பெண்களுக்கு எந்த மாதிரியானத் துயரத்தைக் கொடுத்தார்கள் என்பதை ஒருவேளை உணரலாம்.

ஆப்பிரிக்கப் பெண்களுக்கு உதவுவதுதான், எனது இலக்கு. அவர்கள் வலுவானவர்களாக மாறுவதைக் காண விரும்புகிறேன். பலவீனமானவர்களாக அல்ல. வழக்கத்திலுள்ள, பெண் உறுப்புச் சிதைப்பு அவர்களை உடல்ரீதியாகவும் உணர்ச்சிரீதியாகவும் பலவீனர்களாக்கியிருக்கிறது. ஆப்பிரிக்காவின் முதுகெலும்பாகப் பெண்கள் இருப்பதால், அவர்கள்தான் பெரும்பாலான வேலைகளைச் செய்துவருகின்றனர். அவர்கள் சிறுமிகளாக இருந்தபோது சிதைப்பு எனும் பெயரில் கொத்திக் குதறப்படாமலிருந்திருந்தால், அவர்களை ஊனப்படுத்தாமல் இருந்திருந்தால், அவர்கள் எந்த அளவுக்கு பலத்துடனும் திறமையுடனும் செயல்பட்டிருப்பார்கள் என்று கற்பனை செய்துபார்க்கிறேன்.

எனக்கு இழைக்கப்பட்டக் கொடுமைக்குக் கோபப்படுவதற்கு மாறாக, நான் நடந்து கொள்கிறேன். என் பெற்றோர் மீது குற்றம்சாட்ட விரும்பவில்லை. என் அம்மாவையும் அப்பாவையும் நான் நேசிக்கின்றேன். எனக்கு விருத்தசேதனம் நடந்தபோது, என் அம்மா வேண்டாம் என்று தடுக்கவில்லை. ஒரு பெண்ணாக அவர் முடிவுகளைத் தீர்மானிக்கும் இடத்தில் இருக்கவில்லை. தனக்கு, தன் அம்மாவுக்கு, அவரது அம்மாவுக்கு எது செய்யப்பட்டதோ, அதை எனக்கும் செய்ய அனுமதித்தார். என் மீது சுமத்தப்படும் தண்டனையை என்னவென்று முற்றிலும் அறியாதவராகவே என் தந்தை இருந்தார். எங்கள் சோமாலிய சமூகத்தில், அவர் மகளுக்குத் திருமணம் ஆகவேண்டுமென்றால், அவளுக்குக் கட்டாயம் விருத்தசேதனம் செய்யப்பட்டிருக்க வேண்டும். இல்லாவிட்டால், எந்த ஆணும் அவளைத் திருமணம் செய்துகொள்ள மாட்டான் என்பதை மட்டும் அறிந்து வைத்திருந்தார். தாங்கள் வளர்க்கப்பட்ட விதத்தில் என் பெற்றோர் இருவருமே ஆயிரமாயிரம் ஆண்டுகளாக மாறாது தொடர்ந்துவந்த, கலாச்சாரத்தைத் தொடர்பவர்களாக, பாதிக்கப்பட்டவர்களாக இருந்தார்கள். மருந்துகளின் மூலம் நோயையும் மரணத்தையும் இன்று தடுக்கமுடியும் என்பதுபோல, பெண்கள் வெயிலில் காயும் விலங்குகள் அல்ல, விசுவாசத்தை காட்டுமிராண்டித்தனமாக சடங்குகளின் வழியே பெறுவதைவிட,

நம்பிக்கையின் மூலம், அன்பின் மூலம் பெறமுடியும் என்பதை அறியவேண்டும். துன்பங்களைச் சுமந்திருக்கும் பழைய முறைகளை அகற்றுவதற்கான நேரம் வந்துவிட்டது.

பிறக்கும்போதே, என்னை நேர்த்தியாகக் கடவுள் படைத்திருந்தார் என்றே நான் நினைக்கிறேன். பின்னர்தான், ஆண் அதைக் கொள்ளை கொண்டான். எனது சக்தியை நிர்மூலமாக்கினான். என்னை ஊனப்படுத்தினான். எனது பெண்மை களவாடப் பட்டது. கடவுள் ஒருவேளை, என்னுடம்பின் பாகங்களைத் தொலைக்க விரும்பியிருந்தால், அவற்றை ஏன் அவர் படைக்க வேண்டும்?

எனது கனவெல்லாமே ஒருநாள், பெண் இந்த வலியின் அனுபவத்தைப் பெற்றவளாக இருக்கக்கூடாது. அது, பழங்கனவாக ஆகியிருக்க வேண்டும். மக்கள், "கேள்விப்பட்டியா, சோமாலியால இப்பெல்லாம் பெண் உறுப்புச் சிதைப்பு நடக்குறதில்லையாமே?" என்று பேசவேண்டும். பின்பு, அடுத்த நூற்றாண்டு, அதற்கடுத்து, அடுத்தடுத்த ஆண்டுகளில், உலகம் பெண்களுக்கு பாதுகாப்பானதாக இருக்க வேண்டும். அந்த நாள் எத்தனை மகிழ்வாக இருக்கும். அதைநோக்கித்தான் என் பணிகள் இருக்கின்றன. இன்ஷா அல்லாஹ், கடவுள் விரும்பினால், அது நடக்கும்.